हे पुस्तक तुमचं आयुष्य बदलू शकेल.

– सिड्ने शेल्डन

पौर्वात्य अध्यात्म आणि पाश्चिमात्य विज्ञान या दोन्हींमध्ये असलेला सामाईक पाया शोधण्याचा प्रयत्न लेखकाने केलेला आहे. ही लेखकाची एक वैयक्तिक अशी आध्यात्मिक शोधयात्रा आहे. त्याने ती अत्यंत रसाळ भाषेत सांगितलेली असल्याने वाचावयास खूपच आकर्षक ठरते.

– फ्रिट्झॉफ काप्रा,
'द ताओ ऑफ फिजिक्स'
या गाजलेल्या पुस्तकाचा लेखक

जड वस्तू ऊर्फ वस्तुमात्र आणि अध्यात्म हे एकमेकात कसे विलय पावतात ते या पुस्तकात सांगितले आहे. ही एक उत्क्रांतीची पायरी असून आपली प्रेम करण्याची क्षमता आणि यथायोग्य वागताना ती अत्यंत गरजेची आहे, असे या पुस्तकावरून समजून येते.

– मिसेस लॉरा आल्डस हक्स्ले,
'चिल्ड्रेन : आवर अल्टिमेट इन्व्हेस्टिमेन्ट'
या न्यासाची संस्थापक

अभिप्राय

देव आहे की नाही याबद्दल अनेक मते आहेत. विज्ञानाच्या शोधानंतर सर्वसामान्य लोकांच्या मनातील देवाविषयीच्या संकल्पना थोड्या बदलल्या. मणी भौमिक यांनी 'परमेश्वर'मध्ये विज्ञानाच्या साह्याने परमेश्वराचे अस्तित्व शोधण्याचा प्रयत्न केला आहे.

सकाळ साप्ताहिक बुकशेल्फ, २७-४-२०१३

'कोड नेम गॉड' या इंग्रजी पुस्तकाचा मराठी अनुवाद

परमेश्वर

: एक सांकेतिक नाव

एका शास्त्रज्ञाची आध्यात्मिक शोधयात्रा

लेखक

मणी भौमिक

अनुवाद

अशोक पाध्ये

मेहता पब्लिशिंग हाऊस

Please contact us at **Mehta Publishing House,** Pune 411030.
✆ +91 020-24476924 / 24460313 / Mob. No. 9545000513
Email : production@mehtapublishinghouse.com
Website : www.mehtapublishinghouse.com

- *या पुस्तकातील लेखकाची मते, घटना, वर्णने ही त्या लेखकाची असून त्याच्याशी प्रकाशक सहमत असतीलच असे नाही.*

CODE NAME GOD by MANI BHAUMIK

First Published in India By Penguin Books India 2006,
New Delhi - 110017
Translated into Marathi Language by Ashok Padhye

परमेश्वर : एक सांकेतिक नाव / वैचारिक

अनुवाद : अशोक पाध्ये

Email : author@mehtapublishinghouse.com

मराठी अनुवादाचे व प्रकाशनाचे हक्क मेहता पब्लिशिंग हाऊस, पुणे.

प्रकाशक : सुनील अनिल मेहता, मेहता पब्लिशिंग हाऊस,
१९४१, सदाशिव पेठ, माडीवाले कॉलनी, पुणे - ४११०३०.

मुद्रक : पार्कसन्स ग्राफिक्स

मुखपृष्ठ : चंद्रमोहन कुलकर्णी

प्रकाशनकाल : फेब्रुवारी, २०१३ / पुनर्मुद्रण : सप्टेंबर, २०१४

किंमत : ₹ २५०

P Book ISBN 9788184984552

सर्व काळात
सत्याचा शोध घेणाऱ्यांना
अर्पण

धर्माविाचून विज्ञान लंगडे असते,
तर विज्ञानावाचून धर्म आंधळा असतो.
–अल्बर्ट आइन्स्टाईन

वाचण्यापूर्वी...

'खरंच देव आहे का?' हा प्रश्न प्रत्येकाला लहानपणापासून पडलेला असतो. त्याचे समाधानकारक उत्तर कधीच मिळत नाही. कधीकधी जे उत्तर मिळते, ते तात्पुरते समाधानकारक वाटत असते. मग प्रश्नकर्ता त्यावर प्रतिप्रश्न करीत नाही; पण ते उत्तर जरी समाधानकारक वाटले, तरी ते सत्य असतेच असे नाही. लहान मुलांना आपण अनेक खोटी पण समाधान करणारी जशी उत्तरे देतो, तसाच तो प्रकार असतो.

पुढे वय वाढल्यावर जर हाच प्रश्न कुणी विचारला, तर अनेकदा त्यावरून वादविवाद सुरू होतात; परंतु त्या वादातून प्रश्नाचे उत्तर मात्र मिळत नाही, कारण ते कोणाकडेच नसते. वादविवादाचे आणखी एक कारण असे असते, 'देव आहे' असे मानणारे लोक स्वत:ला आस्तिक म्हणवून घेतात. देवाबद्दल शंका उपस्थित करणारे सर्व जण 'नास्तिक' आहेत असे ते समजतात. इथवर ठीक आहे; परंतु 'ही नास्तिक मंडळी पाखंडी आहेत, देवाच्या विरुद्ध आहेत' असे समजून कोणत्याही प्रकारे वाद खेळून त्यांच्यावर शाब्दिक हल्ले चढवून त्यांना आस्तिक मंडळी नामोहरम करू पाहतात. असे करणे म्हणजे ईश्वराची बाजू घेणे किंवा एक पुण्यकृत्य करणे असे ते समजतात.

जे. कृष्णमूर्ती यांना कोणीतरी विचारले होते,

"तुम्हाला देव सापडला का?"

यावर त्यांनी शांतपणे उत्तर दिले, "सापडण्यासाठी तो कुठे हरवला होता?"

या उत्तरात कोणताही राग, उद्वेग व्यक्त झालेला नाही; परंतु 'देव सापडला का?' या प्रश्नाचे उत्तर टाळले गेले आहे हे तितकेच खरे आहे.

देव आहे की नाही? या प्रश्नाचे उत्तर शोधण्यासाठी मनापासून प्रयत्न करण्याची तयारी कोणत्याच पक्षाची नसते. आपल्याला अनुकूल असे जे मुद्दे आहेत, तेवढ्या आधारे प्रतिपक्षाला नामोहरम करायचे एवढेच प्रत्येक पक्षाचे उद्दिष्ट असते.

एखाद्याने सत्याचा शोध कसा घ्यायचा? यावर कोणीच नीट विचार करीत नाही. ज्योतिष हे शास्त्र आहे की नाही? यावर जसा केवळ खल होतो, वादंग होतो तसाच हा प्रकार. संशोधनातून सत्य बाहेर पडू शकते, पण ते संशोधन कोण करणार? ज्यांचा ज्योतिषावर विश्वास नाही ते म्हणतात, की ज्योतिष हे शास्त्रच नसल्याने त्यावर कशाला संशोधन करायचे? तर ज्यांचा ज्योतिष्यावर विश्वास आहे ते म्हणतात, की हे शास्त्र आहे, हे आम्हाला पटलेले असल्याने कशाला उगाच संशोधन करायचे? संशोधन केले, तरी शेवटी आम्ही म्हणतो तोच निष्कर्ष सिद्ध होणार. थोडक्यात, दोन्ही पक्ष संशोधन न करता फक्त एकमेकांशी भांडत राहणार. त्यांना नेहमी प्रतिपक्षाची जिरवण्यात आनंद वाटत असतो. अशा रितीने सामान्य माणसाला ज्योतिष हे खरेच शास्त्र आहे की नाही? या प्रश्नाचे उत्तर कधीच मिळत नाही. शेवटी गांजलेला सामान्य माणूस ज्योतिषाकडे जातो, त्याचा सल्ला घेतो व त्यानुसार कृती करतो; मात्र त्याच वेळी 'या ज्योतिषाचे भविष्य चुकले तर?' याही विचाराचे भान ठेवून तो त्यासाठी काही ना काही आगाऊ तरतूद करून ठेवतो. यावरून असे दिसते, की अमुक एक गोष्ट म्हणजे देव? ज्योतिष्य हे शास्त्र आहे? इत्यादी प्रश्न पिढ्यान्‌पिढ्या अनुत्तरीत राहतात.

सामान्य माणसे आणखी एक गोष्ट करतात. एखाद्या प्रश्नाचे तज्ज्ञाने दिलेले उत्तर खरे आहे की नाही, हे कसे ठरवायचे, तर त्यासाठी तोच प्रश्न दुसऱ्या तज्ज्ञाला विचारला जातो. जर त्यांच्या उत्तरांत तफावत आढळली, तर चार निष्कर्ष संभवतात. ते खालीलप्रमाणे :

१) पहिला तज्ज्ञ बरोबर व दुसरा तज्ज्ञ चूक.

२) दुसरा तज्ज्ञ बरोबर व पहिला तज्ज्ञ चूक.

३) दोन्हीही तज्ज्ञ चूक

४) दोन्हीही तज्ज्ञ बरोबर.

परंतु ही वस्तुस्थिती आपण बाजूला ठेवू. 'देव आहे की नाही?' या प्रश्नाचे उत्तर आपण कसे शोधायचे? उत्तर शोधण्यात एक मोठी अडचण आहे. देव हा दृश्य स्वरूपात नाही. त्यामुळे त्याला बघता येणार नाही, की त्याचे छायाचित्र काढता येणार नाही. म्हणजे दृश्य पुराव्याचा मार्ग बंद झाला. याचा फायदा नास्तिक मंडळींना होतो. ते आस्तिकवाद्यांना म्हणतात, देव असेल तर दाखवा पाहू. ही एक

अशक्य गोष्ट आहे, हे दोन्ही पक्ष जाणतात. यावर आस्तिक पक्ष म्हणतो, ''तुमची जर तेवढी तीव्र भक्ती असेल, तर देव तुमच्यापुढे प्रकट होईल.'' यातली खोच अशी, की 'भक्ती व देवाचे दर्शन' यांची सांगड घालून नकळत ती अट लादली जाते. तुम्हाला देव दिसला नाही, दिसत नाही म्हणजे तुमची भक्ती कमी पडते, असा निष्कर्ष सहज लादता येतो, तुमच्या माथी मारला जातो. भक्तीच्या मार्गाने देवाचा शोध घेणाऱ्याची अशा तऱ्हेने कोंडी केली जाते. भक्ती किती करावी? हेही आस्तिकवादी नीट सांगत नाहीत. ते एवढेच म्हणतात, की देवाचे दर्शन होईपर्यंत भक्ती करीत राहा. म्हणजे मरेपर्यंत तुम्ही भक्ती केली व तरीही देवाचे दर्शन झाले नाही, तरच तुम्ही आस्तिकवाद्यांना जाब विचारू शकता; परंतु मेल्यावर त्यांना कसा जाब विचारता येईल? भक्तीचे एकूण मापन हे फलित मिळण्यावर अवलंबून ठेवल्याने प्रश्नाचा तिढा तसाच राहतो. फक्त वाद घालताना आस्तिकवाद्यांची तात्पुरती सरशी होते.

दुसरा एक मार्ग म्हणजे देवाचे गुणधर्म प्रथम ठरवून त्यानुसार जगात काही घडते आहे का, याचा शोध घेणे. 'देव हा दीनांचा वाली आहे, तो दयाळू आहे, गरिबांचा कनवाळू आहे, संकटात भक्तांच्या साहाय्याला धावून जातो, तो दुष्टांचा संहारक आहे, तो नेहमी सत्याच्या बाजूने उभा राहतो, वगैरे, वगैरे.' आणखीही बरेच गुणधर्म देवाला चिकटवले गेले आहेत. मग या गुणधर्मानुसार घडलेल्या घटना किंवा तशा वाटणाऱ्या घटना आपल्या मतांच्या समर्थनार्थ आस्तिकवादी पुढे करतात; परंतु विरोधी उदाहरणेच व्यवहारात जास्त दिसतात. 'भ्रष्टाचारी मंडळींना सत्ता मिळते, जनतेवर ते अन्याय करतात, व्यापारी काळा बाजार करतात, गरिबांना नागवले जाते, अशा व्यक्तींचा एक केसही वाकडा होत नाही. या वेळी देव कुठे जातो?' असा सवाल नास्तिकवादी करतात.

या विचारसरणीमागे एक मोठा दोष दडलेला आहे. प्रथम देवाचे काही गुणधर्म आहेत, असे मानायचे व त्यानुसार देवाची वागणूक तपासायची; पण त्यासाठी मुळात देव मानावा लागतो. एखादा कष्टाळू माणूस आपल्या उत्कर्षाचे श्रेय देवाला देत असेल, तर तसेच कष्ट करून ज्याचा उत्कर्ष झाला नाही तो देवाला दोष देईल; पण यासाठी मुळात देवाचे अस्तित्व आधी मानावे लागते. देवाने कसे वागावे व आपल्यावर किती कृपा करावी हा प्रश्न येथे चर्चेसाठी नाही. 'देव आहे का?' या

प्रश्नाचे उत्तर ठामपणे मिळाले पाहिजे. प्रसिद्ध उद्योगपती जे. आर. डी. टाटा असे म्हणायचे, ''देव आहे त्याबद्दल प्रथम मी त्याचे आभार मानतो, कारण त्यामुळे मी त्याला जगातील दु:खे, विषमता, दारिद्र्य वगैरेंबद्दल जाब विचारू शकतो. देव असल्यामुळे ही किती मोठी सोय झाली आहे!''

वैयक्तिक पातळीवरील भक्तीचे, उपासनेचे प्रयत्न बाजूला ठेवा. ज्ञानाच्या मार्गानेही देवाचा शोध घेण्याचा प्रयत्न झाला आहे व अजूनही होतो आहे. मग विद्वान माणसे तत्त्वज्ञानात शिरतात, कूट गोष्टींवर खल करतात आणि त्यासाठी आधीच्या विद्वानांनी लिहिलेले ग्रंथ आधारभूत मानतात; पण ते ग्रंथ तरी कितपत प्रकाश पाडणारे असतात? त्यातले सारे कशावरून खरे आहे, अशीही शंका उत्पन्न करणारे विद्वान थोडे असले, तरी आहेत. प्राचीन लिखाणातील प्रत्येक गोष्ट खरी आहे असे धरून चालता येत नाही.

तत्त्वज्ञानाच्या मार्गाने देवाचा शोध घेण्याचा प्रयत्न बाजूला ठेवा. ज्या पार्थिव जगात किंवा ऐहिक जगात आपण वावरतो आहोत त्या जगाची जडणघडण, रचना, मूलद्रव्ये, ऊर्जा वगैरेंच्या मागची रहस्ये आपण शोधत गेलो, तर कदाचित देवाच्या अस्तित्वाबद्दलचे रहस्यही उलगडू शकेल. हा झाला विज्ञानाचा मार्ग! विज्ञानामध्ये हे विश्व कसे निर्माण झाले याचाही शोध घेतला जातो. त्यातून महास्फोटाचा सिद्धान्त पुढे आला. मुळात हा सिद्धान्त पौराणिक कल्पनेतला आहे. 'विश्व हे शून्यातून निर्माण झाले,' असे प्राचीन हिंदू ग्रंथात म्हटले गेले आहे. महास्फोटातून (Big Bang) जन्म पावलेल्या विश्वाची लक्षणे ही त्यानुसार आढळतात. या महास्फोटाच्या आधी काय होते? जर काही असेल, तर त्याच्याही आधी काय असेल? असे प्रश्न निर्माण होऊ शकतात. विश्वनिर्मितीमागची रहस्ये उकलली गेली, तर विश्वाच्या निर्मात्यावर, जर तसा कोणी निर्माता असेल, तर काही प्रकाश पडू शकेल.

परंतु वैज्ञानिक पातळीवर ईश्वराच्या अस्तित्वाचा वेध घ्यायला गेलात, तर येथेही आस्तिक मंडळींचा आडमुठेपणा दिसून येतो. ''जिथे तुमचे विज्ञान संपते, तिथे आमचे अध्यात्म सुरू होते.'' असे ते अभिमानाने म्हणतात. हे मत नकळत अनेक भारतीयांचे बनलेले आहे. भौतिक सृष्टी, तिची जडणघडण, त्यामागची वैज्ञानिक कारणे यांचा देवाशी कुठे संबंध येतो? या चराचर सृष्टीचे सारे ज्ञान प्राप्त झाले, विज्ञानातील सर्व

शाखा परिपूर्णतेला पोहोचल्या, तरी ते सर्व काही भौतिकतेच्या प्रांतातील आहे. अध्यात्म ही त्या पलीकडील गोष्ट आहे, अशी त्यांची भाबडी, पण ठाम समजूत झालेली असते. सत्याचा शोध घेणे, हेच विज्ञानाचे ध्येय असल्याने देव जर असेल, तर त्याचाही शोध विज्ञानाच्या मार्गाने लागेल. हे कसे काय शक्य कोटीत येईल याबद्दल बहुतेक जण साशंक असतात. याचे कारण काही उपकरणे, यंत्रे वगैरे वैज्ञानिक साधने हाताशी असतील, तरच विज्ञानात प्रयोग करून नवीन ज्ञान शोधता येते, अशी एक समजूत आहे, शिवाय पंचेंद्रियांना जे जाणवते, त्या पलीकडचे कसे करणार? त्यासाठी उपकरणेच लागणार; पण उपकरणांनाही जाणवणार नाहीत, अशा गोष्टींचा वेध कसा घेणार? थोडक्यात, उपकरणे, यंत्रे यांच्या साहाय्याने तुम्हाला ज्याचा वेध घेता येतो, त्यापलीकडचे कधीच समजणार नाही. म्हणून विज्ञानाने देव, ईश्वर किंवा परमेश्वर यांचा शोध लावता येणार नाही, हा निष्कर्ष बरेच जण काढतात.

गीतेमध्ये या संदर्भात जे सांगितले आहे ते ज्ञानेश्वरांनी दोन ओव्यांत फार सोप्या रितीने सांगितले आहे. त्यात असे म्हटले आहे :

का गाभेवने वटु गिंवसवे ।
जरी तरंगी सागरू साठवे ।
का परमाणूमाजी सामावे । भूगोलू हा ॥ (अ. १०, ओ ७०)
तरी मिया जालिया जीवा ।
महर्षी अथवा देवा ।
माते जाणावया हो आवा । अवकाशु गा ॥ (अ. १०, ओ ७१)

अर्थ : वडाच्या एका बीमध्ये वटवृक्षाचा सारा विस्तार कसा सामावला असतो, लाटांमध्ये समुद्राचे सार कसे असते किंवा एका परमाणूत सर्व जगाचे रहस्य कसे असते हे जर कळले ॥७०॥

तर मात्र माझ्यापासून उत्पन्न झालेल्या जिवांना, महर्षींना व देवतांना मला जाणून घेणे जमेल. ॥७१॥

कोणत्याही झाडाच्या बीमध्ये ते झाड कसे वाढावे, त्याला पाने, फुले, फळे कशी व किती यावीत, त्याचा विस्तार किती असावा, त्या झाडाचे आयुष्य किती असावे, याची यच्चयावत माहिती बीमध्ये असलेल्या डीएनएमध्ये निसर्गाने रेखित केलेली असते किंवा तसे प्रोग्रॅमिंग केलेले असते. प्रत्येक सजीवाच्या पेशीमध्ये त्याचा

वैशिष्ट्यपूर्ण डीएनए असतो. त्या डीएनएवरील जनुकांनुसार त्या सजीवाची उत्पत्ती, वाढ व लय होत जाते. सजीवांचे हे रहस्य आताच्या अनुवंशशास्त्राने गेल्या ५० वर्षांत शोधून काढले आहे. निसर्गाचे हे रहस्य शोधण्यास केवळ शास्त्रज्ञच कारणीभूत आहेत. सागराच्या हालचाली, लाटा, अंतर्गत प्रवाह यांचाही सखोल अभ्यास झाला आहे व अद्यापही त्यावर संशोधन चालू आहे. कालांतराने आपल्याला बेभरवशाच्या मोसमी पावसाची हालचालही अचूक जोखता येईल. रेणू म्हणजे दोन किंवा अधिक अणूंचा मिळून बनलेला कण; पण अणूच्या पोटातही न्यूट्रॉन, प्रोटॉन, इलेक्ट्रॉन असे लहान उपअणू आहेत. त्या सर्व उपअणूंच्या पोटात शास्त्रज्ञ शिरले आहेत. नवीन प्राप्त होणाऱ्या ज्ञानाच्या साहाय्याने विश्वनिर्मितीच्या गूढावर प्रकाश पडेल. सर्व विज्ञानशाखा जी काही प्रगती करीत आहेत व ज्ञान घेत पुढे चालल्या आहेत, त्यामुळे नकळत शास्त्रज्ञ परमेश्वराच्या शोधयात्रेवर प्रवास करू लागले आहेत. हे ज्ञान, विज्ञान जेव्हा परिपूर्ण अवस्थेला पोहोचेल, तेव्हा परमेश्वराला नक्की जाणून घेता येईल.

थोडक्यात, गीतेतल्या वचनानुसार ज्ञानाच्या वाटेने परमेश्वराकडे जाता येते तर मग कोणत्या तोंडाने तथाकथित आस्तिक मंडळी "जिथे तुमचे विज्ञान संपते, हतबल होते, तिथे आमचे अध्यात्म सुरू होते." असे म्हणू शकतात?

लेखक मणी भौमिक यांनी अफाट दारिद्र्य भोगले, अफाट श्रीमंतीही ते भोगत आहेत. विज्ञानाच्या क्षेत्रात ते आघाडीवर पोहोचले. असे असताना त्यांना परमेश्वरासंबंधी जे काही उत्तर सापडले, ते त्यांनी या पुस्तकात प्रामाणिकपणे आपल्यापुढे मांडले आहे. दोन रूळमार्ग जसे जवळजवळ येत एकमेकांत विलीन होऊन एक होतात तसे प्राचीन हिंदू तत्त्वज्ञान व अतिप्रगत विज्ञान हे कसे जवळ येत आहेत, हे त्यांना भावले. त्यांच्यातील शास्त्रज्ञाला ते पटले.

अनेकदा बहुतेकांना विज्ञान म्हणजे व्यवहारात त्याचे जे उपयोग दिसतात तेवढेच विज्ञान वाटते. विज्ञानाचे टोक म्हणजे आइन्स्टाईनचे तत्त्वज्ञान एवढेच वाटते; परंतु आइन्स्टाईन व त्याचे समकालीन शास्त्रज्ञ त्याही पुढे जात होते, हे मात्र अनेक सुशिक्षितांनाही ठाऊक नाही. त्या अतिप्रगत विज्ञानाच्या आधारे श्री. मणी भौमिक यांनी आपले विचार मांडले आहेत. ते समजावून घेताना आघाडीवरील सैद्धान्तिक विज्ञानाचाही परामर्ष आपल्याला घ्यावा लागेल. भौमिकसारखा शास्त्रज्ञ विज्ञानाच्या कडेपर्यंत पोहोचला आहे. त्याला भारतीय अध्यात्मात, तत्त्वज्ञानात तथ्य वाटले,

तर त्यांचे स्वागत आपण करायला हवे. त्यांना परमेश्वराचे जे अस्तित्व जाणवले, त्याची दखल आस्तिक व नास्तिक या दोघांनीही घ्यायला हवी.

देव आहे का नाही, या गहन प्रश्नाचे उत्तर विज्ञानाच्या आधारे ज्याने मिळवले, त्याने मांडलेला खुलासा हा नक्कीच वाचण्याजोगा आहे.

या पुस्तकाचा अनुवाद करताना फार मोठी अडचण झाली, कारण भौमिक यांच्या पुस्तकात त्यांनी विज्ञानाच्या आघाडीवरील ज्ञानाचा वापर करून अंतराळाचा वेध घेतला. त्या शास्त्रीय शब्दांना मराठीत पारिभाषिक शब्द नाहीत, तसेच विज्ञानातील माहितीचा, नवीन तत्त्वांचा अनेकदा उल्लेख केला आहे. वाचक हा विज्ञानात तज्ज्ञ नाही. त्याला कसे ते समजणार? बरे, प्रत्येक वेळी खुलासा करणे, विज्ञान समजवणे, असे करीत बसले तर पुस्तक मोठे होईलच; परंतु मूळ पुस्तकात मी खूप भर घातल्याने लेखकावर अन्यायही होईल. अनुवाद करताना अशी परिस्थिती अनेकदा उद्भवते. अनुवादकाला आपल्या मर्यादा ओलांडता येत नाहीत आणि तसे करावे तर वाचकाला मजकूर समजत नाही. जिथे वाचकांसाठी खुलाशाची आत्यंतिक गरज वाटली, तिथे मी माझा खुलाशाचा मजकूर तिरप्या अक्षरात (Italic) दिलेला आहे. त्यामुळे विज्ञान व त्याचा अर्थ समजण्याला नक्की मदत होईल. माझ्याकडून मी आटोकाट प्रयत्न करून वैज्ञानिक मजकूर मराठीत आणला आहे. जिज्ञासू वाचकाने विज्ञानावरची अन्य पुस्तके वाचून आपले कुतूहल शमवावे अथवा शंका फेडून घ्याव्यात.

–अशोक पाध्ये

अनुक्रमणिका

ही जखम बरी झालीच पाहिजे

✤

अशी कल्पना करा की, माणसाच्या मनात आणि परमेश्वराच्या मनात एक अद्भुत रेडिओसारखे संपर्क यंत्र बसवलेले आहे. एकाच चॅनेलवरून ते चालते. आता अशी कल्पना करा की, एक विश्वव्यापी मन आहे व ते अशा फ्रिक्वेन्सीच्या लहरीवरून प्रसारण करीत आहे की, ती लहर विश्वात कोठेही पकडता येते, स्वीकारता येते. मात्र ती लहर पकडून ऐकण्यासाठी आपल्याला रेडिओचा काटा हलवून योग्य अशी जुळवणी करावी लागते, तसे करावे लागेल. सर्व रेडिओ संचात जशी खरखर उमटते व अनेक नको असलेले आवाज अडथळे आणतात ते आपल्या मनातील रेडिओमध्ये वगळून टाकायचे. म्हणजे मग स्वच्छ संदेश, निरोप, बोलणे वगैरे ऐकू येईल. मग आपला अफलातून मेंदू त्या बिनतारी लहरी व्यवस्थित ग्रहण करेल व त्यावर विचार करेल; पण यात काही अडचण असू शकेल काय? असू शकेल! जर आपण आपल्या मनाच्या रेडिओचा काटा नेमका कुठे नेऊन ठेवायचा हेच विसरलो, तर अडचण येणारच; पण ते लक्षात न घेता 'ते रेडिओ स्टेशन बंद पडलेले आहे' असा निष्कर्ष आपण काढला तर? तर तो चुकीचा नाही का ठरणार?

८ एप्रिल, १९६६ रोजी अमेरिकेतील 'टाइम' मासिकाने एक लेख छापला व त्यावर जाडजूड लाल अक्षरांत मथळा दिला, 'Is God Dead?' परमेश्वर मरण पावला आहे? टाइम मासिक हे अमेरिकन जनमताचे व्यवस्थित प्रकटीकरण करते, त्यामुळे हा लेख तसा महत्त्वाचा ठरतो; परंतु त्या लेखामुळे जगाचे व्यवहार कुठेही थांबले नाहीत की ठप्प झाले नाहीत. तो लेख म्हणजे प्राधान्याने प्रसिद्ध केलेली एक कव्हर स्टोरी होती आणि ही कव्हर स्टोरी गेली अनेक शतके तयार होत आलेली आहे.

कोणती तरी स्वर्गीय किंवा दिव्य शक्ती अस्तित्वात असून, तिचा प्रभाव गेली हजारो वर्षे माणसांच्या विचारांवर पडत आलेला आहे. ती दिव्य शक्ती माणूस मानत आलेला आहे; परंतु ४०० वर्षांपूर्वी मात्र त्या शक्तीवर असलेल्या

विश्वासाला तडे जाऊ लागले, शंका घेतल्या जाऊ लागल्या. नवीन लागलेले शास्त्रीय शोध आणि तत्त्वज्ञान या दोन्हींवर आधारित संशय निर्माण होऊन त्यामुळे माणसांची ईश्वरावरची श्रद्धा डळमळीत होऊ लागली. जी आपल्याला कधीही दिसत नाही, निवडून वेगळी करता येत नाही किंवा जिचे मोजमाप करता येत नाही त्या श्रद्धेच्या पायाला हादरे बसू लागले.

मन आणि वस्तुमात्र (Mind and matter) यामध्ये रेने देकार्त (Rene Descartes) याने एक अत्यंत कठोर भेद मध्ययुगीन काळात केला. त्याला अनुसरून सुरुवातीला माणसाने अनुभवावर आधारलेले विज्ञान निर्माण केले. त्यासाठी परमेश्वर किंवा मानवी मन यांचा कोणताही आधार, संदर्भ विचारात घेतला नाही. १९व्या शतकाच्या शेवटी कार्ल मार्क्स याने 'धर्म ही माणसांसाठी अफूची गोळी आहे' असे प्रतिपादले. मार्क्सच्या कल्पनांचा प्रभाव विसाव्या शतकाच्या इतिहासावर पडला. बायबलमध्ये दिलेली जगाच्या निर्मितीची कल्पना चार्ल्स डार्विन याने आपल्या 'The Origin of the Species' या संशोधन-ग्रंथात धुडकावून लावली.

'परमेश्वर मृत्यू पावला आहे.' असे फ्रेड्रिक नित्शे याने जाहीर केल्यावर पाश्चात्त्य बुद्धिवंत समाज निराशेच्या गर्तेत हळूहळू घसरत जाऊ लागला. अनेकदा 'आपण आता भरकटत जाणार, दिशाहीन होणार' या कल्पनेमुळे हे लोक सैरभैर होऊन कधीकधी टोकाला पोहोचत. परमेश्वर नाही, ईश्वर नाही, देव नाही म्हणजे संपलेच सारे! अरण्यात हरवलेला माणूस जसा भयभीत होतो, तसे ते होत. आध्यात्मिक प्रगतीची दिशा त्यांना सापडेनाशी होई. आधुनिक मानसशास्त्राचा पितामह समजला जाणारा सिग्मंड फ्रॉईड याने तर लोकांना अगदी कळवळून सांगितले की, तुम्ही जो परमेश्वर मानता तो परमेश्वर वगैरे काहीही नसून केवळ तो एक भ्रम आहे, भ्रामक कल्पना आहे, बाकी काहीही नाही. आपली परमेश्वराची कल्पना बालपणी केलेल्या वडिलांच्या प्रतिमेचे, एखाद्या त्रात्याच्या कल्पनेचे मोठेपणी परमेश्वर या संकल्पनेत रूपांतर पावते, असेही तो सांगे. 'परमेश्वर अस्तित्वात नाही' या संकल्पनेची अधिक वाढ आपण होऊ दिली पाहिजे. फ्रॉईड पुढे ठासून आपला निर्णय देतो की, यापुढे परमेश्वराची जागा विज्ञानाला दिली पाहिजे. त्याबाबत तो असा खुलासा करतो की, विज्ञान हा काही भ्रम नाही; परंतु विज्ञानाकडून आपल्याला पाहिजे ते मिळेलच असे नाही. जे अशक्य आहे ते विज्ञानाकडून मिळणार नाही. उगाच 'ते मिळेल' असे समजले, तर विज्ञान हादेखील एक भ्रम ठरेल.

ठीक आहे, देवाच्या जागी आपण विज्ञानाची स्थापना केली. पण विज्ञान हाही एक भ्रामक देवच ठरला. विज्ञानाबद्दलच्या दृष्टिकोनाचा जागतिक आढावा घेतला तर असे दिसते की, विज्ञानामुळे अनेक जण निराश झाले आहेत. त्यांच्यामध्ये कट्टर नास्तिक तत्त्वज्ञ ज्याँ पॉल सार्त्र हासुद्धा आहे. 'माणसाच्या डोक्याला पडलेले देवाच्या आकृतीचे एक भोक' असा एक दीर्घ निबंध यानेच लिहिला होता. त्यामध्ये त्याने निर्मिती करणारा,

Creator म्हणून कोणी एक आहे ही कल्पनाच ठासून उखडून टाकली आहे. देकार्त यांच्या 'मन व वस्तुमात्र' (*Mind & matter*) या द्वैतवादापासून ते नित्शे व मार्क्स यांच्या रूढ समजुतींवर प्रहार करण्याच्या (*Iconoclasm*) वृत्तीपर्यंत, सार्त्रच्या अस्तित्ववादापासून ते बनावट वास्तव दाखवणाऱ्या 'मॅट्रिक्स' चित्रपटांपर्यंत, माणूस आणि परमेश्वर यांच्यातील दरी रुंदावत चालली आहे. अनेकांच्या मते यासाठी विज्ञानाचा उपयोग तरफेसारखा केला जात आहे. विशेषत: आधुनिक विज्ञानाच्या आधीच्या पदार्थविज्ञानाचा विश्वाबद्दलचा यांत्रिक दृष्टिकोन लक्षात घ्या. त्या दृष्टिकोनामुळे माणसाच्या आत्म्याला परमेश्वरापासून तोडले. ही शस्त्रक्रिया केल्यानंतरचे काम एवढ्या घाईघाईने केले की, माणसाच्या मनाला झालेली जखम तशीच सोडून दिली गेली. ती जखम आध्यात्मिक निराशेची होती, व्यवहारातील जुलूम-जबरदस्तीला मान तुकवायला लावणारी होती आणि मनात एक अविरत संघर्ष छेडणारी होती.

सत्य असे आहे की, अध्यात्म व विज्ञान या दोन्ही गोष्टी मानवप्राण्याला गरजेच्या आहेत. आश्चर्य असे की, या वैज्ञानिक विचारसरणीने एकदा आपल्याला परमेश्वराच्या अस्तित्वाबद्दल प्रश्नचिन्ह निर्माण करायला लावले, तीच वैज्ञानिक विचारसरणी आता आधुनिक पदार्थविज्ञान, विश्वरचनाशास्त्र व नवीन पुरावे यांच्या साहाय्याने एका अलौकिक शक्तीविषयी पूर्वापार चालत आलेल्या विश्वासाला, श्रद्धेला पाठिंबा देऊ पाहत आहे.

टाइम मासिकाने आपल्या सुशिक्षित वाचकांपुढे देवाच्या अस्तित्वाबद्दल प्रश्नचिन्ह उभे केले होते. त्या वेळच्या व आजवरच्या टाइमच्या सर्व वाचकांना विज्ञानात किती खळबळजनक बदल होऊन पदार्थविज्ञानात नवीन व अद्‌भुत ज्ञान वैज्ञानिकांना प्राप्त झाले आहे, याची फारशी कल्पना नसेल; पण जे ज्ञान मिळाले आहे ते थक्क करणारे, स्तिमित करणारे आहे व मुख्य म्हणजे अंतर्मुख करणारे आहे. हे विश्व क्वांटम विश्व आहे. म्हणजेच ते सलग, अखंड नसून कणाकणाने, तुकड्यातुकड्याने बनले आहे. अगदी विश्वातील पोकळीसुद्धा (*Space*) अशीच असंख्य छोट्या छोट्या जागेने भरलेली आहे! अशा विश्वातील एखादा कण हा एकाच वेळी दोन्ही ठिकाणी अस्तित्वात असू शकतो किंवा कित्येक प्रकाशवर्षे दूर घडत असलेल्या घटनेला हा कण तत्क्षणी प्रतिसाद देत असतो! या विश्वातील एकूण ऊर्जा ही शून्य आहे आणि तरीही सर्व ताऱ्यांमध्ये जेवढी एकूण ऊर्जा आहे, त्यापेक्षा कित्येक पटीने अधिक ऊर्जा विश्वातील पोकळीत सामावलेली आहे. पदार्थविज्ञानशास्त्र आता असे सिद्ध करून दाखविण्याच्या बेतात आहे की, आपल्याला भावणारी ऐहिक वास्तवता ही फक्त एकाच सामाईक स्रोतापासून उगम पावते. याला मी प्राथमिक क्षेत्र (*Primary Field*) असे संबोधतो. या क्षेत्रातच परमेश्वराचे सारे खेळ, सारी लीला चालत आलेली आहे का? परत एकदा मानवाला परमेश्वराची

फ्रिक्वेन्सी सापडून तो त्याच्याशी संपर्क साधू शकेल का? माझा असा विश्वास आहे की, होय! माणूस नक्कीच त्याच्याशी काही प्रमाणात संपर्क साधू शकेल. त्यासाठी माणसाला आपल्या मनाच्या जाणिवेत एक मोठी हनुमान-झेप घ्यावी लागेल.

इथून पुढच्या पानावर मी या कल्पना, विचार व निरीक्षणे मांडणार आहे, त्यातून या संपूर्ण झेपेचा आवाका दाखवता येणार नाही, कारण तुमचा स्वत:चा संपूर्ण सहभाग त्यात असणे हे अत्यंत आवश्यक आहे. तसे झाले तरच तुम्हाला काही बोध होऊ शकेल. कदाचित, तरीही माझ्या स्वत:च्या अनुभवकथनामुळे तुम्हाला शोध घेण्याच्या प्रवासात एक पाऊल पुढे टाकण्यास उत्तेजन मिळेल. (जर तुम्ही हे पुस्तक वाचायला सुरुवात केली असेल, तर तुमची ही शोधयात्रा सुरू झाली आहे, असे समजा.)

एका नव्या प्रकारच्या श्रद्धेचा शोध घेण्याचा माझा आयुष्यभरातील हा प्रवास व त्यातील बारकावे मी आपल्यासमोर ठेवतो आहे. या नवीन श्रद्धेत मन आणि वस्तुमात्र (Mind & matter) हे एकमेकांत गुरफटलेले आहेत आणि तरीही विज्ञानातील अनुभवसिद्ध नियमांशी ते जखडलेले आहेत. विश्वास ठेवायला लावणारी ही एक नवीन पद्धत आहे. ती पद्धत आपल्याला सांगते की, जर आपण आपल्या मनाच्या जाणिवेला एक ठाम दिशा दिलीत, तर त्यामुळे परमेश्वराचे अस्तित्व शोधण्याचा जो विकार आपल्याला जन्मभर जडला आहे, त्या विकाराला उतार पडतो. त्या शोधासाठी आपण मनातील जाणिवेच्या पातळीवर हनुमान-झेपही घ्यायला तयार असतो.

या पद्धतीच्या प्रयत्नात एक जागतिक दृष्टिकोन ठेवलेला आहे. अणूंच्या पातळीवर किंवा अणुक्षेत्रात अनेकदा काही मूलकण आपले स्थान सोडून दुसऱ्या स्तरावर एकदम मोठी उडी घेतात. त्या 'क्वांटम जंप'सारखी किंवा हनुमान-झेपेसारखी उडी आपल्या शोधयात्रेत घेतली जाईल. ती झेप घेतल्याने आपल्या वैयक्तिक जीवनात बदल होतील किंवा सामाजिक बदल होतील किंवा एखाद्या देशाच्या स्वातंत्र्य चळवळीमध्ये होतील.

श्रद्धेवरचा जो दृष्टिकोन मी व्यक्त केला आहे, तो तुम्ही स्वीकारा, असे मी बिलकूल म्हणत नाही. आपल्याला त्यासाठी पुरावा हवा असेल, तर माझे आयुष्य हाच एक पुरावा आहे. ज्या वेळी मला माझ्या आयुष्याचा अर्थ समजला नव्हता, किंमत कळली नव्हती तेव्हापासून सुरुवात करून मी माझे स्वत:चे आयुष्य व त्यातील घडामोडी आपल्यासमोर 'पुरावा' म्हणून सादर करतो. या पुराव्यावरून तुम्ही काय तो बोध घ्यावा!

– मणी भौमिक

मेजवानीनंतरची उत्तररात्र

❖

माझ्या आयुष्याला सुरुवात झाली, तीच एका अवास्तव परिस्थितीत. ज्याची कल्पना करता येणार नाही, अशा अवास्तव घटनांचा स्पर्श मला सुरुवातीपासून होत गेला. हायवेवर वेगाने धावणाऱ्या वाहनांसाठी वेगळा समांतर मार्ग असतो. अशा मार्गावरून माझे धावपळीचे आयुष्य गेले. मी एक शास्त्रज्ञ आहे, मी फारसा सुप्रसिद्ध नाही की, समाजातील एखाद्या मान्यवर व्यक्तीला लाभलेली कीर्ती माझ्याकडे नाही. मी सुस्थितीत असलेली एक व्यक्ती आहे. मला सारे काही मिळत गेले आहे; पण तरीही माझ्यातील शास्त्रज्ञ अस्वस्थ होऊन मलाच प्रश्न विचारतो, "आहे या परिस्थितीत काय बाकी आहे? काय कमतरता आहे? तक्रार करण्याजोगे काय आहे? What's wrong with this picture?"

कॅलिफोर्निया राज्यातील 'बेल एअर' या अतिश्रीमंत भागात माझे राहते घर आहे. डोंगराळ भागातील या उंचावरच्या घराच्या दर्शनी भागासमोर पॅसिफिक महासागर आहे. माझ्या घरातून त्याचे विलोभनीय दृश्य क्षितिजापर्यंत दिसते. मला त्या महासागरातील कित्येक मैलांवरील कॅटॅलिना बेट दिसते. तिथल्या टेकड्यांच्या मागे जेव्हा अस्तास जाणारा सूर्य खाली उतरू लागतो, तेव्हा त्या टेकड्यांच्या कडा सोनेरी रंगाने झळाळून उठतात. 'ॲव्हलॉन' या पौराणिक नावाचे तिथले बंदर – म्हणजे स्वकर्तृत्वाने कोट्यधीश झालेल्या मला – वाकुल्या दाखवत, टोमणे मारत मला म्हणत असते की, अरे, तू खूप काही मिळवले असशील; पण खऱ्या अर्थाने या जगाशी तुझे काहीही नाते नाही! तुझा काहीही संबंध नाही! ते बंदर मला नेहमी अशी आठवण करून देत असते.

मी त्या बेटाकडे मंत्रमुग्ध होऊन पाहत असताना अशा विचारांच्या लाटांत हरवून जातो. मग कधीतरी प्रकाशाचा खेळ संपतो, निसर्ग जादू करतो आणि रात्र सुरू होते आणि ते बेट नजरेसमोरून अदृश्य होऊन जाते. किनाऱ्यावर दाट धुके जसे वेगाने पसरत जाते, तसा दुःखपूर्ण भाव, विषाद मला पाहता पाहता वेढून

टाकतो. समोरचे दृश्य जसे भासमान वाटते, तशी माझी संपत्ती ही भासमान आहे का? आत्ता दिसते आहे; खरी पण प्रत्यक्षात ती खरीच आहे? त्या दूरवरच्या बेटाप्रमाणे मी मिळवलेले नेत्रदीपक यश, हे केव्हाही अंतर्धान पावेल, तात्पुरते ठरेल, क्षणिक ठरेल? मी अजूनही समाधान का पावलो नाही? माझी अजूनही तृप्ती का झाली नाही? मी जर अतृप्त असेन, असमाधानी असेन, तर याचा अर्थ मला अजूनही हवे आहे, अधिक हवे आहे आणि ते का हवे आहे? अजूनही माझे समाधान का होत नाही? डोक्यावर छप्पर आहे आणि गोठ्यात एक गाय आहे, अशी व्यक्ती जिथे गावातील श्रीमंत व्यक्ती ठरू शकते, त्या गावातून, देशातून मी येथे अमेरिकेत येऊन पोहोचलो आहे. असे तर नाही ना की, मी मागे काहीतरी विसरून आलो आहे, म्हणून असमाधानी आहे?

मी ऑलिंपिक स्पर्धेतल्या तलावानुसार हुबेहूब एक तलाव माझ्या घरात बांधून घेतला आहे. माझ्या मालमत्तेबद्दलच्या, मी जमवलेल्या संपत्तीबद्दलच्या अस्तित्वाची मला जेव्हा शंका येऊ लागते, तेव्हा मी माझ्या घरातील या पोहण्याच्या तलावाभोवती चकरा मारू लागतो. Lifestyles of the Rich and Famous (श्रीमंत व सुप्रसिद्ध व्यक्तींची जीवनशैली) या नावाच्या एका टीव्ही मालिकेत माझ्याही जीवनशैलीचे चित्रण झालेले आहे. जर तलावाभोवती चकरा मारायच्या नसतील, तर माझ्याबद्दलची ती व्हिडिओटेप लावून बघत बसतो किंवा मी माझ्या रोल्स-राईस गाडीत बसतो व माझ्या अन्य पाच घरांपैकी एखाद्या घरी जाऊन राहतो. लेसर तंत्रज्ञानातील माझ्या शोधामुळे मला जो अफाट पैसा मिळाला, त्यातून मी ही सारी आलिशान घरे बांधली. त्यात राहिल्याने मला माझ्याकडे असलेल्या संपत्तीची, मालमत्तेची ग्वाही मिळते; पण इतकेही करून जर तशी ग्वाही मला मिळाली नाही, तर मग मी माझ्या संध्याकाळच्या आनंदोत्सवाकडे नजर टाकतो. त्या वेळी पुन्हा एकदा माझ्या घराकडे येणारे रस्ते आलिशान लिमोसिन गाड्यांनी भरतात. त्या चकचकीत मोटारींमध्ये सुप्रसिद्ध व प्रतिष्ठित व्यक्ती बसलेल्या असतात. उद्योगधंद्यांच्या साम्राज्यातील एकेक बादशहा असतात. अशा लोकांचा सहवास मी सतत ठेवत असतो. नवीन गोष्टींची, उत्पादनांची लाट समाजात पसरवणाऱ्या लोकांची आणि मोठमोठी बिरुदावले मिरविणाऱ्या खानदानी लोकांची माझ्या घरात वर्दळ होत राहते. माझ्या बालपणात मी आत्यंतिक निराशा आणि भीती यांना तोंड दिले होते. त्यातून माझी आता खरोखरीच सुटका झाली आहे, अशी ग्वाही, असा पुरावा मला त्या उच्चभ्रू व श्रीमंत लोकांच्या वर्दळीमधून मिळतो आणि येथून पुढे मी कायम सुखाने जगत राहीन, असा दिलासाही मला मिळतो.

फार पूर्वीपासून मी उच्चभ्रू व श्रीमंत धेंडांना रात्री पार्ट्या देत आलो आहे. त्या

वेळी ज्या गप्पा चालत, त्यात मेजवानीतील चटकदार पदार्थ, लफाईट रॉथ्सचाईल्ड याचा भव्य किल्लेवजा राजवाड्यासारखा आलिशान बंगला, विनोदी व मार्मिक संवाद, सुंदर स्त्रिया यांचा अंतर्भाव असे. माझ्या जवळचे वैभव हे खरोखरीच आहे, ही माझी भावना त्यातून पक्की होत असे; पण प्रत्यक्षात मी कसा जगत होतो? एका हव्याहव्याशा व उत्तेजित करणाऱ्या गोष्टीपासून तशाच उत्तेजित करणाऱ्या, चेतवणाऱ्या गोष्टींकडे जात होतो, जगण्यातील एकसुरीपणा टाळू पाहत होतो; परंतु अशा अवस्थेतही, अशा मन:स्थितीतही 'आपण भरकटलो आहोत, दिशाहीन झालो आहोत,' ही भावना माझे मन कुरतडत होती. ज्या वेळी माणूस निराधार होतो, निराशेच्या गर्तेत कोसळतो, तेव्हा त्याचा आध्यात्मिक पुनर्जन्म होतो असे म्हणतात; परंतु ख्रिश्चन धर्मातील संत फ्रान्सिस, संत ऑगस्टिन आणि भारतातील गौतम बुद्ध यांच्या उदाहरणांवरून असे दिसते की, आस, हव्यास, गरजा यांच्या अभावामुळे जसा आध्यात्मिक पुनर्जन्म होऊ शकतो, तसाच तो गरजेपेक्षा कमी खात असूनही जादा खात आहोत, जादा अन्य उपभोग घेत आहोत, अशा चमत्कारिक भावनेमुळेही होऊ शकतो. पदार्थांचा अतिरिक्त उपभोग किंवा मानसिक आजार हे दोन घटक सोडले, तरी शेवटी परिणाम काय होतो, तर एक प्रगाढ व व्यापक असमाधान व निराशा निर्माण होते. पेगी ली याने जे एक सुंदर पोवाड्यासारखे गीत Is That All There is? या नावाने लिहिले आहे, त्यात हा भाव छान व्यक्त केला आहे.

माझ्या बेल एअर भागातील आलिशान घरात दिलेली पार्टी म्हणजे एक आनंदयात्रा असते. जेव्हा ही आनंदयात्रा संपते, रात्रीच्या निवांत वेळी वाऱ्याच्या लहरी अंगावर येतात, तेव्हा माझा पेगी ली मला भेटतो. त्या वेळी पाहुण्यांच्या साऱ्या लिमोसिन गाड्या निघून गेलेल्या असतात. वाढपी मंडळींनी सर्व सामानसुमान आवरलेले असते, टेबले-खुर्च्या जागच्या जागी गेलेल्या असतात, त्या वेळी मी पोहण्याच्या तलावापाशी एकटा उभा असतो. त्या डोंगराळ भागात दूरवर अशीच एखादी मोठी मेजवानी झडत असते. ती अजून संपलेली नसते. तेथील आवाज दरीमधील गर्द राईमधून प्रतिध्वनीच्या रूपाने अस्पष्टपणे कानांवर येत असतात. माझ्या पायाशी कोणाचे तरी व्हिजिटिंग कार्ड पडलेले असते. ते वाऱ्याने उडत चाललेले असते. मी खाली वाकून ते कार्ड उचलून घेतो व पाहतो. एका सुप्रसिद्ध पाहुण्याचे ते नाव असते; पण नक्की हा कोण पाहुणा मी बोलवला, ते मला त्या क्षणी आठवत नाही आणि नाही आठवले, तरी फारसे काही बिघडत नाही.

मी सहज माझ्या पायांकडे पाहतो. माझ्या पायांत महागड्या इटालियन चामड्याचे बूट असतात. ते क्वचित वापरलेले असतात. कदाचित मी ते पुन्हा वापरणारही नसेन. तसले अनेक बूट माझ्या कपाटात आहेत. मग मी का फिकीर करावी?

पण एके काळी बंगालमधील भाताच्या शेतांमधून मी अनवाणी चालत जात असे. त्या इटालियन चामड्याचा वास व स्पर्श मला अजूनही परका वाटतो आहे. सोळावे वर्ष लागेपर्यंत मी अनवाणीच चालत आलो होतो. नंतर मला आयुष्यात प्रथम माझ्या स्वत:च्या चपला मिळाल्या.

त्या काळात माझ्या पोटात भुकेने कावळे कोकलत असले आणि उद्याच्या दिवसाच्या चिंतेमुळे घाबरून माझी नाडी वेगाने धावत असली, तरी मी रात्री कधीही एकटा चाललो नाही. काळोखाने व दलदलीने भरलेल्या रात्रीमध्ये वनस्पतींचा सुगंध दरवळत असे. त्या वेळी माझ्याभोवती तेच ते जीवनाचे महाजाल पसरलेले असे. त्याच महाजालातून सर्व गोष्टी, जीव उगम पावलेले असतात आणि ही क्रिया अविरतपणे सतत चालूच असते. त्या महाजालाला वेदकाळातील ऋषी मुनी 'ब्रह्मन्' म्हणतात, तर लाओ-त्झू हा 'ताओ' म्हणतो. काही धर्मग्रंथांतील प्रेषित त्याला 'यहेवा' किंवा 'अल्ला' असे म्हणतात. माझ्या उत्तर आयुष्यात मी त्याला One-Source किंवा एकमेव स्रोत असे म्हणू लागलो. हे आठवताच एकदम मला माझ्या असमाधानाचे, असुखी असण्याचे कारण सापडले.

मी *त्याचे* अस्तित्व विसरून गेलो होतो.

लॉस एंजलिसमधल्या त्या रात्रीचा काळोख हा *त्याच्यासारखा* सर्वत्र भरून राहिला नव्हता आणि जे खरोखरीच कालातीत आहे, कधीही न बदलू शकणारे आहे, ते असे एकदम जादूसारखे थोडेच विरून जाईल; परंतु *त्याचे* अस्तित्व मला कसे जाणवत नव्हते? मग मला ते कारण उमगले. ते म्हणजे माझ्यातच पोकळी निर्माण झाली होती. माझ्यातच रितेपण उद्‌भवले होते. मीच *त्याला* विसरलो होतो.

ईश्वराच्या शोधाचे जे शास्त्र 'थिऑलॉजी' म्हणून संबोधले जाते, त्या शास्त्रानुसार या विशिष्ट दु:खी, उदास मनोवृत्तीला 'श्रद्धेचा अभाव' असे म्हटले जाते किंवा काहीतरी मनाला बसलेला व सुन्न करणारा धक्का किंवा कसला तरी भ्रमनिरास यामुळे सर्वकाही एकत्र धरून ठेवल्या जाणाऱ्या माझ्या विश्वासाला हादरा बसला होता. या जगात मी माझी प्रगती एक शास्त्रज्ञ म्हणून केली होती, तेव्हा अशा आध्यात्मिक एकांतवासाचा माझ्यावर खरे तर काहीही परिणाम व्हायला नको होता. का खरोखरीच आध्यात्मिक गोष्टींचा माझ्यावर परिणाम होत नव्हता? किंवा तशा गोष्टींना माझे मन प्रतिसाद देणारे नव्हते? पण तसा प्रकार कोणाच्याच बाबतीत नसतो, असा माझा विश्वास आहे. जरासे चमत्कारिक वाटेल, पण एकदा मी वैश्विक एकात्मतेचा जो पुरावा पाहिलेला होता, तो कोणत्याही अंधश्रद्धेच्या पलीकडचा होता, हे मला पक्के ठाऊक होते. मला तशी वैश्विक एकात्मता परत एकदा पाहायला मिळेल?

हिंदुस्थानातील माझ्या बालपणापासून, माझे वडील व माझी आजी यांच्या

उदाहरणांवरून आणि विशेषत: महात्मा गांधी यांच्यापासून मी असे शिकलो होतो की, श्रद्धा ही कृतीत उतरली पाहिजे. मदर तेरेसा या अविचल निष्ठेने कलकत्त्यात गरिबांना मदत करीत असल्याचे मी पाहिले होते. त्यांनी आपली श्रद्धा कृतीत आणली होती.

तलावाभोवती पडलेली व्हिजिटिंग कार्ड्स, शॅम्पेनच्या बाटल्यांची बुचे, कॉकटेल नॅपकिन्स आणि अन्य सटर-फटर वस्तू उचलून पाहण्याचे मी थांबवले. हा कचरा त्या रात्रीच्या आनंदाला शोभा देणारा नव्हता. मी तो सारा केराच्या डब्यात टाकून दिला. त्यानंतर मी असे ठामपणे ठरवले की, माझ्यासारखीच आकांक्षा असलेल्या अन्य व्यक्तींच्या साहाय्याने अध्यात्म व विज्ञान यांची एकत्र सांगड घालून असा काही जबरदस्त द्रव्यपदार्थ बनवायचा की, जरी तो कोळ्याच्या जाळ्यासारखा नाजूक असला, तरी तो आपल्या, सतत बदलणाऱ्या, फिरणाऱ्या युगाच्या केंद्रोत्सारी प्रेरणेला टिकण्याइतपत बळकट असेल. विज्ञान व अध्यात्म यांची फारकत होऊ देता कामा नये व दोन्हींवरची एकत्रित श्रद्धा माणसांच्या कामास यावी.

मी आणखी काही घरे भविष्यकाळात विकत घेण्याचे ठरवले होते. मला आता त्या घरांमध्ये संपूर्णपणे एकटे पडल्याची जाणीव होणार नव्हती. त्या घरांमधून अनेक नवीन विलोभनीय बेटे मला कदाचित दिसणार होती. या जगातील त्या बेटांचे अस्तित्व आणि त्यांची क्षणभंगुर जादू ही कोणी निर्माण केली असेल? मला ज्या एका अज्ञात घटकाने घडवले, त्याच घटकाने ही बेटेही घडवली असणार.

कॅलिफोर्नियातील बेल एअर येथील डॉ. मणी भौमिक यांचे मॅन्शन.

फार मोठ्या अपेक्षा

आपल्या मातृभूमीपासून अनेक वर्षे तोडला गेलेला निर्वासित किंवा परागंदा झालेला माणूस हळूहळू स्वत:ची मातृभाषा विसरू लागतो किंवा एखाद्या कैद्याला मानवी संपर्काविना बंदिवासात ठेवले, तर तो त्याची सामाजिक कौशल्ये विसरू लागतो. त्याप्रमाणेच माझ्या प्रगत पदार्थविज्ञानाच्या ज्ञानापासून आणि आध्यात्मिक मुळांपासून मी दुरावलो, कारण माझ्या ऐहिक यशाचा, संपत्तीचा मी कैदी झालो होतो.

ज्या माझ्या मनाने मला बंगालपासून कॅलिफोर्नियातील 'बेल एअर' भागात आणण्यास मदत केली, ते मन आता हजरजबाबीपणा व दुसऱ्याच्या मनाला अनुकूल असे बोलण्यात तरबेज झाले. यामागे कोणताही हेतू नव्हता; परंतु उच्चभ्रू समाजात बराच काळ वावरल्याने असे होत गेले, पण मनाचा मूळचा स्वाभाविक भाव बिघडला आणि तसेच माझ्या आत्म्याबाबतही झाले. आपण आपले मूळचे मन, आत्मा, स्वभाव, प्रवृत्ती, इत्यादी विसरत जातो. तपशीलवार तसे होत नाही; परंतु ढोबळमानाने हा बदल होत जातो. एखाद्या ठणठणीत हृदयाप्रमाणे आपले मन असायला हवे. त्यात जर असा बदल होत गेला, तर मात्र ते कमकुवत होत जाते. मग आपले मन आणि आत्मा हे रोज काहीना काही मागण्या करू लागते. या मागण्या कमी नसतात. त्या वाढत जातात. एखादा परिपक्व माणूस जसा पुन्हा शिकू पाहतो, तसे माझ्या बदललेल्या मनासह व वृत्तीसह पुन्हा नव्याने शिकू लागलो. पूर्वी जे अध्यात्म मला आपोआप समजे, अंत:प्रेरणेने समजे, तेच अध्यात्म आता मी नव्याने शिकण्यास सुरुवात केली. माझ्यातील शास्त्रज्ञ वेळोवेळी पुरावे मागू लागला.

मला फार चटकन कळले की, आपले ध्येय ठरवणे हे सोपे आहे, पण ते साध्य करणे मात्र अवघड आहे. वयोमानानुसार रक्तवाहिन्या जशा कठीण व कडक बनतात, तसाच आपल्या मनाचा लवचिकपणाही कमी होऊन ते कठीण

बनते. त्याला कसे वाकवावे? जेव्हा आपण चुकीच्या जागी येऊन पोहोचलो आहोत असे आपल्याला समजते, तेव्हाच आपण येथे कसेकसे पोहोचलो याचा ऊहापोह करण्यामुळे आपल्याला बरेच नवीन कळते. मग परत कसे जायचे आणि इथवर येताना आपण जे काही गमावले, ते पुन्हा कसे मिळवायचे याचाही विचार करू लागतो. मध्येच मागे पाहून सिंहावलोकन करायचे आणि पुढे पाहत अजून काय काय साध्य करायचे आहे, याचा आढावा घ्यायचा. या पद्धतीमुळे वर्तमानकाळाचा भूतकाळ व भविष्यकाळ यांच्याशी संबंध राहून समन्वय साधता येतो आणि आपली प्रगती पूर्ण होते.

टेकडीवरील मी बांधलेले मॅन्शन एकमात्र होते. त्या एकांतातल्या मॅन्शनमध्ये बसून आजवर मी केलेल्या वाटचालीचा आढावा घेऊ लागलो. अमेरिकेत येथवर येण्यात ज्यांची मला मदत झाली, ज्यांनी ज्यांनी माझे आयुष्य घडवले, त्यांचा तपशील माझ्यासमोर उभा राहत गेला.

मी काही एका रात्रीत यशस्वी माणूस बनलो नाही. अमेरिकेत आल्यावर मी १४ वर्षे सर्वसामान्यांप्रमाणे काढली. नंतर १९७३मध्ये नॉरथ्रॉप कॉर्पोरेशन कंपनीत मी रुजू झालो. इथे आल्यावर स्तिमित झालेल्या स्थलांतरित माणसांप्रमाणे मी डोळे विस्फारून माझा अभ्यास व कष्ट करीत होतो. १४ वर्षांत स्वत:चे घर असलेला मी एक मध्यमवर्गीय बनलो आणि त्यानंतर आता आर्थिकदृष्ट्या स्वयंपूर्ण व श्रीमंत असलेला, व्यवस्थित जम बसलेला अमेरिकेचा नागरिक बनलो. माझ्याबद्दल सुरुवातीला बऱ्यापैकी मत होते व मी तसा आर्थिकदृष्ट्या खालच्या थरात होतो. मला सामाजिक सुरक्षितता नव्हती; पण शेवटी मी या गोष्टींच्या छायेखालून बाहेर पडलो.

स्लोन फाउंडेशन फेलोशिप आणि कॅलिफोर्निया विद्यापीठाचे प्राध्यापक विल्यम मॅकमिलन यांच्यामुळे मला अमेरिकेची दारे उघडली गेली. योग्य मार्गाने प्रगती केल्यास भरभराटीची, वैभवाची दारे खुली होतील, असेही आश्वासन मला त्या वेळी मिळाले. मी हिंदुस्थानातील आयआयटी संस्थेत जे संशोधन केले, परीक्षेसाठी जो प्रबंध लिहिला त्या आधारावर पोस्ट-डॉक्टरोल फेलोशिप मिळाली होती. आयआयटी संस्था ही अमेरिकेतील एमआयटी संस्थेच्या दर्जाची समजली जाते. आयआयटीमध्ये मी पीएच.डी. मिळवली आणि आता आणखी पुढचे संशोधन करण्यासाठी फेलोशिप मिळवून मी येथे कॅलिफोर्निया विद्यापीठात आलो होतो. हिंदुस्थानात मी 'इलेक्ट्रॉनिक एनर्जी ट्रान्स्फर' या विषयावर १९६१मध्ये जे संशोधन केले होते, त्यावर आधारित पुढच्या संशोधनासाठी मला फेलोशिप दिली गेली होती. झेरॉक्स कंपनीच्या 'इलेक्ट्रो-ऑप्टिकल सिस्टिम्स' यावर चाललेल्या संशोधनाच्या तुकडीत माझी नेमणूक केली गेली. तिथे मी लवकरच 'चिलेट लिक्विड लेसर'

यामध्ये प्रवीण झालो आणि त्याबद्दल मला काही रकमेचे बक्षीसही मिळाले. अमेरिकेतील यशाची ही पहिली चव मी अनुभवली. नंतर १९६८मध्ये माझी पाठवणी नॉरथ्रॉप कॉर्पोरेटच्या प्रयोगशाळेत झाली. कालांतराने मी तिथे लेसर तंत्रज्ञान विभागाचा मॅनेजर झालो.

लेसर प्रकाशाचे तंत्रज्ञान आणि काही आध्यात्मिक स्थितींसाठी लेसरच्या चपखल बसणाऱ्या उपमा यांबद्दल मी नंतर सांगेन. आता मात्र मी लेसरबद्दल एवढेच सांगतो की, मी जे 'एक्सायमर लेसर' शोधून काढले, त्याचा उपयोग बुबळाला हवा तो आकार देण्यासाठी करता येतो. यामुळे डोळ्यांचा नंबर घालवता येतो अथवा कमी करता येतो. या शस्त्रक्रियेचे नाव 'लॅसिक' असे पडले आहे. चष्मा घालविणारी ही शस्त्रक्रिया जगभर खूपच लोकप्रिय ठरली आहे.

मी किती मोठे यश संपादन केले होते! त्यामुळे अमेरिकेच्या तथाकथित श्रीमंत आणि प्रसिद्ध व्यक्तींच्या वर्गात माझी गणना होऊ लागली; परंतु त्यासाठी मला अमेरिकेत पहिली दोन दशके धडपड करावी लागली व जम बसवावा लागला. कधीकधी फारच थोडा जम बसलेला असे. माझी प्रगती नुसती त्या काळापासून नव्हे तर माझ्या बालपणापासून, एका काळ्या कालखंडापासून इथवर झालेली होती.

माझी कहाणी ही पूर्व भारतातून सुरू होते. तो भाग दारिद्र्याने बुजबुजलेला होता. माझा जन्म तिथेच, त्या भयाण दारिद्र्यात झाला व मी त्यातच वाढलो. मागे वळून पाहता आता असे दिसते की, निराशेच्या चक्रातून सुटका करण्यासाठी ज्या क्षणापासून मी धडपड सुरू केली, तेव्हापासून मला सतत परिस्थितीशी सामना करत जावे लागले, सतत संघर्ष छेडावा लागला आणि ही गोष्ट माझ्या जन्मापासूनची आहे. माझा जन्म आमच्या घरी, म्हणजे एका झोपडीत, जमिनीवर झाला. कुठे आणि कसा जन्म घ्यावा, हे आपल्या हातात नसते. तसे जर असते, तर मी माझा जन्म स्वच्छ पांढरी व थंड संगमरवरी फरशी असलेल्या किंवा उंची गालिचा जमिनीवर अंथरलेल्या घरात व्हावा, अशी इच्छा केली असती. अशा घरात मी जीवनयात्रा सुरू केली असती; परंतु जरी माझा जन्म दारिद्र्यात झाला असला, तरी आमच्या झोपडीत जो अनेक प्रकारचा खजिना होता, तो मला लाभला. जिवंत विरोधाभासाचे दुसरे नाव हिंदुस्थान आहे. येथे भिकाऱ्यांच्या कळकट लक्तरांत अनेकदा रत्ने लपवलेली असतात.

माझे खेडेगाव, जन्मग्राम हे 'तालुक' नावाच्या बंदराजवळ होते. हे एक बौद्ध काळापासूनचे प्राचीन बंदर होते. या बंदरापासून काही अंतरावर प्रसिद्ध बंगाली वाघांचा वावर होता. माझ्या वडिलांचे नाव गुणाधार भौमिक होते. ते एक शाळामास्तर होते. दिवसा ते जे शिकविण्याचे काम करीत, त्यामुळे त्यांचे खरे काम गुप्त राही.

ब्रिटिशांच्या पोलादी पंजातून हिंदुस्थानची मुक्तता करण्याची त्यांना आस लागून राहिली होती. ते अत्यंत खंबीर मनाचे होते व फारसे प्रसिद्ध नव्हते; परंतु त्यांचा आदर्शवाद व गांधींच्या अहिंसक क्रांतीवरची त्यांची निष्ठा, यांमुळे ते एक महत्त्वाचे पायी लढणारे सैनिक बनले; परंतु दुर्दैवाने मला त्यांचा सहवास फारसा लाभला नाही. याचे कारण ते घरी फारसे नसायचे. सतत चळवळीचे काम करत हिंडायचे किंवा पोलिसांना चुकवण्यासाठी फरारी असायचे.

माझ्या आईचे नाव लोलिता होते. ती एक खेड्यातील साधीसुधी स्त्री होती. माझ्या वडिलांशी तिची गाठ तिच्या वयाच्या अकराव्या वर्षी घालून देण्यात आली. तशी ती दूरच्या नात्यातीलच होती. लग्ने जुळवणारी काही मंडळी आणि ज्योतिषी यांच्या 'ग्रहयोग उत्तम आहे' अशा आश्वासनांमुळे ही लग्नगाठ बांधली गेली. हे सारे त्या वेळच्या प्रथेप्रमाणे झाले; परंतु माझी आई वयात येईपर्यंत हे लग्न फलद्रूप झाले नव्हते. मग त्या वेळच्या रूढीप्रमाणे माझ्या आई-वडिलांचे पुन्हा एकदा एकमेकांशी लग्न लावून देण्यात आले. मगच त्या दोघांचा खऱ्या अर्थाने संसार सुरू झाला. अशा रितीने जीवनाच्या रंगभूमीवर माझा प्रवेश हा काही वर्षांनी झाला.

माझ्या वडिलांची आई, हे आमच्या कुटुंबाचे खरे केंद्र होते. तिचे नाव शारदा होते. वेताच्या छडीसारखी तिची अंगकाठी होती. तिचे डोक्यावरचे केस अत्यंत पांढरे शुभ्र होते. मला आठवतात ते तिचे प्रेमळ शब्द आणि बंगाली भाषेतील अंगाई गीते. ती अंगाई म्हणत असताना तिची हालचाल चालू असे व त्यामुळे तिच्या वस्त्रांची सळसळ ऐकू यायची. हिंदुस्थानातील प्रथेप्रमाणे माझ्या या आजीचा वरचष्मा आपल्या सुनेवर, म्हणजे माझ्या आईवर होता. मला कसे वाढवायचे, यावर सासू-सुनेमध्ये मतभेद होते; पण माझ्या आईला या घरात राहायचे असेल, तर तिला आपल्या सासूचे ऐकणे भाग होते.

शारदाने माझे खूप लाड केले; पण जे कुटुंब दुष्काळग्रस्तांना दिल्या जाणाऱ्या धान्यावर चालत होते, त्या कुटुंबातील लहान मुलांचे लाड केले जाणे स्वाभाविक नव्हते का? आपल्या वाट्याला आलेल्या अन्नातील काही भाग माझी आजी मला देत असे. त्यानंतर काही वर्षांनी आमची परिस्थिती अत्यंत हलाखीची झाली. आम्हाला जगणे मुश्कील झाले. त्या वेळीही माझी आजी आपल्या अन्नातील काही भाग मला देतच राहिली. आपल्या अशा वागण्याने तिने मला दाखवून दिले की, खरे प्रेम हे 'क्रियापद' असते, 'नाम' नसते.

होय, आम्ही गरीब होतो. गरीब म्हणण्यापेक्षा दरिद्री होतो. आम्ही नेहमीच उपासमारीच्या काठावर पोहोचलेले असू. आमचे शेजारी, आमच्या आसपासचे बहुतेक जण तसेच होते. आमची सारी वस्ती तशी होती. मी अशा जागेत

जन्माला आलो होतो की, जिथे कोणतीच ऊर्जा नव्हती. नुसती ऊर्जेची पोकळी होती. मला आठवते, तिथल्या वस्तीतल्या सर्वांच्या चेहऱ्यांवर दुःखाला,वाट्याला आलेल्या भोगाला शरण गेल्याचे भाव असायचे,पण हाच हिंदुस्थान होता. इथल्या घाणीतून, खातेऱ्यातून, अध्यात्माचा सुगंध वर येऊन दरवळत असे. ईश्वर सर्वत्र भरून राहिला आहे, ही इथल्या जगण्यामध्ये वस्तुस्थिती मानली गेली होती.

हिंदुस्थानातील कोणत्याही खेड्यातल्या जीवनात दैनंदिन धर्मविधी, सणासुदीच्या मोठ्या पूजा, जत्रा वगैरेंमुळे एक सामूहिक उत्साह उफाळून येतो. त्यामुळे जगताना मनातले दुःख, निराशा, मळभ हे काही काळ तरी हटवले जायचे. आपल्याला आपल्या समाजात मान-मान्यता मिळावी, हे येथे प्राथमिक सामाजिक उद्दिष्ट असे. आपण सारे जण त्या ईश्वराची लेकरे आहोत, आपण म्हणजेच ईश्वराचा एक भाग आहे, असे आम्हाला सांगितले जायचे आणि ईश्वराशी एकरूपता साधणे हे एक सर्वोच्च आध्यात्मिक ध्येय होते. ईश्वराशी एकरूप होण्याचा अनुभव येणे, ही आपल्या आवाक्याबाहेरची गोष्ट आहे असे सामान्य लोक समजत. ती अवस्था साध्य करण्याचे काम किंवा आध्यात्मिक झेप घेण्याचे काम हे 'तज्ज्ञांवर' म्हणजे ऋषी, मुनी, साधक, साधू, संत यांच्यावर सोपवले जायचे. जनता मात्र धार्मिक उत्सवांच्या दिवशी समारंभ, सार्वजनिक नृत्य कीर्तन, भजन यांद्वारे सेकंडहॅन्ड आध्यात्मिक आनंद मिळवायची. उत्सवाच्या दिवशी अशा कार्यक्रमांत रंगून जाऊन भाग घेतला की, त्यांना काहीसे आध्यात्मिक समाधान प्राप्त होई. माझे आई-वडील रोजचे पूजापाठ करायचे; परंतु मोठ्या प्रमाणात त्यांची आध्यात्मिक महत्त्वाकांक्षा नव्हती.

अशा या भारलेल्या वातावरणात असताना वयाच्या दहाव्या वर्षी मी ईश्वराचा शोध घेत होतो; पण असे म्हणण्यापेक्षा माझ्यातील कुतूहलामुळे माझी परमेश्वर शोधण्याची शोधयात्रा नकळत चालू झाली होती, हे म्हणणे योग्य ठरेल. त्यासाठी एक प्रसंग १९४१च्या हिवाळ्यात घडला.

ती एक अमावस्येची रात्र होती. मी आणि माझे वडील स्थानिक बाजारातून घरी निघालो होतो. आमचा चिखलातला रस्ता एका कालव्याशेजारून जात होता. आजूबाजूच्या भाताच्या शेतांना या कालव्यातून पाणी मिळत असे. मी अर्थातच अनवाणी चालत होतो. काळोख अगदी गडद होता, कारण त्या वेळी खेड्यांमध्ये वीज पोहोचली नव्हती, शिवाय कंदिलात तेल घालण्याइतपतही आमची ऐपत नव्हती. भाताच्या शेतावरून एक मंद व सुगंधी झुळूक आली. अशी मंद लहरी झुळूक, म्हणजे पाण्यातील भुते जागी होऊन वाऱ्याच्या रूपाने वर आल्याची ती खूण आहे, असे आम्ही मुले समजायचो; पण माझ्याबरोबर माझे वडील असल्याने मला भुतांची भीती वाटत नव्हती, सुरक्षित वाटत होते.

माझ्या वडिलांची शरीराची चण लहान होती व ते सडपातळ होते, पण त्यांची आंतरिक शक्ती जबरदस्त होती. त्यांनी एकदा मनावर घेतले की, ते कठोरपणे आपले काम करीत. त्यांच्या या कठोरपणाला बंगाली वाघही एक वेळ कमी पडेल. दहा वर्षांपूर्वीच म्हणजे माझा जन्म झाल्यावर त्यांनी आपले शरीर व मन हे गांधीजींच्या स्वातंत्र्य चळवळीसाठी झोकून दिले होते. त्यांच्यावर सरकारी अधिकाऱ्यांचा सतत संशय असे. पोलीस नेहमी आम्हाला घरी येऊन धमक्या देऊन जायचे. त्यांचा फार त्रास आम्हाला होऊ नये, म्हणून माझे वडील नेहमी घर सोडून अन्यत्र चळवळीचे काम करीत राहत आणि क्वचितच घरी येऊन आम्हाला भेटत. त्यांची भेट ही माझ्या दृष्टीने मला अत्यंत मोलाची वाटे.

वडिलांच्या सान्निध्यात मला सुरक्षितता जाणवत असल्याने मला त्या वेळी भोवतालच्या जगातील प्रसन्नता एकदम जाणवली. मी आजूबाजूच्या परिसराचे निरीक्षण करू लागलो. बेडकांचे रात्रीचे ओरडणे आणि असंख्य रातकिड्यांचे एका वेळी एका सुरातले ओरडणे, हे माझ्या लक्षात आले. माझे वडील माझ्याशी फारसे बोलत नव्हते की, आपले प्रेम व्यक्त करीत नव्हते. जर आपल्या कुटुंबीयांना आपल्याबद्दल जास्त ममत्व वाटू लागले, तर पोलिसांच्या हातून जेव्हा आपला मृत्यू होईल, तेव्हा त्यांना अतीव दु:ख होईल. तसे ममत्व वाटू नये म्हणून ते आमच्याशी फार बोलत नसत किंवा सतत पोलिसांच्या धास्तीखाली जगत असल्यामुळे बोलण्यापेक्षा ऐकून घेत राहणे हेच कमी जोखमीचे असते आणि आपला जीव वाचवणारे असते, हे त्यांना पटले असावे. तशी त्यांना सवय झाली होती.

त्यांचे असे हे वागणे मला आवडत नसे. मला त्याचे दु:ख होई, पण त्यामुळेच मी माझ्यातून बाहेर पडायला शिकलो. भाताच्या शेतात बसलेला एक डोमकावळा आमच्या तेथून जाण्यामुळे अस्वस्थ झाला असावा. तो एकदम वर उडाला. त्याच्या उडण्याकडे, पंखांच्या फडफडीकडे मी पाहत राहिलो. तो खूप वर गेल्यावर त्याच्या मागोमाग जाणारी माझी नजर वर आकाशाकडे गेली. पूर्वी कधी पाहिले नाही किंवा पाहिले तरी लक्षात आले नाही, असे दृश्य आकाशात पसरले होते. मी ते दृश्य मनात टिपून घेऊ लागलो. त्या अनुभवासाठी माझे अंत:करण मी उघडे करून ठेवले.

आकाशातले तारे नेहमीप्रमाणेच आपापल्या जागी होते, पण आज रात्री मात्र ते खचाखच भरलेले होते. त्यांचे अनंत स्वरूप मला जाणवले. माझ्या मनाच्या जाणिवेवर त्यांची एक जबरदस्त छाप पडली. वरच्या ताऱ्यांशी आपण एकरूप झालो आहोत, आपले वेगळेपण उरले नाही, अशी एक भावना मला व्यापून गेली. त्या स्वर्गीय व काळ्या मखमली अवकाशावर अगणित ताऱ्यांनी मिळून

एक मांडव घातला होता. त्याचा विस्तार एवढा अमर्याद होता की, तो कोणाच्याही आवाक्याबाहेरचा होता आणि तरीही तो माझ्यासारख्या एका लहान मुलाच्या हाताच्या अंतरावर आल्यासारखा वाटत होता.

त्या वयात असताना हे ताऱ्यांचे दृश्य कोणत्या आश्चर्यजनक प्रेरणांमुळे अस्तित्वात आले, याचे ज्ञान मला नव्हते. मला बोहर व बोहम हे विश्वरचनेचे रहस्य उकलू पाहणारे शास्त्रज्ञ त्या वेळी ठाऊक नव्हते की, विश्वाचा रचयिता ब्रह्मदेव मला ठाऊक नव्हता. अनवाणी चालणाऱ्या खेड्यातील माझ्यासारख्या कोणत्याही मुलाने त्या ताऱ्यांमधील सप्तर्षी सहज ओळखले असते आणि कदाचित ताऱ्यांमागच्या काही पौराणिक कथा, देव व स्थानिक दैवते यांची माहिती दिली असती, पण त्याहीपेक्षा अधिक मोठे चित्र माझ्या नजरेसमोर त्या वेळी उलगडले होते. मी माझ्या वडिलांकडे पाहिले. तेही माझ्या शेजारी उभे राहून वर आकाशाकडे स्तिमित नजरेने पाहत होते. तेही मंत्रमुग्ध झाले असल्याने त्यांची शांतता ही मला नेहमीपेक्षा जास्त गंभीर वाटली, पण त्या वेळी मला ते अधिक जवळचे वाटले. विश्वास वाटून मी त्यांना प्रश्न केला, "बाबा, आपण देव म्हणतो तो हाच आहे का?"

क्षणभर मला वाटले की, माझी शंका रास्त आहे असे वडील म्हणतील. माझ्या प्रश्नाने ते द्रवले आहेत, असे मला दिसले. एका दहा वर्षांच्या मुलाकडून आलेला प्रश्न ऐकल्यावर त्यांना आश्चर्य वाटले होते. एक अस्वस्थ भाव त्यांच्या चेहऱ्यावर तरळून गेला होता. काय बोलावे हे त्यांना सुचेना. कदाचित माझ्या प्रश्नाचे ते उत्तर शोधीत असावेत. एक लहान मुलगा फार मोठा प्रश्न विचारीत होता. त्याला कोणते योग्य उत्तर द्यावे, याचा ते विचार करीत असावेत, पण शेवटी ते मला म्हणाले, "जाऊ दे, हा तुझा प्रांत नाही." कदाचित माझ्याकडून पुढे येणाऱ्या प्रश्नांच्या महापुराला बांध घालण्यासाठी त्यांनी तसे उत्तर दिले असावे.

त्यांच्या उत्तराने माझे समाधान झाले नाही, हे उघडच आहे. आता माझ्या लक्षात येते आहे की, त्या वेळी माझ्या वडिलांचे मन व अंत:करण हे कोणत्यातरी त्या वेळच्या तातडीच्या समस्येवर केंद्रित झाले असावे आणि त्या समस्या तरी कोणत्या असणार? आपल्या भोवतालच्या शेजाऱ्यांची दु:खे आणि स्वत:चे जगणे, दुसरे काय असणार? विश्वातील महान व गूढ रहस्ये यांबद्दल त्यांच्या मनात विचार येणे अशक्यच होते. ते मला पुढे एवढेच म्हणाले, "या असल्या गोष्टींची काळजी मी कशाला करत बसू? बेटा, तू अजून खूप लहान आहेस. एके दिवशी तू जगातील आश्चर्ये व जग याबद्दल शिकशील; पण आत्ता अशा गोष्टींत मन घालू नकोस. नुसता त्याबद्दल आदर बाळगलास तरी पुरे!"

माझ्या वडिलांचे हे उत्तर चुकीचे होते. मुलांच्या कठीण प्रश्नांना उत्तरे देताना इतर वडीलमंडळी जशी चुकीची उत्तरे देतात, तसेच उत्तर माझ्या वडिलांनी दिले होते. सर्व व्यवहारी माणसे स्वर्ग व पृथ्वी यांच्यात भेद करतात किंवा मन आणि वस्तुमात्र यांच्यात भेद करतात, तसेच माझ्या वडिलांनी केले होते. इजिप्तमध्ये हर्मिस ट्रिस्मिजिस्टस हा एक पुराणकाळातील शिक्षक होता. तो, ''जसे वर आहे तसेच खाली आहे.'' असे म्हणायचा. स्वर्गात जसे आहे, तसेच पृथ्वीवर आहे! आधुनिक विज्ञानाच्या प्रकाशात आपल्याला आता ठाऊक झाले आहे की, ज्या गुरुत्वाकर्षणाच्या जोरामुळे न्यूटनच्या डोक्यावर सफरचंद पडले, तेच गुरुत्वाकर्षण सबंध विश्वामध्ये आपले काम करीत आहे. विज्ञानातील जे नियम येथे पृथ्वीवर शोधतो, तेच साऱ्या विश्वाला लागू पडतात. आपण असेही म्हणू शकतो की, लहान असले तरी मोठे आहे, व्यापक आहे. अति अतिसूक्ष्म अशा उपअणूंपासून कल्पनाही करता येणार नाही एवढ्या अफाट विस्ताराचे हे विश्व निर्माण झाले आहे. आता विज्ञान अंतराळातील जगाला पृथ्वीपासून तोडत नाही किंवा वस्तुमात्रापासून मन वेगळे करीत नाही.

मी वडिलांना नंतर वेळोवेळी जे प्रश्न विचारीत गेलो, त्यांपैकी ''बाबा, हाच देव आहे का?'' हा पहिला प्रश्न होता. या प्रश्नापासून मी नंतर मला पडणाऱ्या अनेक प्रश्नांवर विचार करीत आलो. जे-जे वैज्ञानिक आविष्कार मला दिसत गेले, त्यावर हजारो प्रकारे मी विचार करत गेलो. त्या रात्री मला जो अनुभव आला तो आता अंधूकपणे आठवतो आहे. मी विज्ञान व अध्यात्म यांच्या प्रांतात घुसून एक हवीहवीशी वाटणारी दृष्टी अनुभवली. असला प्रश्न शेवटचा नव्हता आणि तो अनुभव मला मिळाला म्हणून मी सतत तसल्या विविध प्रश्नांवर पुढे विचार करीत गेलो.

माझ्या वडिलांच्या अनेक बाबतींत ज्या भावभावना असत, नेमके त्याविरुद्धच्या भावभावना माझ्या आजीच्या – शारदाच्या असत. माझे वडील क्रांती करण्याच्या भावनेने झपाटून गेले होते. अत्यंत कठीण, अवघड अशा सामाजिक व राजकीय कार्यात त्यांची पाळेमुळे आता खोल रुजली होती; परंतु त्याच वेळी सभोवतालच्या गडद अंधकारमय परिस्थितीमागून जो सोनेरी प्रकाशाचा खेळ चालला आहे, त्याकडे माझी आजी माझे लक्ष वेधे.

एकदा पवित्र गंगा नदी येऊन मिळालेल्या एका उपनदीकडे तिने मला नेले. आमच्या खेड्यापासून ती तीन मैलांवर होती. नदीभोवती बांधलेल्या एका उंच बंधाऱ्यावर आम्ही चढून गेलो. खाली वाकून त्या नदीचे जे दृश्य मी पाहिले ते श्वास रोखायला लावणारे होते. पाण्याचा अफाट साठा चमकत होता व वाहत होता. नदीचे पात्र

खूपच विस्तृत होते. पावसामुळे नदीला पूर आला होता. पाण्याने ती फुगून गेली होती. त्यामुळे तर तिचे पात्र एवढे रुंद झाले होते की, पलीकडचा तीर मला पार क्षितिजापलीकडे गेल्यासारखा अंधूक दिसला. ती नदी अविरतपणे वाहत होती.

पुन्हा एकदा मला भव्यतेचा प्रत्यय आला. ते पाहून माझी छाती दडपून गेली. त्या भव्यतेमुळे मला गूढतेचा साक्षात्कार झाला. या गूढतेकडेच मी नंतरच्या आयुष्यात आपले लक्ष वळवले. निसर्गाची खरीखुरी जाणीव माझ्या मनामध्ये शिरली होती व तिथेच ती स्थिरावली होती.

हे दोन अनुभव अगदी शास्त्रीयदृष्ट्या काय सांगत होते? त्या अनुभवांकडून मला जे कळवले जात होते, तशीच जाणीव का होत होती? विवेकबुद्धीच्या याच जाणिवेचा किंवा जागृत मनाचा अर्क सारे विश्व व्यापून गेला आहे. आपले सर्वांचे मेंदू त्या विश्वव्यापी जागृत मनाला (Consciousness) अनुकूल करून त्यातून मिळेल तेवढे ज्ञान प्राप्त करता यावे, अशीच आपल्या मेंदूची रचना बनवली गेली आहे; परंतु हे कधी शक्य असते, तर जाणिवेच्या त्या अफाट विस्ताराला किंवा विश्वव्यापी मनाला आपण जेव्हा अनुकूल होतो तेव्हा. काही जण इथे 'अनुकूल' शब्दाऐवजी 'शरण जाणे' असाही शब्दप्रयोग वापरतात; परंतु नंतर कित्येक वर्षांनी मला हे सारे ज्ञान प्राप्त होणार होते.

[येथे 'जाणीव' हा जो शब्द लेखकाने वापरला आहे, त्याचा अर्थ 'पंचेंद्रियांकडून होणाऱ्या जाणिवा' हा नाही. जेव्हा तुमचे शरीर झोपलेले असते, तेव्हा तुमचे अव्यक्त मन (Unconscious) काम करेल, तसेच व्यक्त मनाच्या खाली असलेले जे सुप्त मन (Subconscious) आहे त्यात नकळत आपल्या अनेक इच्छा, वासना वगैरे दडलेल्या असतात. या दोन्ही मनांच्या जाणिवांचा येथे काहीही संबंध नाही. जागृत असलेल्या मनाचा, पूर्ण शुद्धीवर असलेल्या मनाचा, विवेकबुद्धी असलेल्या मनाचा अर्थ येथे अभिप्रेत आहे. अनेकदा Consciousness चा अर्थ फक्त 'विवेकबुद्धी' असा धरला जातो. 'विवेकबुद्धी वापरण्याच्या पातळीवरील जागृत मनाची अवस्था' किंवा 'जागृत मनाची जाणीव' असा अर्थ घेतला, तर बराच खुलासा होईल.]

मनोविज्ञानशास्त्रात आपली प्रतिष्ठा, पत सांभाळणारा एक वेगळा Ego-Consciousness सांगितला आहे. त्याचा येथे काहीही संबंध नाही. मला येथे ज्या 'वैश्विक जाणिवे'चा अर्थ अभिप्रेत आहे, तो माझ्या मातृभूमीतील वैदिक काळातील ऋषी, मुनी यांनी सांगितलेला आहे. ते त्यासाठी 'ब्रह्म' हा शब्द वापरीत.

तुम्हाला हा छोटासा ऊहापोह कदाचित शुद्ध तत्त्वज्ञानविषयक वाटेल. क्वांटम थिअरीचा शोध लागल्याने विज्ञानात क्रांती झाली. त्या क्वांटम सिद्धांताचा जनक व गुरू मॅक्स फ्लॅन्क याबद्दल जे म्हणतो, ते सूचक आहे. तो म्हणतो, "मनाची

जागरूकता (Consciousness) ही प्राथमिक आहे. माझ्या मते, वस्तुमात्र (Matter) हे जागृत जाणिवेचे फलित आहे.''

प्रख्यात पदार्थवैज्ञानिक व खगोलशास्त्रज्ञ सर आर्थर एडिंग्टन हा म्हणतो, ''या सर्व भौतिक जगात अज्ञात असे जे तत्त्व व्यापून राहिलेले आहे ते म्हणजे नक्कीच आपल्या सर्वांच्या मनाची जागृत जाणिवावस्था असणार, असे मला ठामपणे वाटते.''

मला येथे अमेरिकेतून पॅसिफिक महासागर, ऑस्ट्रेलिया व आग्नेय आशिया ओलांडून हिंदुस्थानकडे मागे वळून पाहताना माझे छोटेसे खेडे दिसते. हिंदुस्थानच्या द्विपकल्पातील ते एक नगण्य गाव होते. माझ्या आयुष्याचा पट हा सळसळणारी भाताची शेते व चिखलाने भरलेले गंगा नदीचे काठ यांच्या सान्निध्यात घडत गेला. बालपणीच्या जाणिवांमुळे, घडामोडींमुळे मला नंतरच्या आयुष्यात यश प्राप्त झाले, असे मला खात्रीने म्हणता येत नाही; पण एक गोष्ट मी खात्रीने सांगू शकतो की, आपण मिळवलेले यश, सफलता आणि आपल्या शोकांतिका, अपयश, दुःखे इत्यादी या बऱ्याचशा प्रमाणात आपण *त्याकडे कसे पाहतो, काय करतो,* यावर अवलंबून असते. मला हा धडा शिकण्यासाठी फार कष्ट घ्यावे लागले व यातना भोगाव्या लागल्या.

माझ्या जन्मग्रामापासून अमेरिकेतील 'बेल एअर' या भागातील टेकडीवरील नयनरम्य निसर्गाने वेढलेल्या घरापर्यंत माझा प्रवास झाला. एक प्रदीर्घ प्रवास करून मी इथवर प्रगती केली. माझे मूळ खेडे व बेल एअरमधील घर यांच्यात सकृतदर्शनी काहीही साम्य नाही. दोन्ही ठिकाणांचे परिसर ही दोन टोके आहेत. तरीही मला उमगले आहे की, या दोन्हींमध्ये एक घटक मात्र सामाईक आहे आणि तो म्हणजे माझ्या जागृत मनाची जाणीव. मी अमेरिकेतील माझ्या आलिशान घरातील चकचकीत टाइल्स असलेल्या जमिनीची काळजी घेत नाही. यापेक्षा अधिक काळजी माझी आजी आमच्या झोपडीतील जमिनीची घेई. दररोज सकाळी ती घरातील जमीन जणूकाही संगमरवरी फरशी आहे, अशा काळजीने ओल्या फडक्याने पुसून काढे. तसे करताना तिला केवढा अभिमान वाटत असे! मी त्याच जमिनीवर जन्माला आलो. कसा जन्माला आलो, ते सांगून हे प्रकरण मी इथे संपवतो.

आल्हाददायक वातावरणात सूर्यास्त होत असताना माझा जन्म झाला. त्या वेळी मंद वारा वाहत होता. आमच्या खेड्यातील स्त्रिया माझ्या आईभोवती जमलेल्या होत्या. माझ्या आईला ज्या प्रसूतिवेदना होत होत्या त्यासाठी मदत करण्यास त्या आल्या होत्या. मोठा झाल्यावर मला सांगण्यात आले की, माझा जन्म तसा विनासायास झाला. मी आईच्या पोटातून झटपट बाहेर आलो; (कदाचित लवकर निसटून जाण्यासाठी मी उतावीळ झालो होतो.) परंतु जन्म

झाला तरी एक गुंतागुंत झाली होती. ती गुंतागुंत सुटत नव्हती. त्याला प्रामुख्याने कारणीभूत होती, ती हिंदुस्थानातील जातिव्यवस्था.

आईच्या पोटाशी जोडलेली बाळाची नाळ तोडण्याचे काम हे माझ्या खेड्यात खूपच घाणेरडे समजले जायचे. हे असले कृत्य फक्त सर्वांत तळागाळात असलेल्या अस्पृश्यांचे आहे, अशी समजूत होती. ती माणसे इतक्या खालच्या पातळीवरची होती की, त्यांनीच असली कामे करावीत ही समाजमनाची धारणा होती. त्यामुळेच एक समस्या उभी राहिली. ते नाळ तोडण्याचे काम करण्यासाठी आमच्या आजूबाजूला अस्पृश्य वस्ती नव्हती. घरातील माणसे चिंतेत पडली. त्यातून रात्र सुरू झाल्याने योग्य अस्पृश्य स्त्रीचा शोध घेणे कठीण झाले. मी खालच्या थंड जमिनीवर तसाच निश्चल पडून राहिलो होतो. अधूनमधून लाथा झाडीत होतो. दुसऱ्या दिवशी पहाट होईपर्यंत रात्रभर मी माझ्या आईशी जखडलेलाच राहिलो होतो. माझ्या वडिलांनी खूप भटकून पहाटेला कुठून तरी एक अस्पृश्य स्त्री अखेर शोधून आणली. ती स्त्री वृद्ध होती. तिने एक बांबूचा धारदार तुकडा बरोबर आणला होता. त्या तुकड्याने माझी नाळ कापली; परंतु सबंध रात्रभर माझ्या आईला प्रथेप्रमाणे ताठ बसून राहावे लागले होते, त्यामुळे तिच्या गर्भाशयाला इजा पोहोचली होती व त्यामुळे तिला मरणप्राय वेदना होत होत्या. गर्भाशयाला इजा झाल्याने पुढे दहा वर्षे तिला संततियोग आला नाही.

सुदैवाने फारसे अघटित असे न घडता माझी सुटका झाली. सुदैवाने म्हणण्याचे कारण की, कदाचित त्या रात्री झोपडीतील स्वयंपाकघराच्या जमिनीवर आम्हा मायलेकांचा मृत्यू ओढवला असता; परंतु एवढी आणीबाणीची वेळ आलेली असूनही जवळच्या कोणीही नाळ कापण्याचे काम केले नाही, कारण ते काम फक्त अस्पृश्यांचे होते. यातला उपहासगर्भ भाग असा की, आमचे कुटुंब हे हिंदू समाजाच्या उतरंडीमध्ये अस्पृश्यांच्या फक्त एक पायरी वर होते. माझी जीवनयात्रा एका अस्पृश्य व्यक्तीमुळे अशा रितीने सुरू झाली. एकमेकांविरुद्ध उभ्या केलेल्या या सामाजिक व धार्मिक भिंतींबद्दल व आपलाच घात करणाऱ्या या प्रकाराबद्दल आपण काय बोलणार?

माझ्या हिंदुस्थानातील अनुभवामध्ये ही एक छोटी गोष्ट केंद्रस्थानी ठेवायची असेल, तर मला इतर तपशील सांगण्याची गरज नाही. हिंदुस्थानातील जनतेला एकमेकांपासून अलग ठेवण्यासाठी जे दृढ बंध आहेत, तेच बंध नेमके त्यांना एकत्र ठेवतात आणि याच एकात्मतेबद्दल मला यानंतर माझे विचार व्यक्त करायचे आहेत. कारण तेच बंध, तीच एकात्मता ही गूढवाद आणि आधुनिक पदार्थविज्ञानातील धाडसी प्रगती यांच्या गाभ्याशी आहे. एकात्मतेचे हेच बंध

क्वांटम पदार्थविज्ञानातील अध्वर्यू शास्त्रज्ञ एर्विन श्रोडिंजर आणि वेर्नेर हायझेनबर्ग यांनी उचलून कवटाळून धरले आहेत. ही गोष्ट त्यांनी त्यांच्या उतारवयात म्हणजे सर्व दृष्टीने परिपक्व झालेल्या काळात केली.

खरे विज्ञान हे मनापेक्षा वस्तुमात्राला जास्त महत्त्व देत नाहीतर त्या दोन्हींची एकमेकांसंदर्भात असलेली जागा दाखवून देते.

अनेकांतून एक, एकातून अनेक

✤

तुम्हाला जर माझ्या खेड्यात जाऊन पाहावेसे वाटले, तर तिथे पाचूसारखी हिरवीगार भाताची शेते दिसतील. अमर्याद पसरलेल्या त्या शेतांचे प्रतिबिंब पहाटे पडलेल्या दवाच्या थेंबांत उमटलेले दिसेल. मी हे जे म्हणतो आहे, ते अक्षरश: खरे आहे, याची तिथे गेल्यावर खात्री पटेल. आधुनिकतेच्या भट्टीत अनेक जुन्या गोष्टी जळून गेल्या आहेत; पण माझ्या खेड्याला आधुनिकतेचा स्पर्श न झाल्याने तिथे फारसा बदल झालेला नाही. गांधीजींच्या परिवर्तन चळवळीचा प्रभाव म्हणून शहरामध्ये जातिव्यवस्था काही प्रमाणात कमी झाली आहे; पण हा बदल फक्त पार्श्वभूमीपुरताच आहे. बाकी खेडोपाडीच्या रूढी, रंग, चालीरीती व माझ्या तरुणपणातील दारिद्र्य फारसे बदललेले नाही.

ज्या खेड्यात मी हिवाळ्यातील एका आल्हाददायक रात्री जन्माला आलो, तिथे त्या वेळी देवीच्या नवरात्रीचे दिवस चालू होते. त्या दिवसांत तुम्ही जर तिथे किंवा आसपास रेंगाळलात, तरीही तुम्हाला तेच नवरात्रीचे, दुर्गापूजेचे वातावरण दिसेल. पाश्चिमात्य संस्कृतीत *युलेटाईड* सणाचे जे महत्त्व आहे, तसेच हे दुर्गापूजेचे महत्त्व आहे. मग तुम्हाला तिथे चंदनाचा वास येईल, लवंगाच्या उदबत्तीचा धूर दिसेल आणि तोंडाला पाणी सुटायला लावणारा 'संदेश' या बंगाली मिठाईचाही वास येईल. ही मिठाई नेहमी याच दिवसांत केली जाते. एक प्रकारच्या दह्यात खजुराच्या झाडातून काढलेला गर हा स्वादासाठी मिसळून ही मिठाई तयार केली जाते. वातावरणात झिंग आणणारे संगीत तरळत असते आणि या सर्वांवर वरताण करीत सर्व जण दुर्गा देवीची प्रार्थना एका सुरात मोठ्या आवाजात करीत असतात. पुराणकाळातील या दुर्गादेवीने महिषासुराचा वध केला होता.

नवरात्रीसारख्या अन्य मोसमांमध्ये विविध उत्सव चालू असतात. दर महिन्याला, आठवड्याला, दिवसाला, अगदी ठराविक तासांनाही काहीना काही उत्सव, समारंभ, पूजा वगैरे चालूच असतात. नवरात्रीनंतर व दुर्गापूजेनंतर येते, ती कालीपूजा.

काली देवतेचा चेहरा उग्र, रागीट, भीती वाटायला लावणारा. ही देवी म्हणजे स्त्रीशक्तीचा एक मोठा स्रोत. या देवतेची नीतितत्त्वे वेगळीच असतात आणि निसर्गातील विध्वंसक शक्ती तिने आपल्यात बाळगलेल्या असतात. स्थानिक पुजारी किंवा ब्राह्मण हे नंतर दिवाळीत येणाऱ्या लक्ष्मीपूजनाचे विधी करतात. लक्ष्मी ही समृद्धीची देवता आहे. दर गुरुवारी विद्येची देवता सरस्वती हिचे पूजन आमच्या घरी केले जायचे. दररोज संध्याकाळी देवापुढे आरती केली जायची. एक तेलाचा दिवा जळत ठेवला जायचा आणि शंख फुंकून देवघरावर एक तलम पडदा ओढला जायचा. दिवसभरातील सर्व धार्मिक विधी संपले असे त्यामुळे जाहीर केले जायचे. तर असे हे अनेक विधी, अनेक देव आणि अनेक अर्धदेवता म्हणजे देव व मनुष्य यांची भाऊगर्दी हिंदू धर्मात उडालेली असते.

असंख्य प्रकारच्या श्रद्धा बाळगणारे लोक असलेला खंड तो आशिया खंड! असे पूर्वी हिंदू धर्मावरून आशिया खंडाला म्हटले जायचे. जरी विविध श्रद्धा हिंदू धर्मात सामावल्या असल्या, तरीही याच धर्माच्या गाभ्याशी पक्का एकेश्वरवाद एकवटला आहे. ख्रिश्चन, इस्लाम, ज्युडाईझम वगैरे धर्मांपेक्षाही हिंदुत्वामधील हा एकेश्वरवाद अधिक घट्ट आहे. वेद म्हणजे भारतीय अध्यात्माचा पाया. त्याचा जे अभ्यास करतात, त्यांना ठाऊक आहे की, विविध देवता या एकाच देवाची रूपे आहेत, त्यांचे आविष्कार आहेत, असे वेदात सांगितले जाते. तो एक देव किंवा मूळ देव म्हणजे ब्रह्म! आणि ब्रह्म हे विश्वाच्या पटासारखे अभंग आहे, न बदलणारे आहे; सर्वत्र व्यापणारे व अखंड वितान (Continuum) आहे. हिंदुस्थानातील वेदांमधून 'ईश्वर हा एकच आहे' ही शिकवण कळते. सर्व भेद अगदी आपण निर्माण केलेले भेदही, हे आपल्यामध्ये अंतर्भूत असलेले एकत्व झाकून वेगळेपणाचा भास निर्माण करतात.

ही वैश्विक नातेसंबंधांची जाणीव हिंदुस्थानात सर्व पातळ्यांवर सतत शिरत असते. हिंदुस्थानात शिजणाऱ्या अन्नाचा वास घ्या किंवा हिंदुस्थानातील हवा घ्या, तिथे हीच जाणीव भरून राहिलेली असते व *अहं ब्रह्मास्मि* या वेदिक वचनानुसार प्रकट होत असते. अहं ब्रह्मास्मि म्हणजे 'मीच ब्रह्म आहे!' त्यानुसार आपल्या प्रत्येकाच्या अस्तित्वामुळे हे ब्रह्म निर्माण होण्याचे काम पूर्ण झालेले आहे, म्हणून ईश्वर किंवा परमेश्वर हा आपल्यावाचून अपूर्ण आहे, ही भावना हिंदुस्थानातील जीवनाच्या मुळाशी आहे आणि कदाचित म्हणूनच हिंदुस्थानातील जनता या संकल्पनेमुळे, तसेच कर्म व माया यांच्या संकल्पनेमुळे अत्यंत कष्ट, संकटे व कठीण परिस्थिती सहन करू शकते, आपल्या मनाचा तोल ढळू देत नाही. हिंदू जनतेची ही श्रद्धा ईव्हॅंजेलिस्ट जॉन जे म्हणतो त्यापेक्षा वेगळी नाही. तो येशू ख्रिस्ताबद्दल म्हणतो, "मी आणि फादर (येशू) एकच आहे!"

वेदामध्ये जे ब्रह्म सांगितले आहे, ते सर्वत्र व्यापून राहिलेल्या एकाच शक्तीचे प्रभावक्षेत्र (Force field) आहे. परमेश्वर म्हणजे खूप दूरवर असलेले एक व्यक्तित्व व तो सबंध विश्वाचा सर्वशक्तिमान चालक आहे, ही देवाविषयी असलेली पाश्चात्त्य थिऑलॉजीच्या कल्पनेतील सर्वव्यापी ईश्वराची कल्पना हिंदू विचारसरणीशी मिळतीजुळती आहे. अशा या परमेश्वराचे चैतन्य सर्वत्र पसरलेले आहे. महत्त्वाचे म्हणजे हा परमेश्वर आपल्यात राहतो. येशू ख्रिस्ताचे 'स्वर्गाचे राज्य हे आपल्या स्वत:मध्येही आहे' हे प्रतिपादन बिनविरोध चालले होते. पाश्चात्त्य जगात अनेक शतके परमेश्वर सर्वत्र व्यापून राहिला आहे, हे मत उघडपणे मांडले जायचे; परंतु त्यामुळे कोणीही व्यक्ती नको तितकी या पाखंडी मताकडे झुकेल, अशी भीती व्यक्त केली जायची. अशीच भीती 'पृथ्वी सूर्याभोवती फिरते' या प्रतिपादनाच्या संबंधात व्यक्त केली गेली होती. वैश्विक रचनेतील पृथ्वीचे अग्रक्रमाचे महत्त्व यामुळे कमी होईल, अशी भावना त्यामागे होती, तसेच परमेश्वराच्या सर्वव्यापीपणामुळे चर्चचा पृथ्वीवरील पार्थिव जगातील अग्रक्रम घसरेल, अशीही भीती वाटे. वैश्विक जगातील पृथ्वीचा अग्रक्रम याला जसा धोका प्राप्त होत होता, तसाच धोका पार्थिव जगातील चर्चच्या अग्रक्रमाला बसत होता. जसे वर तसेच खाली!

शेवटी विज्ञानाने सूर्यमालेची खरीखुरी स्थिती सिद्ध केली. (नवल असे की, सुरुवातीचे अनेक पाश्चिमात्य शास्त्रज्ञ हे कट्टर धार्मिक होते, कॅथॉलिक होते.) आपल्या आत्ताच्या काळातही विज्ञान जरी परमेश्वराच्या सर्वव्यापीपणासाठी एक सैद्धान्तिक पाया तयार करीत असले, तरीही या मताविरुद्ध परमेश्वराचे चित्र *टाइम* मासिकाच्या मुखपृष्ठावर छापले होते. (मात्र त्यात परमेश्वराला नेहमीची पांढरी दाढी दाखवलेली नव्हती.) आपल्या सर्वांच्या मनात परमेश्वराचे जे चित्र असते, त्यापेक्षा अगदी वेगळेच चित्र प्रत्यक्षात असणार. मुखपृष्ठावर परमेश्वराचे जे काल्पनिक चित्र मासिकाच्या चित्रकाराने निर्माण केले, ते कशाच्या आधारावर केले हे समजणे कठीण आहे. आधुनिक विज्ञानाच्या साहाय्याने आपल्याला जर परमेश्वराचे रूप भावले, तर तेच रूप वेदकाळातील ऋषी मुनी यांना खोल ध्यानधारणेत भावलेले असेल. आधुनिक विज्ञान आपल्याला सांगते की, सारे विश्व हे ऊर्जेने भरून पावलेले आहे. प्रकाशाचेच उदाहरण घ्या. हा प्रकाश साऱ्या विश्वातील अंतराळात म्हणजे क्वांटम पोकळीत भरून राहिला आहे. तो प्रकाश इतका व्यापक आहे की, तो जर नसता, तरच आपल्याला तसे जाणवले असते. विश्वाच्या निर्मिती प्रक्रियेतील प्रथम ज्या गोष्टी निर्माण झाल्या त्यांपैकी प्रकाश आहे. विश्वात प्रथम प्रकाशाची निर्मिती झाली असे ख्रिश्चन पुराणातील 'जेनेसिस'मध्ये म्हटले आहे, परमेश्वराने अगदी प्रथम म्हटले, Let there be light आणि सर्वत्र प्रकाश पडला; परंतु प्रकाशाची निर्मिती अगदी प्रथम झाली असेही नाही. ज्याने विज्ञान व अध्यात्म

यांनी भरलेले ब्रह्म निर्माण केले, ती निर्मिती एवढी वाटते त्यापेक्षाही मती गुंग करणारी आहे व एवढी कोड्यात टाकणारी आहे की, तिचे आकलन होणे फार-फार अवघड आहे, कारण ती निर्मिती म्हणजे एक आद्य बिंदू आहे आणि त्याच वेळी सारे बिंदूही त्यातच आहेत.

आधुनिक विज्ञान व प्राचीन विद्वत्ता यांचा परस्पर-संबंध काय आहे, ते आपण पुढे सखोल पाहणार आहोत, त्यावर चर्चा करणार आहोत. त्या वेळी आपल्याला बऱ्याच गोष्टी समजतील. उदाहरणार्थ, अणुपातळीवरील जे इलेक्ट्रॉनसारखे कण आहेत त्यांची क्वांटम थिअरी असे सांगते की, विश्वनिर्मितीच्या वेळी हे इलेक्ट्रॉन्स जन्म पावून विश्वात सर्वत्र पसरले. त्या सर्व इलेक्ट्रॉन्सचा विद्युतभार व आकारमान हे अत्यंत अचूकपणे सारखेच असते. तसा कमालीचा सारखेपणा असल्यामुळेच त्यांचा जन्म एका वेळी, म्हणजे विश्वनिर्मितीच्या वेळी झाला, असे सहज अनुमान निघते. विश्वातील कोणताही, कुठल्याही स्थळातील इलेक्ट्रॉन घ्या, त्याचे तेच आकारमान व विद्युतभार असतो. यच्चयावत इलेक्ट्रॉन्समध्ये जो कमालीचा सारखेपणा दिसतो, यावरून असेही ठरवता येते की, विश्व व्यापून राहिलेल्या समुद्रासारख्या प्रभावक्षेत्रात जे तरंग उमटले, ते तरंग सर्वत्र पसरत गेले. हे तरंग म्हणजे इलेक्ट्रॉनचे वेगळे प्रभावक्षेत्र ठरले. यावरून अशी कल्पना करता येते की, विश्वात एके ठिकाणी घडलेल्या घटनेचा संबंध दूरवर कोठेतरी घडणाऱ्या दुसऱ्या घटनेशी असतो. मग ती दुसरी घटना विश्वात कोठेही घडो. थोडक्यात, विश्वात विविध ठिकाणी घडलेल्या सर्व घटना यांचा एकमेकांशी परस्परसंबंध असतो. साऱ्या घटना एकाच तऱ्हेच्या आहेत किंवा एकच घटना विविध ठिकाणी घडली आहे, असे मानता येते. हे सारे क्वांटम सिद्धांताच्या पातळीवरचे आहे किंवा 'अनेकांतून एक' असे दोन शब्दांत म्हणता येईल किंवा 'सर्व काही एक आहे' असे म्हणता येईल. यावरून कोणीही असे म्हणू शकेल की, आपण सारे जण वैज्ञानिक आधाराच्या साहाय्याने परमेश्वराने निर्माण केलेल्या एकाच उगमस्त्रोतापासून निर्माण झालेलो आहोत आणि याखेरीज जे जे काही वेगळे जाणवते, तो सारा भ्रम आहे, 'माया' आहे, ऋग्वेदातील ऋषी असेच म्हणतात. यावरून लगेच एखाद्याला असे म्हणण्याची हुक्की येईल की, चार हजार वर्षांपूर्वीची ऋषी मंडळी प्लॅन्क, आइन्स्टाइन, रॉजर पोनरोज, इत्यादी शास्त्रज्ञांच्या पुढे गेलेली होती. एवढेच नव्हे, तर त्यांनी एक प्रकारे विज्ञानाला त्यांची जागा दाखवून दिली; परंतु सत्य हे नेहमीच वाटते त्यापेक्षाही अधिक गुंतागुंतीचे असते आणि मानवी प्रवृत्ती ही नेहमीच जंगलासारख्या घनदाट गुंत्याला वगळून जाण्याची असते. माझ्या खेड्यापासून ईशान्य भारतातील 'स्वांसी' टेकडी फारशी दूर नाही. तिथे अनेक आदिवासी टोळ्या राहतात. प्रत्येक टोळीचा एक प्रमुख असतो. त्याला त्या टोळीचा राजा समजतात. या सर्व राजांचे

एक वार्षिक संमेलन भरत असते. प्रत्येक राजाचे राजेपण हे त्याच्या ताकदीवर अवलंबून आहे, अशी तिथे समजूत आहे. ही ताकद जोखण्यासाठी प्रत्येक राजाने एका गलेलठ्ठ बकऱ्याचे मुंडके एका घावात वेगळे करून दाखवायचे असते. त्या समारंभात डझनावारी बकऱ्यांचा बळी दिला जातो. जो कोणी एका घावात तसे करून दाखवेल, त्याचे राजेपण आणि प्रतिष्ठा अबाधित राहते. बनारसला दर वर्षी पवित्र गंगा नदीत हजारो यात्रेकरू स्नान करण्यासाठी झुंडीने येतात. जगातील सर्वांत जास्त प्रदूषित झालेल्या नद्यांमध्ये गंगा नदीची गणना होते. तरीही यात्रेकरूंची तिच्यामधील स्नाने दर वर्षी चालतच आहेत. नवी दिल्ली या राजधानीच्या शहरात बऱ्यापैकी बहुभाषिक वातावरण आहे. तिथे सुशिक्षित लोक असुरांचा देव भैरव याची आराधना करतात, त्याला व्होडका व रम या दारूचा नैवेद्य दाखवतात आणि आपल्याला उत्तम आरोग्य लाभो, आपल्या गुंतवणुकीवर चांगली प्राप्ती व्हावी, म्हणून त्याला प्रार्थना करतात. माझ्या छोट्या खेड्यात तरुण विवाहित स्त्रिया दुभत्या गाईच्या मानेखालील पोळी आपल्या चेहऱ्यावरून फिरवून घेतात. आपल्याला गर्भधारणा व्हावी, नवऱ्याचा वंश वाढावा म्हणून उतावीळ होऊन त्या ही प्रथा आजही पाळतात. माझी आई लोलिता हिनेही तसेच केले होते आणि आपली कूस उजवली जावी, अशी तिने प्रार्थना केली होती.

तर सांगायचा मुद्दा असा की, हिंदुस्थान म्हणजे एक मोठा विरोधाभास आहे. हा विरोधाभास गाढ आहे, प्राचीन काळापासून चालत आलेला आहे, खोलवर रुजलेला आध्यात्मिक आहे आणि अत्यंत लोकभ्रमांनी युक्त आहे. जगात सर्वत्र जे लोकभ्रम आढळतात, तसेच ते आहेत, पण त्याचबरोबर इथले वैशिष्ट्य सांगणारेही आहेत. येथील नीतीच्या मापदंडानुसार समाजाचे महत्त्व व्यक्तीच्या पुढे वरचढ असते. समाजापुढे व्यक्तीला फारशी किंमत नसते आणि तरीही जातिव्यवस्था प्रबळ आहे. हिंदू व मुस्लीम यांच्यात एकमेकांचे खून पाडण्याइतपत वैरभावही धुमसू दिला जातो. माझी कर्मभूमी किंवा दत्तकभूमी अमेरिका झाली आहे. तिथल्याप्रमाणेच माझ्या जन्मभूमीतही मानवी समाजातील उत्कृष्ट व निकृष्ट प्रवृत्तींचे प्रतिबिंब पडलेले दिसते. हिंदुस्थान व अमेरिका या दोन्ही देशांत विरोधी प्रवृत्तींची टोके वेगवेगळ्या तऱ्हेने दिसत असली, तरीही या दोन्ही देशांत बऱ्याच गोष्टी समान आहेत. हिंदुस्थान व अमेरिका या दोन्ही देशांनी ब्रिटिश वसाहतवाद सुमारे दोन शतके सोसला होता. सरतेशेवटी दोन्ही देशांनी आपल्या मानेवरचे वसाहतवादाचे जोखड (ब्रिटिश सत्ता) उखडून टाकले. त्यासाठी दोन्ही ठिकाणी 'कायद्यापुढे समानता' हे तत्त्व अवलंबिले. दोन्ही देशांमध्ये विविध धर्म, मानवी वंश, राष्ट्रीयत्व असलेले लोक एकत्र आले व सर्वांना जणूकाही देशाच्या भट्टीतून वितळवून काढले. दोन्ही देश हे असे 'मेल्टिंग पॉट' बनले. या दोन्ही देशांत विविध लोकांप्रमाणे विविध

जमातींच्या श्रद्धा-पद्धती आहेत. प्रत्येक जमातीला थोडाफार तरी असहिष्णुतेचा डाग लागलेला आहे आणि त्यांच्यात सामाजिक गंडही आहेत. दोन्ही देश हे फुटीरतावादामुळे तुटण्याच्या बेतात आले होते. तो फुटीरतावाद एवढा होता की, त्यापुढे कोणतेही छोटे राष्ट्र टिकले नसते.

या सर्व आपत्तींमधून अमेरिका हे राष्ट्र तावून सुलाखून बाहेर पडले, अधिक संपन्न झाले आणि पुरोगामी विचारसरणीचे बनले; पण प्रामुख्याने ते एक भौतिकवादी बनले व अध्यात्माबद्दल परस्परविरोधी भावना असलेले राष्ट्र बनले. भारताला अजूनही दारिद्र्याने ग्रासले आहे. अजूनही इथल्या लोकांना केवळ जगण्यासाठी, आपले अस्तित्व टिकवण्यासाठी संघर्ष करावा लागतो. तरीही भारतात आध्यात्मिक जोष आहे आणि आधुनिक विज्ञानाने जी वास्तवता दृष्टीस आणून दिली आहे त्याच्याशी येथे सुसंगती राखली जाते. मला नेहमी असे वाटत आलेले आहे की, अमेरिका व भारत या दोन राष्ट्रांनी आपापल्या समस्येवर एकमेकांचे औषध वापरून पाहावे.

माझे आई-वडील हिंदू होते. ते अत्यंत धर्मपरायण होते. १९व्या शतकातील महान गुरू रामकृष्ण परमहंस यांचे ते शिष्य होते. रामकृष्ण परमहंस हे स्वत: कालीमातेचे उपासक होते. दररोज सकाळी व संध्याकाळी माझी आई आमच्या झोपडीमधील देवपूजेसाठी राखून ठेवलेल्या एका कोपऱ्यात बसायची. तिथे परमेश्वराची आराधना करायची, रोजची धार्मिक कृत्ये करायची आणि आपली देवावरील निष्ठा व्यक्त करण्यासाठी ध्यान लावायची. तिथे उदबत्ती, फुले यांचा घमघमाट दरवळत असे. एका छोट्या दिव्याची ज्योत फडफडत जळत असे. रामकृष्ण परमहंसांचे एक विटके व रंग उडालेले चित्र तिथे लटकावलेले असे. पाश्चात्त्य लोकांत अशी एक गैरसमजूत आहे की, भाविक लोक मुद्दाम कडेने सोनेरी नक्षीकाम केलेल्या चौकटीतील छायाचित्रे आणि मखरातील छोट्या मूर्ती या पूजेसाठी निवडतात. अशी निवड एवढ्यासाठीच असते की, भक्ताला त्यावर आपली दृष्टी केंद्रित केल्यास ध्यान लागायला मदत होते. चित्रे, छायाचित्रे, प्रतिमा, मूर्ती, इत्यादी केवळ मन एकाग्र करण्यासाठी असलेली साधने असतात. निर्गुण निराकार असलेल्या 'ब्रह्म'ची कल्पना करण्यासाठी अशी एखादी प्रतिमा किंवा गुरूचे, संतांचे चित्र उपयोगी पडते.

जेव्हा अशी ध्यानधारणा चालू असते, तेव्हा हातून दुसरे काहीही होत नसते. माझी तरुण आई जेव्हा ध्यानात असे, तेव्हा कधीकधी मी तिला पाहत असे. त्या वेळी तिच्या चेहऱ्यावर शांत व प्रसन्न भाव असत. ईश्वराशी एकरूप झाल्याचे ते लक्षण होते. माझी आजी नेहमी माझ्यापाशी घुटमळत असे. अशा वेळी आईला त्रास देऊ नये, तिला एकटेच आपले काम करू द्यावे, असे ती मला बजावे; परंतु त्याचबरोबर या विषयातील माझे कुतूहल पाहून ती मला हवी ती माहिती पुरवून

उत्तेजनही देई. माझी आई नेमके काय करत आहे, हे मला त्या वेळी समजत नसे. ज्या भाषेत कोणीही बोलत नाही अशा अगम्य भाषेत ती मंत्र पुटपुटत असे. त्या वेळी आमच्या भोवतालचे जग ती विसरून जाई. या जगात लहान मुले भुकेपोटी एक वाटीभर रश्शासाठी हट्ट करीत असत. वसाहतवादी सत्तेचे पोलीस आपल्या पोलादी मुठीने जनतेवर क्रूरपणे प्रहार करीत असत. सर्वत्र दारिद्र्य, दुःख, गळचेपी यांचा धुमाकूळ असे. अशा जगात, अशा वातावरणातही माझी आई देवाची उपासना करीत असे, भक्ती करीत असे आणि ध्यानधारणाही करीत असे.

काही वर्षांनी मी जेव्हा कॉलेजात जाऊन शिक्षण घेऊ लागलो, तेव्हा ध्यान लावण्याची ही प्राचीन विद्या शिकून घेतली. हेच ध्यान माझी आई अगदी सोप्या रोजच्या धार्मिक विधीने सहज लावू शकायची. दिवसातून दोनदा ती अशी ध्यानधारणा करायची. तिला रोजच्या कष्टमय व धकाधकीच्या जीवनामधून अशा रितीने चार आनंदाचे क्षण मिळायचे. यामुळे तिला जीवनातले कष्ट सहन करणे जमून जाई. जी अमेरिकी माणसे उतावीळ आहेत, ज्यांच्या मनावर सतत जादा ताण येतात त्यांनी आजही अशी ध्यानधारणेची रोजची सवय केली, तर नक्की त्यांचा फायदा होईल.

माझे वडीलही ध्यानधारणा करायचे. अर्थात, स्वतंत्रपणे करायचे. ईश्वराशी एकरूप होण्याची माझ्या आई-वडिलांची जी आराधना चाले, ती मात्र अत्यंत मनापासून व तीव्रतेने चाले; परंतु नेहमीच्या धकाधकीच्या जीवनात हे साध्य करणे अत्यंत कठीण असते, हेही तितकेच खरे. जर आपले घर-दार, संपत्ती, संसार वगैरे ऐहिक गोष्टींचा त्याग करून, थोडक्यात सर्वसंगपरित्याग करून हिमालयात किंवा एखाद्या पवित्र स्थळी जाऊन बसलात, तरच तुम्हाला हवी तशी ध्यानधारणा साध्य करता येईल आणि ही गोष्ट तर अव्यवहार्य आहे, बहुतांशी अशक्य आहे. आहे हे जग न सोडता, या जगापासून दूर न पळता, पण माझ्या भारतीय पूर्वजांसारखा दृढ निश्चय अवलंबिला, तर ही आध्यात्मिक साधना सफल होऊ शकते, असा माझा ठाम विश्वास आहे. अणूच्या अंतरंगात शिरून जो ज्ञानाचा शोध वैज्ञानिक घेऊ पाहतात, त्या प्रयत्नांसारखेच गांधीजींसारखे जे आपल्या श्रद्धा व्यवहारातही उतरवू पाहतात, तसे वागू पाहतात, हे प्रयत्नही तेवढेच महत्त्वाचे आहेत.

हिंदू धर्मामध्ये मी सुरुवातीला महान महाकाव्ये *रामायण* व *महाभारत* एवढ्यापुरताच रस घेत होतो. ही महाकाव्ये *इलियाड* व *ओडेसी* यांसारखीच महान आहेत व अतिप्राचीन आहेत; पण जसजसे आधुनिक विज्ञानाबद्दल मला आकर्षण वाढत गेले, तसतशी या पौराणिक व आध्यात्मिक कथांबद्दलची माझी ओढ व त्या समजावून घेण्याची माझी इच्छा कमी-कमी होत गेली.

प्राचीन संस्कृत भाषेत जे चार वेद व त्यांचे विवरण लिहिलेली उपनिषदे आहेत ते ग्रंथ म्हणजे मानवाने रेखित केलेले आपले पहिले आध्यात्मिक विचार आहेत. उपनिषदांसंबंधी एक विचार तर फारच भावणारा आहे आणि तोही उपनिषदातच असा सांगितला आहे –

> उपनिषदाचे धनुष्य हे हत्यार म्हणून वापरा, त्याला तुमचा बाण लावा, बाणाचे अग्र हा ध्यानधारणेने धारदार करा आणि मग धनुष्याची दोरी ताणा. ज्यावर बाण सोडायचा आहे, त्यावरच आपले लक्ष केंद्रित करा आणि बाण सोडा. मग बघा, जे अविच्छेद्य असे लक्ष्य आहे, त्याचा कसा सहज भेद होतो!

वरील उपदेश घेऊन हिंदू उपासक गेली अनेक शतके ध्यानधारणा करून आपले मन उदात्त अशा जागरूक अवस्थेमध्ये आणून ठेवायचे.

ध्यानधारणेचा असा सराव करणे किंवा तत्सम प्रकारची उपासना करणे, हे फक्त 'गूढ पौर्वात्य' जगासाठीच आहे, असे अजिबात नाही. पाश्चात्त्य जगातही तसे समांतर उल्लेख आढळतात. उदाहरणार्थ, चौदाव्या शतकातील एका ख्रिश्चन साधूने The Cloud of Unknowing या आपल्या ग्रंथात लिहून ठेवले आहे की, आधी नीट काळजीपूर्वक लक्ष द्या आणि नंतर ती क्रिया करा आणि मग बघा तुमच्या आत्म्यामध्ये एक अद्‌भुत गोष्ट घडेल. कारण, जेव्हा योग्य रितीने समजते, पटते तेव्हा नंतर एकदम अचानक एखादी लाट चालून यावी, तशी एक जाणीव कसलीही पूर्वसूचना न देता अचानक होते. ती आपल्याला ईश्वराच्या दिशेने वर नेऊ लागते. पेटणाऱ्या कोळशातील ठिणगी जशी एकदम फटकन वर उडते, तसे ते घडते. अशाच प्रकारचे विचार सेंट जॉन ऑफ क्रॉस याच्या लिखाणात सापडतात. तसेच ते मेस्टर एखार्ट, काबालिस्ट इझाक ल्युरिया आणि सुफी अल-गझली यांच्याही लिखाणात सापडतात. ध्यानधारणा करणे आणि खरीखुरी प्रार्थना करणे, हे केव्हा घडते, तर जेव्हा परमेश्वरात विलीन होण्याची मनापासून इच्छा माणसाला होते तेव्हा.

भगवद्‌गीता हा हिंदूंचा आणखी एक पवित्र व श्रेष्ठ ग्रंथ. त्यात असे म्हटले आहे की, आपले सैरावैरा धावणारे विचार, त्या विचारांबरोबर अनेक घटनांचे विचार, आपल्या महत्त्वाकांक्षा आणि सतत आपले मन व्यापून टाकणाऱ्या कल्पना या साऱ्या गोष्टी एका मूलभूत वास्तवाचे, म्हणजे 'ब्रह्म'चे तुकडे आहेत. गीतेत असे म्हटले आहे की, 'म्हणून ज्ञानाच्या व शहाणपणाच्या तलवारीने तुमच्या अंत:करणात असलेल्या सर्व शंका नष्ट करा. योगक्रियेत स्वत:शी एकनिष्ठ राहा

आणि मग हे योद्ध्या ऊठ.' 'योगक्रियेत' म्हणजे 'ब्रह्म'शी मन जुळणे. आपल्या मनाच्या सर्व मर्यादा ब्रह्म ओलांडून वाहत असते. गीतेत पुन्हा असे म्हटले आहे, ''ब्रह्म ही एक सर्वोच्च गोष्ट आहे. त्याला सुरुवात नाही. ते अनादी आहे. अनंत आहे.''

ईश्वर हा एकच आहे व तोच सर्वत्र व्यापून राहिलेला आहे, असे उपनिषदांमध्ये नि:संदिग्धपणे म्हटलेले आहे. त्यात असा उल्लेख आहे, 'लोक म्हणतात, ''तुम्ही अमुक एका देवाची उपासना करा.'' किंवा ''तमुक एका देवाची उपासना करा.'' पण हे सर्व देव ब्रह्मानेच निर्माण केलेले आहेत. ब्रह्म म्हणजेच सर्व देव!' ऋग्वेदात सर्व स्तोत्रांचे व मंत्रांचे एक अद्‌भुत सार दिले आहे. ती सर्व स्तोत्रे व मंत्र ही योग्य तऱ्हेने कशी उच्चारावीत, याच्याही सूचना त्यात दिलेल्या आहेत. शिवाय त्यात असेही म्हटले आहे की, ब्रह्माने आपली दृष्टीभ्रम करणारी 'माया' वापरून हे विश्व निर्माण केले. हेच भ्रामक विश्व आपण पाहतो व ते आपल्या अनुभवास येते. 'कर्म' ही एक जरुरीची प्रभावी प्रेरणा आहे, जोर आहे, त्यामुळे माणसे कामे करीत राहतात व सर्व काही घडत राहते, हे व्यवहाराचे चक्र फिरत राहते, हे जग चालत राहते.

(वरील कल्पना पटणे अवघड आहे. निदान पाश्चात्त्य संस्कृतीत वाढलेल्यांना हे पटणे अशक्य आहे; परंतु हीच हिंदू ग्रंथातील कल्पना वापरून जेव्हा MATRIX चित्रपट तयार केला, तेव्हा तो अफाट लोकप्रिय झाला. 'विज्ञान- काल्पनिकतेची कमाल!' म्हणून त्याचे अफाट कौतुक झाले. ज्यांना कोणाला 'मायेमुळे विश्व भासते' हे पटत नसेल, तर त्यांनी हा चित्रपट जरूर पाहावा. याची सीडी/डीव्हीडी बाजारात सहज उपलब्ध आहे.)

वर उल्लेखलेली कल्पना ही वैश्विक प्रभावक्षेत्रे (Universal Fields) या शास्त्रीय कल्पनेपासून वेगळी नाही. ती प्रभावक्षेत्रे कोणती? तर 'विद्युतचुंबकीय क्षेत्र' हे त्यांपैकी एक उदाहरण आहे. या प्रभावक्षेत्राखाली आलेल्या इलेक्ट्रॉनसारख्या उपअणूंच्या झुंडीला स्थैर्य येते. यांच्यामुळेच कोणतीही वस्तू ही ऐहिक म्हणून किंवा Material म्हणून अस्तित्वात येते. एखादी खुर्ची ही खुर्चीच म्हणून का असते, तर खुर्चीचे अणुरेणू हे संबंधित प्रभावक्षेत्राखाली असतात म्हणून अणुरेणू खुर्चीचे रूप धारण करू शकतात; पण मग नक्की खरे काय असते?

'कोणतीही गोष्ट खरी नसते' (Nothing is real) किंवा 'सारा काही भ्रम आहे' (All is illusion) या प्रसिद्ध उक्तींचा मोठ्या प्रमाणात चुकीचा अर्थ लावला गेला आहे का? तुमच्याकडे असलेली गाडी, तुमचा कुत्रा, तुमचे घर, तुमचा जीवनसाथी किंवा हे वास्तवात नाहीत? हे अस्तित्वात नाहीत? तर ते वास्तवात आहेत, अस्तित्वातही आहेत; परंतु एक 'संघटित ऊर्जा' (Organized energy) म्हणून अस्तित्वात आहेत. दुर्गा, काली, राम, कृष्ण, शिव, इत्यादी देवता आणि भारतीय पुराणमंचावरील जी-जी गाजलेली श्रेष्ठ मंडळी आहेत, ते सर्व हे ब्रह्मचे आविष्कार आहेत.

गीतेत असे म्हटले आहे की, निसर्गातील अनेक शक्ती या एकमेकांत विणल्या जाऊन काळाच्या मंचावर आल्याने सर्व घडामोडी घडतात. फक्त जी माणसे स्वार्थाने आत्मवंचित झालेली आहेत, आंधळी झालेली आहेत, त्यांनाच असे वाटते की, आपणच हे सारे घडवून आणतो आहोत; पण त्या शक्तींचे एकमेकांतील संबंध ज्या माणसाला कळतात, त्यालाच या शक्तींनी एकत्र येऊन हे जग कसे निर्माण केले ते समजते.

भारतातील रहस्य हे असे आहे. इथल्या प्रत्येक लहान मुलाच्या मनात हे कोडे असे बालपणी सांगितले जाते. नंतर मोठा झाल्यावर मला कळले की, बालपणी आधुनिक विज्ञानासमोर हेच रहस्य उभे राहिले आहे. मग सरतेशेवटी त्यातून असा निष्कर्ष निघतो की, 'ब्रह्म'सारख्या कोणत्या तरी एकाच शक्तीने सारे व्यापलेले आहे. तिच्या पंखाखाली विश्वातील यच्चयावत गोष्टी येतात.

पण ब्रह्म म्हणजे काय? कोणत्या पदार्थाचे ते बनले आहे? कोणत्या उदात्त रचनेची ती गोष्ट आहे? मी लहान असतानाही अशा प्रश्नांनी बेजार झालो होतो. याची उत्तरे शोधून काढण्याची मी त्या वेळी शपथ घेतली; परंतु मोठे होण्यासाठी खूप काळ माझे अस्तित्व टिकवून धरणे भाग होते.

श्रद्धा राबवताना

शेवटी ते आले! भर मध्यरात्री आले! ब्रिटिश सत्तेचे पोलीस घरात घुसून माझ्या वडिलांचा ठावठिकाणा विचारू लागले. त्यांच्या हातात बंदुका होत्या. बंदुकांना संगिनीची पाती चढवली होती. ती स्वच्छ पाती चकाकत होती आणि त्या संगिनी भारतीय रक्त सांडण्यासाठी उतावीळ झाल्या होत्या. ब्रिटिश वसाहतीच्या राज्याच्या पोलिसांना शेवटी कळले की, आमची छोटीशी व साधीसुधी झोपडी ही तामलुक भागातील क्रांतिकारी चळवळीचे एक छुपे केंद्र बनले आहे. १९३०पासून ही चळवळ सुरू झाली होती व ती १९४२पर्यंत चालली होती. १९४२मध्ये तर गांधीजींच्या 'चले जाव!' चळवळीला कोट्यवधी नागरिकांनी प्रतिसाद दिला होता. ब्रिटिशांनी आता एकदाच व कायमचे हिंदुस्थानातून निघून जावे, असे प्रत्येक भारतीय म्हणू लागला होता.

पोलीस नेहमी माझ्या वडिलांच्या मागे लागलेले असायचे आणि मागोवा घेत ते त्यांच्याजवळ पोहोचलेले असायचे. 'घरी आले आहेत' अशी बातमी लागताच ते वेगाने येऊन आमच्या घरात घुसत आणि वडील नाहीत हे पाहून गोंधळात पडत. पोलीस यायच्या आत माझे वडील डोळ्याचे पाते लवतेन्लवते तोच क्षणार्धात नाहीसे होऊन जात, बंगालच्या धूसर वातावरणात अदृश्य होऊन जात. मी त्या वेळी आठ-नऊ वर्षांचा होतो. माणसाला असे अदृश्य होता येत नाही, हे मला चांगले कळत होते, पण तरीही ते अदृश्य झाल्यासारखे वाटायचे खरे. प्रत्यक्षात त्यांनी अवघा शंभर-दीडशे फुटांवर पळ काढलेला असे. तिथे चक्क उघड्यावर ते लपलेले असायचे. त्यांनी शरीराची अशी स्थिती धारण केलेली असायची की, त्यांचे तिथले अस्तित्व कळून यायचे नाही. त्यांचे हे कौशल्य गोरिला वॉरफेअरसाठी किंवा गनिमीकाव्यासाठी उपयोगी पडणारे होते; परंतु त्याचबरोबर पदार्थविज्ञान आणि गूढवाद या विषयांतही वडिलांच्या या कौशल्यापासून धडा घेण्याजोगे होते. ज्या उत्तराच्या शोधात आहात ते तुमच्यासमोर असूनही तुम्हाला

ते दिसत नाही. त्या उत्तराची जागा तुम्हाला नक्की ठरविता येत नाही. याचे कारण तुम्ही ज्याचा शोध घेत आहात त्याचे एक विशिष्ट रूप आहे, असे धरून चालता. मग तसे रूप नसल्याने ती गोष्ट, ते उत्तर अगदी तुमच्या नजरेसमोर आले, तरी तुम्हाला ते कळत नाही.

त्या रात्री व त्यापूर्वीच्या अनेक रात्री माझे वडील झोपडीत हळूच शिरले होते. जेव्हा सारे खेडे गाढ झोपेत असायचे, तेव्हा ते घरी यायचे. काही दिवसांनी किंवा कित्येक महिन्यांनी ते घरी परतायचे. लपूनछपून राहण्याचे भूमिगत क्रांतिकारकांचे आयुष्य होते त्यांचे. पूर्वी ते शाळामास्तर होते; पण ती नोकरी सोडून त्यांनी गांधीजींच्या स्वातंत्र्य चळवळीत उडी घेतली होती. आम्हाला त्यांचे याबद्दल खूप कौतुक वाटायचे; परंतु त्यामुळे आमचे उत्पन्न बंद झाले होते. रिकाम्या पोटातील भुकेची आग आणि आपल्याला सोडून दिल्यामुळे माझ्यातील संताप उफाळून यायचा आणि तरीही ते जेव्हा चोरून रात्रीच्या अंधारात घरी यायचे, आईशी व आजीशी कुजबुजत्या आवाजात बातचीत करायचे, तेव्हा मला दुष्काळात पाऊस आल्यासारखे वाटायचे. मी त्या वेळी हात-पाय पोटाशी घेऊन शरीराचे मुटकुळे करून झोपलेलो असायचो. मला ठाऊक असायचे की, आपले वडील फार वेळ घरी थांबणार नाहीत. त्यांच्या अशा धावत्या भेटींची स्मृती माझ्या मनात जळत्या रेषांनी कोरली गेली आहे. त्यांचे भेटीचे क्षण जादूई वाटायचे; परंतु त्याचबरोबर मनात भीतीही उत्पन्न होई. कोणत्याही क्षणी पोलीस आता घरी येणार हे जाणवे.

''कोठे गेला तो हरामखोर?'' सिनियर पोलीस विचारीत होता. त्याच वेळी त्याच्या हाताखालील पोलीस आमची झोपडी धुंडाळत असायचे. भांडीकुंडी उचलत असायचे. ''बऱ्या बोलाने सांगा, नाहीतर तुम्हाला पश्चात्ताप करावा लागेल!'' पोलीस अधिकाऱ्याने दरडावून विचारले. त्याच्या प्रश्नाला आई व आजी यांच्याकडून थंड प्रतिसाद मिळाला. मीही गप्पच राहिलो. मला तरी माझे वडील कुठे गेले आहेत, हे कुठे ठाऊक होते? मग तो अधिकारी म्हणाला, ''आम्ही तुमच्या जेवणाची भांडीकुंडी घेऊन जातो. आता बसा शेतकऱ्यांसारखे केळीच्या पानांवर जेवत. तुम्हाला काय वाटते, गुणाधार भौमिकसारख्या माणसांकडून बलाढ्य ब्रिटिश सत्ता उलथली जाईल?''

मग तो अधिकारी माझ्याकडे आला. त्याने आपल्या हातातील छोटा दंडुका उचलला व मला म्हटले, ''आणि तू, ए झुरळा. तू काय सांगशील आम्हाला, अं?'' मला त्या वेळी वाटलेली भीती अजूनही आठवते आहे. त्याच्या अंगातील वर्दीला घामाचा उग्र वास येत होता. त्याने अंगाला यूडी कोलन चोपडले होते. त्याचाही वास त्यात मिसळला होता. मी उत्तरादाखल 'मला काही माहिती नाही' या अर्थी माझे डोके हलवले. त्याने आपल्या हातातील दंडुका माझ्यावर उगारला.

ते पाहून माझी आजी ओरडून म्हणाली, ''एका पोराला मारता येणार नाही. तुम्हाला रक्तच पाहिजे असेल, तर मला मारा.'' एक प्रकारच्या तहाच्या हेतूने ती बोलली, त्यामुळे त्या पोलीस अधिकाऱ्याने माझ्यावरचा हात आवरता घेतला; पण त्याचा राग मात्र शमला नाही. त्याने आपल्या पंजाच्या मागच्या बाजूने माझ्या तोंडावर जोरात तडाखा मारला. माझ्या नाकातून रक्त वाहू लागले. मी जमिनीवर कोसळलो. माझ्या दृष्टीसमोर अंधार पसरला व तारे चमकू लागले.

माझी आजी माझ्या बाजूला धावली. ती माझ्यापाशी गुडघे टेकून बसली. माझे डोके वर उचलले आणि तिने तिरस्काराने त्या पोलीस अधिकाऱ्याकडे पाहिले. तिची जळजळीत नजर अनेक शब्द व्यक्त करून जात होती. माझी आई हंबरडा फोडून रडू लागली. ती अत्यंत भयभीत झाली होती. तिला असला अनुभव यापूर्वी आला नव्हता. हताश होऊन ती खचून गेली होती. शार्क मासा जसा पाण्यामध्ये रक्ताचा वास घेतो, तसा वास त्या अधिकाऱ्याने माझ्या आईच्या असाहाय्यतेचा घेतला. थरथर कापणाऱ्या आईची हनुवटी त्याने आपल्या दंडुक्याने वर उचलली.

तो तिला म्हणाला, ''जेव्हा तुम्हाला तुमच्या वस्तू परत मिळाव्याशा वाटतील, तेव्हा आम्हाला जे हवे ते नुसते सांगा.'' त्याने आपले डोके हलवीत पुढे म्हटले, ''असला कसला तुझा नवरा, जो आपल्या बायकोला या असल्या नरकात सोडून जातो?'' एवढे बोलून तो निघून गेला. त्याच्या मागोमाग त्याचे इमानी नोकरही जाऊ लागले. आमच्या घरातील महत्त्वाच्या वस्तूंनी त्यांचे हात व खांदे भरून गेले होते. एक जण मागे वळून आम्हाला म्हणाला, ''जर आम्हाला माहिती दिली नाहीत, तर परत यापेक्षा जास्त त्रास तुम्हाला होईल.''

अधिकाऱ्याच्या गणवेशात जे अनेक गुन्हे केले जातात, मग तो गणवेश पोलिसांचा असो, एखाद्या पुजाऱ्याचा असो किंवा एखाद्या तुरुंगातील पहारेकऱ्याचा असो. त्या विशिष्ट वर्दीमुळे, कपड्यांमुळे समोरच्या व्यक्तीला आपण किती दुर्बल आहोत, याची जाणीव होते. हा प्रकार माझ्या मते खूप गंभीर आहे. मी माझ्या आईचे दुःख दूर करू शकत नव्हतो; पण मी त्या वेळी निश्चय केला की, मला प्रबळ करण्यासाठी मी योग्य ती साधने गोळा करेन.

योगायोगाने तशी साधने एका अनपेक्षित स्रोताकडून मला मिळाली. तशी ती साधने विपुल असून, कोणालाही मिळू शकतात. शिवाय त्या साधनात तोफा, बंदुका नाहीत की, राजकीय किंवा आर्थिक बळ नाही; पण हे घडण्याआधी मला आयुष्यातले धडे शिकायचे होते. मी ते धडे शिकलो. त्यासाठी मी माझी आजी शारदा व गांधीजी यांचा ऋणी आहे. तसेच आणखी एका असामान्य स्त्रीचाही मी ऋणी आहे. तिचे नाव आहे, मातंगिणी हाजरा.

तिची भेट आमच्या घरीच झाली. एकदा माझे वडील नेहमीप्रमाणे पोलिसांना चुकवून घरी आले. त्या वेळी मातंगिणी त्यांच्याबरोबर होती. ती एक अत्यंत गरीब व मध्यमवर्गीय विधवा होती. वडिलांनी तिला राजकीय चळवळीत सामील होण्यासाठी १९३२मध्ये उद्युक्त केले होते. माझी तिच्याशी भेट झाली, तेव्हा तिने काही वर्षे चळवळीचे काम केलेले होते. तिचे आजवरचे आयुष्य म्हणजे नितांत श्रद्धा, धैर्य आणि जास्त करून चिकाटीने पिच्छा पुरवत राहण्याचा एक आदर्श नमुना होता. तिच्या वडिलांजवळ हुंडा देण्यासाठी पुरेसे पैसे नव्हते म्हणून तिचे लग्न एका ६० वर्षांच्या माणसाशी लावून देण्यात आले. त्या वेळी तिचे वय अवघे १२ वर्षांचे होते. जेमतेम ६ वर्षांनी म्हणजे तिच्या वयाच्या १८व्या वर्षी तिच्या पतीचे निधन झाले. मग तिच्या सावत्र मुलाने तिला घरातून हाकलून दिले. अशा रितीने १८ वर्षांची एक पोर विधवा झाली आणि बेघरही झाली. अशा भयाण अवस्थेत बंगालमधील फारच थोड्या स्त्रिया जिवंत राहू शकल्या. मग ती एक झोपडी बांधून राहिली आणि साळीपासून तांदूळ करण्याचे काम ती करू लागली. पुढे ती स्वतंत्र राष्ट्राची स्थापना करणारी भारतकन्या होणार होती. त्याचबरोबर आता ती माझ्यासारख्या दरिद्री बंगाली मुलाची मार्गदर्शिका व सल्लागार बनली आणि मैत्रीणही बनली.

गांधीजींचे 'सत्याग्रह' नावाचे जे शस्त्र होते त्याला अनेकदा 'आत्मबल' असे म्हटले जायचे. ते स्वत: सत्याग्रहाबद्दल म्हणायचे की, सत्याचे समर्थन करायचे असेल, तर ते तुमच्या विरोधकाला त्रास देऊन, दु:ख देऊन होत नसते. दुसऱ्या शब्दांत सांगायचे झाल्यास तुमच्या शत्रूने जर तुम्हाला तीव्र दु:ख दिले, तर ते सहन करण्याचा तुम्ही जेव्हा निश्चय कराल, तेव्हा तुमच्या शत्रूला तुमच्यावर कधीच विजय मिळवता येणार नाही. मातंगिणी ही कमालीचा त्रास, यातना, दु:ख सहन करणारी होती. गांधीजींची तत्त्वेही आचारणात आणीत होती. जणूकाही गांधीजींची तत्त्वे तिच्या रूपाने मूर्तिमंत प्रकट झाली होती.

आत्ताच्या अत्याधुनिक जगातील, पाश्चात्त्य जगातील संवेदनशीलतेच्या कल्पना पाहिल्या, तर 'शत्रूने दिलेली पीडा सहन करणे' ही गोष्ट एक प्रकारचे सार्वत्रिक आत्मक्लेश – मॅसोचिझम – आहे, असे म्हटले जाईल. मॅसोचिझम (Masochism) म्हणजे आत्मक्लेशातून हवा तो आनंद मिळवणे; परंतु सत्याग्रहामुळे मोठ्या प्रमाणात सार्वत्रिक सरकारविरुद्ध अवज्ञा करण्यास चालना मिळायची. त्यामुळेच ब्रिटिश राज्याची फिरणारी चक्रे शेवटी थांबली. ही एक मोठ्या हुशारीने केलेली राजकीय चाल होती, खेळी होती. त्याबद्दल काही आश्चर्य वाटायला नको. असाच अप्रत्यक्ष विरोध आणि स्वेच्छेने केलेल्या त्यागामुळेच रोमन साम्राज्य कोसळायला मदत झाली. गांधीजी म्हणत, "आपल्या सोशिकपणामुळे आणि सहानुभूती दर्शविल्यामुळे शत्रूला चुका करण्यापासून आपण परावृत्त केले पाहिजे."

परंतु सोशिकपणा व सहानुभूती हे दोन गुणधर्म मातंगिणी व माझे वडील यांनी जसे अंगात बाणले, तसे ते आपल्याला धारण करता येणे कठीण आहे. ''ब्रिटिश राज्यात एक शाप आहे.'' असे गांधीजी म्हणत. त्या सत्तेच्या जोखडातून मुक्त होण्यासाठी माझे वडील, मातंगिणी आणि अन्य स्वातंत्र्य सैनिक यांनी त्यासाठी गांधीजींना मनापासून साथ दिली. गांधीजी म्हणत, ''या ब्रिटिश सत्तेने आमच्या संस्कृतीच्या पायाला सुरुंग लावला आहे. त्यांनी आम्हाला राजकीयदृष्ट्या वेठबिगार करून टाकले आहे.'' या दडपशाहीवर मात करण्यासाठी शांतपणे सहन करीत आपले उद्दिष्ट गाठण्याचे काम करणे व स्वत:ला अधिकाधिक शिक्षित करीत नेणे हाच उपाय असतो; परंतु हे सारे प्रत्यक्षात उतरवणे अत्यंत कठीण असते, हेही तितकेच खरे.

नेताजी सुभाषचंद्र बोस यांनी जो जहाल राष्ट्रवादाचा मार्ग पत्करला आणि हिंसक क्रांतीच्या मार्गाचे समर्थन केले, जनता अशा मार्गाकडे झुकणे अगदी स्वाभाविक होते. स्वातंत्र्य चळवळीच्या नेतृत्वाला नेताजी हे गांधीजींचे प्रमुख स्पर्धक होते; परंतु गांधीजींच्या सहवासात जे-जे कोणी येई त्यांच्यात क्रांतीचा दिवा आपोआप पेटू लागे आणि गांधीजींच्या मार्गावरील उत्साहाचा संगिनीकडून कधीही भेद केला जाऊ शकत नसे. गांधीजींचे मार्ग व पद्धती या शस्त्रांना अभेद्य होत्या. ते भाषणात नेहमी उदाहरणे देऊन आपला मुद्दा पटवून द्यायचे. त्यांचे नेतृत्व हे नेहमी अग्रभागी असे, त्यामुळे अमेरिकेचा परराष्ट्रमंत्री जॉर्ज मार्शल याने गांधीजींबद्दल असे उद्‌गार काढले आहेत की, ते अखिल मानवजातीच्या विवेकबुद्धीचे प्रवक्ते आहेत, तर गांधीजींचे अनुयायी त्यांना 'महात्मा' म्हणत. महात्मा म्हणजे महान आत्मा! मी जेव्हा गांधीजींची शिष्या मातंगिणी हाजरा हिला भेटलो, तेव्हा तिचा आत्माही असाच महान झाला होता, विशाल झाला होता.

मातंगिणीची गांधीजींवर अपार भक्ती होती, निष्ठा होती. ती इतकी गांधीमय होऊन गेली होती की, आमच्या खेड्यात तिला 'गांधी बुरी' (गांधी बुढ्ढी) म्हणत. मातंगिणीकडून मला गांधीजींबद्दल, त्यांच्या संदेशाबद्दल प्रथमच कळले. त्यामुळे माझ्यात उत्साह निर्माण झाला. तिच्या साहाय्याने व माझ्या सुदैवाने मी गांधीजींना नंतर भेटलो. मातंगिणीच्या जीवनकथेमुळे आणि तिच्या आदर्शवादामुळे मला धैर्य येत गेले. तिचा आदर्शवाद हा व्यवहारात राबवण्याजोगा होता किंवा तो एक 'व्यवहारवादी आदर्शवाद' होता, असे म्हटले तरी चालेल. गांधीजींच्या आश्रमात मी फार थोडा काळ होतो. तेवढ्या काळात मला त्यांच्या कार्याचे ओझरते दर्शन झाले. ज्यावर आपली श्रद्धा आहे, ती व्यवहारात राबविली, तर कदाचित मला आमच्या परिस्थितीतून निसटता येईल. आमच्या जागेत सर्वत्र प्राथमिक गरजांसाठी धडपड चाललेली असायची, औदासीन्य पसरलेले होते, कोणाचीही सहानुभूती

नसे. सर्वांच्या चेहऱ्यावर तेच ते दारिद्र्याला शरण गेल्याचे करुण भाव असायचे. आमच्या खेड्यात सर्वत्र असलेले हे वातावरण एखाद्या विषारी व रोगट धुक्यासारखे पसरलेले असायचे. या असल्या परिस्थितीतून मला सुटका हवी होती.

मातांगिणीने सर्वांत महत्त्वाची एक गोष्ट माझ्या बाबतीत केली, ती म्हणजे तिने मला चिकाटीचा, जिद्दीचा गुण शिकवला. ती नेहमी म्हणायची, ''कधीही प्रयत्न थांबवू नकोस.'' मी तिचे हे वाक्य एखाद्या मंत्रासारखे आठवायचो व म्हणायचो. ती सांगायची, ''संघर्ष केल्याखेरीज काहीही घडत नाही.'' मला आता तो संघर्ष नीट कळला आहे. आपल्या मनातही संघर्ष असतो. भीषण, चिरडून टाकणाऱ्या व अन्यायी परिस्थितीविरुद्ध संघर्ष केल्याखेरीज काहीही चांगले घडत नाही. मातंगिणी शिकलेली नव्हती. तिला याचे खूप वैषम्य वाटायचे. तिने मला अभ्यास करण्यासाठी उत्तेजन दिले. त्या वयात 'हा पोरगा इतरांपेक्षा काही वेगळाच आहे' हे तिने हेरले होते. कधी-कधी तर ती हे वाक्य आमच्या घरात सर्वांसमोर बोलून दाखवायची.

सर्वांत मोठे दुष्कृत्य कोणते असेल, तर समोरच्या व्यक्तीला तिच्या दुर्बलतेची जाणीव करून द्यायची. आपण एवढे बलवान आहोत की, आपल्यापुढे ती व्यक्ती अगदीच दुर्बल आहे, शक्तिहीन आहे, क्षुद्र आहे, हे त्या व्यक्तीला जाणवून द्यायचे. त्या उलट, दुसऱ्याला तो मुळात किती मोठा आहे, महान आहे, त्याच्यामध्ये किती सुप्त गुण वसत आहेत, हे त्याला पटवून देणे, हे एक सर्वांत मोठे चांगले कृत्य आहे. मग त्या माणसातील विश्वास चेतवून त्याची शक्ती जागृत करायची. काहीच नाहीतर त्याच्यातील शेवटच्या श्वासानेसुद्धा वणवा पेटू शकतो, हे त्याला दाखवून द्यायचे. मातंगिणीने माझ्या बाबतीत नेमके असेच केले. मला ती नेहमी, ''निर्भयपणे जग.'' म्हणून सांगायची. कारण ती स्वतःच निर्भय होती. भीती तिच्यापासून कैक पटीने दूर गेली होती. फार पूर्वीच ती भयमुक्त झाली होती.

बंगाल प्रांत हा वसाहतवादी सत्तेविरुद्ध असलेल्या भावनांचा एक खदखदता ज्वालामुखी बनला होता आणि जवळचे तामलुक गाव तर केव्हाही या भावनेचा भडका उडेल, अशा अवस्थेप्रत येऊन पोहोचले होते. याचे कारण जिथे-जिथे सत्ताधारी व सत्ताहीन यांच्यामधील विषमता पराकोटीला पोहोचते, तिथे असे असंतोषाचे ज्वालामुखी निर्माण होतात व वेळ येताच ते उफाळून वर येतात. जिथे-जिथे इच्छा, आकांक्षा आणि ध्येय यांच्यात दरी निर्माण होते, तिथेच नेहमी आपल्या ध्येयाकडे सर्वांत लांब अशी धाडसी उडी मारून झेप घेतली जाते. 'जे सदाचाराला तहान-भुकेपेक्षा अग्रक्रम देतात, ते भाग्यवान ठरतात व त्यांची इच्छापूर्ती होते.'

एका रणरणत्या दुपारी जिल्ह्याच्या गावी एक स्वतंत्रता मोर्चा निघणार होता. त्याचा शेवट गव्हर्नरच्या राजवाड्यावर करायचे ठरले होते. जेव्हा तो मोर्चा

त्याच्या राजवाड्याच्या दिशेने येऊ लागला, तेव्हा तो गव्हर्नर आपल्या बाल्कनीत उभा राहून मोर्च्याकडे पाहत होता. त्याच्यापर्यंत मोर्चेवाले कधीच पोहोचू शकणार नसल्याने तो अत्यंत बेफिकिरीने उभा होता. त्याला तो मोर्चा न वाटता एखादी पारंपरिक चालीसाठी निघालेली मिरवणूक वाटली. क्रिकेटची मॅच बघावी, तसे तो त्या मोर्च्याकडे कुतूहलाने पाहत होता. गव्हर्नरच्या राहत्या जागेभोवती रायफलधारी शिपाई असल्याने 'आपण सुरक्षित आहोत' या चुकीच्या भावनेमध्ये तो होता, शिवाय राजवाड्याबाहेर रस्त्यावर मोर्चेवाले आणि प्रवेशद्वार यांच्यामध्ये तीन संगीनधारी पहारेकरी उभे होते.

मातंगिणी ही मोर्च्याच्या आघाडीवर होती. तिच्या हातात स्वातंत्र्य-चळवळीचा झेंडा होता. तिने तो उंच धरला होता. शेवटी मोर्चा राजवाड्यासमोर, नेमका गव्हर्नरच्या बाल्कनीसमोर आला. मातंगिणीने तत्काळ संगीनधाऱ्या पहारेकऱ्यांचे कडे भेदले व हातातला झेंडा उंचावून किंचाळत ती म्हणू लागली, 'गो बॅक लाटसाहेब! लाटसाहेब परत जा!' ते पहारेकरी आश्चर्याने स्तंभित झाले होते; पण लवकरच भानावर येऊन त्यांनी मातंगिणीला घेरले व धरले. तिला अटक झाली. तिच्यावर खटला भरला गेला आणि तिला सहा महिन्यांची सक्तमजुरीची शिक्षा झाली. ती जेव्हा शिक्षा भोगून सुटून आली, तेव्हा कृश झाली होती, निस्तेज झालेली होती. तिला तुरुंगात अपुरे अन्न दिले गेले होते; परंतु इतके झाले, तरी सुटून आल्याबरोबर ताबडतोब ती अस्पृश्यांसाठी केल्या जाणाऱ्या समाजकार्यात सामील होऊन कामे करू लागली. मातंगिणी ही एक चळवळीची नैसर्गिक प्रेरणा होती, शक्ती होती. ध्यानधारणा केल्याने जो मूलभूत शक्तिस्रोत सापडतो, तो तिला केव्हाच सापडला असावा. त्या स्रोताची ती किमया होती. मी अजूनही तिथवर पोहोचलो नव्हतो. माझ्या शोधयात्रेचे ते एक ध्येय होते.

अखेर ब्रिटिश राज्याच्या पोलिसांनी माझ्या वडिलांना पकडलेच. गांधीजींच्या सत्याग्रहाच्या चळवळीत सामील झाल्यामुळे त्यांना तुरुंगात टाकण्यात आले. तिथे त्यांचा छळ केला गेला. सत्याग्रहाच्या चळवळीला त्यांनी तुच्छ लेखावे, म्हणून त्यांचा नाना तऱ्हेने छळ केला गेला. मला त्याची कल्पनाही करता येणार नाही, असा तो भयानक छळ होता; पण मी एवढे नक्की सांगू शकतो की, ते घाबरले नाहीत. कारण गांधीजींच्या शिकवणुकीवर त्यांची एवढी जाज्वल्य निष्ठा होती की, त्यामुळे त्यांनी केव्हाच भीतीवर मात केली होती. 'जे सतत चांगल्या गोष्टींचा, सदाचाराचा पाठपुरावा करीत राहतात त्यांच्यावर कृपा होते. मग सारा स्वर्ग त्यांचाच होतो.' ब्रिटिश साम्राज्यावरचा सूर्य अखेर अस्तास जाण्याआधी जे काही थोडे दिवस उरले होते, ते अत्यंत कठीण होते. अशा काळात वडिलांनी स्वेच्छेने आपले हाल होऊ दिले व ते सहन करीत राहिले. हे आज आठवण्याखेरीज

मी काहीही करू शकत नाही. मातंगिणी आणि अगणित कार्यकर्त्यांनी अंगीकारलेल्या राजकीय ध्येयाचा पाठपुरावा असाच हाल सोसून केला.

इथे कदाचित वाचकांना असा प्रश्न पडेल की, विज्ञान व अध्यात्म यांची सांगड घालणाऱ्या या पुस्तकात हिंदुस्थानने स्वातंत्र्य चळवळीच्या काळात किती हाल भोगले, हे सांगायची काय गरज आहे? केवळ या निमित्ताने माझा भूतकाळ सांगण्याची इच्छा नाही किंवा ज्या-ज्या व्यक्तिमत्त्वांनी माझे मन घडवले व त्यामुळे मला शेवटी वैभवाच्या शिखरावर आणून बसवले, अशांचा गौरव या पुस्तकात व्हावा, अशीही माझी इच्छा नाही. कदाचित त्यामागचे कारण मला असे सांगता येईल की, काही काही गोष्टींशी असलेले माणसांचे मानसिक संबंध अतूट असतात. ते संबंध तोडायचा प्रयत्न करणे हे एक अत्यंत कठीण व दु:साध्य काम असते. माणूस आणि निसर्ग, माणूस आणि देव, अशा संबंधांपासून अलग होणे, हे मनाला पटत नाही. एक वेळ वसाहतवादी सत्ताधाऱ्यांच्या जोखडातून राष्ट्राला मुक्त करता येईल; पण निसर्ग, देव यांच्यापासून माणसाला वेगळे होता येत नाही. गांधीजींनी हे ओळखले व आपल्या बुद्धिकौशल्याने त्यांनी राष्ट्रीय स्वातंत्र्याच्या लढ्याशी असेच अतूट संबंध निर्माण केले. त्यासाठी त्यांनी सदाचाराने युक्त अशी जीवनशैली लोकांपुढे ठेवली, त्यामुळे निसर्ग, देव व स्वातंत्र्य यांच्याशी भारतीय माणसाचे नाते अतूट झाले. 'आपल्या इच्छेनुसार जगात बदल व्हावा,' अशा कामासाठी संघर्ष करण्यासाठी त्यांनी माणसांना तयार केले.

एक संकटमय वर्ष

❖

१९४२च्या उन्हाळ्यात गांधीजींनी 'चलेजाव' चळवळ सुरू केली. मग ब्रिटिश सत्तेने त्यांना पकडून पुन्हा तुरुंगात डांबले. त्यावर गांधीजींनी एक वैयक्तिक तीन आठवड्यांचे उपोषण सुरू केले, त्यामुळे ते जवळजवळ मृत्युपंथाला लागले होते.

आता मात्र ब्रिटिश सरकार घाबरले. जर गांधीजींचा या उपोषणात मृत्यू झाला, तर नंतर जो जनक्षोभ उसळेल, तो सरकारला परवडणारा नव्हता. त्यांच्यापुढे दोनच पर्याय होते. एक तर गांधीजींना गुपचूप खलास करणे किंवा त्यांच्यापुढे नाक घाशीत त्यांचे उपोषण थांबवून तुरुंगातून निघून जाण्याची विनंती करणे; परंतु स्वयंशासनाच्या दिशेने पुढचे पाऊल सरकारकडून टाकले जात नाही, तोपर्यंत गांधीजी माघार घेण्यास तयार नव्हते. शेवटी गांधीजींच्या मनाप्रमाणेच झाले.

गांधीजींची स्वातंत्र्याची चळवळ ही ३० वर्षे चालली होती. त्या काळातील त्यांचा तुरुंगवासाचा एकूण काळ २,०८९ दिवसांचा, सुमारे ६ वर्षांचा होता. एवढे दिवस त्यांनी हिंदुस्थानातील तुरुंगात काढले. त्याआधी त्यांनी दक्षिण आफ्रिकेच्या तुरुंगात २४९ दिवस काढले होते. अनेक तुरुंगात दिवस काढलेल्या गांधीजींसाठी जगात असा एकही तुरुंग नव्हता की, तिथे त्यांच्यातील उत्साह, जोम बंदिस्त राहू शकेल. अशी एकही छळयंत्रणा नव्हती की, ज्यामुळे त्यांची इच्छाशक्ती मोडून पडेल.

न्याय मिळविण्यासाठी मातंगिणी ही एवढी आक्रमक बने की, तिच्यापुढे बंगाली वाघ फिके पडतील. चलेजावच्या चळवळीत तिने तामलुक भागात जे कार्य केले, ते अत्यंत रोमहर्षक व निर्णायक स्वरूपाचे होते. चळवळीच्या धामधुमीत असतानाही ती मला विसरली नव्हती. हिवाळ्यातील एका संध्याकाळी ती आमच्या झोपडीत आली. नुकताच पाऊस पडून गेला होता. हवा सर्द आणि स्वच्छ झाली होती. तिने येताना माझ्यासाठी एका थाळीत 'पिठास' ही बंगाली मिठाई स्वत: तयार करून आणली होती. मला ही मिठाई फार आवडत असे, हे तिला ठाऊक

होते. आमच्या झोपडीत मातीच्या जमिनीवर ती माझ्याजवळ बसली आणि मला मिठाईचा एकेक घास भरवू लागली. मी अगदी लहान होतो तेव्हाही ती मला असेच जवळ घेऊन भरवायची. त्या वेळी ती मला गंभीर आवाजात म्हणाली, ''गांधीजी पुन्हा तुरुंगात गेले आहेत.''

मी मिठाईचा घास चावायचा थांबलो व तिच्याकडे पाहत राहिलो. माझ्या डोळ्यांत उतरलेली भीती तिने हेरली. मग तिने आपला हात माझ्या खांद्यावर ठेवला व 'खा बेटा' अशा अर्थाची कृती केली.

ती मला सांगत होती, *''आपण त्याग केल्याखेरीज काहीही घडत नाही आणि कधीकधी तर आपल्याला मृत्यूला सामोरे जावे लागते; पण तरीही आपण आपले प्रयत्न सोडता कामा नयेत. अगदी आपला मृत्यू जरी जवळ आला तरीही!''*

मग तिने मला तोंड भरून आशीर्वाद दिला. परत एकदा तिने मला बजावले की, जोपर्यंत आपली कृती योग्य असते तोपर्यंत आपण कोणालाही किंवा कशालाही घाबरू नये. ती मला सांगत होती, उपदेश करीत होती, काही गोष्टींवर जोर देत बजावत होती; पण तिच्या बोलण्यात, आश्वासनात आणखी काहीतरी होते. ते जे 'काहीतरी' होते, ते मला समजत नव्हते; पण त्याची भीती मात्र वाटत होती. मी हादरलो होतो. त्या रात्री माझे पोट भरलेले असल्याने पोटात शांत वाटत होते; पण कसली अज्ञाताची भीती वाटल्याने माझ्या अंत:करणात रात्रभर घालमेल चाललेली होती.

दुसऱ्या दिवशी मातंगिणीने एका मोर्च्यात भाग घेतला. त्या मोर्च्यात हजारो स्वातंत्र्य सैनिक सामील झाले होते. अखेर तामलुक गावातील सशस्त्र पोलिसांना हा मोर्चा सामोरा गेला. अमेरिकेत सिव्हिल राईट चळवळ अलाबामा राज्यातील सेल्मा येथे झाली. १९६० मध्ये युद्धविरोधी निदर्शने झाली. या दोन्ही चळवळींतील कार्यकर्त्यांना बंदुकींना सामोरे जावे लागले. आपल्या कार्यावरील निष्ठा हीच त्या कार्यकर्त्यांची एकमेव ढाल होती. मातंगिणीही तसेच करत होती. तिने चळवळीचा झेंडा हातात घेतला होता. उजव्या हातात एक शंख घेतला होता. अधूनमधून तो शंख फुंकून ती अहिंसक रणरागिणी आपल्या स्वातंत्र्य सैनिकांना उत्तेजन द्यायची. माझी खात्री आहे की, तिथे जे काही करायचे तिने ठरवले होते ते पक्के निर्धारपूर्वक ठरवले होते. मग तिने पुढे जाऊन मोर्च्याच्या आघाडीवर उभी राहिली व ओरडून म्हणाली, ''वंदे मातरम!'' ती जसजशी पुढे जाऊ लागली, तसतसा मोर्चा तिच्यामागून पुढे सरकू लागला. बंदूकधारी पोलिसांजवळ, अगदी जवळ मोर्चा आला. त्या पोलिसांना आता जे काही करायचे होते, त्याची नक्कीच त्यांना भीती वाटली असली पाहिजे. शिवाय बेभान झालेल्या मोर्च्याचीही त्यांना भीती वाटत असली पाहिजे.

शेवटी ती घटना घडली. नेहमी तसेच होत आलेले आहे. एका घाबरलेल्या व बेचैन झालेल्या पहारेकऱ्याने शेवटी गोळी झाडलीच. मग बाकीचे पोलीसही एकापाठोपाठ गोळ्या झाडू लागले. मातंगिणीच्या दोन्ही बाजूला जे कार्यकर्ते होते, ते एकदम तेथून पळून जाऊ लागले; परंतु मातंगिणी मात्र समोरून येणाऱ्या गोळ्यांना न जुमानता, न कचरता सरळ पुढे जात राहिली. तिचा निर्धार पक्का होता व तिची कृती तशीच खंबीर व निर्धाराला अनुकूल अशी होती.

मातंगिणीच्या डाव्या हातात पहिली गोळी घुसली. त्या हातात धरलेला शंख खाली पडला व खळकन फुटला. काही हरकत नाही. तिने आपल्या दोन्ही हातांनी झेंड्याची काठी आवळून धरली आणि तो उंच धरला. दुसरी गोळी सणाणत आली ती तिच्या पायाच्या दिशेने. एका पायात गोळी घुसल्यावर ती अडखळली व जमिनीवर कोसळली; पण तिने हातातला झेंडा अजिबात सोडला नाही. उठण्याआधी उंच धरलेला झेंडा ती मशालीसारखा हलवू लागली व तोंडाने जोरजोरात ओरडत राहिली, ''वंदे मातरम... वंदे मातरम!''

तिसरी गोळी सणाणत तिच्या दिशेने जेव्हा आली, तेव्हा ती नुकतीच उठून उभी राहिली होती व जाणीवपूर्वक पुढे जाऊ पाहत होती. त्या तिसऱ्या गोळीने तिचा अचूक वेध घेतला. ती गोळी तिच्या कपाळात घुसली व मेंदूत शिरून कवटी फोडून मागच्या बाजूने बाहेर पडली. यानंतर मात्र तिचा प्राण नक्की निघून गेला; परंतु तरीही त्या अवस्थेत ती तीन पावले पुढे गेली. अखेर ती कोसळली. माझ्या प्रिय मातंगिणीने अशा तऱ्हेने जगाचा निरोप घेतला. ती खाली पडल्यावर तिच्याभोवती पोलीस जमले. मरून पडलेल्या प्राण्याभोवती जमलेल्या गिधाडांना जशी 'समोरच्या प्राण्यात अजूनही जिवंतपणा असेल तर?' या शंकेची भीती वाटते, तसे त्या पोलिसांना वाटत होते. त्यांनी तिच्या रक्ताळलेल्या बोटातून झेंडा काढून घेण्याचा प्रयत्न केला; पण आवळून धरलेल्या बोटांची पकड सहजासहजी निसटायला तयार नव्हती. मातंगिणीच्या निर्धारासारखीच ती बोटे पक्की झाली होती. शेवटी त्यांनी जोर लावून तो झेंडा वेडावाकडा करीत तिच्या हातातून काढून घेतला. गोळीबारामुळे झालेल्या धुरातही तो झेंडा तसाच फडफडत राहिला होता आणि मोर्च्यातील लोकांना 'असे हौतात्म्य पत्करा' म्हणून सांगत होता.

बायबलच्या 'ओल्ड टेस्टामेन्ट' (जुना करार) मध्ये म्हटल्याप्रमाणे दोन आठवड्यांनी हिंदुस्थानवर निसर्गाचा राग प्रकट झाला. जणूकाही वसाहतवादाचा शाप धुऊन काढण्यासाठी निसर्गाने बंगालवर एक जीवितहानी करणारे चक्रीवादळ सोडले. बंगालचे दुर्दैव आता परोकाटीला पोहोचले होते. १९४२ मधील ऑक्टोबरच्या मध्यास या चक्रीवादळाने झोडपण्यास सुरुवात केली. आपल्या मार्गात येणारी सारी खेडी वादळाने नांगराने उखडून काढावीत, तशी उखडून उद्ध्वस्त केली.

वर्षभराची एकूण एक पिके नष्ट केली. धान्य पेरून तेच उगवल्यावर खायचे, अशी जी माणसे होती, त्यांचे हाल सुरू झाले. खायला न मिळाल्याने त्यांचे आता भूकबळी पडणार होते.

वादळामुळे मोठमोठे वृक्ष उपटून हवेत भिरकावून दिले गेले. जिथे जिथे वादळ पुढे सरकत गेले, तिथे तिथे घरावर वृक्ष पडण्याचा प्रकार झाला व त्याखाली हजारो माणसे सापडून चिरडून ठार झाली. यानंतर मुसळधार पाऊस सुरू झाला. पावसामुळे सर्वत्र महापूर आले. पुराचे पाणी हळूहळू वाढू लागले, तसतसे आमच्या घरातील सर्व जण छपरावर चढून तेथेच चिकटून बसले. आम्हाला काहीही करता येत नसल्याने आम्ही हताशपणे सभोवती जे घडत होते, ते पाहत बसलो आणि पाणी ओसरण्यासाठी प्रार्थना करीत बसलो.

त्या रात्री आम्ही तिथेच झोपलो. आमच्या खाली अवघ्या एक फुटावर पाणी आले होते. माझी आजी जेव्हा मला पुराणकथा सांगायची, तेव्हा त्यातील राक्षसांची वर्णने ऐकून मला फक्त त्या वेळी भीती वाटायची, पण त्या रात्री मात्र मला खरीखुरी भीती अनुभवायला मिळाली. महिषासुराची गोष्ट ऐकताना जशी भीती वाटे, तशी भीती मी प्रत्यक्षात अनुभवली. महिषासुर जसा डरकाळी फोडायचा, तसे आमच्याभोवती घोंगावणारे पसरलेले पुराचे पाणी डरकाळ्या फोडत होते. मी ती रात्र व तो आवाज कधीही विसरू शकणार नाही. बंगालच्या उपसागरावर उठणाऱ्या पर्वतप्राय लाटा जेव्हा बंगालच्या किनाऱ्याला धडका मारून आत घुसून पसरायच्या, त्या वेळी त्यांच्या मार्गात येणारे सारे काही वाहून जायचे. आमच्या आजूबाजूच्या अनेक शेजाऱ्यांची घरे वाहून गेली होती. अगदी दुर्बल प्राण्यालाही तग धरून राहण्याची जेवढी संधी होती, तेवढीही त्यांना मिळाली नाही.

जरी पुराचे पाणी आमच्या खालून वेगाने वाहत होते, तरीही आमचे साधेसुधे छप्पर तग धरून ठामपणे उभे होते. त्यामुळेच आम्हीही तग धरू शकलो व वाचलो. दुसरा दिवस उजाडला. आकाशात करड्या रंगांचे ढग होते. पुराचे पाणी ओसरले होते. आम्ही खाली उतरून घरात पाहिले, तर तिथे काहीच नव्हते. अन्न नाही, कपडे नाहीत की काहीही नाही. आमच्या शेजारचे घर व त्यात राहणारे शेजारीही नाहीसे झाले होते. आमचे खेडे निर्मनुष्य झाले होते. गेल्या वर्षी कापणी करून जे तांदूळ साठवून ठेवले होते, ते सारे निसर्गाने नष्ट करून टाकले होते. आमच्या साहाय्याला येणारे कोणीही नव्हते. ब्रिटिश सत्ताधाऱ्यांनी हा हाहाकार पाहिला असलाच पाहिजे. राणीच्या साम्राज्याला होणाऱ्या जनतेच्या त्रासातून एक तात्पुरता व दैवी दिलासा यामुळे मिळाला आहे, अशी त्यांची भावना झाली असणार. आता उरलेली, जगली-वाचलेली जनता कधीना कधी तरी मरणार होती. फक्त काही वेळेची ती बाब होती. पुराचे पाणी ओसरले, तरी जे दृश्य दिसत होते

ते डोळे विस्फारणारे एक भीषण सत्य होते. आता शेतीची जमीन तांदळासाठी किंवा कोणत्याही पिकासाठी निरुपयोगी ठरली होती. एके दिवशी मी चालत घरी येत होतो. वाटेत एक फुगलेले झाडाचे खोड पडले होते. मी त्यावरून उडी मारून ते ओलांडले. मग त्याकडे नीट पाहिल्यावर मला खरे काय ते कळले व मी भयाने किंचाळलो. ते एक फुगलेले प्रेत होते. त्या प्रेताचा अर्धा भाग कुत्र्यांनी खाल्लेला होता. आपलेही असेच होईल, असा विचार माझ्या मनात आला. येथे न राहता शहराकडे धाव घेतली, तरच आपण वाचू. इथेच थांबलो, तर कुत्र्याच्या भक्ष्यस्थानी आपण पडणार. शहरात अन्नधान्याचा साठा आहे, असे मी ऐकले होते. ते धान्य आम्हाला का नाकारले जात आहे, हे मला समजेना. वसाहतवादी ब्रिटिश राज्यकर्ते बंगालच्या लोकांविरुद्ध किती दुष्टपणाने वागत होते. त्यांचा तो दुष्टपणा, तो क्रूरपणा एवढ्या वरच्या पातळीवर पोहोचला होता की, कोणत्याही लहान मुलाच्या आकलन शक्तिपलीकडचा तो होता, पण माझ्या कुटुंबावर राज्यसत्तेकडून झालेले भीतीदायक आघात मी सतत पाहत आलो होतो. तरीही सरकारचा तो दुष्टपणा मला कळण्यापलीकडचा होता.

आम्हाला कसलीही सरकारी मदत न मिळण्याचे खरे कारण 'आमची सरकारविरुद्ध असलेली बंडखोरी' हे होते. माझ्या वडिलांसारखीच तामलुक भागातील अनेक माणसे सरकारवर सतत असह्य असे दडपण आणत होती. डोकेदुखी निर्माण करत होती. ब्रिटिश अधिकाऱ्यांच्या मेसमध्ये कसे संवाद झडत असतील, याची मी एवढी तंतोतंत कल्पना करू शकतो की, ते संवाद जणूकाही मला अजूनही ऐकू येतात.

'What's to be done in Midnapur, sir?'

'In Midnapur nature will be permitted to take its course.'

('सर, मिदनापूरमध्ये आपण काय करायचे?'

'मिदनापूरमध्ये निसर्गाला जे हवे ते घडू द्यावे.')

म्हणून सरकारने मिदनापूर भागाकडे मुद्दाम दुर्लक्ष केले. तामलुक याच भागात येत होते. १९४३ चा दुष्काळ हे निसर्गाचे कृत्य नव्हते, तर सरकारने जाणूनबुजून केलेल्या नाकर्तेपणाचे ते फळ होते. अजूनही जर तुम्ही पृथ्वीवर पडलेल्या सर्व दुष्काळांच्या जागा पाहिल्यात, तर तुम्हाला असे कळून येईल की, बहुतेक सर्व दुष्काळ राजकारणातून उद्‌भवलेले होते. उपाशी मरणाऱ्या लहान मुलांच्या खोल गेलेल्या व भकास झालेल्या डोळ्यांची जे राजकारण दखल घेत नाही, तिथे दुष्काळ पडणारच.

चक्रीवादळाच्या झंझावातानंतर एक वर्षांनी *असोसिएटेड प्रेस* या वृत्तसंस्थेने जो एक आढावा घेणारे वृत्त १० डिसेंबर, १९४३ रोजी पाठवले होते, त्यात असे

म्हटले होते की :

> मिदनापूर भागात कालव्यामध्ये अनेक प्रेते तरंगताना दिसली होती. कुत्री व गिधाडे यांची ती प्रेते भक्ष्य ठरली होती. तामलुक गावाभोवतालच्या पाव मैलाच्या त्रिज्येत आम्हाला एका स्त्रीचे प्रेत दिसले. ती नुकतीच मेली होती. एक भला दांडगा कुत्रा तिचे लचके तोडून तिचे मांस खात होता. आम्ही हे सारे आमच्या डोळ्यांनी पाहिले.

खरोखर, जेव्हा अस्मानी संकट पृथ्वीवर कोसळते, तेव्हा माणसांपेक्षा कुत्री वाचण्याची शक्यता जास्त असते.

अशा संकटानंतर रोगराईच्या साथी येतात. जणूकाही त्या संधीची वाट पाहत टपून बसलेल्या असतात. कॉलरा व मलेरिया या रोगांच्या साथी आल्या. दुष्काळ, कॉलरा व मलेरिया यांच्यामुळे त्या वर्षी बंगालमध्ये ३० लाख लोक मरण पावले. कदाचित माझाही त्यात बळी गेला असता व हे सांगायला मी ज़िवंत राहिलो नसतो; परंतु माझ्यावर मनापासून प्रेम करणाऱ्या व व्यवहारात आपली श्रद्धा राबणाऱ्या व्यक्तीमुळे मी जिवंत राहू शकलो.

दुष्काळ पडल्यावर आम्ही फार थोडे अन्न कसेबसे मिळवू शकत होतो. रोज एक वेळ थोडेसे खायचो; पण ते अन्न एवढे तुटपुंजे होते की, काही आठवड्यांत आम्ही सर्व जण मरून जाऊ शकत होतो. बाहेरून अन्न मिळवून त्याचे वाटे केल्यावर प्रत्येकाच्या वाट्याला फारच थोडे अन्न येई. माझी आजी शारदा ही आपल्या वाट्यातील काही भाग मला खायला देई. हे ती अगदी सहजगत्या करे. त्याचे प्रदर्शन करीत नसे. तिचा हा त्याग त्यामुळे घरात कोणालाही समजला नाही. फक्त मलाच तो कळत होता. आता तिच्या अंगात फारसे त्राण उरले नव्हते. अंगातील तुटपुंजी शक्ती वाचवण्यासाठी ती थोडेसे खाल्ल्यावर आपल्या घोंगडीवर पडून राहायची व दाराच्या फटीतून येणाऱ्या प्रकाशाकडे भकास नजरेने पाहत बसायची. मी तिच्या शेजारी गुडघे टेकून बसायचो व तिचे हडकुळे हात पकडायचो. जणूकाही त्या अवस्थेत आम्हा दोघांचे जीवन एक झाले होते.

असेच काही दिवस गेल्यावर शारदा आजीला फारसे खाता येईनासे झाले. लवकरच तिचे शरीर ऱ्हास पावू लागले. तिचे वजन घटत गेले. कातडी आक्रसत गेली. शेवटी तिचा देह म्हणजे एक हाडांचा सापळा बनला. नंतर तिला जागचे हलता येईना. एका कुशीवरून दुसऱ्या कुशीवर वळता येईना. मी तिला पाणी आणून पाजायचो. तिला आता एक शब्दही उच्चारता येईना. मग मी तिचे मन रमविण्यासाठी तिला गोष्टी सांगू लागलो. अर्थातच माझ्या गोष्टी तिच्यासारख्या चांगल्या नसत.

शेवटी तिच्या आयुष्यातील शेवटची रात्र आली. आमचे प्रत्येकाचे जेवण म्हणजे भाकरीचे छोटे तुकडे झाले होते. प्रत्येकाच्या वाट्याला एकेक तुकडा येई. माझ्या आजीने आपल्या वाट्याचा तुकडा मला दिला. माझी बोटे घट्ट पकडली. तिचा शेवट होत होता. मग तिने एक शेवटचे स्मितहास्य केले. तिच्या पापण्या फडफडल्या आणि बंद झाल्या. मी तिच्या शेजारी उकिडवा बसलो होतो व तिने दिलेला लहान तुकडा कुरतडत बसलो होतो. त्या वेळी तिने शांतपणे आपला प्राण सोडला. मातंगिणी जशी हुतात्मा बनली, तशीच माझी आजीही माझ्या मते हुतात्मा बनली. ती आपल्या मृत्यूला शौर्याने सामोरी गेली. शेवटी तिने आपला महान आत्मा भारताला भेट म्हणून दिला, असेच मला वाटते. त्या भयानक यातनामय पर्वातून बाहेर पडल्यावर पहिले काम असे होते की, या दलदलीतून, दारिद्र्याच्या चिखलातून बाहेर पडणे आणि माझ्या उन्नतीच्या दिशेने पावले टाकणे. मला माझ्या शरीराप्रमाणेच माझ्या मनाची व आत्म्याचीही अवस्था उन्नत करायची होती. ही गोष्ट शिक्षणानेच साध्य होणार होती. माझ्यासारख्याला स्वातंत्र्य मिळावे म्हणून ज्यांनी आपल्या आयुष्याचा बळी दिला त्यांच्यासाठी तरी मला स्वतःची उन्नती घडवून आणायची होती. म्हणून मी आमच्या भोवतालच्या गुडघाभर चिखलातून अनवाणी चालत चालत रोज चार मैलांवरील शाळेत जाऊ लागलो. तिथे भिंती नसलेली एक झाडाखालची शाळा भरत असे. मला एकदम हायसे वाटू लागले. मी मनामध्ये मातंगिणीचे शब्द सारखे घोळवित होतो, ''कधीही प्रयत्न सोडू नकोस, शेवटपर्यंत प्रयत्न करीत राहा.''

माझ्यात एक परिवर्तन झाले होते!

स्वप्ने कशाची बनतात?

'AND THERE WAS LIGHT'

बायबलमध्ये विश्वनिर्मितीची हकिकत सांगितली आहे – सुरुवातीला सर्वत्र काळोख होता. मग परमेश्वर म्हणाला, 'Let there be light' (सर्वत्र प्रकाश पडो!) आणि मग लगेच लख्ख प्रकाश निर्माण झाला.

भारतीय संस्कृतीमधून वेद निर्माण झाले, तर मध्य-पूर्व संस्कृतीमधून बायबल निर्माण झाले. या दोन्ही ग्रंथांमध्ये परमेश्वराच्या मनामधून प्रकाश निर्माण झाला, असा उल्लेख आहे. परमेश्वर हा उंच कोठेतरी दूरवर असून, मर्यादित स्वरूपाचा आहे, असे न मानता वरील उल्लेखावरून जर परमेश्वराबद्दल कल्पना केली, तर तो एक सर्वव्यापी शक्तिस्वरूप आहे, असे मानावे लागेल. मग अशा परमेश्वराचे मनही कदाचित विशाल, विश्वव्यापी व सजग असलेली वैश्विक विवेकबुद्धी अशा स्वरूपाचे असणार. प्राचीन ऋषी-मुनी हेच म्हणत होते.

वेदामध्ये विश्वाच्या उत्पत्तीबद्दल खुलासा करताना असे म्हटले आहे की, 'त्या पोकळीमध्ये ब्रह्मदेवाने जो पहिला ध्वनी उच्चारला तो ॐ होता.'

'*तीरा*' (परमेश्वराची इच्छा) या हिब्रू धर्मग्रंथात आणि *गॉस्पेल ऑफ सेंट जॉन* याही धर्मग्रंथात असे म्हटले आहे की, परमेश्वराच्या श्वासामधून एक शब्द उच्चारला गेला. मग जी-जी काही विश्वात निर्मिती होत गेली, त्याला नावे दिली गेली. प्रकाश असो वा ध्वनी असो, दोन्हीही कल्पनांमध्ये कमालीचे साम्य आढळते आणि हे भौतिक आविष्कार एखाद्या मनातून हेतूपूर्वक निर्माण झालेले असणार : एखादी वस्तू, पदार्थ किंवा कोणतेही द्रव्यकण वगैरे अस्तित्वात येण्याआधी त्याबद्दलची कल्पना आधी जन्म घेणार. ख्रिस्तपूर्व चौथ्या शतकात प्लेटो हा तत्त्ववेत्ता शेवटी याच निष्कर्षाला पोहोचला होता. त्याने काढलेला हा निष्कर्ष साक्षात्कारामुळे झाला नव्हता, तर विचार करून आपल्या बुद्धीच्या आधारे तो या निष्कर्षाला पोहोचला होता. त्याच्या विचारांचा प्रभाव हा नंतर ख्रिश्चन तत्त्वज्ञानावर

पडला आणि कदाचित पौर्वात्य श्रद्धापद्धतीवरही पडला असावा.

प्लेटोनंतर दोन हजार वर्षांपेक्षा अधिक काळाने त्याच्या विचारांचे धागे हे अलगद व मृदू रितीने माझ्या मनात घुसले. अनवाणी चालणारा पौगंडावस्थेमधला मी, घर आणि शाळा यांच्या दरम्यानच्या मार्गावरून खूप धिमेपणाने व कष्टाने चालत असायचो. वाटेत अनेकदा थांबून दिवास्वप्ने पाहायचो. ते विचार मी माझ्या मनातील विश्वरचनेच्या कल्पनेत वापरायचो. पोटात सतत पेटलेल्या भुकेच्या आगीपासून सुटका करण्यासाठी व घरी गेल्यावर माझे जे काही तुटपुंजे सामान असेल, ते खरेच राहिलेले असेल काय? या भयप्रद शंकेपोटी मला ते विचार उपयोगात पडायचे. मी शाळेत जे शिक्षण घेण्यासाठी जात होतो, ते दारिद्र्यातून बाहेर पडण्यासाठी, ते विसरण्यासाठी जात होतो. शेवटी शिक्षण घेतल्यामुळे मी माझ्याजवळच्या ज्ञानाचे एका कल्पनेच्या साहाय्याने सोन्यात, उत्कर्षात रूपांतर करू शकलो.

जेव्हा मी हायस्कूलमध्ये माझे नाव घातले, तेव्हा मी आवर्जून विज्ञान व गणित हे विषय घेतले. पाणी दिसल्यावर एखादे बदक जसे नैसर्गिकरित्या त्याकडे धावून त्यात उडी घेते, तसे माझे झाले होते. लोहचुंबकाने लोखंडाला खेचावे तसा गणित व विज्ञान विषयांकडे मी खेचला गेलो. त्या वेळी मला अंत:प्रेरणेने अत्यंत ठामपणे वाटत होते की, कदाचित याच विषयाच्या साहाय्याने माझी भविष्यातील स्वप्ने पूर्ण होतील.

सकाळी उठून शंख फुंकण्याची बंगालमध्ये रीत आहे. त्या शंखध्वनीपासून संध्याकाळी दिवेलागण होईपर्यंत मी सतत अभ्यास करीत राही. लवकरच मी इतर विद्यार्थ्यांना मागे टाकून पुढे गेलो. गणिताच्या शिक्षकाने फळ्यावर एखादे गणित घालण्यासाठी लिहिले की, ते लिहिणे पूर्ण होण्याच्या आत मी ते गणित सोडवलेले असायचे. लवकरच लोक माझ्याबाबतीत म्हणू लागले, "हा भौमिक मुलगा खरोखरीच तीव्र बुद्धीचा आहे." त्यांच्या कौतुकामागे माझी बुद्धी अवघी १० टक्के होती, तर कष्ट ९० टक्के होते. मी माझ्या गणिताच्या शिक्षकांचा एक लाडका विद्यार्थी बनलो होतो. याचा प्रत्यय मला लवकरच आला. त्यांनी मला एकदा प्रेमाने घरी जेवायला बोलावले. आमच्या गावात ते परके असल्याने ते एका ब्राह्मण कुटुंबात पेईंग गेस्ट म्हणून राहत होते. हे असले आमंत्रण म्हणजे लॉस एंजलिस शहराच्या दक्षिण मध्य भागातील गरिबाघरच्या मुलाला बिव्हर्ले हिलवरील आलिशान बंगल्यात बोलावण्यासारखे होते.

मी साहजिकच त्या आमंत्रणामुळे आनंदाने थरारून गेलो. माझे स्थान नक्कीच उंचावले होते; परंतु जेव्हा मी त्यांच्या घरी गेलो, तेव्हा माझा भ्रमनिरास झाला. मी शरमलो. सर्व जणांच्या ताटांपासून माझे ताट सहा फूट दूर ठेवले होते. माझ्या

शिक्षकांनी मला जेवणाचे आमंत्रण दिले होते; परंतु ते त्यांचे स्वत:चे घर नव्हते, तरीही त्यांना माझ्याजवळ बसण्याचे धाडस झाले नाही, कारण त्या काळातील ती एक आचारसंहिता होती. ती अत्यंत पक्की होती. माझ्या जातीपुढे माझ्या तीव्र बुद्धिमत्तेचे काहीही चालले नाही; पण तरीसुद्धा मी माझे जेवणाचे स्थान स्वीकारले आणि कृतज्ञतापूर्वक जेवलो. मला कळून चुकले की, माझ्या शिक्षकाने मला नुसते जेवायला बोलावून एक मोठी सामाजिक जोखीम घेतली होती. त्या घरातील त्यांचे जे मित्र होते, त्यांच्यासमोर माझे प्रदर्शन करायचे होते. जणूकाही हे बघा, एक माकड किती पटापट गणिते सोडवते, याचे प्रदर्शन करण्यासारखा तो प्रकार होता. जेव्हा भोजन संपले, तेव्हा मी शांतपणे उठलो, माझे ताट उचलले व ते मागच्या बाजूला असलेल्या पाण्याच्या जागी स्वच्छ करण्यास नेले. तिथे त्या घरातील नोकर बाकीच्यांची ताटे व वाट्या घासत होते. त्या वेळी मला समजले की, एके दिवशी माझाही अनुकूल काळ उगवेल.

हिंदू धर्मातील जातिव्यवस्था ही अमानवी, हास्यास्पद व अगदीच प्राथमिक अवस्थेत आहे, असे पाश्चात्त्य लोक म्हणतात. त्यांची टीका योग्य आहे; पण त्यांनी आपल्या स्वत:च्या समाजात पाहिले, तर त्यांना तसे दृश्य दिसेल. अजूनही असला वर्णभेदाचा प्रकार कसा काय चालू राहू दिला जातो, हा प्रश्न त्यांना विचारावासा वाटतो. त्यावर कदाचित ते असेही म्हणतील की, मग आफ्रिकन टोळीचा प्रमुख हा आपल्या पदरी गुलाम कसे काय ठेवतो? ही गुलामगिरीची चाल तिथे अजूनही कशी चालू आहे? या सर्व प्रश्नांना कशी व काय उत्तरे देणार? पृथ्वीपेक्षा कनिष्ठ असलेला चंद्र खाली पृथ्वीवर का कोसळत नाही? या प्रश्नाचे उत्तर एकदम कोण देऊ शकेल? कारण ते उत्तर वैज्ञानिक आहे.

आयझॅक न्यूटन या वैज्ञानिकाने आपल्याला शिकवले की, एखाद्या वस्तूला गती दिली की, ती वस्तू तिला विरोध होईपर्यंत सतत पुढे जातच राहते. एकदा एखादी वस्तू ही घट्ट झाली, कठीण झाली की, ती फुटेपर्यंत अथवा फोडेपर्यंत कायम तशीच कठीण राहते. सामाजिक संदर्भात याच नियमाचा आधार घेऊन असे म्हणता येईल की, मोठ्या चळवळीच्या काळात भुकेसारख्या मूलभूत प्रेरणाच या लोकांना, त्यांच्या घट्ट समजुतींना धक्का देऊ शकतात, हलवू शकतात आणि जर या प्रेरणा एखाद्या जबरदस्त कल्पनेला जखडल्या, तरच काय तो सामाजिक बदल घडू शकेल. गांधीजींच्या चळवळीत अशा मूलभूत प्रेरणा व आदर्श यांची एकमेकांशी सांगड घालण्यात आली होती; पण अपेक्षित बदल होण्यास, युगायुगांचे दडपण दूर होण्यास वेळ मात्र लागणार होता.

माझे क्रांतिवादी वडील आदर्शवादाच्या पायावर जातिव्यवस्था मानीत नव्हते; पण त्यांनाही दैनंदिन व्यवहारात याच जातिव्यवस्थेपुढे मान तुकवावी लागली. ते

एक शिक्षक होते आणि त्यांनी गांधीजींच्या हाताखाली काम केले होते व त्यांची शिकवणूक पत्करली होती; पण त्याहीपेक्षा प्रभावी व जबरदस्त असलेल्या जातीच्या पकडीत ते सापडले होते. एकदा एका दलित व्यक्तीने विहिरीतून काढून दिलेले पाणी त्यांनी प्यायले होते. हे आमच्या खेड्यात कळल्यावर आमच्या कुटुंबावर बहिष्कार घालण्यात आला. आम्हाला खेड्यातील कोणत्याही सार्वजनिक समारंभाला बोलाविले जाईनासे झाले. कोणीही आमच्या भेटीला येईना की आम्हाला आपल्या घरी बोलवेना. त्यावर आमच्या शेजाऱ्यांनी आम्हाला सुचवले की, माझ्या वडिलांनी जाहीरपणे लोकांची माफी मागावी आणि पवित्र गंगेत स्नान करावे, म्हणजे त्यांच्यावर लागलेला बट्टा धुतला जाईल; पण माझ्या वडिलांनी याला नकार दिला. ते म्हणत, "माझे काहीही चुकले नसताना माझ्या तथाकथित अपराधाची शिक्षा माझ्या कुटुंबीयांनी का भोगावी?" तेव्हापासून आम्हाला समाजातून बाजूला टाकले गेले. त्या भयंकर दुष्काळात जेव्हा माझी शारदा आजी वारली, तोपर्यंत आमच्यावरचा बहिष्कार चालूच होता. माझ्या वडिलांनी स्थानिक दुष्काळ निवारण एजन्सीकडे जाऊन आपले मन वळवण्याचे कौशल्य वापरून खेड्यासाठी धान्याची मदत आणली. बऱ्याच दिवसांनी पोटभर जेवण हे सत्यात उतरले व गावकरी सुखावले. साहजिकच गावकऱ्यांनी आमच्या कुटुंबावर घातलेले निर्बंध हटवले, बहिष्कार उठवला. गावकऱ्यांच्या सभेत एक वृद्ध म्हणाला, "झाली तेवढी शिक्षा पुरेशी आहे. भौमिकजी, तुम्हाला आम्ही परत समाजात घेतले आहे." भक्कम असलेल्या प्रथेवर शेवटी भुकेच्या शक्तीने मात केली.

तथापि, माझ्या वडिलांच्या कळकळीच्या सांगण्यामुळे किंवा या छोट्याशा सामाजिक विजयामुळे माझ्या जन्मावर पडलेला जातीचा डाग काही पुसला गेला नाही. शाळेत चाललेल्या माझ्या प्रगतीमुळे माझ्याबद्दल हात राखून शेरे मारले जाऊ लागले. उदाहरणार्थ, "बेटा, तू किती हुशार आहेस रे! ब्राह्मण असतास, तर माझ्या बहिणीशी तुझे लग्न लावून दिले असते." जातिव्यवस्थेची मुळे भारतात एवढी घट्ट रुजली आहेत की, आमच्यावरची सामाजिक बंधने उठण्याआधी इथली जमीनच बदलली गेली पाहिजे. ते असो! परंतु मोठ्या स्वप्नांमध्ये तुरुंगाची दारे फोडण्याची शक्ती सामावलेली असते. महात्मा गांधी यांच्या काळात जगण्याचे स्वप्न पाहणे हेच एक स्वप्न ठरत होते. त्यांनी जेवढे काही साध्य केले, ते प्रत्यक्षात पाहिल्यावर लक्षात येते की, जगात सर्व काही शक्य असते.

वर्तमानपत्रात बातम्या झळकल्या की, आता गांधीजींची प्रकृती चिंताजनक झालेली असून ते मरणासन्न आहेत. त्यांचा तो छोटा, कृश व पाच फूट पाच इंच उंचीचा देह तुरुंगातील भव्य आवारात विटांच्या भिंतींच्या पार्श्वभूमीवर आता आणखीनच लहान भासू लागला. एखादे गळून पडलेल्या वाळलेल्या पानासारखे

ते दिसत होते. शरीर आणि आत्मा यांच्या दरम्यान ते थरथरत मागे-पुढे होत होते. त्यांचा आवाज खोल गेला होता. जे अगदी त्यांच्या जवळ असत त्यांनाही कुजबुजल्यासारखा त्यांचा आवाज ऐकू येई. तिबेटमधील हवा जशी विरळ असते, तसा त्यांचा आवाज विरळ भासत होता. अस्पृश्यांना मान वर करून बोलता येत नव्हते. त्यांच्यासाठी त्यांनी उपवास चालू केला होता.

गांधीजींचे एकमेव असे एक वैशिष्ट्य होते. त्यांनी आपली चळवळ नुसतीच हिंदुस्थानवर राज्य करणाऱ्या वसाहतवादी शक्तीविरुद्ध सुरू केली नव्हती, तर ज्या कलुषित मतांमुळे हिंदुस्थानातील लोकांना नकळत बंधनात टाकले जात होते, त्याविरुद्धही त्यांची चळवळ होती. सर्वांच्या सामाईक शत्रूविरुद्ध त्यांची चळवळ ऐन भरात आली असताना त्यांनी आपली निर्भय दृष्टी वळवून आपल्या लोकांकडे व सत्याग्रहाकडे पाहण्याचे एकदम थांबवले. ते म्हणाले, "मला एका गोष्टीचे नेहमी गूढ वाटत आलेले आहे. आपल्या खालच्या पातळीवरील लोकांना त्रास झाला की, बहुतेकांना आपला स्वत:चाच सन्मान झाल्यासारखे वाटते." जे कोणी स्वत:ची प्रतिष्ठा फारशी मानत नसतील किंवा तिला फारशी किंमत देत नसतील, तर त्यातूनच असहिष्णुतेचे तण निर्माण होऊन वाढत जाते. आपल्या तथाकथित प्रतिष्ठेबद्दल आपण जरी हळवे असलो, तरी आपली खरी किंमत आपल्याला ठाऊक असते व त्याबद्दल आपल्याला भीतीही वाटत असते. मग आपली भीती आपण 'दुसऱ्यांवर' लादतो. 'दुसरे' म्हणजे हिंदुस्थानातील सर्वांत खालची जात. गांधीजींची ही अशी मते होती.

गांधी यांचा पंचा आणि त्यांच्या मुद्रेवरील स्वर्गीय प्रसन्नता थोडी बाजूला ठेवली, तर ते एक कमालीचे हुशार राजकीय मुत्सद्दी होते. ते एक यशस्वी वकील होते आणि साउथ आफ्रिकेमध्ये त्यांनी वर्णभेदाविरुद्ध निकराने लढा दिला होता. जोपर्यंत हिंदुस्थानात अंतर्गत कलह, संघर्ष चालू आहेत, तोपर्यंत परकीयांचे राज्य आपल्याला नाहीसे करता येणार नाही, हे त्यांना चांगले ठाऊक होते. चाळीस कोटी लोकसंख्येने मूठभर वसाहतवादी परकीयांची सत्ता आपल्यावर चालू द्यावी, ही केवढी मोठी उपरोधिक बाब आहे, हे त्यांनी पाहिले. आपली चळवळ त्यांनी एवढी विशाल केली की, भारतीय समाजातील सारे स्तर सामावले जावेत. त्यासाठी त्यांनी एक दुहेरी कार्यपद्धत वापरली. आपले स्वत:चे जीवन उपोषणाच्या मार्गाने राष्ट्राला वेळोवेळी देऊ केले. 'माझे प्राण घ्या व मला जे हवे ते द्या,' म्हणजे अशी वस्तुविनिमयाची पद्धत त्यांनी वापरली आणि त्यांनी सामाजिक वस्तुस्थितीची जाणीव जनतेला वेगळ्या पद्धतीने देशभर करून दिली. त्यांनी अस्पृश्यांना 'हरिजन' असे नवे नाव दिले. हरिजन म्हणजे 'देवाचे लोक' आणि त्यात स्वत:लाही समाविष्ट केले. अशा रितीने त्यांनी समाजाच्या परिघाबाहेर

ठेवलेल्या सुमारे पन्नास कोटी अस्पृश्यांना चळवळीच्या मुख्य प्रवाहात सामील करून घेतले. साऱ्या जमावाने पाहिलेले त्यांचे प्राणांतिक उपोषण, हे अत्यंत प्रभावशाली असे जनतेशी संबंध जोडणारे जबरदस्त हत्यार ठरले. अस्पृश्यांना गेली हजारो वर्षे देवळात प्रवेश नाकारला जात होता, तो त्यांनी मिळवून दिला. आपली निष्ठा, श्रद्धा त्यांनी अशा रितीने व्यवहारात राबवून दाखवली की, शेवटी गांधीजी राष्ट्राचा आत्मा बनले.

मी येथे गांधीजींच्या अस्पृश्यतेच्या मुद्द्यावर थोडासा भर देऊन सांगतो आहे. त्यांच्या स्वातंत्र्य चळवळीला वेगळे वळण देणारा मुद्दा आहे, असे समजावून सांगत नाही किंवा तळागाळातील अस्पृश्यांना आपले दास्य व माझ्यासारखे जन्मदारिद्र्यातून सुटकेचा किरण दाखवणारा तो एक मार्ग आहे, म्हणूनही मला ते सांगायचे नाही. मला अशासाठी हे सांगायचे आहे की, गांधीजींनी फक्त दृष्टिकोन बदलून दाखवला. त्यामुळेच दृष्टिकोन बदलल्यावर परमेश्वराच्या अस्तित्वाची विज्ञानयुगातील स्थिती समजून येईल. मार्क ट्वेन या अमेरिकी साहित्यिकाच्या भाषेत सांगायचे झाल्यास "त्याच्या मृत्यूच्या अफवा या फार मोठ्या प्रमाणात अतिरंजित केल्या होत्या."

अनेक माणसे परमेश्वराकडे एक प्रकारची व्यक्ती ते व्यक्तिमत्त्व किंवा तसले काहीतरी स्वरूप मानतात. बायबलच्या काळात ऑलिम्पस पर्वत व सिनाई डोंगर येथून ज्यू, ख्रिश्चन धर्म उगम पावले व तेथून ते सर्वत्र पसरले; पण तेव्हापासून, म्हणजे सुमारे दोन हजार वर्षांपेक्षा अधिक काळात परमेश्वराचे 'मनुष्यरूप' मानल्यामुळे अनेक जण अध्यात्मापासून दूर गेले. सुरुवातीला रोमन लोकांची देवता, देव यांचे पुतळे पाहून ख्रिश्चन लोक 'शत्रूचे खोटे देव' म्हणून त्यांना हिणवीत; परंतु अजूनही कित्येक पाश्चिमात्य लोक परमेश्वराचे ध्यान करताना अथवा मनात त्याला कल्पिताना मनुष्यरूपात पाहतात. अशा वेळी मला वाटते की, गांधीजी जसे अस्पृश्यांना 'हरिजन' म्हणू लागले व त्यामुळे अस्पृश्यांबद्दलची घृणास्पद धार बोथट झाली, तसेच करायला हवे. परमेश्वराला दुसरे एखादे नवीन नाव शोधायला हवे.

माझ्या आयुष्यातील पहिल्या दहा वर्षांत हिंदुस्थानची स्वातंत्र्य चळवळ फोफावत चालली होती. त्या चळवळीने माझ्या आयुष्याला आकार दिला. माझ्या वडिलांच्या घरात नसण्यामुळे भीतीच्या दडपणाखाली मी होतो आणि सतत पोलिसांच्या धमकीच्या छायेखाली वावरत होतो, तसेच मातंगिणीसारख्या व्यक्तींनी माझ्या अंत:करणात आशेचे रोपटे पेरून ठेवले होते. तेव्हा भीती, धमकी व भविष्यकाळाबद्दलची आशा यामुळे मी बराचसा घडलो. माझ्या आयुष्याच्या दुसऱ्या दशकात स्वातंत्र्य चळवळ कळसाला पोहोचली होती. प्रेमभंग म्हणजे काय हेही मला तेव्हाच कळले; परंतु हे सर्व घडताना, भोगताना, आजूबाजूला पाहताना माझ्या मनातील

आध्यात्मिक मनीषांचे निखारे धगधगत राहिले होते. ते कधीही विझले नाहीत. एका व्यक्तीच्या सहवासात आल्यावर त्या निखाऱ्यांच्या धगीने माझ्या मनात वणवा पेटून सर्वत्र पसरत गेला. त्या व्यक्तीने म्हणजे गांधीजींनी माझे जग कायमचे बदलून टाकले. आइन्स्टाइनने त्यांच्याबद्दल फार चांगल्या शब्दांत ते व्यक्त केले आहे. ते म्हणतात, ''अनेक पिढ्या येत राहतील; पण असा हा माणूस खरोखरीच हाडा-मासांच्या देहाचा होता व तो याच भूतलावर वावरत होता, यावर त्यांचा विश्वास कदाचित बसणार नाही.''

नागव्या राजाच्या दरबारात

✤

गांधीजींनी ८ ऑगस्ट, १९४२ रोजी इंग्लिश पद्धतीचे कपडे म्हणजे कोट, शर्ट, सूट, इत्यादी वापरायचे टाकून दिले व ते एक साधा पंचा वापरू लागले. त्यांची ही कृती नम्रतेची द्योतक ठरली. नंतर त्यांनी 'चले जाव' ही घोषणा परकीय सत्तेला हटविण्यासाठी दिली. त्यांचे शब्द विनम्र होते; परंतु त्यामागे खंबीर निर्धार होता आणि त्यांनी नेमकी अनुकूल वेळ साधलेली होती, कारण त्या वेळी इंग्लंड जर्मनीच्या नाझी सत्तेशी युद्ध करण्यात गुंतले होते. गांधीजींना 'अर्धनग्न फकीर' म्हणणाऱ्या विन्स्टन चर्चिलने चिडून म्हटले होते, "ब्रिटिश साम्राज्य विसर्जित करण्यासाठी इंग्लंडच्या राजाने मला मंत्री म्हणून नेमलेले नाही." परंतु गांधीजींच्या चले जाव चळवळीच्या आधी कितीतरी वेळा हिंदुस्थानला अनेक बाबतींत इंग्लंडपुढे शरणागती पत्करावी लागली होती. मला असे ठामपणे वाटते की,

ब्रिटिश सत्तेचा हिंदुस्थानातील पराभव हा लष्करी सामर्थ्याने झाला नसून तो त्याहीपेक्षा अधिक महान असलेल्या शक्तीकडून झाला आणि ती शक्ती म्हणजे गांधीजींची विनंती, नम्र शब्दांत केलेली मागणी! ही विनंती त्यांनी प्रार्थना, वाट पाहण्याची सहनशीलता आणि उपोषण अशा मार्गांनी व्यक्त केली होती. त्यांच्या मागे एक शक्तिशाली स्रोत होता. आपण एवढेच म्हणू की, तो स्रोत त्यांच्याबरोबर होता.

गांधीजींची चळवळ लोकांमध्ये वेगाने पसरली, कारण आता घरोघर चरखे दिसू लागले. चरखा हे एक त्यांच्या चळवळीचे प्रतीक होते. याचा अर्थ लोकांच्या अंत:करणात चळवळीचा विजय झाला होता. त्या चरख्याची रचना स्वत: गांधीजींनी केली होती. ब्रिटिशांच्या सत्ताकाळात हिंदुस्थानातील कापूस सक्तीने इंग्लंडमधील मॅन्चेस्टरला पाठवला जाई. मग त्यापासून तिथल्या गिरण्यांत कपडे तयार करून ते हिंदुस्थानात पाठवून भरमसाट किमतीला भारतीयांना विकले जात. लोकांना स्वावलंबी होऊ दिले नाही की, ते आपोआप गुलामीत अडकतील, हे गांधीजींनी

ओळखले. म्हणून त्यांनी सर्व जनतेला आवाहन केले की, आपले कापड आपणच तयार करू या. त्यासाठी त्यांनी खादीचा प्रचार केला. खादीचे कापड हे विलायती कापडापेक्षा कित्येक पटीने स्वस्त होते. जगप्रसिद्ध 'लाइफ' मासिकाच्या मुखपृष्ठावर जेव्हा गांधीजींचे छायाचित्र झळकले, तेव्हा त्यात गांधीजी फक्त एक पंचा नेसून चरख्यावर सूत कातीत आहेत, असे दृश्य होते. ते छायाचित्र प्रसिद्ध होताच आपल्या आसावर फिरणारी पृथ्वीही क्षणभर थांबली असणार.

चरखा कसा चालवायचा, ते मला मातंगिणी व माझे वडील यांनी शिकवले. तो चालवताना मला प्रथमच सरकारला विरोध करण्यातला आनंद चाखायला मिळाला, थरार अनुभवायला मिळाला. त्याचबरोबर असे करण्यात आपण काहीतरी बेकायदेशीर करीत आहोत, असेही मला पुसटसे वाटत होते. इंग्रजांच्या राज्यात चरखा चालवणे हा एक शिक्षापात्र गुन्हा ठरवला गेला होता. कारण त्यामुळे आम्ही अप्रत्यक्षरित्या ब्रिटिश कापडांवर बहिष्कार घालत होतो; परंतु चरखा चालवण्यामुळे आपण इंग्रजांविरुद्ध एक राजकीय उद्धटपणा करीत आहोत, याचा मला धडा मिळाला होता; परंतु याहीपेक्षा अधिक काही मला चरख्याच्या फिरण्यातून सुचत होते. चरख्याच्या संथ फिरण्यामुळे एक घनाकार पदार्थ गुणगुणाऱ्या ऊर्जेत विलीन पावून दुसऱ्या बाजूकडून एक कच्चा धागा म्हणून उदय पावत होता. सर्व वस्तुमात्र हे एकाच स्रोतापासून, 'ब्रह्म'पासून निर्माण होत आहेत, या माझ्या ढोबळ कल्पनेला दृश्य रूप देण्यासाठी मला चरख्याचा उपयोग होतो आहे, असे दिसले.

त्याहीपलीकडे चरखा चालवणे, हे ध्यानधारणेसाठी उपयोगी पडते आहे, असेही माझ्या लक्षात आले. हीच गोष्ट गांधीजींच्याही नक्की लक्षात आली असावी, कारण त्यांनी एके ठिकाणी म्हटले आहे की, चरख्याचा गुणगुणल्यासारखा आवाज हा तुमच्या आत्म्यावर फुंकर घातल्यासारखा आल्हाददायक वाटेल.

गांधीजींनी प्रायोगिक शिक्षणावर भर दिला होता. अशा शिक्षणामुळे बुद्धीला व मनाला चालना मिळते. म्हणून अशा शिक्षणाची सुरुवात चरखा चालविण्यापासून करावी, असे ते म्हणत. या विषयावर मी य्थे चर्चा करणार नाही; परंतु माझ्यासमोर विज्ञानाचे भले मोठे क्षेत्र खुले होत होते. हिंदुस्थान हा तर चरख्यांचा देश आहे. त्याचबरोबर याच देशात 'शून्य' ही संकल्पना आकडा म्हणून प्रथम राबविण्यात आली. हिंदुस्थान हा एक चक्रांचा देश आहे.

हिंदुस्थानला वसाहतवादाच्या जोखडातून मुक्त करण्यासाठी गांधीजी जेव्हा सत्ताधाऱ्यांना शेवटचा तडाखा हाणीत होते, त्या काळात त्यांचा झंझावाती दौरा तामलुकमध्ये आला होता. तिथे त्यांनी आपला तात्पुरता आश्रम उभा केला होता. खरोखर माझे मोठे भाग्य की, मला त्या आश्रमात प्रवेश मिळून काही काळ तिथे

राहायलाही मिळाले, त्यांच्या तोंडून बाहेर पडणारी अमृतवाणी मला ऐकायला मिळाली आणि काही काळ तरी त्यांची सेवा करायला मिळाली. मी आजवर एक लांबलचक आयुष्य जगत आलेलो आहे. विविध प्रकारचे अनुभव घेत आलो आहे, पण तिथे आश्रमात घडलेले प्रसंग मी सांगणार आहे, जे आजवर माझ्या व्यक्तिमत्त्वाला भिडत आलेले आहेत.

मी त्या वेळी १४ वर्षांचा होतो. माझ्या वडिलांनी आणि मातंगिणीने गांधीजींच्या चळवळीत जे कार्य केले होते, त्यामुळे मला आश्रमात एक स्वयंसेवक म्हणून काम करण्याचा अधिकार स्वाभाविकच दिला गेला होता. एवढेच नव्हे, तर गांधीजी ज्या छोट्या लाकडी मंचावर बसून श्रोत्यांना उपदेश करीत, तिथे मंचाजवळ बसायची मला संधी दिली गेली. दररोज दुपारी गांधीजी या मंचावरून जमलेल्या गर्दीला उद्देशून शांतपणे बोलत असत.

उसळत्या समुद्रासारखी गर्दी त्या वेळी होई. हजारो लोक अत्यंत शांतपणे बसून गांधीजींच्या आगमनाची त्या वेळी वाट पाहत असत. मंचापासून लांब असलेल्या लोकांना गांधीजींचा शब्द ऐकू जाणे शक्य नव्हते; पण निदान त्यांचे ओझरते तरी दर्शन आपल्याला होईल, अशा अपेक्षेने ते थांबून राहत. गांधीजींची मंचावरील लहानशी मूर्ती दिसली, तरी त्यात धन्यता वाटे. गांधीजी जेव्हा बोलत, तेव्हा ते अत्यंत नम्रपणे बोलत. किंचितच मोठ्या आवाजात बोलत. ते मायक्रोफोनमध्ये जरी बोलत असले, तरी त्यांच्या मंद आवाजात बोलण्यामुळे सर्व जण अगदी नीट कान देऊन लक्षपूर्वक ऐकू लागत. जणूकाही ते आपल्याला उद्देशूनच बोलत आहेत, अशी ऐकणाऱ्याची भावना होई. मग त्यांचे शब्द आपोआपच मोलाचे वाटू लागत. ते आपल्या बोलण्यातील विधाने ही वर्तमानकाळात करीत. आपले भूतकाळात मिळवलेले विजय, यश यांच्याबद्दल ते चकार शब्दही काढीत नसत किंवा आपल्या शोकांतिका सांगून त्याबद्दल हळहळही ते कधी व्यक्त करीत नसत. जो भविष्यकाळ अजून यायचा आहे, त्याबद्दलही ते फारसे बोलत नसत.

त्यांचे डोळे शांत भाव दर्शविणारे होते. त्यांच्या थकलेल्या चेहऱ्यावर ते नेहमी न कंटाळता आपल्या मनातील विचारसौंदर्य प्रकट करीत. त्यांचे कपाळ उंच होते आणि कान प्रमाणापेक्षा मोठे होते. त्यांचा वरचा ओठ म्हणजे चित्रकाराने बारीक ब्रशने काढलेली नुसती एक रेघ वाटावी, असा होता. जेव्हा ते स्मितहास्य करीत आणि असे हास्य नेहमीच ते करीत, तेव्हा त्यांच्या तोंडात दात नसल्यामुळे हिरड्या दिसत. ते कवळी वापरीत; परंतु फक्त खाण्याच्या वेळीच ते वापरीत. (एकदा त्यांनी आपल्या तोंडातील कवळी काढून सर्वांसमोर ती धुतली. मी ते दृश्य पाहिले. मला आठवते आहे की, त्या वेळी त्यांचे हात कमालीचे स्थिर होते.) त्यांनी नेसलेला पंचा हा फक्त त्यांचे एक पंचमांश अंग झाकून ठेवी.

बाकीचे त्यांचे अंग उघडेच असायचे. स्वत:च्या शरीराची फारशी काळजी घेणारे ते नव्हते. असा माणूस मी तोपर्यंत कधीच पाहिला नव्हता. स्वत:विषयी कसलाच पोकळ गर्व, अभिमान, बडेजाव ते मानत नसल्याने त्यांच्या चेहऱ्यावर बुद्धिमत्तेचे व विचारांचे तेज सहज उमटे.

एके काळी गांधीजी शर्ट, पॅन्ट व पॅन्टला आधार म्हणून खांद्यापासून पॅन्टपर्यंत जाणारे बंद (सस्पेन्डर्स) वापरायचे. तसले कपडे हिंदुस्थानात कालबाह्य झाले होते. त्यांच्या तोंडून गीतेवरील भाष्य ऐकताना जो काही विनम्र भाव व तेज प्रकटे ते केवळ अतुलनीय होते. पहिल्या शतकात पॅलेस्टाईनमधील त्या पवित्र डोंगरावर गेलेल्या एखाद्या चौदा-पंधरा वर्षांच्या मुलाने खुद्द येशू ख्रिस्ताचे प्रवचन ऐकताना जे भाव त्या मुलाच्या चेहऱ्यावर प्रकट होतील, तसे भाव त्यांच्या चेहऱ्यावर दिसत.

सूर्यास्त होऊन जाई. सर्व कार्यकर्ते व स्वयंसेवक आपापल्या साध्या राहुटीत परतत किंवा काही जण जवळच्या खेड्यातील झोपड्यांत जात. नंतर आश्रमाचा परिसर हा प्रकाशाने उजळून निघे. धुके किंवा धूर असेल, तर वावरणाऱ्यांच्या हातातील पेटलेले टॉर्च हे ताऱ्यांसारखे चमकू लागत. अशा वेळी आकाशात एकेक चांदणी उगवत आपली हजेरी लावत राही. सूर्यास्ताच्या वेळचा पडदा हळूच बाजूला सरकलेला असे. आश्रमात असताना माझ्या मनाला जी शांतता लाभली, तशी माझ्या वडिलांच्या घरी कधी लाभली नाही. याचे कारण मला इथे सुरक्षित वाटत होते. नुसते एका महात्म्याच्या सहवासात असल्यामुळे नव्हे, तर माझ्या मनातील एक कल्पना व्यक्त होत असल्याने, तिचा आविष्कार होत असल्याने माझ्या मनाला सुरक्षित वाटू लागले होते.

रात्रीच्या भोजनाची वेळ ही माझ्या दृष्टीने खास होती. कारण त्या वेळी आम्ही सर्व स्वयंसेवक एकत्र येऊन गांधीजींना प्रश्न विचारीत असू, शंका विचारीत असू. त्या वेळी त्यांचे साधेसुधे भोजन चालू असायचे. त्या भोजनात फक्त मनुका, बेदाणे असायचे. कधी कधी खजूर, लिंबाच्या फोडी, संत्री, शेंगदाणे व ऑलिव्हचे तेल असायचे. याबरोबरच शेळीचे दूध हे प्रमुख अन्न असायचे. त्यांनी त्या वेळी एकदा आम्हाला सांगितले, ‘‘तुम्ही १२५ वर्षांचे वय न गाठण्यास काहीही कारण नाही. दीर्घायुष्याचे घटक हे मन निर्विकार करण्याचा सराव, नि:स्वार्थी बुद्धीने केलेली दुसऱ्याला मदत, कातडीवर चिखलाचा लेप लावण्याचा उपचार, भरपूर झोप, अधूनमधून केलेले शरीराचे अंतर्गत शुद्धिकरण हे आहेत. त्याचबरोबर कधीही अल्कोहोल न पिणे, कोणतेही उत्तेजक द्रव्याचे सेवन न करणे आणि औषधे न घेणे हे महत्त्वाचे आहे.’’ औषधी पाण्यांचे झरे जगात जिथेजिथे आहेत तिथेतिथे आरोग्यधाम उघडलेली आहेत. गांधीजींच्या विचारानुसार जो आहार व जे

आरोग्यदायी उपचार आहेत, तेच स्वीकारून तिथे राबवले जातात. तिथल्या आरोग्यधामातील कार्यक्रमात व्यायामाला अत्यंत महत्त्व दिले गेलेले आहे. गांधीजींच्या मते, माणसाने रोज ५० मैल तरी चालले पाहिजे. याखेरीज सक्तीचे ब्रह्मचर्यपालन आवश्यक आहे.

तामलुकला गांधी आले, तेव्हा ते दीर्घकाळ ब्रह्मचर्याचे पालन करीत होते. त्याबरोबर कडक शाकाहार (म्हणजे अंडेसुद्धा न खाणे), मांस व मद्य याला चुकूनही शिवत नव्हते. त्यांनी आपल्यामधली कामभावना पार निपटून काढली होती. त्यामुळेच त्यांना एक आध्यात्मिक सामर्थ्य प्राप्त झाले असावे, अशी लोकांची कल्पना होती; परंतु त्याआधी त्यांना चार मुलगे झाले होते. त्यांच्या दुसऱ्या मुलाचे नाव माझ्यासारखेच मणीलाल असे होते. तामलुकला गांधीजींबरोबर तोही आला होता. गांधीजींची पत्नी कस्तुरबा हिचे गांधीजींशी त्यांच्या वयाच्या तेराव्या वर्षी लग्न झाले होते. धैर्य व सहनशीलता यांची ती एक मोठी आधारस्तंभ होती, असे म्हटले पाहिजे. गांधीजींचे एक आवडते वाक्य होते. ते असे बोलून दाखवीत, "Paternalism is the root of all inequalities." (गरजेपेक्षा जादा बंधने घातली तर त्यातूनच सारी विषमता उद्‌भवते.) तरीही नवरा-बायको म्हणून त्यांच्यात भांडणे होत, पण त्यांच्या आत्म्यांचे मीलन होताच त्या दोघांना शांती लाभली, त्यांचा विवाह हा ६२ वर्षे टिकला.

गांधीजी आम्हाला सांगायचे, "आपण जो विचार करतो, तसेच आपण बनतो." त्यांच्या अशा विचारसरणीमुळे त्यांनी आपल्या शारीरिक व मानसिक प्रगतीचे टप्पे वेगाने ओलांडले. हा महात्मा आमच्याबरोबर जमिनीवर बसायचा. त्या वेळी मी त्यांची उघडी कातडी जवळून पाहिली. ती अत्यंत गुळगुळीत होती व निरोगी भासत होती. हा त्यांच्या विचारसरणीचा परिणाम होता. जणूकाही त्यांनी आपली अशी वैयक्तिक उत्क्रांती करून घेतली होती. आपल्यालाही अशा रितीने प्रगती करून एक परिपूर्ण आयुष्य मिळवता येईल काय? असे त्या वेळी माझ्या मनात येई. वयाच्या १४ व्या वर्षी हे माझे एक स्वप्न होते. अशी स्वप्ने माणसाला पडत असतातच. माणसाच्या मनाच्या जाणिवेत जे विचार येतात, त्यामुळे एखादी विशिष्ट प्रगती झपाट्याने होऊ शकते. त्याबद्दल आपण पुढे पाहणारच आहोत; परंतु आता मी गांधीजींच्या आठवणी सांगत असल्याने त्यांचा विचार व उपदेश याबद्दल येथे सांगत आहे. या विचारमंथनात त्यांनी देवाबद्दलही आपली मते प्रकट केली होती.

"देव म्हणजे काय आहे?" असा प्रश्न मी त्यांना विचारणे म्हणजे लहान तोंडी मोठा घास घेण्याजोगे होते. (येथे 'देव' म्हणजे ईश्वर, परमेश्वर, जगन्नियंता अशा कोणत्याही शब्दांनी व्यक्त होणारी संकल्पना समजा.) परंतु मी जर हा प्रश्न

विचारला, तर गांधीजी नक्की त्याचे उत्तर देतील याची मला खात्री होती आणि तसेच झाले. जेव्हा ते बोलत, समजावून सांगत, तेव्हा त्यांच्या विचारप्रक्रियेत आम्हालाही सामील करून घेत; परंतु आपले विचार मात्र बदलत नसत किंवा त्यांना किंचितही मुरड घालीत नसत. आपण जे शब्द, जे विचार बोललो त्याचे समोरच्या व्यक्तींच्या हृदयात काय पडसाद उमटतात हे जाणून घेण्यास मात्र ते उत्सुक असत. त्यांनी आम्हाला सांगितले, ''या विश्वात सर्वत्र नियमितता आहे. प्रत्येक गोष्ट ही एका अपरिवर्तनीय कायद्यानुसार नियंत्रित केली जाते. हा कायदा यच्चयावत जीवमात्रांवर चालवला जातो. हा कायदा आंधळा नाही, कारण कोणताही आंधळा कायदा हा मनुष्यमात्रांच्या वागणुकीवर नियंत्रण ठेवू शकत नाही. जो कायदा सर्व जीवमात्रांवर चालतो, तो कायदा म्हणजेच 'परमेश्वर' आहे. आपल्या सभोवताली सारे काही बदलत चालले आहे, असे आपणाला दिसते; परंतु या सर्वांमागे एक 'जागृत जीवनशक्ती' आहे व ती मात्र बदलत नाही. ती अपरिवर्तनीय अशी आहे. त्या जीवनशक्तीमुळेच सर्व आवश्यक गोष्टी नीट एकत्र धरून ठेवल्या जातात, त्यामुळेच उत्पत्ती होते, लय होतो आणि पुन: उत्पत्ती होते. ती भारून टाकणारी जीवनशक्ती म्हणजेसुद्धा देवच आहे. जीवन, सत्य आणि प्रेम म्हणजेही 'देव' असतो.''

मला 'देव' शब्दाचा अर्थ 'ब्रह्म' असा अभिप्रेत होता. मी त्या दृष्टीने प्रश्न विचारला होता. मी थोडासा निषेधाच्या स्वरात म्हणालो होतो, ''परंतु 'देव' हे एक नाव आहे. एखाद्या व्यक्तीचे अथवा वस्तूचे जसे नाव असते, तसे ते आहे. तेव्हा 'देव' म्हणजे एक नियंत्रण करणारा कायदा असा अर्थ कसा आपल्याला करता येईल? 'देव' म्हणजे 'प्रेम' असाही अर्थ होऊ शकणार नाही.''

अशा प्रश्नांना त्यांच्याकडून नेहमीसारखाच प्रतिसाद मिळाला. ते सौम्य हसले व त्यांनी आम्हाला समजावले, ''जेव्हा तुम्ही या प्रश्नाचे उत्तर स्वीकारण्याइतपत प्रगल्भ व्हाल, तेव्हा तुम्हाला ते मिळेल.'' नंतर ते आपल्या नेहमीच्या वैशिष्ट्यपूर्ण नम्रतेने म्हणाले, ''परमेश्वराच्या इच्छेचा मला कधीही साक्षात्कार झाला नाही; पण तो परमेश्वर रोज आपल्यासमोर अवतरतो, प्रकट होतो, पण आपण त्या वेळी डोळे बंद करून घेतो. त्याचा छोटा आवाज कान बंद करून घेतल्याने आपल्याला ऐकू येत नाही. यामुळे आपल्याला तो जाणवत नाही.''

परमेश्वर म्हणजे एक नियम अथवा कायदा किंवा प्रेम किंवा बौद्ध धर्माच्या कल्पनेनुसार एक जड वस्तू नसलेली शक्ती, असे काही खरोखरच आहे का? आणि तरीही एखाद्या प्रिय व्यक्तीचे अस्तित्व जाणवते तसे आपल्या अंत:करणात त्याचे अस्तित्व आपल्याला जाणवते. हा सारा काय प्रकार आहे? पण आता मी या प्रश्नाचे उत्तर देण्याचे धाडस करून बघतो.

तो दैवी कायदा, प्रेम, सत्य वगैरे सर्व गोष्टींमुळे परमेश्वराला जोखता येत नसेल, पण या गोष्टींशी त्याचा निकटचा संबंध असल्यामुळे या गोष्टी म्हणजेच त्याचे सुप्त सामर्थ्य असू शकते. काळ निर्माण होण्याच्या वेळी हे सुप्त सामर्थ्य अस्तित्वात होते आणि आजही ते अंतराळाच्या रचनेशी आधारभूत असल्याने अस्तित्वात आहे.

रात्रीचे जेवण झाल्यावर गांधीजी स्वच्छता करण्यात पुढाकार घ्यायचे. आमच्या आध्यात्मिक शिलेदारांच्या संघटनेत समाजातील सारे स्तर सामावलेले होते. अस्पृश्यांपासून ब्राह्मण जातीपर्यंत सर्व जातीचे कार्यकर्ते, स्वयंसेवक होते आणि अगदी हलक्या कामातसुद्धा यातील प्रत्येकाने सारखीच कामे केली पाहिजेत, यावर गांधीजींचा कटाक्ष असे. हिंदुस्थानातील सामाजिक उतरंड पाहता त्यातील प्रत्येक व्यक्तीला गांधीजींच्या या नवीन स्वरूपाच्या रचनेत सारख्याच उत्साहाने भाग घेता येणे शक्य नव्हते; पण तरीही सर्वांना कठोरतेने सारख्या रितीने त्या हलक्या कामाला जुंपले जाई. एकदा तर एका ब्राह्मण स्वयंसेवकाला कान धरून धुण्याच्या हौदाकडे नेऊन कामाला लावलेले मी पाहिले होते. ते दृश्य पाहून मला व माझ्यासारख्या खालच्या स्तरातील स्वयंसेवकांना अपार आनंद झाला.

गांधीजींच्या आश्रमात कोणतेही काम हे विवादास्पद नसे. गांधीजींच्या नवीन सामाजिक रचनेच्या खुलाशात कोणतेही काम हे नीच कर्म नसे. अगदी गांधीजींच्या संडासाची साफसफाईसुद्धा! माझ्यासारखे जे तरुण स्वयंसेवक होते, त्यांना तर अशी सफाई करायला मिळणे, म्हणजे आपल्याला दिलेला विशेष अधिकार आहे, आपला बहुमान केला गेलेला आहे, असे वाटे. आमच्यातील जे वयाने ज्येष्ठ व आमच्यापेक्षा श्रेष्ठ होते, त्यांची मते व भावना या वेगवेगळ्या होत्या; परंतु गांधीजी मात्र आपल्या विचारसरणीवर झेन तत्त्वज्ञानासारखे अविचल होते, ठाम होते. त्यांच्या म्हणण्यानुसार कोणतेही हलके काम योग्य रितीने लक्षपूर्वक व उत्साहाने केले, तर ते पवित्र ठरू शकते व त्यामुळे माणसामाणसातील भिंती नष्ट होण्यास मदत होते.

आपल्या या मताच्या आग्रहासाठी त्यांनी किती कठोरपणा धारण केला होता त्याबद्दलची एक कथा सांगितली जाते. त्यांनी एकदा खुद्द आपल्या पत्नीला सार्वजनिक संडासाची सफाई करण्यास लावले असता तिने नकार दिला. मग त्यांनी तिला त्याबद्दल शिक्षा म्हणून काही काळ घराबाहेर ठेवले; परंतु जसजशी गांधीजींची चळवळ फोफावत गेली, तसतसे गांधीजींच्या पत्नी कस्तुरबा यांना गांधीजींचे मत पटत गेले.

आम्ही वयात आलेली मुले त्यांच्या त्या तात्पुरत्या आश्रमात बागडत असू. त्या वेळी गांधीजी चरख्यावर सूत काढीत असायचे, भजन करीत असायचे किंवा

चालत असायचे. जगाविषयी खूप माहिती त्यांनी आम्हा मुलांना शिकवली; परंतु फक्त साक्षर झाल्याने व ज्ञान घेतल्यामुळे माणूस शिक्षित होतो असे नव्हे. ''शिक्षणाचा मुख्य हेतू हा माणसातील सर्वोत्तम गुण बाहेर पाडणे हा आहे.'' यावर ते जोर देऊन आम्हाला सांगत. 'आपल्यात जे काही सर्वोत्तम आहे ते व्यक्त करण्यासाठीच आपला जन्म झाला आहे,' असे माझे मत तेव्हापासून झाले आहे. सुधारणा व नूतनीकरण यांच्याबद्दलच्या त्यांच्या कल्पना या वैयक्तिक पातळीवर असो वा सामाजिक पातळीवर असो, त्यांच्या 'सर्वोदय' नावाच्या तत्त्वज्ञानावर आधारित होत्या. त्या तत्त्वज्ञानानुसार खरा बदल किंवा परिवर्तन हे सर्वार्थाने व्हायला हवे. प्रथम ते परिवर्तन आपल्या अंत:करणात झाले पाहिजे व मग ते जगाच्या कानाकोपऱ्यांत पोहोचायला पाहिजे.

''विजय हा आतून, अंत:करणातून मिळवायला हवा.'' हे त्यांचे शब्द मला आठवतात. मी ते शब्द स्वत:लाही लागू केले.

कृष्णविवरातून सुटका

✤

गावातील सर्कस आपला मुक्काम हलवून निघून जाते, तेव्हा एखाद्या लहान मुलाला जसे खिन्न वाटते, तसेच माझे झाले होते. गांधी आणि मंडळी आपला तात्पुरता आश्रम आवरून पुढच्या मुक्कामाला चालली होती. तामलुक सोडून जात होती. मला त्यांच्या मागोमाग जाण्याची तीव्र ऊर्मी निर्माण झाली होती. त्यांच्या आश्रमातील उत्साहाचे व आनंदाचे दिवस अखेर संपुष्टात आले. मी आता परत माझ्या पूर्वीच्या जगात आलो होतो. या जगातील सामाजिक वातावरण आणि माझ्या शाळेतील अपुरा व मर्यादित अभ्यासक्रम यामुळे मी घुसमटून गेलो होतो. मी माझ्या वडिलांना सांगितले की, तामलुक गावातील एखाद्या चांगल्या शाळेत माझे नाव घाला; पण तिथला जेवणाचा व राहण्याचा खर्च कसा काय करायचा? ते सारे आमच्या आवाक्याबाहेरचे होते; परंतु शेवटी कुठे तरी दैवाने हस्तक्षेप करून एक योग जुळवून आणला.

एका दूरच्या शाळेच्या हेडमास्तरच्या वाचनात 'दुष्काळ आणि रोगराईची साथ – दोन भयानक जुळे भाऊ' हा मी लिहिलेला निबंध आला होता. त्यांना तो खूप आवडला होता. मग त्या हेडमास्तरांनी माझी तामलुकमधील जेवणाखाण्याची जबाबदारी उचलली. माझ्या वडिलांच्या एका मित्राने माझी तिथे राहण्याची सोय केली. शारदा व मातंगिणी या दोघींसारख्याच या दोन व्यक्ती माझ्या मदतीला आल्या. माझे अस्तित्व टिकविण्यास त्या कारणीभूत ठरल्या. त्यांचा नैतिक पाठिंबा मला फार मोलाचा वाटतो. माझ्या अस्तित्वाचा प्रश्न सोडा, पण हा नैतिक पाठिंबा व उत्तेजन मला मिळाले नसते, तर काय झाले असते, याची मला कल्पनाच करवत नाही. जे कोणी खास अधिकारांच्या बालेकिल्ल्यात राहतात ते स्वावलंबनाच्या भ्रामक कल्पना रंगवू शकतात; पण जर त्यांनी आपल्या किल्ल्याच्या तटबंदीवरून बाहेरच्या खालच्या रस्त्यावर डोकावून पाहिले, तर त्यांना त्यांच्या कल्पनेतील भ्रामकपणा कळून येईल.

एके काळचा तरुण राजपुत्र सिद्धार्थ याने असेच आपल्या राजवाड्याच्या भिंतीबाहेर डोकावून पाहिले. जीवन-मरणाच्या लढ्यात आपले अस्तित्व टिकवून धरण्यासाठी माणसे किती हालअपेष्टा भोगतात हे पाहिले आणि तो हेलावून गेला. त्याच्यासारखे असे कोणी ओझरते जरी लक्ष दिले आणि त्याचे हृदय दगडाचे बनलेले असेल, तरच तो आपली मान निर्विकारपणे दुसरीकडे वळवेल. माणसांची दु:खे पाहून हेलावलेल्या सिद्धार्थाचा गौतम बुद्ध झाला. आपण अनेक संत व्यक्ती पाहत आलेलो आहोत; पण जे कोणी आपली संपत्ती इतरांसाठी वापरून त्यांना उत्कर्षाच्या जवळ आणू पाहतात, तेच खरे संत आहेत असे म्हटले पाहिजे. तीच माणसे अत्यंत सुखी असतात, यावर माझा विश्वास आहे.

१९४७ मध्ये मी मॅट्रिक झालो. त्या वर्षी ब्रिटिश राज्याने अखेर हिंदुस्थानवरची आपली पकड सोडली. नंतर सहा महिन्यांत गांधीजींचा मृत्यू झाला. त्यांची हत्या त्यांच्याच एका धर्मवेड्या व राष्ट्रवादी हिंदू माणसाने गोळी घालून केली. गांधीजींनी हिंदुस्थानची फाळणी होऊ दिली व पाकिस्तान नावाचे एक नवीन मुस्लीम राष्ट्र निर्माण करून सर्वांचा विश्वासघात केला, अशी त्याची भावना होती. त्या वेळी गांधीजींचे वय ७८ वर्षे होते. स्वातंत्र्यप्राप्तीचे त्यांचे काम झाले होते. त्यानंतर जणूकाही हनुमान झेप (क्वांटम लीप) घ्यावी, तसा आशियातील युरोपीय वसाहतवाद संपुष्टात आला. वसाहतवादामागचे सारे मनसुबे, हेतू धुळीला मिळाले. गांधीजी आपल्या स्वातंत्र्यप्राप्तीच्या कार्याबद्दल म्हणाले, "मी जे काही केले ती अगदीच सामान्य गोष्ट होती." त्यांनी जे काही केले, ती सामान्य गोष्ट नव्हती हे उघडच आहे. त्यांनी एका साम्राज्याला दमवले आणि तेही केवळ आपल्या चांगुलपणाच्या शक्तीवर! माझ्या मनात अजूनही प्रश्न उद्भवतो की, एखादा माणूस त्याला कोणत्याही दैवी शक्तीची मदत नसताना कसे काय आपले ध्येय साध्य करू शकतो?

माझ्या बाबतीत तर माझ्या बाजूला दैव नव्हते की, कोणतीही दैवी शक्ती मदतीला आली नव्हती; परंतु माझे मॅट्रिकच्या परीक्षेतील भरघोस यश, प्रत्येक विषयात भरपूर गुण हे माझ्या मदतीला आले. मला महाविद्यालयीन शिक्षण घेण्यासाठी एक शिष्यवृत्ती मिळाली. त्या आधारे मी कलकत्त्याच्या स्कॉटिश चर्च कॉलेजमध्ये शिकणार होतो. अनवाणी पायी हिंडणाऱ्या खेड्यातील मुलाचे जीवन आता संपले होते. ती वर्षे, तो भयानक कालखंड आता भूतकाळात जमा झाला होता. अंत:करणात अत्यंत सावधगिरी ठेवून काही आशा बाळगत शहरात मी पाऊल टाकले. कलकत्ता शहर मला परकेच होते. जसे, न्यू यॉर्क, लंडन, पॅरिस, तसेच ते कलकत्ता मला परके होते. मी उरात एक तकलादू आशा बाळगली होती. तिला कसलाच पाया नव्हता. माझ्या भोवतालची ऐहिक परिस्थिती अजिबात

बदलली नव्हती. माझ्या खिशात अजूनही पैसे नव्हते. माझ्याजवळ शर्ट-पॅन्टची एक जोडी व एकच चप्पलजोड होता. माझा जो काही खजिना होता, तो माझ्या मनात होता. माझे आतापर्यंत झालेले शिक्षण हाच तो खजिना होता. त्या शिक्षणाच्या खजिन्यामुळे मला आपण जणूकाही एखाद्या दूरच्या राज्याचे वारसदार आहोत, राजपुत्र आहोत अशा ऐटीत मी होतो आणि मग जसे सर्व भावी राजे आपल्या किल्ल्याची स्वप्ने पाहतात, तसेच मी करू लागलो होतो.

ते कॉलेज ख्रिश्चन मिशनरी चालवीत होते. या ठिकाणी माझी प्रथमच पाश्चात्त्य श्रद्धेशी ओळख झाली. गांधीजींच्या झोपडीत येशू ख्रिस्ताचे एक चित्र भिंतीवर लावलेले होते. त्या खाली लिहिलेले होते, He is our peace; परंतु गांधीजींनी असेही त्यापुढे ठामपणे लिहिले होते की, In the world beyond, there are neither Christians, Hindus and Muslims. (या जगापलीकडे कोणीही ख्रिश्चन, हिंदू अथवा मुस्लीम नाहीत.) पण येथे कॉलेजातील माझे सहाध्यायी तसे नव्हते. त्यांचे शालेय शिक्षण माझ्यापेक्षा वेगळे नव्हते. ते विद्यार्थी ख्रिश्चन, हिंदू किंवा मुस्लीम होते. अगदी कट्टरपणे होते. आपापल्या धर्मानुसार वागले, तर परमेश्वराकडे पोहोचण्याचा तोच एकमेव मार्ग आहे, अशी त्यांची समजूत होती.

डॉ. जॉन केलास हे आमचे प्रिन्सिपॉल होते. ते माझ्या चालीरीती, रिवाज यांच्याबद्दल अत्यंत संवेदनशील होते. एकदा तर त्यांनी मला महान भारतीय गुरू स्वामी विवेकानंद (याच कॉलेजातून झालेले पदवीधर) यांचे *पत्राबली* (पत्रसंग्रह) हे पुस्तक भेट म्हणून दिले. त्या पुस्तकात स्वामीजींनी 'आपण सारे त्या ईश्वराचेच एक भाग आहोत,' असे विधान केले होते; पण मी जेव्हा हा विषय माझ्या इन्स्ट्रक्टरकडे काढला व 'ओरिजनल सिन' या ख्रिश्चन तत्त्वज्ञानाशी हे कितपत सुसंगत आहे की विसंगत आहे, हे विचारले; पण त्या चर्चेतून फारसे काहीही निष्पन्न झाले नाही. त्यांची प्रवृत्ती अशी होती की, इथल्या प्राचीन लोकांच्या धर्मश्रद्धा या विरोधी शत्रूच्या असल्यासारख्या होत्या. नवीन लाटेकडून इथल्या जुन्या धर्मश्रद्धा शेवटी पार निपटून काढल्या जाव्यात, अशी त्यांची विचारसरणी होती.

शाळेत असताना माझ्या मनात मी परमेश्वराचा जो शोध घेत होतो, तो शोध इथे कॉलेजातही तसाच चालू राहिला होता. तिथल्या ख्रिश्चनांच्या असल्या मतांमुळे मी स्वत:ला कसेबसे काबूत ठेवले, पण मला त्यांच्या एका धर्मसंदेशाने आकर्षित केले. 'आपण सारे जण देवाची रूपे म्हणून बनवले गेलो आहोत.' आता माझ्या मनात दोन कल्पनांचा संघर्ष निर्माण होऊ लागला. आपण परमेश्वराचा एक भाग आहोत, का आपण त्याच्या प्रतिमा आहोत? यातील खरे काय? हिंदू तत्त्वज्ञानानुसारचे

विधान खरे का ख्रिश्चन तत्त्वज्ञानानुसारचे? माझ्या मनात आध्यात्मिक गोंधळ उडाला. मी जर एक धर्मश्रद्धा पकडली, तर मला दुसऱ्या धर्मश्रद्धेचा त्याग करावा लागणार होता? आणि मग 'मी कोण आहे?' या प्रश्नाचे उत्तर शोधण्यासाठी मी कोणती धर्मनिष्ठा पत्करायची? मी आता परत माझ्या मागासलेल्या खेड्यात जाऊन जगू शकत नव्हतो, शिवाय माझी ओळख, माझे व्यक्तिमत्त्व, माझे विचार, वगैरे बदलू शकत नव्हतो.

तिथल्या स्कॉटिश मिशनऱ्यांचे माझ्यावर जरी उपकार असले, तरी आता मला कळून चुकले की, आध्यात्मिक एकता साधण्याच्या दृष्टीने त्यांचा उपयोग नव्हता, ते कमी पडत होते. जे अनुभवी व विद्वान प्राध्यापक होते, त्यांना वेदकाळातील अध्यात्म व येशूची शिकवण यात कदाचित साम्य दिसले असेल. त्यांच्या मताप्रमाणे एखादे अजाण मूल पापातून जन्माला येऊ शकते, म्हणून ते अपवित्र ठरते; पण ज्या बालकाने अजून कसलेच पाप केले नाही, त्याच्यावर असा ठपका कसा काय ते मारतात, हे मला कळेना. मला ते पटत नव्हते. आश्चर्य म्हणजे त्याच वेळी एक अधिक हुशार मिशनरी स्त्री याबद्दल आपले वेगळे मत व्यक्त करीत होती. तिची परमेश्वरावर प्रगाढ श्रद्धा होती. पुढे ती 'मदर तेरेसा' या नावाने जगप्रसिद्ध झाली. ती म्हणत असे, "परमेश्वराचे खास रूप घेऊन प्रत्येक मूल हे प्रेम करून घेण्यासाठी व प्रेम करण्यासाठी जन्माला येते." मदर तेरेसा ख्रिश्चन मिशनरी असली, तरी ती परमेश्वराचे प्रेम हे प्रत्येक व्यक्तीत पाहत होती. मग ती व्यक्ती ख्रिश्चन, हिंदू किंवा मुस्लीम असली तरीही. निर्विवाद आध्यात्मिक एकता साधणाऱ्या त्या स्त्रीकडे जे कोणी येई त्यांना तिच्या सहवासात असे वाटे की, ही स्त्री आपली जवळची नातेवाईक आहे. ख्रिश्चनेतर व्यक्तींनाही असाच अनुभव येई; परंतु अशा विशाल धार्मिकतेचा पुसटसा विचारही मला त्या मिशनरी कॉलेजात आढळला नाही.

माझ्या मनात गोंधळाचे मळभ भरून आले होते. मला त्याचा भेद करायचा होता. मला तशी तीव्र गरज भासू लागली. त्यासाठी फक्त एकच उपाय होता, तो म्हणजे 'ध्यानधारणा!' ध्यान लावल्यावर सर्वच गोष्टी मला एकत्रित स्वरूपात समजणार होत्या. आकाशात उंचावरून जमिनीकडे पाहिले असता जसे खरे चित्र समजते, तसे मला समजणार होते. भक्तीचे, निष्ठेचे व खऱ्या श्रद्धेचे सर्व मार्ग हे शेवटी एकाच स्थानाकडे येतात, हे मला समजले असते; परंतु असे मनाने देहाबाहेर जाऊन वरून पाहणे हे काही लोकांना पटत नाही. त्यांना वाटते की, हे पाहणे म्हणजे अंतराळातून पाहणे आहे. हा प्रकार एकदम धर्मापेक्षा वेगळा व भलतेच टोक गाठणारा असल्याने तो वैज्ञानिक समजला पाहिजे. धर्माचे विरोधी टोक म्हणजे विज्ञान, अशी त्यांची समजूत झालेली असते.

अल्बर्ट आइन्स्टाइन या शास्त्रज्ञाने आपला सापेक्षवाद 'स्पेशल थियरी ऑफ रिलेटिव्हिटी' या नावाने जगापुढे १९०५मध्ये सादर केला. (पुढे त्याने 'जनरल थियरी ऑफ रिलेटिव्हिटी' हा सापेक्ष वादाचा दुसरा भाग १९१५मध्ये मांडला.) माझ्या त्या वेळच्या म्हणजे १९४५-१९५० या वर्षांपर्यंतही वैज्ञानिक जगाला तोपर्यंत आइन्स्टाइनच्या सिद्धांतामध्ये असलेला महत्त्वाचा व सूचित केलेला खरा अर्थ ठाऊक झाला नव्हता. फक्त अणुस्फोटामुळे आइन्स्टाइनच्या एका सिद्धान्ताला ठणठणीत पुरावा मिळाला. अमेरिकेतील न्यू मेक्सिको राज्यातील आल्मोगोर्दो भागातील ओसाड वाळवंटात अणुस्फोटाचा पहिला यशस्वी प्रयोग झाला. तो स्फोट रॉबर्ट ओपेनहायमर या शास्त्रज्ञाच्या नेतृत्वाखाली करण्यात आला होता. त्या अणुस्फोटाचे महाभीषण रौद्र रूप पाहून ओपेनहायमरला भगवद्गीतेतील एका श्लोकाची आठवण झाली. 'जगाचाही विनाश करणारा मीच तो मृत्यू आहे.' हा त्या श्लोकाचा अर्थ त्याने उच्चारला; परंतु तरीही अद्यापपर्यंत म्हणजे १९५०पर्यंत शास्त्रज्ञ व विज्ञानाचे शिक्षक आइन्स्टाइनला नक्की काय उमजले आहे, यावर चर्चा करीत होते; पण सर्वांना एक वैज्ञानिक सत्य मात्र उमगले होते, ते म्हणजे वस्तुमात्र, पदार्थ किंवा द्रव्यकण आणि अणूंपासून न बनलेले द्रव्य (उदा. ऊर्जा) यांच्यात जो तीव्र भेद होता, तो जाऊन दोन्हींमधील सीमारेषा पुसट झाली, पण नाहीशी झाली नाही. आइन्स्टाइनने त्यासाठी सूत्र शोधून काढले होते.

$E = mc^2$ किंवा ऊर्जा = पदार्थकण x प्रकाशवेग^2

आइन्स्टाइनचा उदय होईपर्यंत वस्तू आणि ऊर्जा वेगवेगळी मानली जात होती, तसेच या दोन्ही गोष्टी कधीही विनाश पावत नाहीत की नव्याने निर्माण होत नाहीत, असेही शास्त्रीय नियम त्या वेळी होते. एखाद्या वस्तूचे अथवा पदार्थाचे दुसऱ्या पदार्थात रूपांतर होईल. बर्फ, पाणी व वाफ यांची रूपांतरे आपल्याला ठाऊक आहेत. तोच प्रकार ऊर्जेच्या बाबतीतही आहे. उष्णतेचे रूपांतर प्रकाशात होऊ शकते; परंतु ऊर्जा नव्याने निर्माण होत नाही की ती नष्ट करता येत नाही. म्हणून वस्तू किंवा पदार्थ हे अक्षय्य आहेत. तशीच ऊर्जाही अक्षय्य आहे, पण या दोन्हींची रूपांतरे होऊ शकतात आणि ती किती पटीत होतात हे आइन्स्टाइनने वर दिलेल्या एका छोट्या गणिती सूत्रात मांडून दाखवले. अणुस्फोटात जी अफाट ऊर्जा बाहेर पडते ती, त्या बॉम्बमधील किरणोत्सर्गी पदार्थाचे रूपांतर ऊर्जेत झाल्यामुळे होते. ही ऊर्जा पदार्थाच्या सुमारे ९० अब्जपट निर्माण झाल्याचे दिसते. आता विज्ञानात नवीन नियम तयार झाला. 'पदार्थाचे ऊर्जेत आणि ऊर्जेचे पदार्थात अशी रूपांतरे परिस्थितीनुरूप होऊ शकतात; परंतु कोणत्याही वेळी पदार्थ आणि ऊर्जा यांची एकंदर बेरीज तीच राहते.' आइन्स्टाइनने असा अपूर्व नियम

गणिताच्या आधारे मांडला.

आइन्स्टाइनच्या शोधामुळे जगातील कोणताही पदार्थकण, वस्तुकण हे ऊर्जेचे बनलेले आहेत, असे म्हणता येते. मला जेव्हा आइन्स्टाइनचे $\mathbf{E = mc^2}$ हे सूत्र कळले, तेव्हा मीसुद्धा चक्रावून गेलो. मानवी देह म्हणजे अमूर्त असलेल्या जाणिवेसारख्या कशाचे तरी दृश्य रूप आहे, असे कसे काय समजायचे?

देकार्तचा युरोपात उदय झाल्यावर त्याने मन आणि पदार्थ वेगळे केले. ही कल्पना पाश्चात्त्य जगात तेव्हापासून चालत आलेली आहे. मला ही कल्पना खूपच लहरीपणे, वाटेल तशी केलेली वाटली. माझ्या मनात चालत आलेल्या कल्पनेशी ती मिळतीजुळती नव्हती. मन आणि वस्तू किंवा जड देह हे कोणत्या शास्त्रीय तत्त्वाच्या आधारे एकमेकांशी जोडता येतील? 'पदार्थ व ऊर्जा हे एकमेकांना समान आहेत.' या आइन्स्टाइनच्या उक्तीवर विचार करता मला असे वाटले की, एखादा पदार्थ हा त्यामध्ये अमूर्त तत्त्व सामावल्यामुळे स्पष्ट व ठणठणीत स्वरूपात येत असावा. मग तत्काळ मला सुचले की, देह आणि मन या दोन्ही गोष्टी एकत्र आल्या तर अशी गोष्ट अस्तित्वात येईल की, त्याला ऐहिक व आध्यात्मिक गुणधर्म असतील.

हे जर खरे असेल, तर प्राचीन काळातील ऋषी-मुनी जे सांगत होते ते खरे आहे, असे समजायला हवे. ते ऋषी माणसांना 'देह धारण केलेले आत्मे' संबोधायचे. 'देहाने धारण केलेले आत्मे' असे म्हणत नव्हते. यावर तुम्ही विचाराल, "दोन्ही शब्दप्रयोगांमध्ये काय फरक आहे? शेवटी साधे उलटपालट केलेले ते शब्दप्रयोग आहेत." परंतु तरीही त्यातील फरक नीट ध्यानात घ्या. तो फरक अत्यंत महत्त्वाचा आहे. जर आध्यात्मिक दृष्टिकोनाला प्राधान्य असेल व ऐहिक दृष्टिकोन दुय्यम असेल तर मग हे विश्व खरोखरीच वेगळ्या प्रकारचे आहे, असे म्हणावे लागेल. शिवाय धर्माने सांगितलेले फरक वेगळेच आहेत.

आइन्स्टाइनने एक साधे दिसणारे समीकरण शोधून काढले, पण त्यामुळे विज्ञानातील एका आध्यात्मिक विचारमार्गावर प्रकाश पडला. मी त्याच मार्गावर प्रथमपासून वाटचाल करीत आलेलो होतो. आइन्स्टाइन म्हणायचा, "विज्ञानावाचून धर्म हा आंधळा असतो, तर धर्मावाचून विज्ञान हे लंगडे असते!"

सुरुवातीला एकच पेशी असते, पण हळूहळू त्यातूनच एक अत्यंत गुंतागुंतीच्या रचनेचा जीव तयार होतो. तसेच, एका कल्पनेपासून संपूर्ण तत्त्वज्ञान विकास पावू शकते. माझ्या विचारांचा दृष्टिकोन आता बदलला होता. माझ्या आयुष्यात घडलेल्या अत्यंत नाट्यमय घटनांमुळे मला आता एक नवीन प्रकारची जाणीव प्राप्त झाली होती. गांधीजी म्हणजे नुसताच एक हाडामांसाचा देह होता व तो देशासाठी यातना सहन करत होता, असे नव्हते, तर त्यांचा आत्मा कायमस्वरूपी शांततेसाठी

तडफडत होता. मातंगिणी ही बंदुकीच्या गोळ्यांच्या वर्षावात मरण पावली. तिच्या आत्म्याला शेवटी एक चिरंतन स्वातंत्र्य प्राप्त झाले. मी जिवंत राहावा म्हणून माझ्या आजीने आपल्या वाट्यातील भाकरीच्या तुकड्यातील शेवटचा घास मला दिला. तिला आध्यात्मिक प्रेमाची दिव्य देणगी मिळालेली होती. शांतता, स्वातंत्र्य आणि प्रेम हे मला तोपर्यंत नीटसे कळले नव्हते; पण या गोष्टी माणसाच्या अंत:करणाला आवश्यक असतात.

माझे कॉलेजातील शिक्षण संपल्यावर कलकत्ता विद्यापीठाच्या 'मास्टर' पदवीसाठी मी प्रवेश घेतला. तिथेच माझे आवडते गुरू व सल्लागार श्री. सत्येंद्रनाथ बोस होते. बोस यांनी संख्याशास्त्रात मोलाचे काम करून आइन्स्टाइनच्या साहाय्याने एक वेगळा सिद्धांत शोधला होता. 'बोस-आइन्स्टाइन थियरी' म्हणून तो प्रसिद्ध आहे. पदार्थवैज्ञानिक व नोबेल पारितोषिक विजेते पॉल डिरॅक या शास्त्रज्ञाने अणूच्या खालच्या पातळीवरचा एक उपअणू ऊर्फ मूलकण शोधला व त्याचे बोस यांच्या स्मरणार्थ 'बोसॉन' असे नामाभिधान केले. मी विद्यापीठात खुशीत अभ्यास करीत होतो.

एक अविस्मरणीय प्रसंग मला आठवतो. पॉल डिरॅक हे कलकत्ता विद्यापीठात 'क्वांटम फिल्ड थिअरी' या विषयावर व्याख्यान देण्यास आले होते. त्यांच्या व्याख्यानातील गणिताचा भाग माझ्या डोक्यावरून गेला; परंतु ते ज्या स्वतंत्र व वैशिष्ट्यपूर्ण उपअणूंबद्दल बोलले, ते मला महत्त्वाचे वाटले. याच उपअणूंनी आपले शरीर बनलेले आहे. अवकाश (Space) आणि काल यांचे मिळून जे एक अखंड वितान (Continuum) आहे, त्यामध्ये हे उपअणू निर्माण होतात, अशी कल्पना त्यांनी त्या वेळी मांडली. आइन्स्टाइनच्या ऊर्जा = द्रव्य x (प्रकाशाची गती)^{२} या समीकरणापेक्षाही मला ही कल्पना अधिक उदात्त वाटली. एखादा उत्साही व तरुण नाविक जेव्हा आतुरतेने पहिल्या जहाज- प्रवासाला निघतो, तेव्हा जहाज सुटण्याच्या वेळी भोंगा वाजल्यावर त्याला जसा आनंद होतो, तसा आनंद मला ते ऐकल्यावर झाला. आता माझ्या आवडीच्या अभ्यासाची दिशा मला सापडली होती. मला त्या दिशेने जायचे होते.

पण माझ्या वडिलांच्या माझ्याबद्दलच्या भावी योजना वेगळ्याच होत्या.

पदवीधर झालो म्हणजे माझे हात आता आकाशाला टेकले, मी सारे काही मिळवले आहे, असे माझ्या वडिलांना वाटले. आमच्या खेड्यात येथवर शैक्षणिक प्रगती करणे, हे केवळ स्वप्नातच शक्य होते. तशी केवळ आशाच करीत बसायचे, त्यामुळे त्यांनी मला परत खेड्यात बोलावले. आपण ज्या शाळेत शिकवत होतो, तिथेच मला मास्तर म्हणून चिकटवून देण्याचे त्यांच्या मनात होते. काही काळ मी त्यांच्या विनंतीला मान दिला; पण मी माझ्या आयुष्याचे जे

भावी चित्र पाहिले होते, ते त्यांच्या कल्पनेतही कधी आले नसते. मी अस्वस्थ झालो. खूप अस्वस्थ झालो. शिवाय जिथे उपाशीपोटी काम करावे लागते, त्या जागी नोकरी करण्यास मी नाराज होतो. माझे एक स्वप्न होते. त्या स्वप्नात एका टेकडीवर माझे स्वत:चे मोठे घर होते आणि मला भाबडेपणे असे वाटत होते की, जर मी माझ्या त्या स्वप्नातल्या बंगल्यात पोहोचलो की, माझ्यासमोर एक निळ्या रंगाचा सुखाचा अथांग सागर पसरलेला असेल. जेव्हा तुम्ही उपाशी असता, खायला अन्न मिळत नाही, तेव्हा अन्न तुम्हाला सर्वांत गरजेचे वाटते. तीच गोष्ट संपत्तीबद्दलही आहे. माझ्याकडे संपत्ती नसल्याने मला तिची अत्यंत आवश्यकता वाटत होती; परंतु हे तत्त्वज्ञान माझ्यासारख्या स्वप्ने पाहणाऱ्या तरुणाला मानवले नसते. मी तशी स्वप्ने पाहत होतो. त्या स्वप्नांचा त्याग करणे मला अत्यंत कठीण वाटत होते. माझे दूरवरचे स्वप्न माझ्या तरुण मनाला भुरळ घालत होते. दूरवर झगमगणारा सुखाचा बालेकिल्ला मला बोलवत होता.

एम.एस्सी. झाल्यावर १९५४मध्ये मला एक चांगली बातमी कळली. तो एक छोटासा काव्यमय न्याय होता. स्वतंत्र झालेल्या भारताच्या सरकारकडून मला एक शिष्यवृत्ती मिळाली होती. पदार्थविज्ञानात संशोधन करून पीएच. डी. पदवी प्राप्त करण्यासाठी ती शिष्यवृत्ती देऊ केली गेली होती. ते संशोधन मला आयआयटी (इंडियन इन्स्टिट्यूट ऑफ टेक्नॉलॉजी, कलकत्ता) येथे करायचे होते. तिथल्या ज्या प्रयोगशाळेत मी काम करणार होतो, त्या प्रयोगशाळेला लागूनच एक मैदान होते. त्या मैदानात पूर्वी इंग्रजांनी चळवळीत स्थानबद्ध केलेल्यांचा एक कॅम्प उघडला होता. माझ्या वडिलांना त्या कुप्रसिद्ध कॅम्पमध्ये ठेवले होते.

माझ्या जेवणा-खाण्यासाठी, राहण्यासाठी किंवा जगण्यासाठी मला सरकारने १५० रुपयांचा स्टायपेंड देऊ केला होता. १९५४मधील ते १५० रुपये ही रक्कम मला फारच मोठी वाटली होती. तोपर्यंतच्या काळातील माझ्या जगात, अत्यंत कमी रकमेचे व्यवहार करावे लागत होते. माझ्या आवडीनिवडी त्या वेळी साध्यासुध्या होत्या. काही काळाने जसजसे मला अमेरिकेत आर्थिक यश प्राप्त होत गेले, तसतशा माझ्या आवडीनिवडी उच्च दर्जाच्या होत गेल्या; पण तो काळ अद्याप खूपच दूर होता. मला मिळालेल्या स्टायपेंडमधील काही रक्कम मी घरी पाठवू लागलो. जेव्हा मी प्रयोगशाळेच्या खिडकीतून बाहेर पाही, तेव्हा वसाहतवादी राज्यकर्त्यांनी माझ्या वडिलांना येथेच स्थानबद्ध करून ठेवले होते, याची मला आठवण येई; परंतु आता सारे जण स्वतंत्र झाले होते व मी माझ्या वडिलांच्या माथ्यावरचा भार थोडासा तरी कमी करू शकत होतो, याचा मला आनंद होई.

सर्व मोठ्या विद्यापीठांमध्ये विचारांची भव्य दालने खुली असतात आणि ज्यांना स्वत:ला सुचलेल्या कल्पना राबवून पाहायच्या असतात, काही नवीन

शोधायचे असते, त्यांचेही विद्यापीठात स्वागत केले जाते. एखाद्याकडे त्याच्या मनात खोलवर रुतलेल्या शंका, प्रश्न असतात त्यांचा मागोवा घेत त्यांना सत्य शोधायचे असते, असे तरुण जेव्हा खरोखरीच काहीतरी नवीन शोधून काढतात, तेव्हा अनेकदा ती मानवजातीला एक महान देणगी ठरते. त्यामुळे नवीन शिष्यवृत्ती मिळाल्यावर विद्यापीठासारख्या आयआयटी संस्थेत मनासारखे संशोधन करण्यास मिळाल्यावर मला अत्यंत हर्ष झाला.

विश्वाबद्दलच्या कल्पनेला चालना मिळण्यासाठी वयाच्या दहाव्या वर्षी मला झालेल्या रात्रीच्या आकाशाचे दर्शन कारणीभूत ठरले होते. असंख्य चांदण्यांचे दर्शन मी अनिमिष नेत्रांनी त्या वेळी टिपले होते. त्यामुळे माझ्या मनातील विश्वाच्या शास्त्रीय कल्पनेला चालना मिळाली. त्याच काळात जोरात चाललेल्या स्वातंत्र्य- चळवळीमुळे माझे मन घडत होते. तसेच विश्वाबद्दलच्या कल्पनाही अर्धवट मनात आकार घेत होत्या. घरातील दारिद्र्य, नुकसान व आजी आणि मातंगिणी यांचे मृत्यू अनुभवावे लागले होते. आध्यात्मिक विचारसरणीमध्ये मी धाडस करून काही भर घालू पाहत होतो आणि आइन्स्टाइन, सत्येंद्रनाथ बोस, पॉल डिरॅक यांच्या विचारांनी माझे पोषण होत मी परिपक्वतेकडे वाटचाल करीत होतो. जे आपले नेहमीचे जग आहे त्याही पलीकडे नेण्याचे काम विज्ञान करीत होते. त्यामध्येच अदृश्य सत्याचे प्रांत दडले होते. आपले जे ऐहिक जग आहे, जी जड सृष्टी आहे, जे जग आपल्याला जाणवते, स्पर्श करता येते, त्याही पलीकडे एक अफाट विस्ताराचे जग पसरले आहे. त्या जगाचा किंवा विश्वाचा प्रत्येक चौरस इंच हा आपल्या नेहमीच्या जगाप्रमाणेच कुतूहलजन्य आहे.

आयआयटीला मी पीएच. डी. साठी काम करीत होतो; पण माझ्यामधली सारी शक्ती विज्ञानाच्या प्रेमापोटी फक्त त्यातच खर्च करीत नव्हतो. भारत हा देश जगातील अन्य कोणत्याही देशापेक्षा अगदी वेगळा आहे. येथे विविध विषयांतील चर्चा, घडामोडी, वादविवाद सतत झडत असतात. अतिबौद्धिक चर्चा, उदात्त आध्यात्मिक सभा आणि चित्रपटातल्या भोवळ आणणाऱ्या शृंगारलीला या देशात चालू असतात. त्या वयात मी एक प्रीतीची ज्योत उरात बाळगली होती. ती प्रीती एका मुलीवर होती. एकापेक्षा एकेक प्रेमवीर तिची अभिलाषा धरून तिच्याभोवती रुंजी घालीत होते; मात्र माझी ती नायिका समाजातील वरच्या पातळीवरची होती. दिसायला ती सुंदर होती व कोणालाही भुरळ घालणारी होती. लहानपणापासून आम्ही दोघे एकमेकांना ओळखत होतो आणि तेव्हापासून ती माझ्या मनात भरली होती. ही माझी व्हावी, अशी एक इच्छा मी मनात गुप्तपणे बाळगत आलेलो होतो. जर मी तिला मागणी घातली, तर माझी बालपणीची झोपडी, तिथे झालेला

माझा जन्म आणि माझ्या जातीचा माझ्यावर जन्मापासून बसलेला शिक्का, हे सारे नक्कीच तिच्या नजरेसमोर उभे राहणार होते. मग भले मी भविष्यकाळात एखादा महान शोध लावणारा शास्त्रज्ञ होणार असलो तरी! तिला मागणी घालण्याची ऊर्मी माझ्यामध्ये एवढी बळावली, की मी मागचा-पुढचा कसलाही विचार न करता अत्यंत उतावीळपणे तिला भेटलो व "तू माझी पत्नी बनशील का?" म्हणून विचारले. त्यावर तिने जे उत्तर दिले, ते माझ्या स्मृतिपटलावर कोरले गेले आहे. मला आजही तिचे उत्तर आठवते आहे.

माझ्या मागणीवर ती हसली नाही की तिने ती गोष्ट थट्टेवारी नेली नाही. ती गंभीरपणे म्हणाली, "अशी इच्छा तरी तू कशी करतोस? तू गरीब आहेस, कफल्लक आहेस हे सर्वांना ठाऊक आहे. तुला सामाजिक प्रतिष्ठा नाही की सामाजिक स्तरावर तुझ्या भरपूर ओळखीपाळखी आहेत असेही नाही. शिवाय माझे कुटुंबीय काय म्हणतील याचा जरा विचार कर." मग आपला सुंदर चेहरा नकारार्थी हलविला. जणूकाही तिला खेदाने म्हणायचे होते, "कसे रे तुला समजत नाही?"

माझ्या जागी एखादा माझ्यापेक्षा वयाने मोठा व अधिक शहाणा तरुण असता, तर दुसऱ्याच्या भावनेची कदर न करणारी तिची प्रतिक्रिया त्याने गंभीरतेने घेतली असती आणि यातून एवढाच निष्कर्ष काढला असता, गांधीजींना त्यांच्या पत्नीने जशी साथ दिली, तशी साथ देणारी ही मुलगी नाही; पण माझ्याजवळ कुठे तेवढे शहाणपण होते?

माझ्या मनाला एक जबरदस्त तडाखा बसला होता. माझ्या स्वत:बद्दलच्या कल्पना धुळीस मिळाल्या होत्या. मला एक फार मोठा धक्का बसला होता. तिचे ते वागणे जरी अपरिपक्व असले, तरी मी ते तुच्छ मानत नव्हतो. मी त्याला महत्त्व देत नव्हतो, तर त्या निमित्ताने माझी जी कनिष्ठता दाखवली गेली, त्या कनिष्ठतेला दोष देत होतो. त्यानंतर काही महिने मी कोणत्याही मुलीकडे बघायचे टाळत होतो. त्या धक्क्यातून सावरताच मी परत जोमाने कामाला लागलो. एखादा सैनिक हातात खांब घेऊन राजवाड्याच्या बंद दरवाज्यावर धडक मारायला जोषात चाल करून जातो, तसे मी जोषात माझे संशोधन चालू ठेवले. मी आता माझी बुद्धी पणाला लावून, कंबर कसून झटू लागलो. प्रसिद्धी व वैभव मिळविण्यासाठी जोमाने संशोधनाच्या मार्गावरून जाऊ लागलो.

या माझ्या प्रेमभंगाच्या कहाणीचा शेवट उपहासगर्भ रितीने झाला. काही वर्षांनी मी कॅलिफोर्नियात मोठे यश संपादन केल्यावर त्या मुलीकडून नव्याने प्रस्ताव घेऊन एक जण आला. तिच्या कुटुंबातीलच तो होता. त्याने मला विनंती केली की, कृपा करून पुन्हा विचार करावा व त्या मुलीचा हात मला देऊ करून

तिच्याशी विवाह करावा. आता त्यांच्या दृष्टीने माझे 'स्थळ' अनुरूप झाले होते, सामाजिक मान्यता पावलेले होते. मग मी जितक्या मृदू शब्दांत बोलता येईल, तेवढ्या मृदू शब्दांत व मुत्सद्देगिरीने बोलून त्यांच्या प्रस्तावाला नकार दिला. त्या वेळी मी कोणतेही मागचे दु:ख उगाळून त्यावर खंत करण्याच्या पलीकडे गेलो होतो; परंतु माझ्यातील दुखावलेल्या तरुण माणसाची जुनी जखम मात्र भरून आली.

मी काही साधू नव्हतो, परंतु तोपर्यंत 'विज्ञान' हा विषय माझ्या जिव्हाळ्याचा बनला होता. मी यापुढेही विज्ञानात संशोधन करत राहणार होतो. माझे ते जीवन झाले होते. विवाहाचा विचार मी दूर टाकला होता; पण तरीही या प्रसंगातून मी काहीतरी शिकलो होतो. आपण काही इच्छा भूतकाळात मनात धरतो, त्यांना अनुकूल असे जर वर्तमानकाळ व भविष्यकाळ यांमध्ये नसले, तरीही तशा इच्छा धरतो. त्या मुलीचा विवाह पुढे दुसऱ्या कोणाबरोबर झाला आणि आमच्या दोघांमध्ये फक्त मैत्री तेवढी उरली.

आयआयटीमध्ये मी माझ्या विषयात काही शोध लावले. मी त्या संस्थेत घडत होतो, माझी प्रगती होत होती. पश्चिमी देशांतील विद्वान आणि तज्ज्ञमंडळी आमच्या संस्थेला भेट देत. त्यांच्याशी माझा संपर्क येई. विशेषत: शीतयुद्धाच्या काळात अमेरिका व सोव्हिएत रशिया या एकमेकांचे शत्रू असलेल्या राष्ट्रातूनही काही तज्ज्ञ भेटी देऊन जात. तसेच, अनेक युरोपीय राष्ट्रांमधील अभ्यासू विद्वान भेटी देत. भारताच्या कानाकोपऱ्यांतून अनेक जण येत, त्यामुळे माझा प्रांतीय दृष्टिकोन अशा बहुढंगी वातावरणात हळूहळू विरत गेला.

१९५८मध्ये मला पीएच.डी. पदवी प्राप्त झाली. आयआयटीने बहाल केलेली ही पहिली पीएच.डी. होती. त्याच वर्षी 'अमेरिकन जर्नल ऑफ केमिकल फिजिक्स' या नियतकालिकात माझे लेख प्रसिद्ध होत होते. याच नियतकालिकात विल्यम मॅकमिलन या केमिकल फिजिक्समधील थोर प्राध्यापकाचाही लेख एकदा प्रसिद्ध झाला होता. हा सुप्रसिद्ध प्राध्यापक कॅलिफोर्निया विद्यापीठात काम करीत होता. त्याच्या लेखाचा माझ्यावर खूप प्रभाव पडला.

अमेरिकेला जाण्याची माझ्या मनात एक तीव्र इच्छा होती. इच्छेचे महत्त्वाकांक्षेत रूपांतर झाले होते. विशेषत: मला कॅलिफोर्निया विद्यापीठात जायचे होते. तिथे अधिक अभ्यास व त्या आधारे प्रा. मॅकमिलन यांच्याबरोबर संशोधन करण्याची माझी मनीषा होती. मी तसे त्यांना पत्र लिहिले. त्या पत्राला डॉ. बोस यांनी आपले शिफारसपत्र जोडले. मग ताबडतोब प्रा. मॅकमिलन यांनी मला तिथल्या वास्तव्यासाठी लागणाऱ्या खर्चासाठी स्लोन्स फाउंडेशनची फेलोशिपही मिळवून दिली. तथापि, मी जेव्हाजेव्हा इथल्या दारिद्र्याच्या कृष्णविवरातून बाहेर पडण्याचा प्रयत्न केला

आणि इथल्या सामाजिक स्थितीशी जखडलेल्या शृंखला तोडण्याचा प्रयत्न केला त्या वेळी जशी शोकांतिका घडायची, तसेच या वेळीही झाले. इथली परिस्थिती व इथले नियम, संकेत असे होते की, ते तोडायला जावे, तर त्यांच्यामागचे तर्कशास्त्र आडवे येई.

तर ती अडचण अशी होती, मला अमेरिकेतील विद्यापीठात डॉक्टरेटनंतरच्या अभ्यासासाठी प्रवेश मिळाला. तिथे राहण्यासाठी खर्चाचीही सोय फेलोशिप मिळाल्याने झाली. मी तिकडे गेलो की, जन्मापासून मला चिकटलेले दारिद्र्य नष्ट होणार होते; पण हेच दारिद्र्य मला तिकडे जाऊ देत नव्हते. अमेरिकेला जाण्यासाठी माझ्याजवळ विमान प्रवासाच्या भाड्याएवढेही पैसे नव्हते. मला एका अत्यंत कटू घटनेला सामोरे जावे लागत होते. मी अमेरिकेला स्लोन्स फाउंडेशनला पत्र लिहून प्रवास भाड्याचे पैसे पाठवा म्हणून लिहिले. त्यांचे उत्तर नकारार्थी आले. त्यांच्या नियमाप्रमाणे अमेरिकेत उतरल्यावरच ते पैसे देऊ शकत होते. मी अत्यंत निराश झालो. याच निराशेच्या खाईत व दारिद्र्याच्या सापळ्यात भारतातील असंख्य लोक अडकलेले असतात. इथले दारिद्र्य म्हणजे जणूकाही एक कृष्णविवर होते.

एखादा तारा विझतो. त्याचे आयुष्य संपते. मग तो आक्रसत जातो. एवढा आक्रसतो की, त्याचे आकारमान अफाट कमी होते; पण गुरुत्वाकर्षण मात्र तेवढेच राहते. हळूहळू आजूबाजूचे पदार्थ, वस्तुमात्र तिथे खेचले जातात. त्यामुळे गुरुत्वाकर्षण वाढते. हे सतत होत राहिल्यास ते गुरुत्वाकर्षण एवढे अफाट होते की, त्या ताऱ्याचे कृष्णविवर बनते. सारे काही त्या ताऱ्यात जाऊन बंदिस्त होऊन पडते. मग वस्तुमात्रच काय, पण कोणतीही ऊर्जा, प्रकाश, इत्यादी त्यातून बाहेर पडत नाही. हे कृष्णविवर वस्तुमात्र व ऊर्जा सतत गिळंकृत करत राहते. भारतातील दारिद्र्य हे असेच होते. त्यामुळे सर्व काही अनुकूल होऊनही मी अमेरिकेला जाऊ शकत नव्हतो. मला भारतातूनही अमेरिकेच्या सोनेरी किनाऱ्यावर पसरलेला स्वर्ग दिसत होता. तिथे टेकडीवर एक माझा स्वतःचा महाल उभा होता. त्या महालाच्या दारावरील पितळी पट्टीवर माझे नाव कोरलेले होते; पण माझ्याजवळ केवळ प्रवासभाड्याचे पैसे नसल्याने ती स्वर्गभूमी स्वप्नातच राहत होती. सत्यात उतरू शकत नव्हती. माझे पाऊल अमेरिकी भूमीवर पडू शकत नव्हते.

कलकत्त्यात आर्थिकदृष्ट्या सुस्थितीत असलेल्या काही लोकांशी माझ्या ओळखी झाल्या होत्या. मी त्यांच्याकडे जाऊन परिस्थिती सांगून मदत मागितली. जणूकाही झोळी पुढे करून त्यांना मी भीक मागितली; परंतु त्यावर त्यांचे उत्तर असे होते की, हे सारे विफल होणारे कार्य आहे. त्यांच्या विचारशक्तीनुसार खेड्यातील मुलाने आपल्या जमिनीतील मुळे सोडून बाहेर जाण्याचा प्रयत्न करणे, हेच चूक

होते. कारण अशा प्रयत्नांना कधीही यश येत नसते. मला त्यांनी रिकाम्या हाताने परत पाठविले. मी खट्टू होऊन परत माझ्या खेड्याकडे परतलो. माझ्या अंत:करणाला मोठी जखम झाली होती.

मी अत्यंत निराश झालो होतो, खचलो होतो. जन्मभर झगडत इथवर आलो. आता फक्त भारताचा उंबरा ओलांडून अमेरिकी भूमीवर पाय टाकण्याचे बाकी होते आणि इथेच माझी गाडी ठप्प झाली. पुन्हा परत माझे खेड्यातले जीवन सुरू होणार होते. हे माझे खेडे होते व इथून निघण्याचा मी प्रयत्न करीत होतो; पण माझे खेडे सुटत नव्हते. दारिद्र्य हटणार नव्हते; परंतु शेवटी याच खेड्याने मला उचलून वर सूर्याच्या दिशेने झेप घ्यायला लावली. It's a Wonderful Life या जुन्या चित्रपटात दाखवल्याप्रमाणे घडले. माझ्या अडचणीची बातमी खेड्यात पसरली. मग एकेक करीत खेड्यातील बरीच माणसे आमच्या झोपडीकडे आली. येताना त्यांनी जमेल तेवढे पैसे बरोबर आणले होते. प्रत्येकाजवळ जेवढी तुटपुंजी पुंजी होती ती त्यांनी मला देऊ केली. अखेर माझ्या प्रवासभाड्याची रक्कम पूर्ण झाली. आपल्यातल्या एकाला तरी सुखी व सुबत्ता असलेले आयुष्य लाभो, अशी त्यांची त्यामागची भावना होती. त्यांची ही मदत मी जन्मभर विसरू शकणार नव्हतो. मी नंतर सतत त्यांचे हे उपकार फेडणार होतो.

याबाबतीत मला एक वैज्ञानिक साम्य सापडले ते इथे सांगतो, १९५९ मध्ये कृष्णविवर (ब्लॅक होल) म्हणजे काय, हे फारसे कोणाला ठाऊक नव्हते. अफाट गुरुत्वाकर्षण असलेले तारे विझून संकोच पावत गेले, आकाराने लहान झाले; परंतु त्यांचे गुरुत्वाकर्षण मात्र तेवढेच अफाट राहिले. ते आपल्याकडेच सर्व पदार्थ, ऊर्जा ओढत राहिले; परंतु नंतर स्टीफन हॉकिन्सने दाखवून दिले की, त्या कृष्णविवरातूनही काही कण हे बाहेर पडतात त्याला 'हॉकिंग्ज उत्सर्जन' असे नाव पडले. कृष्णविवर म्हणजे अंतराळातील भगदाडे किंवा बेसिन. त्यात जे काही जाईल ते गडप होते; परंतु यातूनही काही मूलकणांचे उत्सर्जन होऊ शकते ही बाब महत्त्वाची. आमचे खेडे म्हणजे एक कृष्णविवर बनले होते. येथील दारिद्र्याचे गुरुत्वाकर्षण अफाट होते. त्यातून कोणाचीच सुटका नव्हती; पण मी सुटका करून घेतली व त्याचबरोबर पैशांची मदत उत्सर्जनासारखी केली जाऊन मी सुटलो.

त्या वेळच्या तरुण वयात अंतराळ व काळ यामधील नियमबाह्य गुणधर्म (Anomalies) मला ठाऊक नव्हते; पण तरीही एखादे अंतराळ यान जर कृष्णविवराच्या तडाख्यात सापडून ओढले जाऊन शेवटी नष्ट होईल, त्या अंतराळ यानातील प्रवासी ती शेवटची वेळ येईपर्यंत ज़सा भीतीच्या छायेखाली जगेल,

तसा मी माझ्या खेड्यात जगत होतो. दारिद्र्याच्या कृष्णविवरातून कसे बाहेर पडायचे, याची मला बालपणी कसलीच कल्पना नव्हती. मला आता कळते की, माझ्यासारखे फारच थोडे सुदैवी जीव हे हॉकिंग्ज उत्सर्जनासारखे यातून निसटून बाहेर पडू शकले. आता मी मुक्त झालो होतो. माझ्या अंत:करणात जपून ठेवलेल्या माझ्या स्वप्नांकडे आता मी भरारी घेणार होतो.

लेसरना फुटला मोहोर!

✤

मी लॉस एंजलिसच्या विमानतळावर उतरलो, तेव्हा माझ्या खिशात अवघे तीन डॉलर्स होते.

टारमॅक ओलांडून मी पुढे जात राहिलो. माझ्या हातात एक झिजलेली व अनेक ठिकाणी फाटलेली बोचक्यासारखी बॅग होती. एवढेच माझे सामान होते. मी ती बॅग ढालीसारखी माझ्या छातीवर जपून धरली. माझ्या मनात निरनिराळ्या भावनांचा, जाणिवांचा नुसता कल्लोळ उठला होता. तोंडाला पावडर लावताना जसे त्वचेला वाटते, तसा पॅसिफिक समुद्रावरचा मंद वारा माझ्या चेहऱ्याला स्पर्श करून जाताना मला वाटत होते. वसंत ऋतूमधील ती एक प्रसन्न सकाळ होती. वाऱ्याचा हलकासा स्पर्श जाता जाता मला 'येथेच तुझ्या बाबतीत चमत्कार घडतील' असे वचन देऊन जात होता; परंतु माझ्या पोटात काहीही नव्हते. भुकेने काहूर माजले होते. पोटातले कावळे आरडाओरडा करीत होते. मला त्यामुळे पुढची भीती वाटू लागली आणि बालपणानंतर पुन्हा एकदा खऱ्या भुकेची जाणीव मला झाली.

त्या दिवशी अमेरिकेबाहेरचा बहुतेक पहिला निर्वासितसदृश माणूस म्हणून मी आलो असणार. आता इथल्या नवीन जगाला तोंड द्यायचे होते. या भूमीवर माझे पहिले जेवण मी कुठे करावे, हे मला ठाऊक नव्हते. आज रात्री कुठे झोपायचे तेही मला ठाऊक नव्हते. या अमेरिकी भूमीवर प्रथम पाय ठेवणाऱ्याला असेच वाटत असले पाहिजे. या बाबतीत प्रत्येकाचे अनुभव हे सांगण्याजोगे असले, माणुसकीच्या धाग्याने जोडलेले असले, तरीही भिन्न भिन्न तपशिलांमुळे ते सांगताना एकमेव ठरतील.

तामलुकजवळील माझे खेडे सोडून खरेच एका दूरच्या परक्या भूमीत आलो आहे, याचा पहिला पुरावा मला मिळाला. विमानतळाच्या गेटच्या बाहेर आल्यावर स्वत: प्राध्यापक मॅकमिलन मला घेण्यासाठी आले होते. भारतातील एका खेड्यात

राहणाऱ्या तरुण माणसाचे असे कोणी स्वागत करेल, हे मला खरेच वाटत नव्हते. त्यातून प्राध्यापकांनी माझा चेहरा छायाचित्रातसुद्धा पाहिला नव्हता; परंतु एक हडकुळा भारतीय तरुण ओळखणे अवघड नव्हते, शिवाय माझ्या हातातील बोचकेवजा फाटकी बॅग आणि गर्दीमध्ये आपले डोळे विस्फारून इकडेतिकडे पाहणाऱ्या मला त्यांनी सहज हेरले. त्यांच्या प्रेमळ स्वागतामुळे मला हायसे वाटले; परंतु जेव्हा मी त्यांची कॅडिलॅक गाडी पाहिली, तेव्हा मला कळून चुकले की, आपण खरोखरच एका संपन्न प्रदेशात पाऊल टाकले आहे, बायबलात म्हटल्याप्रमाणे 'जिथे दूध आणि मध यांची रेलचेल आहे' अशा भूमीवर मी पदार्पण केले होते.

असली गाडी मी जन्मात प्रथमच पाहत होतो. तिचे टप उघडून घडी होऊन मागे जाई. भारतीय शहरातील अरुंद रस्त्यावर हिंडणाऱ्या कोणत्याही मोठ्या मोटारगाडीपेक्षा ही गाडी तिप्पट मोठी होती. माझ्या खेड्यातील बैलगाड्या एवढ्या मोठ्या होत्या की, त्या सारा रस्ता अडवून यायच्या. समोरून आल्या, तर आपल्यालाच बाजूला व्हावे लागायचे; परंतु ही कॅडिलॅक तर त्यापेक्षाही मोठी होती. प्रा. मॅकमिलन यांनी आपली गाडी वेगाने पळवली. चढ चढून फ्रीवेवर (पाहिजे त्या वेगाने जाऊ देणारा रस्ता) आल्यावर त्यांनी आपल्या गाडीला तुफान वेग दिला. कॅडिलॅकचे व्ही८ हे इंजीन एकदम गाडीला ताशी ८० मैलांचा वेग देऊ लागले. ते पाहून माझ्या डोक्यावरचे केस ताठ उभे राहायचेच बाकी होते. अमेरिकेतील वेगाच्या वेडाला मी प्रथमच असा सामोरा गेलो. त्यांनी नंतर मला एका चांगल्या हॉटेलात नेले. तिथे माझी खोली त्यांनी आधीच राखून ठेवली होती. हे हॉटेल विद्यापीठाजवळ होते. खोलीत गेल्यावर माझा श्वास पुन्हा सुरळीत चालू झाला. मला सर्व गोष्टींचे आश्चर्य वाटू लागले. सामाजिक प्रतिष्ठा नाही, कफल्लक आहे, इत्यादी कारणांमुळे जो तरुण लग्नाला लायक नव्हता, त्याचे आज इथे एवढ्या राजेशाही थाटात स्वागत व्हावे, याचे मला राहूनराहून नवल वाटत होते.

दुसऱ्या दिवशीची सकाळ उजाडली. स्वच्छ ऊन पडले होते. राहण्यासाठी एखादे अपार्टमेंट शोधण्यास मला त्यांनी नेले. मी रस्त्यावर नजर टाकली. अनेक कन्व्हर्टिबल गाड्या हिंडत होत्या. याच रस्त्यावर माझीही एखादी कन्व्हर्टिबल गाडी भविष्यात हिंडणार होती. लॉस एंजलिस शहराच्या पश्चिम भागातून आम्ही चाललो होतो. आजूबाजूचा निसर्ग जाणीवपूर्वक जोपासला होता, त्यामुळे तो अत्यंत मनोवेधक दिसत होता. आम्ही सनसेट बुलेवार्ड या रस्त्याला बिव्हर्ली हिल्स व बेल एअर भागातून गेलो. या दोन भागांबद्दल मला त्या वेळी फारसे काही वाटले नाही, पण ज्याला आपला राजवाडा बांधायचा आहे, त्याला त्या जागा खूप चांगल्या व सोयीच्या होत्या. मला हे नंतर कळणार होते. आणखीही

काही बंदिस्त जागा वाटेत दिसल्या. त्यांच्या रचनेवरून तिथे संपत्ती व शृंगारलीला यांचा निवास असणार, असे कोणालाही खात्रीने वाटेल. वाटेतल्या टेकड्यांचे माथे सकाळच्या सोनेरी सूर्यकिरणांनी उजळून निघाले होते. कुब्लाईखानने येथे राजवाडा बांधायचे ठरवले, तर तो नेमकी तीच जागा निवडेल, अशी माझी खात्री होती. मी मोटारीत खिडकीच्या काचेला चेहरा चिकटवून त्या स्वर्गभूमीचे व वस्तीचे दर्शन घेत होतो. एकेक जागा, एकेक बंगला पाहत होतो. यातला कुठला बंगला आपण घ्यावा बरं? तो समोरचा? नको, तो जरा वरचा आहे! हंऽऽ, हा बंगला ठीक आहे. इथून सरळ समुद्राचा देखावा दिसतो. झकासच आहे! जेट विमानाच्या प्रवासामुळे माझ्या शरीराचा निसर्गक्रम अजून इथल्या वातावरणाशी जुळला नव्हता. त्यामुळे मी उगाच अधिक उत्तेजित होऊन भलत्या कल्पना करीत होतो. त्या दिवास्वप्नात रंगून जाताना आपले पाकीट रिकामे आहे, हे मी क्षणभर विसरलो होतो.

शेवटी आम्ही विद्यापीठातील रसायनशास्त्राच्या इमारतीमध्ये येऊन ठेपलो. माझे मन थोडेसे स्थिर झाल्यावर मला भुकेची आठवण झाली. पोटात कुरतडल्यासारखे वाटू लागले. त्याचबरोबर आपण येथे कसे काय टिकून राहणार, म्हणून मला भीतीही वाटू लागली. शेवटी मी न राहवून प्रा. मॅकमिलन यांना विचारले की, मला मंजूर झालेल्या शिष्यवृत्तीच्या पैशातून थोडी आगाऊ उचल घेता येईल का? यावर त्यांनी चटकन होकार देताच मला आश्चर्य वाटले. भारतातील कारभाराच्या पार्श्वभूमीवर मला तर हा एक चमत्कार वाटला. हे चमत्कार कधी थांबतील का? काही मिनिटांतच माझ्या हातात पैसे पडले. मग विद्यापीठाच्या कॅफेटेरियात मी जेवण केले आणि पोट शांत होताच पुन्हा माझे मन मघाशी पाहिलेल्या टेकड्यांवर माझी घरे बांधू लागले.

आपले जे मूळचे जन्मगाव असते, त्याची स्मृती शरीराच्या प्रत्येक पेशीत सामावलेली असते, असे म्हटले जाते. तसे जर असेल, तर तुमचे मन हे तुमचे मूळ गाव कितीही दूरच्या देशात असले, तरी ते शोधून काढणार. नाही तर माझे मन इथे आल्यापासून स्थायिक होण्याच्या दृष्टीने कसे घर शोधू लागले? अमेरिकेत आल्यापासून माझा उत्कर्ष होत गेला. याचे कारण इथे आल्यावर मी ओळखले की, कितीही मोठी महत्त्वाकांक्षा असली आणि त्यासाठी अफाट कष्ट घेतले जात असतील, तर त्या महत्त्वाकांक्षेला उत्तेजन मिळते. याउलट भारतात महत्त्वाकांक्षा म्हणजे वाढत चाललेला गर्व, ताठा, अहंकार समजला जातो.

अमेरिकेतील माणसांची स्वप्ने अशी असतात. अमेरिकेत जन्माला आलेल्या माणसांना हे नेहमीच पाहायला मिळत असल्याने त्यांना त्याचे विशेष वाटणार नाही किंवा त्यातील वैशिष्ट्ये एवढी उघड आहेत की, ती एकदम त्यांच्या लक्षात

येणार नाहीत; परंतु जो देश अद्यापही शेकडो वर्षांच्या जुनाट व मागासलेल्या रूढींमध्ये अडकलेला आहे, अशा देशातून अमेरिकेत आलेल्याला मात्र हे सारे ठळकपणे जाणवेल. यातले सार अगदी स्वच्छ व सोपे आहे, ते म्हणजे : जर तुम्ही तुमच्या कामात निष्णात असाल, तर तुम्हाला अमेरिकेतील सारे दरवाजे खुले आहेत, मग तुमचा जन्म झोपडीत झाला की महालात झाला, याकडे कोणी बघणार नाही. तुम्ही काय निर्माण करता ते महत्त्वाचे आहे. निदान कॅलिफोर्निया राज्यात तरी हे स्पष्ट जाणवते. कॅलिफोर्नियातील सूर्यप्रकाशाचासुद्धा कच्च्या मालासारखा वापर करून तुम्ही तुमची स्वप्ने उभारू शकाल. कोणीही त्याबद्दल तुम्हाला हसणार नाहीत.

बऱ्याच लोकांप्रमाणे इथे दिसलेल्या अनेकांच्या उदाहरणांवरून मी माझे आयुष्य स्फूर्ती घेऊन घडवलेले आहे. प्रा. मॅकमिलन यांचे उदाहरण तर चटकन डोळ्यांसमोर येते. त्यांनी अत्यंत कठोरपणे अफाट मेहनत घेतलेली आहे. काही जण त्यांना येथे Workaholic म्हणजे सतत कार्यरत असणारा म्हणून संबोधतात. एखाद्या परिषदेसाठी त्यांना गाठायचे असेल, तर फक्त दुपारी दोन वाजता तुम्ही त्यांना ग्रंथालयात गाठू शकाल, कारण जेवणाच्या सुट्टीतही ते वाचत असत.

मी त्यांची व्याख्याने आणि त्यांच्या काम करण्याच्या सवयी अगदी बारकाईने अभ्यासल्या. त्यांच्याप्रमाणेच वागून अत्याधुनिक पदार्थविज्ञान शिकायचे. एवढेच नव्हे, तर काहीतरी नवीन शोध लावून यश मिळवायचे असाही ध्यास घ्यायचा, असे ठरवले. आयआयटीमध्ये माझ्या संशोधनाचा विषय होता, 'इलेक्ट्रॉनिक एनर्जी ट्रान्सफर'. अणूभोवती फिरणारे इलेक्ट्रॉन एका कक्षेतून दुसऱ्या कक्षेत जाण्यावरचे ते संशोधन होते; परंतु येथे प्रा. मॅकमिलन यांनी मला या संशोधनाकडे नवीन दृष्टिकोनातून पाहायला लावले. त्याप्रमाणे आता संशोधन करायला हवे होते. त्यासाठी अफाट कष्ट घ्यायला हवे होते आणि मुख्य म्हणजे गणितावर जास्त जोर द्यायला हवा होता. त्यासाठी माझ्या मनातील सर्व विचार मला दूर सारायला हवे होते. आध्यात्मिक विचारांचा मात्र मी अपवाद करणार होतो.

प्रा. मॅकमिलन यांच्यासारखा अत्यंत कष्टाळू व झपाटल्यासारखे काम करणारा माणूस हा अमेरिकी संस्कृतीचा एक प्रातिनिधिक माणूस होता. आता मागे वळून पाहता मला असे वाटते की, मी त्यांचा आदर्श डोळ्यांसमोर ठेवून माझ्या संशोधनात स्वत:ला झोकून दिल्यामुळे मी माझ्या मूळच्या मानसिकतेपासून दूर गेलो. मी मूळचा एक शुद्ध पदार्थवैज्ञानिक गणितात रमणारा होतो. त्यातच संशोधन करणारा होतो; परंतु त्यामुळे माझ्या इच्छा फलद्रूप झाल्या नव्हत्या. मला व्यवहारात जे साध्य करायचे होते, ते साध्य करता आले नसते. व्यावहारिक यश मिळवण्यासाठी जी भरारी घ्यायची, तेवढा वेग किंवा अंतराळविज्ञानाच्या भाषेत तेवढा मुक्त वेग

(Escape velocity) मला प्राप्त करता आला नसता. माझा भारतातील भूतकाळ सतत कृष्णविवराच्या गुरुत्वाकर्षणासारखा माझ्या मनाला खेचत होता. त्या गुरुत्वाकर्षणाच्या कचाट्यातून मला बाहेर निसटायचे होते.

भारत सोडण्यापूर्वी असा एक कालखंड मी अनुभवला की, त्यात माझ्यासमोर सतत एक प्रश्न उभा राहत असे. खूप शिकण्याची व त्यातील काही ध्येय साध्य करण्यासाठी मी जी सतत धडपड करू पाहत होतो, त्यामुळे मला अशी भीती वाटे की, वैज्ञानिक ज्ञानाची मला प्राप्ती होत असताना माझे पूर्वापार चालत आलेले आध्यात्मिक विचार व कृती मंदावतील, कदाचित ठप्पही होतील. सर्वसंगपरित्याग करून ऐहिक जगापासून दूर जाऊन चिंतन व ध्यानधारणा करीत ईश्वराशी एकरूप होऊन जाणे, हे हिंदू माणसाचे सर्वोच्च ध्येय असते. याबद्दल वरवर निष्ठा असलेली व आध्यात्मिक जीवनशैली जगू पाहणारी, पण जी व्यवहारवादी माणसे आहेत त्यांना माझ्यापुढे पडलेला व वर सांगितलेला प्रश्न कळल्यावर नक्कीच चमत्कारिक वाटेल; परंतु जे संन्यासी आपले आयुष्य हे सर्व भ्रमांपासून मुक्त करण्यासाठी धडपडतात तीच खरी पूज्य माणसे आहेत, असे म्हटले पाहिजे. स्वत:वर काही बंधने घालून कशाचातरी त्याग करण्याऐवजी मी जरी विज्ञानाच्या मार्गावरून वाटचाल करण्याचे ठरवले असले, तरी ईश्वरप्राप्तीचे जे भारतीय ध्येय असते, ते मात्र नेहमीच मी उराशी बाळगले होते.

तथापि, मला माझ्या काळ्याकुट्ट व यातनामय भूतकाळापासून मुक्ती हवी होती. हळूहळू मी तो भूतकाळ विसरत गेलो. वर्तमानकाळात रमत गेलो. अखेर माझ्या मनावर नाचणारे भूतकाळाचे भूत नाहीसे झाले. फक्त त्याबद्दलची माहिती माझ्या स्मृतिपटलावर राहिली. मला हलके झाल्यासारखे, वजनरहित असल्यासारखे वाटू लागले. अमेरिकेतील स्वच्छ प्रकाशात व समानतेच्या वातावरणात माझ्यातील न्यूनगंड झडत गेला. माझ्या जातीची लाज आणि समाजातील आपले नीच स्थान या भावनांचा माझ्या मनावरचा पगडा दूर होत गेला. मी आता एका बागडणाऱ्या फुलपाखराचा जन्म घेतला. मला महिरपी आकाराचे ओले पंख फुटले होते. मला एकदम मोकळे मोकळे वाटू लागले होते.

लॉस एंजलिसमध्ये माझ्या पहिल्या शनिवार- रविवार सुट्टीच्या दिवशी मला एका मुलीने डेटसाठी बोलावले. ती माझ्यासारखीच विद्यापीठात संशोधन करीत होती. वेस्टवूड व विल्शायर बुलेवार्ड या दोन्हींच्या एका कोपऱ्यावर तिने मला बोलावले. हल्ली काही विद्यार्थी मुद्दाम एखाद्याची चेष्टा करण्यासाठी खोटे फोन करून त्यांना बोलवतात, पण तशातला हा प्रकार नव्हता. मी त्या मुलीला अगदी आनंदाने भेटायला गेलो. ती माझ्याआधीच येऊन माझी वाट पाहत उभी होती. तिने माझे मैत्रीपूर्ण स्वागत केले. उत्साहाने ती नुसती ओसंडत होती. मला

भेटायला ती खूप उत्सुक झाल्याचे दिसून येत होते. मी त्या वेळी ३० वर्षांचा होतो. मुलींना भेटून त्यांच्याशी गप्पा मारायचा, त्यांच्याबरोबर हिंडण्याचा मला अनुभव नव्हता. एखाद्या मुलीने आपल्याला प्रेमाने वागवण्याचा अनुभव तर बिलकूलच नव्हता.

आमची पहिली भेट किंवा अमेरिकी भाषेत पहिली 'डेट' व्यवस्थित पार पडली. नंतर आम्ही एकमेकांना भेटत राहिलो. अभ्यास व संशोधन यांमध्ये प्रा. मॅकमिलन जसे माझे गुरू व मार्गदर्शक होते, तशी माझी ही मैत्रीण प्रेमामध्ये माझी गुरू व मार्गदर्शक ठरली. माझ्यात जो अत्यंत लाजाळूपणा होता, तो तिने काढून टाकला. त्यानंतर प्रणयप्रसंगी मी कधीही शरमलो नाही की, लाजलो नाही. काही दिवसांनी विद्यापीठाच्या बर्कले गावात तिला जावे लागले; पण तरीही आम्ही एकमेकांना भेटतच राहिलो. आमची मैत्री चालूच राहिली.

अमेरिकेतील माझ्या पहिल्या काही वर्षांत मी जॉन एफ. केनेडी या तरुण व आकर्षक पुरुषाला अध्यक्षपदावर आलेले पाहिले. तो काळ मोठी आशा दाखविणारा होता. चंद्रावर माणूस उतरवण्याची भाषा बोलली जात होती. त्याचबरोबर सोव्हिएत वर्चस्वाखाली असलेल्या कोट्यवधी माणसांच्या संघर्षावर चर्चा होत राहिलेली होती, पण त्याच वेळी वातावरणात सामाजिक संघर्ष छेडला जात होता. बंगालमध्ये मी जसा संघर्ष पाहिला तसा तो नव्हता. येथे वर्णवर्चस्वाविरुद्ध लढ्याला जोर आला होता. नागरी हक्कांसाठी काळ्या लोकांची चळवळ चालू झाली होती. अमेरिकेतील या अस्पृश्य लोकांचे नेतृत्व हे गांधीजींच्या पावलावर पाऊल ठेवून सुरू झाले होते. मार्टिन ल्यूथर किंग हा नेता त्या चळवळीचे नेतृत्व करीत होता. गांधीजींचे अनेक गुण मला त्यांच्यात आढळत होते. आपल्या चळवळीवरील आत्यंतिक निष्ठा, आपल्या श्रद्धांना घट्ट चिकटून राहण्याची वृत्ती आणि कमालीचा सोशिकपणा हे गुण त्यांच्यात होते. त्यामुळे ही चळवळ शेवटी यशस्वी होणार हे मी ओळखले.

त्या काळातील बऱ्याच अमेरिकी माणसांना भारतातील जातीयता व अमेरिकेतील वर्णवर्चस्व या दोन गोष्टी कशा समान आहेत, असे म्हटल्यावर त्यांचे अंगावरचे केस ताठ उभे राहत. ज्या दिवशी मी अमेरिकेत विमानाने उतरलो, तेव्हा विमानतळावरील कस्टम्समधील सोपस्कार पार पाडत होतो. एक गोरा इमिग्रेशन अधिकारी माझे काम करीत होता. त्याने मला अत्यंत सहजपणे विचारले की, भारतातील लोक भेदाभेद करणारी जातिव्यवस्था कशी काय सहन करतात? मी त्याला सांगितले की, जसा अमेरिकेतील काळ्या लोकांना वाईट वागणूक देणाऱ्या वर्णवर्चस्वाला कोणताही तार्किक आधार नाही, तसाच तार्किक आधार भारतातील जातिव्यवस्थेला नाही. यानंतरचे आमचे कामकाज कठोर शांततेत पार पडले गेले.

मला कळून चुकले की, मी एका संवेदनशील भागाला स्पर्श केला आहे.

लॉस एंजलिसमध्ये स्थायिक झाल्यावर काही दिवसांनी मी माझ्या एका मित्राला मदत करण्यासाठी बाहेर पडलो. हा मित्र नुकताच भारतातून आला होता. राहण्यासाठी त्याला जागा शोधायची होती. मी व तो असे दोघेही बाहेर पडून जागा शोधू लागलो. हा माझा मित्र अतिकाळा होता. मी काळ्या लोकांविरुद्धचा वर्णभेद विचारात न घेता भाबडेपणाने एका इमारतीमध्ये शिरलो. ती एक बऱ्यापैकी गृहरचना सोसायटी होती. सोसायटीच्या ऑफिसात एक गोरी बाई दिसली. तिला आपली जागा भाड्याने देण्याची इच्छा होती, पण आम्हाला पाहताच तिच्या कपाळावर आठ्या पडल्या. ती म्हणाली, ''हे 'व्हाईट हाउस' आहे, हे तुम्हाला कळत नाही का?''

यावर मी तिला म्हणालो, ''नाही.'' मला तिला चिडवायचे नव्हते, पण मी पुढे म्हणालो, ''मी समजलो की 'व्हाईट हाउस' हे वॉशिंग्टनला आहे.'' आम्हा दोघांना तत्काळ तिने बाहेरचा रस्ता दाखवला.

केवळ जन्मामुळे एखाद्याला स्वातंत्र्य व संधी यांपासून वंचित करण्याच्या प्रथेमुळे माझी सामाजिक स्थिती खालच्या पातळीवर गेली होती. त्यातून बाहेर पडण्यासाठी मी अफाट धडपड केली होती. त्यामुळे ज्या अन्य कोणाला समाजाने असे बहिष्कृत ठरवून लक्ष्य केले असेल, त्या व्यक्तीचे दुःख मी माझे समजून खंत करीत बसे. आपण सारे जण एकाच पातळीवरील आहोत, अशी माझी ठाम समजूत आहे. गांधीजी तर म्हणत, ''आपण सारी त्या ईश्वराची लेकरे आहोत. त्याचाच एक भाग आहोत.'' हे आपल्याला नीट समजले नाही आणि त्यानुसार वागले नाही, तर त्यामुळेच आपल्याला वाईट फळे भोगावी लागतात. मार्टिन ल्यूथर किंगचा मृत्यू होऊन एक शोकांतिका घडली. मृत्यू होईपर्यंत त्याने सत्याची कास सोडली नव्हती. अनेक शतके काळ्या लोकांना अमेरिकेत दुय्यम दर्जाची वागणूक दिली जात होती. आपली स्वप्ने पुरी झालेली पाहण्याचे भाग्य मार्टिन ल्यूथर किंगला लाभले नाही; पण त्याच्या मृत्यूनंतर दहा वर्षांत त्याच्या चळवळीला अंतिम यश लाभले आणि तेही एक मोठी 'हनुमान झेप' (क्वांटम लीप) यशाच्या दिशेने घेतल्यासारखे झाले.

वांशिक समानतेसाठी दिलेल्या लढ्याची मी इथे काही उदाहरणे दिली, पण तामलुकमधील सामाजिक संघर्ष मी कधीच विसरणार नाही. येथे आल्यावर माझ्या मनात सामाजिक गोंधळ उडालेला होता. माझ्या बुद्धीला अनेक प्रकारे चेतना मिळत होती. मी पार चक्रावून गेलो होतो. माझ्या मनातील दारिद्र्याचे सावट अजून गेले नव्हते; परंतु जेव्हा मला इथे माझा मोटार चालविण्याचा परवाना मिळाला, तेव्हा माझ्या मनावरचे दारिद्र्याचे दडपण खरे दूर झाले. आता आपण

खरोखरीच दारिद्र्यातून सुटलो, असे मला वाटले. एक प्रसंग तर एखादे स्वप्न स्वच्छ आठवावे तसा अजूनही आठवतो आहे.

मला ड्रायव्हिंग करण्याचे लायसेन्स नुकतेच मिळाले होते. लगेच मी माझ्या एका मैत्रिणीची गाडी घेऊन चालवू लागलो. सनसेट बुलेवार्ड या प्रशस्त रस्त्याने भरदुपारी मी गाडी चालवीत होतो. गाडीत माझा एक मित्र होता. कुठेतरी माझा रस्ता चुकला व मी भलतीकडे वळलो. आम्हाला कळले की, कोणत्या तरी बंगल्यांच्या समूहापाशी आपण आलेलो आहोत. त्या बंगल्यांभोवती गर्द झाडी होती. कुंपणाला एक भले मोठे विस्तृत असे फाटक होते. नक्कीच आतमध्ये श्रीमंतांची एक वसाहत असणार. फाटकाच्या एका खांबावर पाटी होती : BEL AIR. ती वाचून मी माझ्या मित्राकडे वळून म्हणालो, ''याच ठिकाणी एके दिवशी मी राहायला येणार आहे.'' मी असे का म्हणालो ते मलाही उमगले नाही. माझ्या तोंडून ते शब्द अभावितपणे उमटले. मी बोलल्याप्रमाणे पुढे तसेच झाले; परंतु ते भवितव्य मला कसे कळले? भावी गोष्टींचे दर्शन दाखवणारी क्रिस्टल बॉलसारखी एखादी वस्तू माझ्याकडे नव्हती. त्या काळात बेल लॅबोरेटरीज, ह्युजेस रिसर्च या कंपन्या आणि कोलंबिया विद्यापीठ इथे अशा काही घडामोडी चालल्या होत्या की, त्यामुळे माझे शब्द हे खरोखरीच भविष्यवेधी ठरले.

अमेरिकेत आल्यावर एका वर्षातच तिथे लेसर किरणांचा उदय होऊ लागला. तंत्रज्ञानाचे हे एक नवीन क्षेत्र उघडले गेले होते. लेसर किरण हा वैज्ञानिक प्रगतीचा एक मैलाचा दगड ठरला गेला. मी त्या तंत्रज्ञानाच्या क्षेत्रात उडी घेतली. माझे गणितातील सारे तात्त्विक संशोधन या नवीन क्षेत्राला पाठबळ देणारे होते. LASER हा शब्द Light Amplification by Stimulated Emission of Radiation या शब्दांची आद्याक्षरे एकत्र घेऊन झाला आहे. सर्व शब्द एका दमात उच्चारणे कठीण असल्याने त्यांचा संक्षेप 'लेसर' या उच्चाराने वापरला जाऊ लागला. आता थोडी लेसरची माहिती पाहा : अणूंच्या भोवती जे इलेक्ट्रॉन्स फिरत असतात, ते जर आपली कक्षा सोडून दुसऱ्या कक्षेत उडी मारून फिरू लागले, तर त्याला इलेक्ट्रॉनिक एनर्जी ट्रान्सफर म्हणतात. माझा पीएच.डी.चा हाच विषय होता. कॅलिफोर्निया विद्यापीठातही मी याच विषयावर पुढे संशोधन चालवले होते. या विषयात असे म्हटले जाते की, लेसरचा किरण हे 'बोसॉन कन्डेन्सेशन'चे एक चांगले उदाहरण आहे. माझे कलकत्त्यातील गुरू श्री. सत्येंद्रनाथ बोस यांच्या स्मरणार्थ 'बोसॉन' हे नाव दिले गेले. त्यामुळे मला या नवीन लेसर विषयाबद्दल आस्था निर्माण होऊन मी त्याच्याशी अगदी घट्ट चिकटून राहिलो.

एच. जी. वेल्स याच्यासारख्या सुरुवातीच्या वैज्ञानिक रंजनकथांमध्ये मृत्युकिरणांचा समावेश असे. ट्रान्सफॉर्मरचा शोध लावणारा निकोलाय टेस्ला यानेही अशा

मृत्युकिरणांचा अंदाज केला होता. हे मृत्युकिरण ज्यावर पडतात, तो पदार्थ एकदम भस्मसात होऊन जाऊ शकतो. लेसरच्या मागचे मूलभूत तत्त्व खुद्द आइन्स्टाइनने १९१७ मध्ये शोधून जगापुढे मांडले होते.

[या ठिकाणी लेखकाचा लेसरबद्दलचा मजकूर कळावा म्हणून थोडेसे शास्त्रीय विवेचन केल्यास लेसर किरणांबद्दल कल्पना येऊ शकेल. प्रत्येक पदार्थ हा बारीक कणांचा, म्हणजे अणूंचा किंवा रेणूंचा बनलेला आहे. तीच गोष्ट प्रकाश किरणांचीही आहे. जरी आपल्याला प्रकाशाचा झोत, प्रकाश किरण हे सरळ रेषेत जातात असे दिसल्याने ते सलग आहेत, अखंड स्वरूपात आहेत असे वाटते. तरी प्रत्यक्षात अणूंप्रमाणेच प्रकाशाचेही छोटे छोटे कण आहेत; परंतु 'कण' हा शब्द केवळ कल्पना येण्यापुरताच वापरला आहे. त्याऐवजी प्रकाश हा असंख्य बिंदूंचा बनला आहे. (काही जण 'पुंज' असेही म्हणतात.) आपण फक्त 'प्रकाश हा बिंदूंचा बनला आहे' असे ध्यानात घेऊ, म्हणजे गोंधळ होणार नाही. या बिंदूंना 'फोटॉन' असे शास्त्रीय नाव दिलेले आहे. जेव्हा दिवा प्रकाश द्यायला लागतो, तेव्हा त्यापासून असंख्य प्रकाशबिंदू ऊर्फ फोटॉन्स निर्माण होऊन सर्व दिशांना पसरतात. एखाद्या मैदानात जमलेले हजारो लोक जेव्हा बाहेर पडतात, तेव्हा प्रत्येक जण स्वतंत्रपणे वेगवेगळ्या दिशेने मैदानापासून दूर जाऊ बघतो. प्रत्येकाचे पाय वेगवेगळे हलत असतात. आपला नेहमीचा प्रकाश असाच आहे. सूर्यप्रकाश, विजेच्या दिव्यांपासूनचा प्रकाश (यात निऑन लाईटही आलेत) इत्यादी प्रकाशांच्या स्रोतापासून असंख्य फोटॉन्स दशदिशांना उधळले जातात.

लेसर किरण मात्र असे नसतात. तोही प्रकाशच असतो, पण उगमापासून निघालेले असंख्य प्रकाशबिंदू ऊर्फ फोटॉन्स हे शिस्तीत एकाच दिशेने एकामागोमाग बाहेर पडतात. एखाद्या प्रेक्षागृहातून जर सैनिक बाहेर पडले, तर ते जसे रांग करून एकाच दिशेने बाहेर पडतील, तसेच सर्व जण चालताना शिस्तीत आपले पाय तालात हलवतील. सर्वांचे उजवे पाऊल पुढे, मग सर्वांचे डावे पाऊल पुढे, अशी कवायत करत रांगेने ते बाहेर पडतील. उगमापासून निघालेले सर्व प्रकाशबिंदू असेच शिस्तीत सरळ रांग करून (शिवाय सर्व जण एका तालात स्पंदन पावून) बाहेर पडले, तर तो लेसर किरण! नेहमीचा बेशिस्त, इतस्तत: विखरून जाणारा प्रकाश व लेसरचा प्रकाश यात असा फरक आहे.

नेहमीचा प्रकाश म्हणजे, अनेक दिशांना असंख्य प्रकाशबिंदूंची उधळण असते. तर लेसर किरण म्हणजे सर्व प्रकाशबिंदू एकामागोमाग सरळ रेषेत, एकाच प्रकारे आंदोलन पावत जातात. त्यामुळे त्यांच्यामध्ये नेहमीच्या प्रकाशापेक्षा अधिक ताकद आलेली असते. म्हणूनच लेसर किरणांमुळे अगदी बारकाईने धातू कापता येतात. कोणताही पदार्थ कापता येतो. मग भले तो पोलादासारखा कितीही कठीण असो.

कमी तीव्रतेचा लेसर किरण वापरला, तर मनुष्य देहाच्या पेशी, ऊती याही हव्या तशा बारकाईने कापता येतात. लोण्यातून सुरी चालवावी, तसा लेसर किरणांचा चाकू माणसाच्या देहावर चालवून नको तो भाग दूर करता येतो.]

परंतु वाटेल ते कठीण पदार्थ लेसरच्या प्रकाशाने कापता येण्याच्या कल्पनेकडे सुरुवातीला कोणाचेही लक्ष गेले नाही. कदाचित पदार्थ हा नेहमी प्रकाशाला अडवीत असल्याने लेसरच्या कल्पनेवर विश्वास बसणे जड गेले असावे. शेवटी १९५०च्या मध्यास कोलंबिया विद्यापीठात मायक्रोवेव्हच्या लहरींचे लेसर चार्ल्स टाऊनीस व त्यांचे विद्यार्थी यांनी बनवले. त्याला त्यांनी 'मेसर' असे नाव दिले.

रेडिओ लहरी, मायक्रोवेव्हज, उष्णता लहरी, प्रकाश लहरी, क्ष-किरण व गॅमा किरण ही सारी ऊर्जेची नावे आहेत; परंतु प्रत्येकाची कंप्रता वेगवेगळी आहे. रेडिओ लहरींची कंप्रता आपल्या रेडिओमधून सांगितली जाते. (उदा. पुणे आकाशवाणीच्या रेडिओ लहरींची कंप्रता ही सेकंदास ७९२ किलो हर्टझ अशी आहे.) वर उल्लेखलेल्या सर्व लहरींना विद्युत चुंबकीय लहरी म्हणतात. फक्त त्यांची कंप्रता बदलली की, त्यांचे स्वरूप बदलत जाते. रेडिओ लहरींची कंप्रता वाढत गेल्यास त्यांच्या 'मायक्रोवेव्ह' लहरी बनतात. घरातील मायक्रोवेव्ह ओव्हनमध्ये याच लहरी वापरल्या जातात. आणखी कंप्रता वाढत गेल्यावर उष्णता, प्रकाश, क्ष-किरण, गॅमा किरण अशा लहरी बनत जातात.

कमी कंप्रतेच्या लहरींचे जर 'मेसर'मध्ये रूपांतर करता येते, तर जास्त कंप्रतेच्या लहरी असलेल्या प्रकाशाचे लेसर का नाही बनवता येणार? असे आव्हान स्वीकारून त्या दिशेने प्रयत्न सुरू झाले. शेवटी दहा वर्षांनी म्हणजे १९६० मध्ये हवे ते यश प्राप्त झाले. मलिबू शहरातील 'ह्युजेस रिसर्च लॅबोरेटरी'मध्ये शिओडीर मैमन याने माणिक रत्न वापरून लेसर किरण निर्माण करून दाखवले.

हे सारे नेमके कसे होते? हे समजावून घेण्यासाठी **'समानधर्मीयांनी एकमेकांना पकडून राहणे'** हा शब्दप्रयोग लक्षात ठेवा. इंग्रजीत याला coherence असे म्हणतात. ध्यानधारणेमधून आपल्या विवेकबुद्धीच्या जाणिवेला वरच्या पातळीवर कसे न्यायचे, याचे जेव्हा पुढे मी विवेचन करेन, तेव्हा याच शब्दप्रयोगाचा वापर करणार आहे. हा शब्दप्रयोग अत्यंत कळीचा शब्दप्रयोग आहे. लेसर किरण कसे जन्म घेतात, हे मी आपणाला अगदी थोडक्यात सांगतो. जे वाचक विज्ञानशाखेचे नाहीत, त्यांनाही माझा खुलासा समजेल आणि हे समजावून घेण्याचा प्रयत्न वाया जाणार नाही. आपले मन जर तुम्ही एखाद्या लेसर किरणाप्रमाणे एकाग्र केलेत, तर किती साध्य होऊ शकते, याची तुम्हाला कल्पना आहे.

लेसर किरणांमागची मूळ कल्पना ही अत्यंत सोपी आहे. साध्या प्रकाशझोतामधील फोटॉन्स हे स्वतंत्रपणे कुठल्याही दिशेने धावत असतात. (त्यांना incoherent

म्हणतात.) सर्चलाईटमधील परावर्तकांच्या साहाय्याने जरी तुम्ही त्यांना एकच दिशा देण्याचा प्रयत्न केला, तरी बरेचसे फोटॉन्स ऊर्फ प्रकाशबिंदू हे झोतापासून वेगळे होत जातात. शिवाय प्रकाशाचे विकिरणही होत असल्याने मूळचा झोत क्षीण होत जातो, म्हणून कोणताही प्रकाशझोत फार लांबवर पोहोचत नाही. यामुळेच कोणताही प्रखर दिव्याचा प्रकाशझोत रात्री आकाशात सोडला, तरी तो चंद्रावर पोहोचणार नाही. जे प्रकाशबिंदू झोतापासून भरकटतात त्यांची फारशी काळजी करू नका, त्याऐवजी त्यांना तसे करू न देण्यासाठी आपण असा प्रकाश निर्माण करू की, सर्व फोटॉन्स किंवा प्रकाशबिंदू एकमेकांना धरून पुढे जातील.

असे होण्यासाठी एखादे माध्यम आपल्याला लागेल, त्या माध्यमात लेसर किरणांचा जन्म होईल. हे माध्यम घन असेल, द्रवरूप असेल किंवा वायुरूपही असेल. घन नसेल तर एका काचेच्या पोकळ नळीत घालून बंदिस्त करता येईल. सुरुवातीचे लेसर किरण हे माणिक रत्नाची सळई वापरून त्यात निर्माण केलेले होते. तसेच हेलियम, निऑन हे वायू वापरूनही लेसर निर्माण केले गेले होते; मात्र वाटेल ते माध्यम आपल्याला वापरता येणार नाही. योग्य माध्यमाला 'ॲक्टिव्ह मिडियम' म्हटले जाते. या माध्यमांना क्षणभर ऊर्जा पुरवली की, ते चेतवले जातात. घन व द्रव माध्यमांसाठी हे चेतवण्याचे काम एका फ्लॅश गनने केले जाते. एकदम प्रखर प्रकाश सर्व बाजूने त्या माध्यमात क्षणभर सोडला जातो, याला optical pumping म्हणतात.

गॅस लेसर यंत्रणेत काय होते ते पाहा. ती एक अरुंद व बंदिस्त नळी असते. तिची दोन्ही टोके म्हणजे दोन आरसे असतात; मात्र एक आरसा अर्धवट पारदर्शक असतो. म्हणजे त्यातून किरण बाहेर जाऊ शकतात, तसेच काही किरण आतमध्ये परावर्तनही पावू शकतात. आपली नेहमीची काच अशीच असते. तिच्या पृष्ठभागावरून प्रकाश किरण परावर्तन पावू शकतात, तसेच ते काचेतून आरपार जाऊ शकतात; मात्र काचेतून बाहेर जाणारे किरण जास्त व परावर्तन पावणारे अत्यंत कमी असतात. आपल्या घरातील ट्यूबलाईटमध्ये विद्युतप्रवाह सोडल्यावर नळीतील वायूचे अणू उद्युक्त होतात, त्यांना चेतना मिळते. त्यातून बाहेर पडलेले इलेक्ट्रॉन्स मग नळीच्या आतल्या पृष्ठभागावर लावलेल्या विशिष्ट रसायनाच्या भुकटीवर आदळले की, त्यातून प्रकाशबिंदू किंवा फोटॉन्स बाहेर पडतात. लेसर किरणांसाठी असलेल्या वायूच्या नळीत प्रकाशाऐवजी वीज सोडल्यास निऑन लॅम्पची नळी जशी प्रकाशते, तसे त्या वायूतून फोटॉन्स, प्रकाशबिंदू बाहेर टाकले जातात. काही प्रकाशबिंदू नळीच्या टोकावरील आरशांवर आदळून परावर्तन पावून मागे फिरतात, ते वायूमधून जातात. वायूच्या अणूंना उत्तेजित करतात, त्यामुळे त्या अणूंमधून पुन्हा फोटॉन्स बाहेर टाकले जातात. ही क्रिया सतत होत राहिल्याने

फोटॉन्सची संख्या वाढत जाते. ती एवढी पराकोटीला पोहोचते की, शेवटी त्यातून समानधर्मी फोटॉन्सचे सैन्य तयार होऊन ते अर्धवट आरशाच्या काचेतून लेसर किरणांच्या रूपाने बाहेर पडतात. संघटित झालेल्या फोटॉन्सचे क्ष किरण ऊर्फ लेसर किरण सरळमार्गी असतात. किरणातील कोणताही फोटॉन हा किरणाला सोडून जात नाही. नेहमीचा प्रकाशकिरण जसजसा पुढे जातो, तसतसा तो फाकत जातो. तसे लेसर किरणांबाबत अजिबात होत नसल्याने ते सरळ रेषेत धावत राहतात. पृथ्वीवरून सोडलेला लेसर किरण त्यामुळेच चंद्रावर अचूक जागी सहज पोहोचू शकतो.

वरील विवेचनात नळीतील फोटॉन्सची संख्या पराकोटीला जाणे, ही अवस्था आपल्या मनात चाललेल्या असंख्य विचारांच्या ढगाशी अथवा पुंजक्यांशी ताडून पाहता येईल. दोन्ही प्रकारांत काही ना काही साधर्म्य आहे; परंतु आपले सर्व विचार एकमेकांना धरून न राहता त्यांचा एक मोठा गुंता बनतो, पण जर लेसर किरणांच्या फोटॉन्सप्रमाणे आपल्या सर्व विचारांचे संघटन केले, तर आपल्या जागृत विचार बुद्धीचे रूपांतर लेसरप्रमाणे कशात तरी नक्की होईल. शेवटच्या प्रकरणात मी त्याबद्दल चर्चा केली आहे.

लेसरचा शोध हा अद्‌भुत होता; परंतु त्याच्या व्यवहारातील उपयोगांकडे फारसे लक्ष गेले नाही. काही काळ तर असे वाटत होते की, उत्तर किंवा उपाय सापडला आहे; परंतु ज्या समस्यांवर ते उत्तर आहे, त्या समस्याच सापडत नाहीत. जणूकाही समस्येच्या शोधात उपाय हिंडत होते; परंतु काही हुशार लोकांनी मात्र लेसर किरण कुठेकुठे वापरता येतील, हे अचूक हेरले होते. बारकोडपासून डीव्हीडी प्लेयर आणि बुबुळाच्या शस्त्रक्रियेपर्यंत अनेक उपयोग दाखवून दिले होते. हे सर्व तांत्रिक उपाय प्रत्यक्ष व्यवहारात उतरेपर्यंत लेसरचे महत्त्व फारसे कोणाला कळले नव्हते. शेवटचे तंत्र म्हणजे लेसरच्या शस्त्रक्रियेने बुबुळाचा फुगीरपणा हवा तसा करण्याचा उपाय, आता चष्म्याचा नंबर घालवण्यासाठी जगभर केला जातो. या तंत्रामुळेच मला अमेरिकेतील श्रीमंतांच्या जगात प्रवेश मिळाला. माझी भरभराट झाली. 'बेल एअर' टेकडीवरील वसाहतीची दारे मला खुली झाली.

भारतात केलेल्या माझ्या पीएच.डी.च्या प्रबंधात अशी माहिती भरलेली होती की, त्यामुळे लेसरवर संशोधन करण्यास सहज मदत होईल. हे लक्षात घेऊन पॅसाडेना येथील 'इलेक्ट्रो-ऑप्टिकल सिस्टिम्स' या कंपनीने मला नोकरीसाठी बोलावले. (ही कंपनी पुढे झेरॉक्स कंपनीने विकत घेतली.) स्टाफ-सायंटिस्ट म्हणून मला नोकरीवर घेतले आणि मला एक कायमचा 'वर्क व्हिसा' देण्यात आला. त्या व्हिसामुळेच माझे पाय अमेरिकेच्या भूमीवर पक्के रोवण्यास व पुढे

तिथले नागरिकत्व मिळण्यास मदत झाली. नोकरीवर रुजू झाल्यावर मी व माझ्या सहकाऱ्यांनी ताबडतोब एक लेसर किरण निर्माण करणारे यंत्र तयार करायला घेतले. त्यासाठी माध्यम म्हणून आम्ही धातू व अधातू यांनी मिळून बनलेले द्रव (Chelate compound) वापरले. दरम्यान आमच्या या प्रकल्पाला अचानक अमेरिकेच्या विमानदलाकडून एक भली मोठी आर्थिक मदत मिळाली. ही मदत अगदी अनपेक्षितरित्या दिली गेली होती. आम्ही हे लेसर यंत्र तयार केल्यावर थर्ड इन्टरनॅशनल क्वांटम इलेक्ट्रॉनिक्स कॉन्फरन्स येथे आमचे प्रयत्न व मिळालेले यश तपशीलवार मांडले. ही कॉन्फरन्स पॅरिसमध्ये भरली होती. माझ्या मते, याचा एक परिणाम मात्र मला खूप अनुकूल असा झाला. बेल एअर टेकडीवरील उच्चभ्रूंच्या वसाहतीत माझे आलिशान घर निर्माण होण्याची शक्यता खूपच वाढली.

आम्ही जे द्रवरूप माध्यमातील लेसर यंत्र तयार केले, त्यातून मिळणारे परिणाम हे कोणत्याही द्रवातून निर्माण केल्या जाणाऱ्या लेसर किरणांसाठी मापदंड ठरले. अगदी 'गोल्ड स्टँडर्ड'सारखे! नंतर आयबीएम या मातब्बर कंपनीने 'रंगद्रव्य' (Dye) माध्यम वापरून लेसर किरण निर्माण केले. त्यासाठीही आमचेच मापदंड वापरले. आमचे काम एवढे अत्युत्कृष्ट ठरले होते की, जगभरातील लेसर संशोधनासाठी ते प्रमाणभूत ठरले होते. याचा परिणाम आमच्या झेरॉक्स कंपनीने मला काही शेअर्स देऊ केले. त्याची किंमत एवढी मोठी होती की, मला पूर्णपणे आर्थिक स्वातंत्र्य मिळाले. माझ्या दारिद्र्याच्या पार्श्वभूमीवर मला मिळालेली ही एक फार मोठी भेट होती!

तरीही माझ्या कामाचे खरेखुरे चीज झाले नाही, असे मला वाटले. मी खट्टू झालो होतो. माझ्या शोधाची किंमत पैशात करता येण्याजोगी नव्हती. माझ्या कामाची पावती मला शास्त्रीय जगातील मान्यतेने हवी होती. याच मान्यतेसाठी अनेक जण धडपडत असतात. आपणही त्यापैकी एक झालो आहोत, असे माझ्या लक्षात आले.

चिलेट लेसर व त्यामागची सैद्धान्तिक धडपड हे पूर्णपणे माझे एकट्याचे श्रेय होते. आता माझी लायकी सर्वांना कळल्याने मला अनेक स्पर्धक निर्माण झाले. हळूहळू ही स्पर्धा तीव्र होत गेली. नोकरीच्या जागी इतर ताणतणाव निर्माण होऊ लागले. हे तणाव तर खूपच भयानक होते. 'कोण कुठला एक इंडियन येतो आणि वरचढ होऊन बसतो' ही भावना माझ्याभोवती असलेल्या सहकाऱ्यांत पसरत आहे, हे मला जाणवू लागले. माझे स्पर्धक माझेच अमेरिकी सहकारी होते.

माझ्यापेक्षा त्यांचा अनुभव जास्त होता, शिवाय त्यांचे एकमेकांशी सतत फोनद्वारे संपर्क चालू असत. त्यांच्या देशात येऊन मी तिथल्याच सोयी-सुविधा वापरून त्यांच्या बरोबरीने संशोधनाच्या आघाडीवर राहू पाहत होतो. साऱ्या यशात

माझा सिंहाचा वाटा होता, हे सत्य स्वीकारण्यास त्यांना जड गेले असावे. मी व माझे अमेरिकी सहकारी यांच्यामध्ये एक अदृश्य दरी निर्माण झाली होती, त्यामुळे मी मनात एकटा पडलो होतो. आपल्याला वाळीत टाकलेले आहे, अशी भावना एके दिवशी माझ्या मनात पराकोटीला गेली. काय करावे हे मला सुचेना; परंतु मी इकडे येताना माझ्या सामानात असे काही एक हत्यार आणले होते की, ते इथल्या पाश्चिमात्य लोकांकडे नव्हते. 'ध्यानधारणा' हे ते हत्यार होते. प्राचीन परंपरेतून आलेले हे हत्यार मला खूपच उपयोगी ठरले. अमेरिकेत भारतीय योगाविषयी फारशी माहिती कोणाला नव्हती. असलीच तर ती थोड्या तज्ज्ञांपुरती मर्यादित होती. मी इथे आलो त्या काळात नुकताच या विषयाकडे लक्ष जाऊन त्याबाबतचा अभ्यास सुरू झाला होता.

ध्यानधारणेचा आपल्याला कितपत उपयोग होईल, यावर फार विचार न करता घरी आल्यावर मी ध्यानासाठी बसण्याचे ठरविले. घरातील एक निवांत जागा शोधली. भारतीय पद्धतीप्रमाणे जमिनीवर मांडी घालून बसलो. पाठ सरळ ताठ ठेवली. डोळे मिटून मन निर्विकार ठेवण्याचा प्रयत्न करू लागलो. त्यासाठी कोणत्यातरी एकाच मानसिक कृतीकडे लक्ष दिले. मी मनात बंगाली भाषेत आकडे मोजू लागलो. सावकाश मोजू लागलो, तालात मोजू लागलो. बाहेरचे आवाज, दृश्य वगैरे बंद केले. ॲक...दुई...तीन...चार...पंच...

मी शंभरपर्यंत अंक मोजायचो व परत पहिल्यापासून सुरू करायचो. अंक मोजण्याच्या लयीकडे मी लक्ष देऊ लागलो. अशी काही आवर्तने मी केली, तेव्हा कुठेतरी ती 'सीमा' मी ओलांडली; परंतु ती सीमा ओलांडल्याचे मला जाणवले नाही. रात्री झोपल्यावर आपल्याला नक्की कधी झोप लागते, हे जसे आपल्याला कळत नाही, तसेच ती सीमा ओलांडल्याचे मला जाणवले नाही. साधे अंक मोजण्यावर शांतपणे लक्ष केंद्रित केल्यामुळे माझ्या मनातील सटरफटर व वरवरचे विचार नाहीसे झाले आणि मी ध्यानावस्थेत गेलो. जाणिवेच्या नेहमीच्या पातळीवरून दुसऱ्या पातळीवर माझ्या मनाने उडी मारली. किती सहजपणे ती उडी मारली गेली! काही वेळाने माझे ध्यान संपले; परंतु माझ्यामध्ये अमाप ऊर्जा संचारली होती. माझे मन उत्साहाने भारून गेले होते. शरीरातील कणन्‌कण उत्तेजित झाला होता. माझ्या अंगात एवढी शक्ती भरली गेली होती की, जणूकाही मी एकदम चंद्रावर उडी मारली आहे असे मला वाटले. जेव्हा मी कामावर गेलो, तेव्हा मला तिथे नेहमीप्रमाणे ताणतणाव जाणवले नाहीत. कामावरील सर्व गोष्टी सुरळीत हाताळता आल्या, कारण आता मी साऱ्या व्यवहारांकडे एका वेगळ्याच दृष्टिकोनातून पाहत होतो. मनाच्या गाभ्यामध्ये हा दृष्टिकोन पूर्वी कधीच नव्हता. मी आश्चर्याने थक्क झालो होतो. मनावर साचलेले मळभ दूर झाले होते. दृष्टी स्वच्छ झाली

होती. चैतन्याने मी पूर्णपणे भारला गेलो होतो. जणूकाही माझा पुनर्जन्म झाला आहे, असे मला वाटले. मला एवढा आनंद झाला होता की, मोठ्याने 'युरेका!' असे ओरडावेसे वाटत होते. मोठ्या संयमाने मी ती ओरडण्याची ऊर्मी कशीबशी दाबून टाकली.

मला जी उत्स्फूर्त आनंदाची, उत्साहाची जाणीव झाली होती, तिचा शोध मी लावला नव्हता. ज्यांना कोणाला असा अनुभव प्रथम येईल, तेव्हा त्यांना असेच वाटेल. सर्व गूढवाद्यांना, योग्यांना गेली अनेक शतके याचा अनुभव येत गेलेला आहे. भारतीय पूर्वजांनी या अनुभवाचे वर्णन फार सुंदररित्या आणि अचूक शब्दांत 'आतमध्ये प्रसन्नतेचे कारंजे उसळल्यासारखे वाटते,' असे केलेले आहे. जेव्हा आपण आपल्या पंचेंद्रियांच्या जाणिवा कमीकमी करत पुन्हा भानावर येण्याइतपत जेमतेम ठेवल्या, तर मग ध्यानात मनामध्ये एक स्वर्गीय शांतता जाणवते. आपले ध्यान आपोआप संपून आपण भानावर येतो, या पार्थिव जगात प्रवेश करतो. पुन्हा या जगात वावरण्यासाठी असलेले सॉफ्टवेअर मनात आधीच बसवले आहे.

ध्यानधारणेला मी सुरुवात केली होती. हळूहळू मी प्रत्येक वेळी ध्यान लावल्यावर खूप खोलवर आतील पातळीवर जाऊन पोहोचू लागलो. शेवटी आता एकच झेप घेणे बाकी राहिले होते, त्याबद्दल मी शेवटच्या प्रकरणात सांगेन. या विश्वातील सर्व ऊर्जेची बेरीज केली, तर ती शून्य भरते! अशासारख्या निसर्गातील धक्कादायक व वास्तववादी गोष्टी विज्ञानातून मला कळल्या. त्यानंतरच माझा ध्यानधारणेने जो काही आपल्यात काहीतरी क्रांतिकारी बदल होतो, त्यावर माझा विश्वास बसला. असल्या आश्चर्यजनक गोष्टी अत्याधुनिक पदार्थविज्ञानात घट्टपणे पक्क्या भरलेल्या आहेत. मी त्या आपल्याला सांगेन. कमीत कमी व शक्य तितक्या सोप्यातल्या सोप्या शब्दांत सांगायचा प्रयत्न करेन.

अमेरिकेत फक्त एक वर्षभरच राहायचे असा माझा मूळचा हेतू होता. नंतर परत आपल्या मायदेशाला जाऊन शिक्षकाचा व शास्त्रीय संशोधनाचा पेशा पत्करून आपल्या मातृभूमीची सेवा करायची असा इरादा होता; परंतु एव्हाना माझ्या मनावर लेसरच्या तंत्रज्ञानाची मोहिनी बसली होती. त्यामध्ये अधिक प्रगती करण्याची ऊर्मी उरात उफाळून येऊ लागली होती. या नवीन तंत्रज्ञानात आपण असे काही कर्तृत्व गाजवून दाखवू, अशी काही प्रगती करू किंवा असा काही शोध लावू की, लेसर तंत्रज्ञानावर माझा ठसा उमटेल.

त्याचबरोबर मला हेही जाणवत होते की, मी जे ज्ञान मिळवले आहे, त्या ज्ञानाची माझ्या मातृभूमीला आत्यंतिक गरज आहे, त्यासाठी मी अमेरिकेत न थांबता मातृभूमीला परतले पाहिजे. माझी महत्त्वाकांक्षा व माझे देशकर्तव्य यांच्या कात्रीत मी सापडलो. त्या दोन्ही गोष्टींचा माझ्या मनात एवढा संघर्ष होऊ लागला

की, शेवटी डोके फुटेल की काय, असे वाटणारी डोकेदुखी मला सुरू झाली. माझ्या मनातले द्वंद्व संपेना, नंतर काही वर्षांनी माझ्यापुढे एक आध्यात्मिक पेच येणार होता. त्याच्या छायेत मी हळूहळू चाललो होतो. माझे अक्षरश: दोन तुकडे होत आहेत असे मला वाटू लागले. १९६४ मध्ये मला अमेरिकेत येऊन पाच वर्षे झाली होती. मग मी झेरॉक्स कंपनीतून बिनपगारी रजा काढली आणि भारतात काही काळापुरता आलो. परदेशात प्रशिक्षण घेतलेल्या शास्त्रज्ञांच्या यादीत माझे नाव होते, म्हणून मी आयआयटीत जमतील ते प्रयोग करून पाहू लागलो.

अनपेक्षितपणे भारतातील या वेळेचे माझे वास्तव्य म्हणजे माझ्या आयुष्यातला एक अत्यंत सुखाचा काळ ठरला. गांधीजींच्या समवेत मी पूर्वी जो एक आठवडा व्यतीत केला होता, त्या काळाची आठवण व्हावी एवढा हा काळ सुखासमाधानाचा होता; परंतु गांधीजींच्या बरोबरचा काळ हा वेगळ्या पातळीवरचा होता.

आता माझ्यावर कामाचे दडपण नव्हते. मी मुक्त होतो. मला ज्यात रस होता, ज्याची आवड होती, त्या गोष्टी मी प्रयोगशाळेत करू लागलो; परंतु मला हवी ती साधने, उपकरणे येथे भारतात नव्हती. मग मी माझी नेहमीची लेसरवरची सैद्धान्तिक कामे करू लागलो. लेसरवरच्या चर्चासत्रात व्याख्याने देऊ लागलो. माझा बराचसा वेळ यातच जायचा. अमेरिकेत मी जे पैसे साठवले होते, त्यावर भारतात मी जगत होतो, भारतीय राहणीमानानुसार मी तसा आरामात जगत होतो असेच म्हटले पाहिजे. यामुळे मला इथे भरपूर रिकामा वेळ उपलब्ध होत होता. त्या वेळात मी सतत ध्यानधारणा करू लागलो. ध्यानात खूप वेळ बसू लागलो. एखाद्याला असे सारखे ध्यानधारणा करणे म्हणजे कंटाळवाणा प्रकार वाटला, तर ते स्वाभाविक आहे; परंतु मला आता मधाची चटक लागली होती. ध्यानावस्थेतील सुखमय अवस्था भोगण्यासाठी वारंवार प्रयत्न करू लागलो.

मला जो गूढ व आध्यात्मिक अनुभव या वेळी येत गेला तो जास्तीत जास्त व सखोल असा होता; परंतु मला भेटायला हळूहळू बरेच लोक येऊ लागले. या लोकांना मी टाळूच शकत नव्हतो. त्यांची व माझी मानसिकता भिन्न भिन्न होती. ते बिचारे आपापल्या दैनंदिन समस्यांनी ग्रस्त झालेले होते, गांजलेले होते. त्यामुळे माझ्या मनाची जी सुखमय अशी स्वर्गीय अवस्था यायची व बराच वेळ राहायची ती आता हळूहळू विरत जाऊ लागली. प्राचीन काळातील ऋषी, मुनी हे जनसंपर्क टाळण्यासाठी दूर हिमालयात का जाऊन राहत, ते मला आता समजले.

परंतु जरी माझी ती स्वर्गीय अवस्था बिघडली गेली, तरीही माझ्या सततच्या ध्यानधारणेमुळे माझा फायदा झालाच, कारण त्यानंतर मी जी काही कामे करू लागलो तेव्हा माझे मन अत्यंत सुबोधतेने काम करू लागले, माझ्या दृष्टीने नुसती स्वर्गीय आनंदमय अवस्था भोगण्यापेक्षा हे जास्त महत्त्वाचे होते. माझे मन आता

अत्यंत ताजेतवाने, शिथिल; पण अत्यंत जागरूक असायचे. अशा मनाने कामे करणे, वावरणे, वागणे ही फारच आल्हाददायक बाब होती. एरवी जे माझ्या नजरेतून निसटायचे, लक्षात यायचे नाही, ते मला सहज दिसू लागले होते.

मनाची अशी स्वच्छ व सुबोध अवस्था असताना 'विज्ञान' हाच माझा खराखुरा व स्वाभाविक विषय आहे, त्याच्यावाचून मी राहूच शकत नाही, हे माझ्या लक्षात आले. माझ्या आजीने व माझ्या खेड्यातील लोकांनी माझ्यासाठी बराच त्याग केला होता. माझ्याबद्दल त्यांना बऱ्याच आशा होत्या. मला त्या सर्वांच्या आशा पूर्ण करायला हव्या होत्या; परंतु मी जर भारतात राहिलो, तर लेसर विषयातील अद्ययावत संशोधनापासून दूर राहणार होतो. लेसरमधील संशोधनाची फळे ही मानवजातीला अत्यंत उपकारक ठरणार होती, याची मला खात्री होती आणि ते संशोधन करण्यासाठी फक्त अमेरिका हाच एकमेव देश होता. मी जर तिकडे जाऊन संशोधनात रमलो, तर मानवजातीची सेवा करण्यासारखेच होते. मी तसेच करायचे ठरवले. अशा रितीने माझे मायदेशी येणे हे तात्पुरते ठरले. आता माझ्या अंत:करणात एक चेतना जागृत झाली होती.

लेसरमधील हनुमान-झेप

सिलिकॉन व्हॅलीमध्ये आता भरभराटीचे दिवस येऊ लागले. लेसर किरणांनी जादू केली व एक नवीन दालन उघडले गेले. प्रत्येक तंत्रज्ञ लेसरची यंत्रसामग्री, लेसरचे विविध उपयोग शोधून तशी यंत्रे बनवू लागले. एक मोठी स्पर्धा सुरू झाली. लेसरचा माहोल पसरला. या स्पर्धेत आपण अग्रभागी राहावे, म्हणून प्रत्येक जण रात्रंदिवस काम करू लागला. जे कोणी इतके जीव ओतून व अहोरात्र कामे करीत नव्हते, ते अर्थातच लेसरच्या स्पर्धेतून बाजूला फेकले गेले. जे आघाडीवर राहू पाहत होते, त्यांचा उत्साह अमाप होता. त्यांचा तो उत्साह पाहून कोणालाही त्यातून प्रेरणा मिळू शकत होती. मीसुद्धा तो उत्साह पाहून थक्क झालो; परंतु मला वाटते की, या सर्व धावपळीमागे अस्तित्वाचा लढा होता. आपण या उद्योगातून उठवले जाऊ, नाहीसे होऊ या भीतीपोटी सारे चालले होते. मी आता भरपूर कामे करीत होतो, कारण मलाही त्याच त्या भीतीने ग्रासले होते. जर आपण स्पर्धेत मागे पडलो, तर पुन्हा ते दारिद्र्याचे कृष्णविवर मला गिळून टाकेल.

मग मी जीव तोडून संशोधन करू लागलो. आता मी एवढी प्रगती केली होती की, मला माघार घेता येत नव्हती. मी अमेरिकेचे नागरिकत्व पत्करले व १९६६ मध्ये मी माझे पहिले घर विकत घेतले. बंगालमध्ये येणाऱ्या चक्रीवादळासारखे वादळ आले, तरी ते कोसळणारे नव्हते की उखडले जाणारे नव्हते. ती झोपडी नव्हती. ते एक लाकूड व विटा यांचा उपयोग करून बांधलेले पक्के घर होते. मला त्या घरात राहताना सुरक्षित वाटे. (नंतर काही वर्षांनी लॉस एंजलिसमध्ये मोठा भूकंप होऊन बऱ्याच घरांची पडझड झाली. तसला भूकंप मी अद्याप अनुभवला नव्हता.) कॅलिफोर्नियाच्या आलिशान बंगल्यांमध्ये माझे घर म्हणजे एक बऱ्यापैकी निवारा होता, आश्रयस्थान होते. पुढे मलाही तसले आलिशान व भव्य बंगले ऊर्फ मॅन्शन आवडू लागले. तसली घरे विकत घेण्याचा छंदच जडला. मला आलिशान घरांचे नेहमीच आकर्षण होते. या आधी माझ्या झेरॉक्स कंपनीने दिलेले शेअर्स जास्त भावाला विकले,

मग त्याच भांडवलावर मी शेअर्सच्या खरेदी-विक्रीचा धंदा सुरू केला. त्यातून मला चांगलाच फायदा होऊ लागला. अगदी 'गोल्डन स्टेट लॅण्ड' म्हटली जाणारी महागडी जमीन विकत घेण्याइतपत मी नफा कमावला.

मी आता लेसर तंत्रज्ञानात आणखी काही कर्तृत्व गाजवण्यासाठी प्रयत्न करू लागलो; परंतु तशी संधी नंतर येणार होती.

आधुनिक वैज्ञानिक तत्त्वज्ञानामध्ये एक असे तत्त्व सांगितले जाते की, ज्ञानभांडारात जी नवीन भर पडते, ते केवळ प्रयोगशाळेत अनेक प्रयोगांच्या मालिकेतून चुका टाळत टाळत शेवटी जे शोध लागतात, यामुळेच फक्त नवीन ज्ञान हाती येते असे नाही, तर ते शोध लावणाऱ्या शास्त्रज्ञांची अंत:प्रेरणा आणि त्याची मनाची तयारी यामुळे नवीन शोध लागतात. माणसाच्या मनाची अंत:प्रेरणा व तयारी याचीच जणूकाही ते शोध वाट पाहत असतात. दुसऱ्या शब्दांत सांगायचे झाल्यास ते असे सांगता येईल. अमेरिकेतील टेलिव्हिजनवर X-Files नावाची एक मालिका चालू होती. त्यात शोध घेताना नेहमी म्हटले जायचे, 'सत्य हे बाहेर उघडपणे उभे आहे. फक्त आपल्याला ते दिसत नाही, जाणवत नाही.' थोडक्यात, सत्य हे सर्वत्र भरून राहिलेले असते. फक्त आपल्याला ते जाणवण्यासाठी मनाची तशी अनुकूलता असायला हवी. यावरून आणखीही एक गोष्ट कदाचित खरी वाटते. जे काही क्रांतिकारक शोध, बदल झाल्याने इतिहास बदलला अशा विषयांतही असेच काहीतरी घडले असावे. उदाहरणार्थ, चाकाचा शोध, चित्रकलेतील पुनरुज्जीवनवाद, ग्रीक तत्त्वज्ञान आणि आधुनिक विज्ञान. मी आणि माझे सहकारी लेसरच्या तंत्रज्ञानात जे क्रांतिकारी शोध लावू पाहत होतो, त्या बाबतीतही हेच तत्त्व मानवाच्या अध्यात्मशास्त्रातही लागू पडू शकते.

नासा या अंतराळ संस्थेची मोठ्या प्रमाणात कंत्राटे घेणारी नॉरथ्रॉप ही एक बलाढ्य कंपनी आहे. त्यांच्या रिसर्च अॅन्ड टेक्नॉलॉजी सेंटरकडून मला १९६८ मध्ये नोकरीचे आमंत्रण आले. तिथल्या लेसर संशोधन तुकडीचे नेतृत्व मी करावे, अशी त्या कंपनीची इच्छा होती. मी आता कार्बन मोनॉक्साईड या वायूचा उपयोग लेसरनिर्मितीसाठी करू पाहत होतो. यातून नक्की लेसर किरण बाहेर पडू शकतील, असा माझा शास्त्रीय अंदाज होता. माझ्या संशोधनावर आधारित नॉरथ्रॉपमधील माझ्या सहकाऱ्यांनी जगातील अत्यंत प्रखर लेसर किरण तयार करून दाखवले. ते लेसर किरण करण्यासाठी कार्बन मोनॉक्साईड वायू तापवावा लागे; परंतु मी त्यापुढची पायरी गाठली. हीच लेसरनिर्मिती नेहमीच्या वातावरणाच्या तापमानात करून दाखवली. ही गोष्ट पूर्वी अशक्य समजली जात होती.

कॅलिफोर्निया विद्यापीठाच्या एका सेमिनारमध्ये मला मिळालेले शास्त्रीय यश मी तपशीलवार सादर केले, तिथे डॉ. एडवर्ड टेलर हे थोर शास्त्रज्ञ सेमिनारच्या अध्यक्षपदी होते. त्यांच्या अद्‌भुत वैज्ञानिक जाणिवेमुळे त्यांनी हायड्रोजन बॉम्बची शक्यता सिद्ध

करून दाखवली होती, म्हणून त्यांना Father of H-Bomb असे संबोधले जायचे. डॉ. टेलर यांची जिज्ञासा माझ्या भाषणामुळे एवढी चेतवली गेली की, त्यांनी मला काही मिनिटे माझे भाषण थांबवायला सांगितले व ते एका नैसर्गिक कामासाठी निघून गेले. ते परत आल्यावर मी माझे भाषण पुढे चालू केले. माझ्या कार्बन मोनॉक्साईड लेसरच्या कामाला खरी दाद दिली, ती एका रशियन शास्त्रज्ञाने. त्याने नंतर एका प्रतिष्ठित रशियन नियतकालिकात लिहिले, 'कार्बन मोनॉक्साईडमधून लेसरनिर्मिती करण्याबाबत भौमिक यांनी एवढे अफाट व परिपूर्ण काम केले आहे की, आता याबाबत आणखी काही करावयाचे उरले नाही.' मला आता आंतरराष्ट्रीय मान्यता मिळाली होती. त्या जोरावर मी माझ्या कामावर आधारित कोणाला काही व्यापारी तत्त्वावर काम करायचे असेल, तर लागणारे कायदेशीर हक्क घेण्याचे ठरविले. मग मी व माझ्या गटाने एक वेगळा नवीन प्रकल्प सुरू केला. त्याला नॉरथ्रॉप कंपनी, सॅन ॲन्डिगो येथील 'मॅक्सवेल लॅबोरेटरीज' आणि न्यू मेक्सिको येथील 'लॉस ॲलामोस नॅशनल लॅबोरेटरीज' यांनी साहाय्य केले.

माझे सर्व सहकारी हे अत्यंत हुशार होते, बुद्धिमान होते. आंतरराष्ट्रीय पातळीवर त्या सर्वांना मान्यता होती. आता आम्हा सर्वांची मिळून जी बौद्धिक शक्ती झाली ती शेकडोपटीने वाढली. १ + १ + १ = ३ असे न होता '१११' असे झाले. ज्यावर उपाय सापडत नाही अशी कोणतीही समस्या आम्हाला भेडसावत नव्हती. आम्ही कोणत्याही समस्येवर लीलया मात करू शकत होतो. लेसर तंत्रज्ञानाच्या जगात आमचा गट हा फार वरच्या पातळीवरचा समजला जाऊ लागला. आम्हाला जगभरातून नेहमी परिसंवाद, चर्चासत्रे, परिषदा येथे व्याख्याने देण्यासाठी बोलावणी येऊ लागली. आमचे प्रयत्न सुरू झाले.

सरतेशेवटी आम्ही जे साध्य करू पाहत होतो, ते आम्ही मिळवले. आमच्या कामाचे सार्थक झाले. आम्हाला खरोखरच एक जॅकपॉट लागला होता! आमचे कष्ट, बुद्धी व वेळ फळाला आले!

आम्ही आमचा शोध जाहीर करायचे ठरवले. प्रमुख संशोधक व संशोधन तुकडीचा प्रमुख अशा दोन्ही नात्याने आमचा शोध अधिकृतरित्या जाहीर करण्याचा मान माझ्याकडे आला. १४ मार्च १९७३ हा दिवस आम्ही निवडला. ऑप्टिकल सोसायटी ऑफ अमेरिका या संस्थेच्या डेन्व्हर येथे भरलेल्या बैठकीत मी आमचा शोध प्रात्यक्षिकासह सादर केला. आम्ही 'एक्सायमर लेसर'चा शोध लावला होता. झेनॉन वायू वापरून वेगळ्या लेसरची निर्मिती आम्ही केली होती. अशा प्रकारच्या लेसरमुळे आता शस्त्रक्रियेमध्ये क्रांती होणार होती. माझे आर्थिक भवितव्य आता कायमचे सुरक्षित होणार होते.

या लेसरमुळे दृष्टिदोष दूर करण्याचे एक साधन नंतर तयार केले गेले. चष्मा

घालवण्यासाठी या लेसरकडून डोळ्यांवर शस्त्रक्रिया केली जाते. त्या शस्त्रक्रियेला Lasik असे नाव पडले. डोळ्यांच्या सर्वांत बाहेरच्या पारदर्शक पृष्ठभागाला कॉर्निया म्हणतात. या कॉर्नियाचा काही भाग असा काढून टाकला जातो की, त्यामुळे पृष्ठभागाचा फुगीरपणा नैसर्गिक स्वरूपाचा होतो. परिणामी चष्म्यावाचून माणसाला स्वच्छ दिसू लागते. जो पृष्ठभाग काढून टाकला जातो तो अत्यंत पातळ असतो. एक्सायमर लेसर किरणांमुळे डोळ्यांचा नको असलेला पृष्ठभाग इतर लेसर किरणांप्रमाणे जाळला जात नाही, तर त्याची वाफ होऊन जाते. पेशींना जाळून त्या नष्ट करताना अनेकदा हव्या असलेल्या निरोगी पेशीही जळून जातात. 'लॅसिक शस्त्रक्रियेत केवळ cold cut होते.' असे डॉक्टर्स म्हणतात. सारी शस्त्रक्रिया अवघी एका मिनिटाच्या आत होते व मनुष्य दुसऱ्या दिवशी काम करू लागतो.

कदाचित तुमच्या डोळ्यांवरही अशी शस्त्रक्रिया झाल्याने तुम्ही आता हे पुस्तक नीट वाचू शकत असाल. Corneal sculpting ऊर्फ Lasik तंत्राचे आभार मानावेत तेवढे थोडे आहेत.

लेसरच्या क्षेत्रातील माझ्या शोधकार्याची दखल घेण्यासाठी अमेरिकन फिजिकल सोसायटी आणि इन्स्टिट्यूट ऑफ इलेक्ट्रिकल ॲण्ड इलेक्ट्रॉनिक्स इंजिनीयर्स यावर मला फेलो म्हणून निवडून पाठवले गेले. या सन्मानाने मला खूप आनंद झाला; पण भारतातील ज्या आयआयटीमधून मी पीएच. डी. केली त्या संस्थेने जेव्हा मला डी. एस्सी. ही बहुमानाची पदवी देऊन माझा सन्मान केला, तेव्हा मी सुखावलो. त्या वेळी मला खरा आनंद झाला. ही मानाची पदवी आयुष्यभरातील अभ्यासध्येये साध्य केल्याबद्दल दिली गेली होती.

मी या नवीन प्रकारच्या लेसरचे पेटंट घेतले. माझ्या या प्रगतीचे कौतुक म्हणून नॉरथ्रॉप कंपनीने मला त्यांचे बरेच शेअर्स देऊ केले. मी त्या शेअर्सवर पुन्हा शेअरबाजारात उलाढाल केली आणि भरपूर पैसे मिळवले. रिअल इस्टेट आणि गुंतवणुकीची अन्य क्षेत्रे यात उलाढाल करण्याचा माझा धंदा चालूच होता. मी त्यात तरबेज झालो होतो. स्टॉक्स, बॉन्डस, भविष्यासाठी गुंतवणूक वगैरेही गोष्टींमध्ये मी भांडवल घालून ते वाढवीत नेले होते. गुंतवणूक करीत गेलो होतो. नेहमीच्या पद्धतीने फारशी जोखीम न घेता गुंतवणुकीचे मार्ग मी शोधले होते. बेधडक मोठमोठ्या जोखिमा उचलून गुंतवणूक करत होतो, कारण मला रंक होण्याची भीती वाटत नव्हती. त्याचा अनुभव मी पूर्वीच घेतला होता.

या घडामोडी १९७०च्या शेवटी झाल्या. त्या वेळी कॅलिफोर्नियात रिअल इस्टेटच्या धंद्याला तेजी आली होती. वाढत जाणाऱ्या तेलाच्या किमतीमुळे चलनफुगवटा कमी होत चालला होता. यामुळे माझे काम अधिकच सोपे झाले. वाटेल तसा अंदाज करून अंधारात नेम धरण्याचा जुगार खेळण्याची जोखीम आणखीनच कमी

झाली. माझ्या मालमत्तेचे, जमिनींचे व बंगल्यांचे मूल्य एवढे वाढले होते की, माझ्या भरमसाट कल्पनेतही ते बसत नव्हते. त्या किमती मला वास्तववादी जगातील न वाटता परीकथेतल्या भासू लागल्या. नॉरथ्रॉपमधून मी लवकर निवृत्ती घेतली. त्या वेळी माझे वय ५५ होते. आता मी काय करणार होतो? ज्या इच्छा कधीही पूर्ण करणे आपल्याला या जन्मात शक्य नाही असे मला वाटत आले होते, त्या माझ्या इच्छा मी पूर्ण करून घेणार होतो.

चिखलाच्या- जमिनीपासून संगमरवरी जमिनीपर्यंत माझा प्रवास झाला होता. गाळातून गालिचापर्यंत मी आलो होतो. माझ्या भूतकाळातील दारिद्र्याच्या आठवणी, धागेदोरे, खुणा सारे काही मी आता पुसून टाकणार होतो. काही वर्षांतच मी टेकड्यांवरील सहा आलिशान बंगले, बंगले कसले राजवाडे होते, ते खरेदी केले. तेथून दिसणारे निसर्गदृश्य हे अत्यंत मनमोहक होते. फक्त ग्रीटिंग्ज पोस्टकार्डावरच तशी दृश्ये पाहायला मिळतील, असे होते. बिव्हर्ले हिल्स, बेल एअर, पालोस व्हर्डीज, मलिबू येथे असलेली भव्य घरे, प्रासाद हे फक्त अमेरिकेतील अतिधनाढ्यांची होती. मी त्याच जागी त्यांच्या पंक्तीत जाऊन बसलो. माझ्या पूर्वजांनी भोगलेल्या हालअपेष्टा, दारिद्र्य व दुर्दैव यांनी माझ्या जवळपासही फिरकू नये, म्हणून मी एक प्रकारची ती तटबंदी उभी केली होती.

मी आता रोल्स राईस गाडी चालवू लागलो. माझ्या सुप्त मनातील सर्व इच्छा मी पूर्ण करून घेत होतो. फक्त एकच इच्छा बाकी राहिली होती, ती पूर्ण करता येणे शक्य नव्हते. मातंगिणी आणि माझी आजी यांनी मला पटवून दिले होते की, शेवटपर्यंत प्रयत्न करीत राहायचे. उशिरा का होईना त्याचे बक्षीस मिळेलच. त्यांचे हे शब्द खरे ठरले होते. मी दारिद्र्यावर मात केली होती. माझ्या पायाशी वैभव लोळत आले होते, पण ते पाहण्यासाठी त्या दोघीही आज जिवंत नव्हत्या. माझी ती इच्छा पूर्ण होणार नव्हती. अमेरिकेतील ख्यातनाम व श्रीमंत गायक नट एल्व्हिस प्रिस्ले यांचे जेव्हा पहिले रेकॉर्डिंग झाले व त्याच्या हातात कधी नव्हे एवढी घसघशीत मोठी रक्कम पडली, तेव्हा त्याने प्रथम आपल्या आईसाठी एक गुलाबी रंगाची महागडी कॅडिलॅक गाडी खरेदी केली होती. त्या वेळी त्याला किती धन्य वाटले असेल! आज माझी आजी व मातंगिणी माझे हे वैभव पाहण्यास जिवंत असत्या, तर मी त्यांना रोल्स राईसच्या सर्वांत महागड्या 'सिल्व्हर क्लाऊड' या गाडीत ठेवले असते. माझ्या सुखाचा, आशा आकांक्षांचा तो कळस ठरला असता.

यानंतरच्या काही वर्षांत विश्वाची उत्पत्ती, त्याची कारणे, ध्यानधारणेत अनुभवाला येणारे वास्तव, इत्यादी गोष्टी माझ्या डोक्यातून पार निघून गेल्या. मी एका मोठ्या सुखाच्या कारंज्याखाली विहार करू लागलो. माझ्या अंगावर सर्व बाजूंनी सुखाच्या धारा बरसत राहिल्या.

सुखाच्या नंदनवनात

✤

एकदा तुम्ही रस्त्यावरील वेगाने जाणाऱ्या वाहनांसाठी ठेवलेल्या पट्ट्यामधून किंवा फास्ट लेनमधून जाऊ लागलात की, आणखी किती वेग घेणार? मर्यादेपलीकडे जास्त वेग धारण करता येत नाही आणि धारण केला, तर ते धोकादायक ठरते. मी आता सतत सुख उपभोगत वेगाने मस्तीत आयुष्य जगू पाहत होतो; पण अशा जगण्याला मर्यादा पडतात. उलट अतिरेक करायला गेलो, तर ते धोकादायक ठरते, हे मला हळूहळू उमगत गेले. दररोज काहीना काही बदल घडत असतात. नवीन राजांचा राज्याभिषेक होतो, तर जुने राजे व त्यांच्या राजवटी खालसा होतात. १९८० नंतरच्या दशकात असे घडत होते. १९८५च्या आसपास मी माझी खासगी राजेशाही प्रस्थापित केली होती आणि राजेपदाचा आस्वाद घेत होतो. प्रत्येक मिनीट मी सुखात डुंबत होतो, सुख पीत होतो, सुख भोगत होतो. दिवसरात्र सुखोपभोगात बुडून गेलो होतो. काही काळ मी असा व्यतीत करीत होतो. माझ्या पूर्वजांप्रमाणे मी आध्यात्मिक जीवनशैलीला वाहून घेतले नाही. संन्याशाचे जिणे जगणे मला शक्य नव्हते. 'मी खरोखरीच अस्तित्वात आहे काय?' असा प्रश्न जर मला पडला, तरी मी क्षणभरही माझे सुखोपभोग थांबवणार नव्हतो. मी भूतकाळातील रोजची धकाधक, शोकांतिका आणि बंगालमधील 'जगण्याचे विडंबन' विसरून जाऊ पाहत होतो. काही काळ ते सारे मी विसरलोही होतो. फक्त त्या काळात सतत पोटात उसळणारे भुकेचे आगडोंब मात्र माझ्या मनात रेंगाळत होते. मी आता सतत खर्च करीत सुटलो होतो, उधळत राहिलो होतो. भूतकाळातील दारिद्र्यावर सूड घेतल्यासारखी चैन करू पाहत होतो. जेम्स बॉन्ड जसा एखादी मोहीम संपल्यावर काही काळ चैनीचे जीवन जगत असतो, तसे मी करून पाहिले. टीव्हीवरील 'कॅलिफोर्निया गर्ल्स' या मालिकेची नक्कल वाटेल असे जीवनही मी जगत होतो. अनेक स्त्रियांशी संबंध जोडत होतो. मी येथे त्यांचा फक्त एक धावता आढावा घेतो.

स्वीडन हा मुक्त विचारांचा देश आहे. ॲनी ही एक मुक्त विचारांची बिनधास्त तरुणी तेथे राहत होती. तिची माझी गाठ पडली व आमचे संबंध जुळले. त्यानंतर सोव्हिएत रशियात ग्लासनोस्तची चळवळ येऊन गेली. सोव्हिएत साम्राज्य आक्रसत गेले. सर्वत्र मुक्ततेचे वारे खेळू लागले. मग सेंट पीटर्सबर्ग शहरातील मारीया या सुंदरीबरोबर प्रियाराधन सुरू केले. तिच्याशी प्रियाराधना चालू असताना मी युरोपातील सुंदर शहर मिलान येथे मौजेच्या सहलीवर गेलो. तिथे ॲस्ट्रिड नावाची एक तरुणी निर्वासित म्हणून आली होती. मी तिच्या प्रेमात पडलो. आम्ही दोघांनी मिळून कोमो नावाच्या तळ्याच्या काठी बऱ्याच संध्याकाळ घालवल्या. नंतर मी, मारीया व ॲस्ट्रिड असे तिघेही जण कलकत्याला गेलो.

माझ्या जन्मगावी मी भेट दिली. त्या दोघींना माझे मूळचे मातीचे घर कितपत आवडेल याची मला शंका होती. माझ्या बालपणीच्या कोणत्याही गोष्टी मी त्यांच्यापासून लपवायचा प्रयत्न केला नाही. खरे सांगायचे तर तिथल्या कर्दमातून, भयाण दारिद्र्यातून मी कसा वर आलो, हे दाखविण्यात मला अभिमानच वाटत होता. आश्चर्य म्हणजे माझ्या या जन्मस्थळाबद्दल ॲस्ट्रिडला नवल वाटले व आनंदही झाला. माझ्या आईलाही त्यामुळे बरे वाटले. ती ॲस्ट्रिडला तर 'निवेदिता' म्हणून हाक मारू लागली. निवेदिता ही स्वामी विवेकानंद यांची एक भक्त व शिष्या होती. ती मूळची पाश्चात्त्य वंशातली होती.

अमेरिकेत रॉबर्टा म्हणून एक अभिनेत्री होती. तिच्याशी माझी प्रेमयाचना चालू झाली. तिला बर्फावरून घसरपट्टीच्या साहाय्याने घसरत जाण्याचा खेळ खेळण्यात खूप आनंद वाटे, म्हणून तिला घेऊन मी बर्फावरील खेळ खेळण्यासाठी स्वित्झर्लंडला गेलो. ॲस्पेन नावाच्या गावात आम्ही राहिलो. तेथून जवळच स्कीइंग करण्याची जागा होती. डोंगरमाथ्यावर जाऊन पायांतील घसरपट्ट्यांवरून तळाशी घसरत येण्याचा खेळ खेळायचा. त्या खेळामध्ये मुद्दाम वाटेत बर्फाचे अडथळे उभे केले होते. ते अडथळे टाळणे किंवा वेग घेऊन उंचवट्यावर चढणे व पलीकडे उडी मारणे, कधीकधी तीव्र वळणे सफाईने घेतली तरच वळता येईल, इत्यादी अनेक प्रकारांनी तुम्हाला त्या बर्फमार्गावर टिकून राहता आले पाहिजे. हे जमावे म्हणून अनेक दिवस लोक सराव करीत असतात. कधीकधी अपघात होऊन ते जायबंदीही होतात. मी आयुष्यात कधीही असले खेळ खेळलो नव्हतो; परंतु आश्चर्य असे की, मला ते सारे जमले. पहिल्या प्रयत्नातच जमले. कदाचित बालपणी शाळेत जाताना व येताना चिखल तुडवत नेहमी चालायची सवय असल्याने नकळत सावधगिरीने पाय टाकण्याची व चालण्याची सवय मला लागली असावी, त्यामुळे मला स्कीइंग जमून गेले असावे.

एखाद्या स्त्रीवर प्रेम करून पुढे प्रगती करत शेवटी तिच्याशी लग्न करण्यासाठी

बोहोल्यावर चढणे, ही गोष्ट स्वाभाविक असते; परंतु मला ते शक्य नव्हते. मी ज्या ज्या स्त्रियांशी मैत्री केली, त्या प्रत्येकीमुळे माझ्या ज्ञानात, बुद्धीत, अनुभवात भर पडली. प्रत्येकीने माझ्या हृदयात जागा व्यापली होती. त्यांच्याशी माझे संबंध ऐन भरात असतानाही मला ही जाणीव होती की, आपण कधीही एक चांगला पती बनू शकणार नाही, कारण मी एक शास्त्रज्ञ होतो. कोणत्याही शास्त्रज्ञाला सतत ध्यास घेऊन संशोधन करावे लागते. त्याचा मेंदू हा सतत संशोधनातील समस्यांनी ग्रस्त असतो. तहान, भूक, घरदार, इत्यादी विसरून तो संशोधनकार्यात मग्न असतो. विज्ञानातील उत्तरे शोधण्यामागे तो धावत असतो. अशा वेळी त्याचे स्वत:च्या बायकोकडे एवढे दुर्लक्ष होते की, तिला विधवेचे जीवन जगल्यासारखे वाटू लागते. हे सत्य मी जसे स्पष्टपणे सांगतो आहे, तसे बहुतेक शास्त्रज्ञ कधीही सांगणार नाहीत. मी जरी शरीराने विविध देश हिंडत चैन करीत असलो, तरी माझे मन मात्र विज्ञानाशी जखडलेले असते. सर्वसंगपरित्याग केलेला माणूस हिमालयातील कुटीमध्ये राहू शकेल, पण मला ते कसे शक्य असेल? मी विज्ञानाचा त्याग केलेला नाही आणि अजून खूप बौद्धिक उंची गाठण्याची माझी आस आहे. अशा उंच ठिकाणी फक्त एका माणसाला पुरेल एवढाच प्राणवायू असतो.

संपत्ती आणि व्यावसायिक प्रभुत्व यांमुळे आपोआपच सामाजिक प्रतिष्ठा लाभते. मग त्या पातळीवरील लोकांशी संपर्क होत जातो. मग मेजवानीसारख्या समारंभासाठी शहरातील प्रतिष्ठित लोकांच्या यादीत तुमचे नाव दाखल होते, तरीही सर्वोच्च पातळीवरील अशा यादीत नाव असण्यासाठी जवळ एक सामाजिक प्रतिष्ठा असणे जरुरीचे असते. मला या गोष्टी नवीन होत्या. सामाजिक प्रतिष्ठेच्या कल्पना नक्की काय असतात, ते मला कळत नव्हते. लॉस एंजलिस शहरातील प्रतिष्ठित व खानदानी लोकांना माझा नीचतम पातळीवरचा उगम कळला, तर त्यांना ते कितपत मान्य होईल, हे मला सांगता येत नव्हते. याऐवजी प्रतिष्ठित लोकांची यादी माझी मीच बनवली आणि मीच त्यांना पाटर्या देऊ लागलो. लवकरच मी 'वेस्ट साईड' समाजाचा यजमान बनलो. माझ्या प्रासादतुल्य मॅन्शनच्या पार्श्वभूमीवर मी दिलेल्या मेजवान्या किंवा पाटर्या उठून दिसू लागल्या. टेकडीवरील जागा, प्रशस्त आवार, दणदणीत व विस्तृत असे प्रवेशद्वार आणि आतील प्रासाद यामुळे येणारे पाहुणे खूष व्हायचे व ते मनोमन माझे यजमानपद मानायचे. मी एका वेळी शंभर शंभर जणांना पार्टी द्यायचो. ती पार्टी आलिशान वाटेल अशा रितीने सजवली जायची. आवारातील पोहण्याच्या तलावाच्या काठाशी या पाटर्या चालायच्या. हा तलाव छोटा नव्हता, तर ऑलिंपिक स्पर्धेत जशा मोजमापाचा असतो, तसा मी बांधला होता. त्या तलावाच्या काठी टेबल-खुर्च्या टाकलेल्या असत. मग परिचित लोकांचे छोटे छोटे गट बनून ते एकेका टेबलाभोवती बसत,

खाद्यपेयांचा आस्वाद घेत. सर्वत्र मंद दिवे प्रकाश टाकीत असत. सर्वोत्कृष्ट मद्य व अति रुचकर खाद्यपदार्थ यांमुळे पाहुणे मंडळी खूष होऊन जात. मी देऊ लागलेल्या पार्ट्यांमध्ये हळूहळू व्हीआयपी मंडळींचा अंतर्भाव होत गेला. नेहमी माझ्या पार्ट्यांमध्ये येणाऱ्यांत अॅश्ले मांटेग्यू, लॉरा (मिसेस ऑल्डस) हक्स्ले, एडी अल्बर्ट, नॉर्मन कझिन्स आदी त्या वेळची थोर थोर मंडळी होती आणि यांबरोबर अत्यंत आकर्षक अशा तरुण सुंदरींचा भरणा असे.

एकदा एका पार्टीला नॉर्मन कझिन्स माझ्याकडे वळून कुजबुजत म्हणाला, "मणी, मला वाटते की, दहा मैल त्रिज्येच्या परिसरातील यच्चयावत सुंदर तरुणींना तू पार्टीला बोलावले आहेस!" खरोखरच मी तसे करत होतो. नाहीतर माझ्या पार्टीला कशी रंगत येणार आणि माझी पार्टी कशी लक्षात राहणार? मी पार्टीच्या नावाखाली स्थानिक भागात राहणाऱ्या सर्व चित्रपटतारकांनाही बोलवायचो. चित्रपटाच्या आकाशगंगेतील सर्व तारे व तारका यांच्याबरोबर मणी भौमिकलाही मानाचे स्थान आहे, हे मला त्यातून दाखवायचे होते.

माझ्या आयुष्यातील या अत्युच्च सुखाच्या काळात मी अक्षरश: हवेत तरंगत होतो. त्या वेळी दोन वेगवेगळ्या पार्ट्यांमध्ये मला दोन अमेरिकी राष्ट्राध्यक्ष भेटले. पहिला होता रोनाल्ड रेगन, तर दुसरा होता बिल क्लिंटन. मी त्या दोघांचेही या सामाजिक समारंभात निरीक्षण केले. त्या दोघांमध्ये मला एक सामाईक स्वभावविशेष आढळला. तोच स्वभावविशेष मला गांधीजींच्यामध्येही आढळला होता. त्या तिघांकडे एक आल्हाददायक अलिप्तपणा होता, विरक्तपणा होता. ते वेळप्रसंगी, समारंभात फक्त जरुरीपुरते, एखाद्या मुद्द्यापुरते रस घेत. बाकी त्यांची सारी मानसिक शक्ती ते महत्त्वाच्या बाबींसाठी राखून ठेवीत. त्यासाठी त्यांच्या मनात वेगळा कप्पा असावा.

सत्ताधारी नेत्यांपुढे असंख्य विषय असतात. ते सोडविण्यासाठी, त्यावर नियंत्रण ठेवण्यासाठी त्यांना जादा बुद्धिमत्ता विकसित करून वापरावी लागते का? असा मला नेहमी प्रश्न पडे. या अमेरिकी राष्ट्राध्यक्षांनी कधी सखोल ध्यानधारणेची साधना केली असेल का, ते मला ठाऊक नाही. (पण माझी खात्री आहे की, त्यांच्या मनात नक्कीच तशी इच्छा असावी.) या पुस्तकात शेवटच्या प्रकरणात मी जी संघटित मन:शक्ती सांगणार आहे, ती त्यांनी नक्कीच वेळोवेळी वापरली असणार.

शॅम्पेन आणि महत्त्वाच्या व लोकप्रिय व्यक्ती यांच्या सहवासात माझे दिवस चालले असताना एके दिवशी एक फिल्म युनिट माझ्या बेल एअर येथील निवासस्थानी आले. त्यांना टीव्हीवरील एका जाहिरातीसाठी चित्रण करायचे होते. माझ्याकडे एक आलिशान बाथरूम होती. ती जितकी झकपक करता येईल तेवढी मी केली

होती. तिच्यावर अफाट खर्च केला होता. आतल्या टबमध्ये पाण्यात डुंबताना असंख्य हवेचे बुडबुडे निर्माण होत. ते एवढ्या मोठ्या प्रमाणावर निर्माण होत की, आपण पाण्याऐवजी बुडबुड्यांत डुंबतो आहोत, स्नान करतो आहोत असे वाटायचे. त्यांचा स्पर्श सर्वांगाला गुदगुल्या करून जायचा. त्यात साबण आणि सुगंधी द्रव्ये मिसळलेली असल्यावर आणखीनच सुख वाटे. माझ्याजवळ असलेल्या या बाथरूमसारखी आलिशान बाथरूम दुसरीकडे आसमंतात नसल्याने त्या बाथरूममधील बाथटबवर चित्रण करायचे होते. त्यात स्नान करण्याचे काम इव्हा गॅबर ही अभिनेत्री करणार होती. त्झा त्झा गॅबर नावाची तिची बहीण ही पण हॉलिवूडची एक अभिनेत्री होती. या गॅबर भगिनी त्या काळात अफाट प्रसिद्धीस आल्या होत्या. इव्हा माझ्या घरी आली व टबबाथमध्ये स्नान करू लागली. दिग्दर्शक तिला वरचेवर सूचना देऊन पुन्हा पुन्हा चित्रण करीत असे. त्याला हवी तशी इव्हाची देहबोली मिळेपर्यंत तो रिटेक करीत होता. मी तेथे गेलो. मी यजमान असल्याने मला कोणी अडवू शकत नव्हते. एकदा एक शॉट झाल्यावर इव्हाने सहज नजर फिरवली, तर तिला मी दिसलो. आमच्या दोघांची नजरानजर झाली. काय घडले ते मला समजेना, पण साहित्यात वर्णन करतात त्याप्रमाणे त्या क्षणाला आमचे एकमेकांवर तत्क्षणी प्रेम बसले. त्या आकर्षणाला, प्रेमाला किंवा त्या भावनेला बाकी कोणतेही कारण नव्हते. जणूकाही आधीच ठरवून ठेवलेला प्रोग्रॅम एकदम सुरू व्हावा, तसे त्या नजरानजरीच्या निमित्ताने झाले. त्यानंतर माझ्या घरी होणाऱ्या पार्ट्यांना, कोणत्याही स्नेहसंमेलनाला मी इव्हाला आवर्जून बोलावू लागलो. इव्हाचे व माझे संबंध सतत वाढत गेले, पार टोकापर्यंत गेले. मी ते टोकही ओलांडले. शेवटी इव्हा माझ्यासमवेत राहू लागली. नंतर जेव्हा जेव्हा मी तिला विचारायचो, "इव्हा, आपण प्रथम कुठे भेटलो होतो गं?" तेव्हा ती संकोचून म्हणे, "डाऽऽर्लिंग याच घरात एका बाथटबमध्ये!"

आमचे प्रेमप्रकरण जेव्हा सुरू झाले, तेव्हा इव्हा ही 'गॅबर भगिनींपैकी' एवढीच ओळखली जायची नाही, तर एक सुंदर, लाडावलेली, गोड चेहऱ्याची व थोडीशी बुद्धीने कमी असणारी असे तिचे चित्र टेलिव्हिजनच्या 'ग्रीन एकर्स' या मालिकेत उभे केलेले होते. (त्यात ती लाडाने म्हणे, "डाऽऽर्लिंग, आय लव्ह यू, बट गिव्ह मी पार्क ॲव्हेन्यू." पार्क ॲव्हेन्यू ही एक महागडी मोटरगाडी आहे.)

चंचल स्वभावाच्या आणि थोडेसे बुद्धू असलेल्या व्यक्तीची ती जशी उत्कृष्ट भूमिका करे, तसेच त्याच्या विरुद्ध असलेली एखादी विनोदी भूमिकाही ती चित्रपटात उत्कृष्टरित्या सादर करे. तिचे हे अभिनयकौशल्य लाजवाब होते. ती एक निष्णात 'बिझनेसवूमन' आहे, असेही माझ्या लक्षात आले होते. कुठे पैसे गुंतवले तर ते अधिक लाभदायक ठरेल, याचा तिला अचूक अंदाज येई. फाईन आर्टमध्ये,

म्हणजे चित्रकला, शिल्पकला, मूर्तिकला याची तिला चांगलीच पारख होती. तिने पार्टी देण्याचे ठरवले, तर ज्या उत्साहाने ती काम करी, तो तिचा उत्साह तर दांडगा होताच; परंतु ती यजमानपदाची भूमिकाही उत्कृष्ट तऱ्हेने वठवे. टीव्हीच्या चित्रीकरणाच्या सेटवर तिची उपस्थिती तिथल्या कर्मचाऱ्यांना आल्हाददायक वाटे. त्या वेळी ती सतत उत्साहाने व आनंदाने बोलत राही व सर्वांची मरगळ दूर करे. ती एक अत्यंत चोखंदळ व उच्च दर्जाची आवड असलेली स्त्री असल्याने तिला नेहमी जगातील सर्वोत्कृष्ट गोष्टीच आवडे. त्या मिळविण्यासाठी ती मग वाटेल तसा पैसा खर्च करे. खरोखरीच तिची अभिरुची अत्यंत उच्च दर्जाची होती. चवीमध्ये तर तिला कोणी स्पर्धकच नसे. कोणते चवदार पदार्थ कसे खायचे, याचे ज्ञान तिला होते. तिच्यामुळेच जगातील अनेक सर्वोत्कृष्ट पदार्थ मला खायला मिळाले. माझ्या बालपणीची जी जीवनशैली होती, त्याच्या नेमकी उलट किंवा विरुद्ध टोकाची जीवनशैली जगणारी ती स्त्री होती. अशी स्त्री शोधू म्हटले तरी कधीही मला सापडली नसती. इव्हा एक असामान्य अभिनेत्री व जिच्यात अभिरुचीच्या परिपूर्णतेचा कळस झाला आहे, अशी स्त्री होती.

बेसुमार खर्च, उधळपट्टी, चैन करणे, बेदरकारपणे वागणे अशा सुखाच्या बबलबाथमध्ये मी स्वत:ला झोकून दिले होते. त्या सुखाच्या डोहात मी पार तळाशी जाऊन पोहोचलो होतो आणि काही काळ मी पृष्ठभागावर आलो नाही.

आम्ही दोघे नेहमी विमानाने प्रवास करायचो. त्या काळात आम्हाला एकमेकांखेरीज दुसरे काहीही सुचायचे नाही. आम्ही सतत एकमेकांत मशगूल झालो होतो. तो काळ भरभराट उपभोगण्याचा होता. प्रत्येक प्रकारचे सुख आम्ही अतिरेक वाटेल एवढे उपभोगत होतो. जी काही संपत्ती होती, ती आमच्या खर्चाला पुरून उरेल एवढी अफाट होती. माझ्याकडे अतिसमृद्धी आली होती. खाण्या-पिण्यासाठी इव्हा जे पदार्थ निवडायची त्याची चव अत्यंत रुचकर असायची. आम्ही विविध पदार्थ खात होतो; परंतु त्यातील खास करून सांगायचे झाल्यास बेलुगा कॅव्हिएर, क्रिस्टल शॅम्पेन, बेल्जियन ट्रफल्स इत्यादी, पण त्या सर्वांपेक्षाही आम्ही एकमेकांचा मनसोक्त आस्वाद घेत होतो. सार्वजनिक समारंभ, खरेदी, वगैरे बाहेर जाण्याचे माझे कोणतेही कार्यक्रम असले की, इव्हा त्यासंबंधी कधी केव्हा काय करायचे हे ठरवायची. ती आपल्या मंजूळ आवाजात माझ्या कानांत म्हणायची, "डाऽऽर्लिंग, आता मी तुझी एक नवी सेक्रेटरी आहे ना!"

मी माझ्या मॅन्शनमधील पोहण्याच्या तलावाशेजारी ज्या पार्ट्या द्यायचो, त्यातील पाहुण्यांची संख्या तिच्या स्नेह्यांमुळे वाढत गेली. त्यामुळे पार्ट्यांची रंगत वाढली. तिच्यामुळे हॉलिवूडचे प्रसिद्ध नट-नट्या पार्ट्यांना येऊ लागले होते. त्यात ग्रेगरी पेक, टोनी कर्टिस, जॉनी कार्सन, नील डायमंड, इत्यादी होते. माझे जीवन

हॉलिवूडच्या तारे-तारकांसमवेत चालले होते. मी सुखाच्या नंदनवनात मुक्तपणे विहार करीत होतो.

माझ्या या संपन्न, ऐषआरामी, चैनी जीवनाकडे टीव्ही व चित्रपटसृष्टीचे लक्ष न गेले तरच नवल होते. टीव्हीवर एक मालिका प्रसारित व्हायची. त्याचे नाव होते Lifestyles of Rich and Famous (संपन्न व प्रसिद्ध व्यक्तींच्या जीवनशैली). माझ्याकडे माझा दारिद्र्याच्या खात्यातला संकटमय असा भूतकाळ होता. त्याच्या पार्श्वभूमीवर माझी आत्ताची श्रीमंती, संपन्नता, भरभराट यांना उठाव मिळत होता. दोन विरोधी गोष्टी एकत्र आल्यास नाट्य निर्माण होते. त्यामुळे माझी जीवनशैली ही या मालिकेसाठी अत्यंत योग्य ठरत होती. रॉबिन लीच याने आपल्या धीरगंभीर आवाजाच्या पार्श्वभूमीवर माझी जीवनकहाणी आणि आत्ताची संपन्नता ही त्या मालिकेत मांडली. मला नेहमी प्रश्न पडे की, माझे हे टीव्हीवरील प्रदर्शन गांधीजींनी पाहिले, तर त्यांची काय प्रतिक्रिया होईल? तसे पाहिले तर मी गांधीजींनी आखून दिलेल्या जीवनशैलीतील काय आचरणात आणले होते? मी कधीही दुसऱ्याची ताटे घासली नाही, भांडीकुंडी विसळली नाही की शेळीचे दूधसुद्धा प्यायलो नाही. फार तर त्या दुधात असलेले काही घटक पदार्थ जगातील सर्वोत्कृष्ट चीज खाल्ल्याने त्यातून माझ्या पोटात गेले असतील.

मी सर्व सुखांचा उपभोग झपाटल्यासारखा घेत होतो. एके काळच्या दारिद्र्यावर सूड घेणे हे सुरुवातीचे निमित्त होते, पण नंतर मी मागे वळून पाहिले नाही. नंदनवनातील सुखाच्या महापुरात मी वाहत चाललो होतो.

नंदनवन कोमेजले

जी माणसे प्रथम किंवा नव्याने श्रीमंत होत जातात, ती सतत काहीना काही खरेदी करीत असतात. अशी माणसे शेवटी अशा एका टप्प्यावर येऊन पोहोचतात की, त्यांना आवडलेल्या वस्तूंवर आपली मालकी असणे हे गरजेचे, सक्तीचे वाटू लागले. या हव्यासापोटी त्यांचा आत्मा खालच्या पातळीवर येऊ लागतो किंवा त्यांचा आत्मा एक प्रकारे आजारी पडतो असे म्हणता येईल. ते एका हव्यासवृत्तीच्या रोगाचे शिकार झालेले असतात. याबाबतीत मला एक जुना चित्रपट आठवतो. त्याचे नाव होते Citizen Kane. एका सत्य कहाणीवरून हा चित्रपट तयार केला आहे. त्यात थोडेसे काल्पनिक नाट्य घालण्यात आले आहे, पण थोडेसेच. अनेक वृत्तपत्रांची मालकी असलेला एक बिझनेसमन विल्यम रॅन्डॉल्फ हर्स्ट याची कहाणी त्यात दाखवली आहे. अफाट श्रीमंत असलेल्या या बिझनेसमनने आपल्या स्वत:च्या वाडीवर, प्रासादात अफाट व दुर्मीळ वस्तूंची खरेदी करून ठेवली होती. आता तो हयात नाही, पण त्याची इस्टेट अथवा 'सॅन सायमेऑन इस्टेट' पाहण्यास दर वर्षी हजारो लोक भेट देतात. कॅलिफोर्नियाच्या किनाऱ्यावर ते स्थळ आहे.

चित्रपटातील केन याला जगातील दुर्मीळ वस्तू आपल्याकडे असाव्यात अशी तीव्र इच्छा असते. कोणतीही तशी गोष्ट असेल, तर ती 'आपल्या मालकीची असावी' हा त्याचा अट्टहास असतो. एखाद्या संग्राहकापेक्षा ही जरा वेगळी इच्छा आहे. संग्राहकाला केवळ संग्रह करण्याची इच्छा असते. त्या संग्रहित वस्तूवर, त्यामागच्या विषयावर त्याचे प्रेम असते. आपला संग्रह लोकांना दाखविण्याची त्याची इच्छा असते; परंतु केन याला दुर्मीळ वस्तूवर आपलीच मालकी असावी, अशी इच्छा असते. एखाद्या लंपट सुलतानाला जशी कोणतीही सुंदर स्त्री दिसली की, आपल्या मालकीची असावी असे वाटते, तसाच हा प्रकार होता. अनेक वृत्तपत्रे मालकीची असल्याने अफाट श्रीमंत झालेल्या केनला दुर्मीळ वस्तू खरेदी

करणे सोपे असते. मग त्या वस्तू जगात कोठेही असल्या तरी चित्रपटातील केनने खरेदीचा सपाटा चालवला होता. सुंदर, दुर्मीळ वस्तू, परक्या भागांतील विचित्र वाटणारे प्राणी, व्हेनेशियन फर्निचर, युरोपातील कलेच्या पुनरुज्जीवन चळवळीच्या काळातील थोर चित्रकारांची चित्रे, उत्कृष्ट मोटरगाड्या यांची सारखी खरेदी करून ते जमवीत असे. प्रत्येक सुंदर किंवा दुर्मीळ वस्तू घेतली की, ती वस्तू गमावण्याची भीती मनात निर्माण होते. पहिली गमावली, तर दुसरी असावी म्हणून आणखी एक तशीच वस्तू तो विकत घेई. थोडक्यात, त्याची खरेदी दुप्पट होत जाते. जेवढा संग्रह वाढत जाईल, तेवढा तो गमावण्याची भीती वाढते. चोरी, आग, भूकंप वगैरे कारणे मनात घोळू लागतात. हव्यास व लोभ असलेला माणूस नेहमीच या सापळ्यात अडकतो. शेवटी शेवटी त्याला जाणीव होते की, या सर्व वस्तूमागे फक्त आपण आहोत, बाकी कोणीही नाही. केनला कळून चुकले की, घरात आता फक्त आपण एकटेच उरलो आहोत. आपण आणि आपला संग्रह! त्याने जमवलेल्या वस्तूंच्या साठ्यात तो हळूहळू बुडून जाऊ लागतो. दुर्मीळ वस्तू मिळवण्यामागची त्याची इच्छा, आस, हव्यास, लोभ त्याला सोडून गेले. 'कसेही करून मिळवीनच' हा त्याच्या डोळ्यांतील नेहमीचा स्फुल्लिंग शेवटी विझत विझत नाहीसा झाला. चित्रपटातील ते दृश्य खरोखरीच अप्रतिम आहे.

इव्हाबरोबर मी प्रदीर्घ काळ राहत होतो, सुखाच्या भूमीवर सुखाच्या पावसात न्हाऊन निघत होतो. तिच्या सहवासातील शेवटच्या काही महिन्यांत माझे सुख दुखू लागले. मला अक्षरश: भोवळ येऊ लागली. माझ्या सहा आलिशान प्रासादांत अप्रतिम चित्रे, नवीन रचनेचे फर्निचर वगैरे मोठ्या प्रमाणात ठेवलेले होते. माझी ती सहा घरे किंवा ते प्रासाद हे माझे स्वप्नातील महाल होते. स्वप्नभूमीतून ते पृथ्वीतलावर माझ्या प्रयत्नांमुळे साकार झाले होते; पण आता मला वाटू लागले की, हे सारे माझ्या मालकीचे नाही, दुसऱ्या कोणाच्या तरी मालकीचे आहे. बाहेर आम्ही दोघे गेलो की, छायाचित्रकार मंडळी इव्हाची छायाचित्रे घेत. त्या छायाचित्रात मी तिच्या शेजारी असल्याने माझीही बुजरी प्रतिमा उमटायची. हळूहळू मला वाटू लागले की, तो माणूस मी नाही, दुसराच कोणीतरी आहे. एकांतात असताना मी इव्हाचे खूप लाड करायचो, कौतुक करायचो. बाहेरून कुठूनतरी सार्वजनिक समारंभातून माझ्या 'मलिबू हाउस' या घरी परत आल्यावर इव्हा आपला चित्रपट तारकेचा मुखवटा दाराबाहेर उतरवून ठेवायची आणि मग पुन्हा ती एक गोड, अवखळ अशी कोणत्याही माणसाला हवीहवीशी वाटणारी तरुण स्त्री बनायची; परंतु सार्वजनिक स्थळी मात्र ती एकदम चमकून उठायची. तिच्यावर सर्व छायाचित्रकारांच्या, टीव्ही बातमीदारांच्या दिव्यांचे झोत फेकले जायचे. ती उजळून निघायची व मी मंद प्रकाशात राहायचो. हळूहळू एखाद्या दिवशी कदाचित तिच्या

छायाचित्रातून मला गायब केले जाईल, असेही मला वाटू लागले.

मी आता एका गोंधळात सापडत चाललो होतो. तो गोंधळ आध्यात्मिक होता, तसाच मानसशास्त्रीयही होता. जेव्हा हा गोंधळ पराकोटीला पोहोचला, तेव्हा मला आध्यात्मिक व मानसशास्त्रीय गोंधळामधला फरक समजला. एखादा अंतराळवीर गुरुत्वाकर्षणावर मात करीत आपल्या मातृग्रहापासून खूप दूर जातो, पण जेव्हा त्याला त्याचा मातृग्रह नजरेतून दिसेनासा होतो, तेव्हा मात्र त्या अथांग अंतराळात त्याला दिशाहीन झाल्यासारखे वाटून तो भयभीत होतो. माझे असेच काहीतरी झाले होते. ज्या गोष्टी माझ्या आयुष्यात आल्या, ते म्हणजे माझे आयुष्य नव्हते, तर त्या गोष्टी मिळविण्यासाठी मी जो सातत्याने पाठपुरावा केला, ते म्हणजे माझे जीवन बनले होते. मी ज्या गोष्टींच्या मागे धावत होतो, त्या गोष्टी म्हणजे नाव की,र्ती, पैसा, ऐहिक वस्तू व सर्व संबंधित सुखे हे सर्व वेदांमध्ये म्हटल्याप्रमाणे 'माया' या सदरामध्ये मोडत होते. मी जे मिळवायला गेलो, जे मिळवले ते सर्व माया होते, भ्रम होता. त्यासाठी मी इतका आटापिटा केला की, माझ्या आत्म्याची आध्यात्मिक प्रकृती ढासळली, तरी मी तिकडे लक्ष दिले नाही. मला अपराधीपणाची भावना वाटत नव्हती, पण मी माझा स्वत:चा एक प्रकारे विश्वासघात केला होता. मी पेशाने शास्त्रज्ञ असल्याने एकट्याने सत्याचा शोध घेत राहायला हवे होते, तरच मी शास्त्रज्ञ म्हणवून घ्यायला लायक होतो. तसे न करता मी भलत्याच मार्गे जात होतो. म्हणजेच मी माझ्या वैज्ञानिक भूमिकेशी प्रतारणा केली होती.

मी जेव्हा एखाद्या समुद्रकिनाऱ्यावरील बीच हाउसमध्ये मुक्काम करतो किंवा 'हॉलिवूड बॉऊल' या प्रेक्षागृहात गुपचूप जलसा ऐकायला जातो किंवा लॉस एंजलिसच्या वस्तुसंग्रहालयातील फ्लॉरेन्टाईन आर्ट गॅलरीमधून चित्र पाहायला जातो, तेव्हा इव्हा माझ्याबरोबर असते, त्या वेळी माझ्या मनात गोंधळ उद्भवत नसे. कारण आम्ही दोघे त्या वेळी फक्त एक प्रेमी युगुल म्हणून एकमेकांत मशगूल झालेलो असू. इतिहासकाळातील सुलतानासारखे मला वाटे की, माझ्या किल्ल्याच्या उंच मनोऱ्यात हिला कायमची कैद करून ठेवावी, म्हणजेच ती माझी कायमची राहील. इतकी ती मला आवडत होती; परंतु तिच्या स्वभावाला प्रसिद्धीचा हव्यास होता. आपल्यावर सतत प्रसिद्धीचे झोत पडावेत, आपले नाव व छायाचित्र जनतेसमोर नेहमी वृत्तपत्रे, टीव्ही व चित्रपट यांमधून यावे, असे तिला वाटे. तिचा स्वभाव हा प्रसिद्धिलोलुप होता, तर माझा स्वभाव प्रसिद्धिपराङ्मुख होता. मला पत्रकार नकोसे वाटायचे. त्यांच्यापासून दूर पळून जावेसे वाटायचे. आता मला असे वाटू लागले होते की, तिच्या स्वत:च्या सार्वजनिक प्रदर्शनामध्ये मी अडकून पडलो आहे, कैद झालो आहे. मला यापासून मुक्तता हवी होती, मोकळेपणा हवा

होता, अधिक स्वातंत्र्य हवे होते. मी कुणात न मिसळता वेगळे वागण्याचा प्रयत्न करू लागलो की, तिला माझ्या स्वातंत्र्याचा हेवा वाटायचा, मत्सर वाटायचा. आम्हा दोघांनाही दुसऱ्यावर आपलाच फक्त हक्क आहे, माझ्या जोडीदारावर माझीच मालकी आहे, असे वाटत असे. दोघांनाही असे एकमेकांबद्दल वाटू लागल्यावर काय होईल? आपला जोडीदार हा माझा गुलाम आहे व तो मी सांगेन तसेच वागेल, असे दोघांनाही वाटल्यावर संघर्ष होणारच आणि संघर्षाआधी संशय प्रथम उगवतो. अमेरिकेत रात्रीसुद्धा वाणी सामानाची दुकाने उघडी असतात. जेव्हा रात्री तिकडे जाऊन काही खरेदी करून घरी आल्यावर त्याचा खुलासा जोडीदाराला करावा लागत असेल, तर दोघांमधील चांगले संबंध संपुष्टात येऊ लागले आहेत, असा त्याचा अर्थ असतो.

एके दिवशी तिने मला एका आनंदसहलीबद्दल विचारले. कदाचित सुरुवातीच्या दिवसांतील आम्हा दोघांमधील जवळीक पुन्हा परत आणण्यासाठीही तिने विचारले असेल. ती एक बोटीवरची सहल होती. त्यासाठी चलण्यासाठी ती मला आग्रह करीत होती. ती म्हणाली, "डाऽऽर्लिंग, ज्या ठिकाणी आपण एकत्र असण्याची स्वप्ने पाहिली, त्या सर्व रोमॅन्टिक ठिकाणी ती बोट जाणार आहे." मग तिने त्या सहलीचे एक आकर्षक चित्र रंगवून सांगितले. त्या चित्रात पाऊल टाकण्याचा मोह मला झाला; परंतु माझ्या लगेच लक्षात आले की, इव्हाबरोबर मी कुठेही गेलो, तरी ती सहल आमच्या दोघांची असणार नाही. तिच्याभोवती तिचे अनेक चाहते जमणार. तो विचार मनात येताच मी एक आवंढा गिळला. सहलीतील भावी दृश्ये माझ्या नजरेसमोर उभी राहिली. त्या दृश्यात मी कुठेतरी कोपऱ्यात होतो, बाजूला फेकलो गेलो होतो. मी क्षणभर स्तब्ध झालो. माझ्या क्षणभर थांबण्यामुळे काळाच्या त्या पातळ तुकड्यामध्ये आम्हा दोघांचे संबंध हे एकदम क्षीण झाले. शास्त्रज्ञाला जो निवांतपणा हवा असतो, तो निवांतपणा तिचे सार्वजनिक विश्व मला लाभू देणार नाही, हे मला आता पक्के समजून चुकले. मी तिला शांतपणे खुलासा केला. तिनेही आपले डोके समजल्यासारखे हलवले. कोणताही सुबुद्ध माणूस अशा आनंदसहलीला नकार देईल, याची कल्पना तिला कितपत पटली असेल, हे मला सांगता येणार नाही. सुखाच्या नंदनवनातून उगाच कोण माघार घेईल? शेवटी इव्हा व मी एकमेकांपासून वेगळे झालो. मी माझ्या स्वत:च्या नैसर्गिक केंद्रबिंदूपासून दूर गेलो होतो, पण सुदैवाने फार दूर गेलो नव्हतो, त्यामुळे भावनिकदृष्ट्या फारसे दुखावले न जाता मी या प्रकरणातून बाहेर पडलो.

काही मनोरुग्णांना बाहेरचे जग त्यांच्या स्वभावधर्माला अनुकूल नसेल, तर ते जग परके वाटू लागते. अशा परक्या जगाशी संबंध ठेवण्यासाठी ते स्वत:चे एक वेगळेच खोटे व्यक्तिमत्त्व निर्माण करतात. शिवाय काही प्रमाणात स्वत:चे अहंगंडही निर्माण करतात. त्यांचे हे खोटे व्यक्तिमत्त्व त्यांना व्यावहारिक जगातून निभावून नेत

असते. अनेकदा चतुरपणेही निभावून नेत असते; परंतु अशा वागण्यामुळे त्यांच्या मूळ आत्म्याला बंदिस्त केले गेल्याने तो कोमेजून जातो. मानसशास्त्रज्ञ याबाबतीत अनेकदा लेख लिहीत असतात. माझ्या मानसिक गोंधळावर उपाय करण्यासाठी मी कोणत्याही मानसोपचारतज्ज्ञाकडे गेलो नाही की कोणत्याही औषधी गोळ्या खाल्ल्या नाहीत. माझा मानसिक गोंधळ मला ठाऊक होता. आपण आपल्या मूळ ध्येयापासून भरकटत गेल्यामुळे असे झाले आहे, हे मी ओळखले. केवळ गांधीजी व मातंगिणी यांच्या माझ्यावरील प्रभावामुळे मला माझ्या समस्येचे मूळ कळले होते. एखाद्या दिवशी असेही तज्ज्ञ निर्माण होतील की, ते रोग्याच्या मानसिक आजाराचे निदान हे 'सायकोस्पिरीच्युअल मॅलडिज' (मानसिक आध्यात्मिक रोग) असल्या नावाने उल्लेख करतील. डॉक्टर जसे कुशलतेने रोग्याचा कर्करोग ओळखतात किंवा मानसोपचारतज्ज्ञ हे जसे रोग्याचे नैराश्य ओळखतात तसल्या कुशलतेने हे नवीन तज्ज्ञ माझ्यासारख्या व्यक्तीच्या मानसिक भासाचा वेध घेतील; परंतु असे तज्ज्ञ निर्माण होण्यासाठी आधी विज्ञान व धर्म यांचा मिलाफ होऊन माणसाच्या 'स्व'बद्दल एक नवीन नमुना पुढे यायला हवा.

मी जे वेगवान आयुष्य जगत होतो, ते एकदम ब्रेक मारल्यासारखे थांबले नाही की, ठप्प झाले नाही. मी भिरकावल्यासारखा एका मार्गावरून जात होतो; परंतु न्यूटनचा जडत्वाचा नियम त्याच वेळी आपले कामही करीत होता. माझी पूर्वीची जीवनशैली हळूहळू बदलणार होती. काही सामाजिक बंधने मला पाळायची होती. दिलेली वचने पूर्ण करायची होती. मला एकदम माझे जीवन बदलता येत नव्हते. या गोष्टी माझ्या मीच वाढवून ठेवलेल्या होत्या. माझ्या डोक्यावरचा नको तो भार उतरवायला मला जरासा वेळ लागणार होता. इव्हा सोडून गेल्यावर मला नव्याने माझी जीवनशैली रचायची होती, मात्र ती गेल्यावर एवढी शांतता निर्माण झाली की, ती दचकवून टाकणारी होती. बेल एअरमधील माझ्या 'मोरगा प्लेस'मध्ये आता पार्ट्या देणे थांबले होते. त्या शांततेमध्ये दु:खपूर्ण भाव सामावलेले होते. ज्या टेबलांभोवती श्रीमंत, उच्चभ्रू, सत्ताधारी मंडळी बसायची, ती टेबले आता बाजूला सरकवून ठेवली गेली होती. आता अधूनमधून मी पार्ट्या द्यायचो, पण त्या खूपच लहान होत्या, मर्यादित होत्या आणि मुख्य म्हणजे त्यात पूर्वीची धमाल नव्हती. जोरजोरात होणारे हसणे-खिदळणे नव्हते. मला पूर्वी वाटायचे की, पार्टीला येणारी मंडळी ही माझ्यासाठी येत आहेत, पण प्रत्यक्षात तसे नव्हते. ते यायचे उत्कृष्ट प्रकारचे खाणे-पिणे करण्यासाठी, एकमेकांच्या ओळखी करून घेत आपले मित्रमंडळ वाढवण्यासाठी. स्वत:ची प्रसिद्धी करण्यासाठी यायचे. मुख्य म्हणजे, ज्या व्यक्ती धनाढ्य आहेत, यशस्वी आहेत, ज्यांच्याभोवती प्रसिद्धीचे झगमगाटी वलय आहे अशा सर्व लोकांमध्ये आपण असतो, असे बाहेर सांगायला मिळावे म्हणून ते यायचे. लॉस एंजलिसमध्ये ज्याच्याजवळ

काहीतरी भरपूर स्वरूपात आहे, त्याला जादूसारखे महत्त्व आपोआप प्राप्त होते, हेच त्यामागचे सत्य होते.

अमेरिकेने माझ्या बुद्धिमत्तेला, कर्तृत्वाला, शोधांना मान्यता दिली. माझा सन्मान केला, मला कार्यप्रवण केले, मला धनवान बनवले. काही काळ मला असे वाटले की, एका दरिद्री देशातील घाणीत जन्मलेल्या गरीब मुलाच्या मानसिक गंडावर हा एक उतारा आहे. पूर्वी मला नेहमी वाटे की, भारतातील लोकांचे अज्ञान व निराशा यावर अविरत चालणारी कर्मकांडे आणि प्रत्येक प्रांतातील विविध अंधश्रद्धा यांचा उतारा कसा काय ठरू शकेल; परंतु प्रत्येक संस्कृतीत काही वैगुण्ये असतात, सापळे असतात. अमेरिकेत एखाद्याच्या नावावर बँकेत किती रक्कम आहे, याला महत्त्व दिले जाते. भारतात दिल्या जाणाऱ्या जन्माच्या जातीच्या महत्त्वासारखाच हा प्रकार आहे! अमेरिकेत जातीऐवजी बँकेतील खाते लक्षात घेतले जाते एवढेच. अमेरिकेत काही क्षेत्रांत अतिरेकी स्वातंत्र्य बहाल केले जाते. त्यात हे अफाट श्रीमंतीचे क्षेत्र मोडते. अनेक स्थलांतरित उद्योजकांना याचा अनुभव आला आहे, पण यात काही वैगुण्ये आहेत. ज्याच्याजवळ मोठ्या प्रमाणात पैसा आहे, तो आपल्याला इतरांपेक्षा जास्त सुस्थितीतील समजू लागतो. याचाच व्यत्यास असा की, त्या व्यक्तीच्या संपत्तीमुळे कमी संपत्ती असलेली माणसे आणि कधीकधी तेवढीच संपत्ती जवळ असलेली माणसेही त्या व्यक्तीकडे पाहून स्वत:ला कमी समजू लागतात.

याचा परिणाम असा होतो की, माणूस सतत आपली संपत्ती आणि आपल्या मागण्या वाढवत नेण्याचा प्रयत्न करतो. संपत्ती आल्यावर तर हे पाहिजे, ते पाहिजे, अमुक गोष्टी आपल्याकडे असायलाच हव्यात, इतरांकडे जे नाही ते आपल्याकडे असायला हवे, अशा त्याच्या मागण्या वाढत जातात. तुमच्या आकांक्षांची नेमकी काय ध्येये आहेत, यावरही तुम्ही येथे ओळखले जाता. इतरांच्या नजरेतून तुमच्याकडे पाहिले गेले, तर तुम्ही म्हणजे तुमचे करिअर, तुमचा पेशा, व्यवसाय, इत्यादी. तुम्ही म्हणजे तुमचा विवाह, इतकेच काय पण तुम्ही कोणती मोटरगाडी वापरता यावरही तुम्हाला ओळखले जाते. समाजाची अशा प्रकारची विचारसरणी ही इथल्या लोकांच्या रक्तात खोलवर भिनली आहे, ती नैसर्गिक बनली आहे. राजा हा राजाच आहे. तो स्खलनशील नाही. (आणि तसा तो झालाच, तर त्याला देव क्षमा करो.) आई ही आईच आहे. (ती जर दारू प्यायली किंवा ती जर शिवीगाळ करू लागली, तर देव तिला क्षमा करो.) एखादा हिशेबनीस हा हिशेबनीसच असतो. (तो जर न्याय करू लागला, तर देव त्याला तसे करण्यास मनाई करो.) समाजाची अशी पक्की धारणा, समजुती, कल्पना ठाम होऊन बसल्या आहेत.

मी दहा वर्षे पार्ट्या, मेजवान्या देत आलो होतो. ते थांबवल्यावर मी मागे वळून माझ्या आयुष्याचा आढावा घेतला. मग मला असे दिसले की, माझ्याजवळ आलेली अनेक माणसे, त्यात जवळचे काही मित्रही आले, माझ्यापासून आता दूर गेलेत. ते का दूर गेले, याचे कारण शोधण्यासाठी मलाच आत्मपरीक्षण करायला हवे होते. दूर गेलेल्या त्या लोकांच्या नजरेमध्ये माझी ओळख ही माझी संपत्ती म्हणून होती. माझी जीवनशैली म्हणून होती, फार काय मी माझ्या घरामुळे ओळखला जात होतो. माझ्याबद्दल बहुतेक वेळी लोक म्हणायचे, "तुम्हाला मणी भौमिक ठाऊक आहेत? बेल एअर विभागात त्यांचा एक अप्रतिम राजवाडा आहे!" माझ्या भरभराटीपूर्वी जे मला ओळखत होते त्यांच्या मते, 'धनाढ्य झालेल्या मणीशी जुळवून घेणे आता कठीण आहे!' माझ्या जगात आता माझे असे फारसे कोणी राहिले नव्हते.

माझी आर्थिक भरभराट ही अचानक उगवणाऱ्या धूमकेतूसारखी झाली. मी सामाजिक प्रतिष्ठेच्या जिन्याच्या वरच्या पायरीवर पोहोचलो होतो. एकमेकांना 'चिअर्स' म्हणून भरलेले शॅम्पेनचे ग्लासेस भिडवताना जो नाजूक किणकिणाट होई, त्या वेळी जर माझ्याबरोबर गांधीजी असते, तर ते माझ्या कानात कुजबुजले असते, "मणी, अरे बाबा, सुख हे मनातून निर्माण करण्याचा भाग आहे. बाहेरून मनात सुख ढकलता येत नाही." मला हे समजायला हवे होते. निदान तसा सुखाचा शोध घेण्याचा प्रयत्न मी स्वत:च करायला हवा होता, उशीर झाला तरी करायला हवा होता. कारण ही गोष्ट कधीच फार लवकर समजत नाही. त्यासाठी काहीना काहीतरी अनुभव घ्यावा लागतो. एखादा श्रीमंत माणूस हा कसा सुखी नाही, याची कल्पना तुम्हाला एकदम करता येणार नाही.

माझ्या घरातील रिकाम्या तलावाभोवतालच्या जागेत मी उभा होतो. दहा वर्षांपूर्वी मी असाच एकदा येथे रात्री उभा राहून वर आकाशाकडे पाहत म्हणालो होतो, "त्या तिथेच सारे रहस्य दडलेले आहे काय?" मी स्वत:लाच विचारीत होतो. ज्या ईर्षेने मी आर्थिक उत्कर्ष करून घेतला, त्याच ईर्षेने मला आता माझ्या मनात मागे पडलेल्या प्रश्नाला उत्तर शोधायचे होते. मी तसा निश्चय केला. जेव्हा माझी ध्यानधारणा प्रथम यशस्वी झाली, तेव्हा माझे मन किती उदात्त पातळीवर पोहोचले होते! माझ्या मनाच्या कोपऱ्यात तो अनुभव अजूनही ताजा होता. त्यानंतर माझे लेसरमधील संशोधन किती एकाग्रपणे झाले होते! पण नंतर काहीतरी घडले, काहीतरी न मोजता येण्याजोगे झाले होते. मी माझ्या 'स्व'मध्ये बुडून गेलो होतो, पण आता मी त्यातून वर आलो होतो. ताजातवाना होऊन आलो होतो. खोलवर होणारी ध्यानधारणा, त्यात लागणारी समाधी आणि पुन्हा विज्ञानामध्ये मारलेली बुडी, यातून नुसती माहिती हातात आली नाही, तर नीट भान आले व समजावून

घेण्याची अधिक क्षमता मिळाली, असे झाले असेल काय? शोध घेण्यासाठी ध्यानाचा उपयोग एखाद्या हत्यारासारखा करता येईल काय? त्यातून जी निरीक्षणे हाती येतील ती पक्की असतील? माझ्या भारतीय पूर्वजांनी जे पवित्र ग्रंथ व पोथ्या लिहून ठेवल्या आहेत, त्यामध्ये माझ्या आध्यात्मिक शोधाला मदत होईल, अशी आशादायक माहिती सूचकरित्या लिहून ठेवली असावी; परंतु मला असे वाटत होते की, माझ्या आध्यात्मिक प्रश्नांची उत्तरे ही दोन प्रकारांत लिहून ठेवली गेली असावी आणि ते प्रकार आपल्याला पूर्णत: भिन्न वाटेल असे असावेत. पहिला प्रकार हा पदार्थवैज्ञानिक, म्हणजे फिजिक्समधला असावा. त्या प्रकारातील वस्तुस्थिती, सत्य हे फक्त नवीन अत्याधुनिक विज्ञानाच्या साहाय्यानेच समजू शकेल आणि दुसरा प्रकार हा आध्यात्मिक स्वरूपाचा असावा. त्यामध्ये गूढ अनुभव लिहून ठेवले असावेत.

गूढवाद हा मुख्यत्वेकरून पौर्वात्य संस्कृतीला जोडलेला आहे. गूढवाद व पाश्चिमात्य वैज्ञानिक शास्त्रे यांत मोठा फरक आहे. तो असा की, जी काही वस्तुस्थिती आहे, सत्य आहे, त्याचे भाग पाडून मग प्रत्येक भागाचे विश्लेषण करणे हे गूढवादात बसत नाही. संपूर्ण सत्य हे एकच एक, अगदी एकसंध असे पाहिले जाते, तर पाश्चिमात्य पद्धतीत मात्र जेवढे छोटे छोटे भाग करता येईल, तेवढे करून त्यांचे विश्लेषण करतात व मग संपूर्ण सत्याचा आवाका जाणून घेण्याचा प्रयत्न केला जातो. त्यामुळे गोष्टी कशा घडतात हे फक्त समजते. त्या का घडतात, हे समजत नाही. क्वांटम फिजिक्स आणि संबंधित उपसिद्धांत यांचा आता उदय झाल्याने पौर्वात्य व पाश्चिमात्य शोधपद्धती या एकमेकांजवळ अशा एका स्थानापर्यंत जवळ आल्या आहेत की, त्याबद्दल प्रसिद्ध डेव्हिड बोह्म हा पदार्थवैज्ञानिक म्हणतो की, ऐहिक सत्य अथवा वस्तुस्थिती ही एखाद्या वावटळीसारखी भासते.

पाश्चात्त्य विज्ञानाचा दृष्टिकोन हा गेल्या काही दशकांमध्ये बराच बदलत गेला आहे. त्यातून असे प्रकट होते की, **नवीन आधुनिक विज्ञान हे जगातील महान आध्यात्मिक परंपरांकडे नकळत सरकत गेले आहे.** माझे अनेक सहकारी हे वस्तुस्थितीच्या निसर्गाला अशा रितीने हाताळू पाहत आहेत की, तो थोडासा गूढवादी प्रकार वाटतो. विज्ञान आता अध्यात्माच्या दालनापाशी येऊन चवड्यावर उभे राहत उत्सुकतेने आत डोकावून पाहत आहे.

मीही याच मार्गावर वाटचाल करीत आलो. दहा वर्षांचे वय असल्यापासून मी ती वाटचाल करीत होतो; परंतु माझ्यासारख्या भवितव्य नसलेल्या मुलाला इथवर यायला फार आडवळणे घेणे भाग पडले. जी सज्जन माणसे अद्याप संतपदाला पोहोचली नाहीत, ती जगात बरेच काही साध्य करू शकतात. जेव्हा

त्यांच्या योग्यतेप्रमाणे त्यांना सारे काही मिळते, तेव्हाच ती थांबतात. यश आणि सुंदर स्त्रीचे प्रेम या गोष्टी जेव्हा पुरुषाला लाभतात, तेव्हा त्याच्या मनाला शांतता लाभते, तेव्हा तो त्याच्या मूळ ध्येयाच्या दिशेने जायला लागतो. माझे तसेच झाले असावे. इव्हामुळे माझ्या मूळ ध्येयाचा जरी विसर पडला असला, तरीही त्या माझ्या घरातील टबमध्ये 'बबलबाथ' घेणाऱ्या त्या सोनेरी केसांच्या तरुणीमुळे मी खूप काही शिकलो. मी तिचा नक्कीच ऋणी आहे!

माझ्या आयुष्यातील एका महत्त्वाच्या वळणावर मी येऊन ठेपलो होतो. ऐहिक गोष्टींची विपुलता, संपन्नता, भरभराट माझ्या घरी पाणी भरत होती. उत्तेजित करणारे सुखांचे अनुभव माझ्यासमोर येणे थांबत नव्हते; परंतु ज्या प्रश्नाचा मी लहानपणापासून शोध घेऊ पाहत होतो, तो प्रश्न या भाऊगर्दीतूनही माझ्या मनात आपले डोके वर काढीत होता. कोणत्याही सुखामुळे तो दबला जात नव्हता. तो जो कोणी एकमात्र परमेश्वर आहे, त्याने जगातील सर्व महान धार्मिक श्रद्धांना व्यापून टाकले आहे असे दिसते. बालपणी मी रात्री आकाशाच्या घुमटाकडे वर पाहताना मला त्याच्या अस्तित्वाची जाणीव झाली होती. अशा परमेश्वराचे किंवा शक्तीचे अस्तित्व विज्ञानामुळे खात्रीपूर्वक समजू शकेल काय? माझ्या मनात लहानपणापासून रेंगाळत असलेल्या या प्रश्नाचे उत्तर शोधण्यासाठी मी आता तडफडू लागलो होतो. ताऱ्यांनी भरलेल्या आकाशात विज्ञान परमेश्वराची स्थापना करेल काय?

या प्रश्नांची उत्तरे मला एकट्यालाच सापडतील असे नव्हते. तथापि, जेव्हा एकच एका प्रश्नाने, विषयाने मनुष्य पूर्णपणे काही काळ भारला जातो, तेव्हा तो जिद्दीने मार्ग शोधू लागतो. त्या जिद्दीमागे पुरुषी अभिमान आहे असे कोणी म्हणेल; परंतु तो मुद्दा बाजूला ठेवा. मी आता त्या आध्यात्मिक शोधयात्रेला निघणार होतो. काय वाटेल ते झाले तरी उत्तर मिळेपर्यंत वाटचाल करणार होतो. कोणत्या दिशेने ही शोधयात्रा सुरू करायची? आध्यात्मिक विषयातील जाणकारांचे त्याबद्दल मार्गदर्शन घेता येईल; परंतु विद्वान मंडळी फक्त त्या दिशेकडे बोट दाखवतील; परंतु सर्व विद्वत्तेचा मूलस्रोत जो परमेश्वर आहे, तिथवर ते अद्याप पोहोचलेले नाहीत. मी तिथवर पोहोचू शकेन? निदान माझ्या मनाला व्यापून टाकणाऱ्या प्रश्नाचे उत्तर शोधण्यात मला यश येईल? पण जसे कोणतेही यश हे एकदम मिळत नसते, तसेच हेदेखील यश मला एका रात्रीत मिळणार नव्हते.

मूलस्त्रोताकडे वळताना

✤

मी आता आत्मनिरीक्षण करू लागलो. जगातील सर्व मोठ्या धर्मांमध्ये सामाईक मुद्दे काय आहेत, हे मी या काळात शोधू लागलो. एकपेशीय जीव पृथ्वीवर निर्माण झाल्यावर त्याच्यापासून अनेक जीवप्रकार कालांतराने निर्माण होत गेले. हे जीवप्रकार एवढे विविध आहेत की, त्यांची मोजदाद अत्यंत अचूकपणे अजूनही होत आहेच. जीवप्रकार जसे विकसित होत गेले, तसेच ज्ञानाचेही झाले. ज्ञान वाढत वाढत गेले. एका बीपासून जसा एखादा वृक्ष सर्व दिशांनी वाढत जातो, तसे हे ज्ञान व त्याच्या शाखा वाढत वाढत गेल्या. ती क्रिया अजूनही चालूच आहे. यातली ज्ञानाची एक शाखा म्हणजे विज्ञान. रोज त्यात नवनवीन भर पडतच आहे. हा प्रकार कधीही थांबणार नाही की पूर्णत्वाला पोहोचणार नाही. परमेश्वराचा संबंध कॅलक्युलस या गणित शाखेपासून तोडावा, तसा विज्ञानाने आपले अस्तित्व स्वतंत्र आहे, हे दाखविण्यासाठी आपला संबंध मूळ ज्ञानापासून तोडला. मूळचे ज्ञान किंवा सुरुवातीचे ज्ञान हे तर परमेश्वराशी निगडित होते.

साथीच्या रोगांमधील एखादा तज्ज्ञ जसा विषाणूंचा वाहक प्राणी, वनस्पती, जीव, इत्यादी शोधतो किंवा एखादा डिटेक्टिव्ह गुन्ह्यांच्या मालिकेतून काही समान धागा मिळतो आहे का, ते तपासतो तशासारखे मी आता करू लागलो होतो. मी अगदी शास्त्रीय पद्धतीने सर्व धर्मांतील आध्यात्मिक दुवे शोधू लागलो; परंतु या कामासाठी महान डिटेक्टिव्ह शेरलॉक्स होम्स जरी आला, तरी तो माग काढत काढत शेवटी बंद असलेल्या एखाद्या गल्लीत जाऊन फसेल. (अगदी त्याचा सहकारी वॅटसन याच्यासह). माझ्या या शोधयात्रेत मला तीन व्यक्तींची फार फार मोलाची मदत झाली असती. त्यांनी मला या कामात मार्गदर्शन केले असते व काही दुवेही पुरवले असते. ते तिघेही माझे दीर्घ काळचे स्नेही होते. त्यांच्या मृत्यूने माझे फार मोठे नुकसान झाले. मी माझी शोधयात्रा त्यांच्या मृत्यूआधीच सुरू केली असती, तर मला कधीही अडचण आली नसती.

एडी अल्बर्ट हा त्यापैकी माझा एक मित्र होता. तो एक उत्कृष्ट अभिनेता होता. विनोदी भूमिका उत्तम करायचा. कित्येक जलशांमध्ये अधूनमधून विरंगुळा म्हणून याचे कार्यक्रम ठेवले जायचे. योगायोग असा की, 'ग्रीन एकर' या टीव्ही मालिकेतील इव्हाचा खंबीर पती म्हणून याने काम केले होते. माझ्याकडच्या पार्ट्या व जल्लोष संपले, तरीही कित्येक काळ तो मला भेटायला यायचा. माझी त्याच्याशी ओळख करून दिली ती कोण्या चित्रपट अभिनेत्याने किंवा अभिनेत्रीने नव्हे, तर एका भारतीय व्यक्तीने. दीपक चोप्रा हे त्याचे नाव. तो एक अत्यंत यशस्वी झालेला लेखक व मनुष्यशक्ती कशी वापरावी, यातला तज्ज्ञ आहे. त्याच्या Quantum Healing पुस्तकाचा प्रकाशन समारंभ हा माझ्या 'मोरगा प्लेस' मॅन्शनमध्ये ठेवलेला होता. अमेरिकेसारख्या खंडप्राय देशात एकाच पुस्तकाचे विविध ठिकाणी प्रकाशन समारंभ होत असतात. पश्चिम भागातील (वेस्ट कोस्ट) समारंभ हा माझ्या घरी झाला होता. समारंभानंतर चोप्राने आपला मित्र एडी अल्बर्ट याची ओळख मला करून दिली. काही मिनिटांतच आम्ही दोघे हास्यविनोद करीत बोलू लागलो. आमची नुसती ओळख झाली नाही, तर आम्हाला एकमेकांची ओळख पटली, एकमेकांवर आम्ही विश्वास टाकला. आम्हा दोघांवर प्रसिद्धीचा झोत पडू नये, म्हणून आम्ही काळजी घेऊ लागलो. एवढा खासगीपणा त्या मैत्रीला आला होता. आपल्या मनावर भार घेऊन कधीही वागायचे, नाही हे मी त्यांच्याकडूनच शिकलो. स्वभावाने मी गंभीर होतो व व्यवहारात नेमस्त होतो; परंतु एडी अत्यंत विनोदी स्वभावाचा होता. आपल्या भोवतालचे सर्व वातावरण तो हलकेफुलके करी. त्यामुळे माझा नेमस्त, थोडासा बुजरा व गंभीर स्वभाव त्याच्या सहवासात बदलून केला. त्याच्यामुळे मी हसू लागलो, खिदळू लागलो. मनुष्याचे विकार बरे करण्याचे सामर्थ्य हास्यरसात असते, तसेच त्याचे नैराश्यही हसण्यामुळे नाहीसे होते. मग प्रोझॅकसारख्या औषधांची त्याला गरज लागत नाही. एडीच्या मैत्रीमुळे मी खूपच सैल झालो. माझे मन तणावरहित झाले.

आता मृत असलेला ॲश्ले मॉन्टेग्यू हा माझा आणखी एक स्नेही होता. वयाने तो माझ्यापेक्षा मोठा होता. त्याच्या काळात वर्णद्वेष जास्त होता. अशा वेळी ते प्रेमभावनेचा पुरस्कार करीत होते. ते एक थोर मानववंशशास्त्रज्ञ होते, समाजशास्त्रज्ञ होते, खंदे लेखक होते आणि शिक्षणतज्ज्ञ होते. स्वतः, म्हणजे त्यांच्या पिढीतले, ते 'सामाजिक विवेकबुद्धी' होते. वंशभेदाच्या एकोणिसाव्या शतकातील ज्या दुष्ट कल्पना रेंगाळत विसाव्या शतकात आल्या होत्या, त्याविरुद्ध त्यांनी जेवढे काम केले असेल, तेवढे दुसऱ्या कोणीही केले नसेल. The Fallacy of Race (चुकीचा वांशिक युक्तिवाद) हे त्यांचे अभ्यासपूर्ण पुस्तक १९४२मध्ये प्रसिद्ध झाले व अत्यंत गाजले. अमेरिकेत कृष्णवर्णीय ब्राऊन याने 'बोर्ड ऑफ एज्युकेशन'च्या

पक्षपाती भूमिकेविरुद्ध सुप्रीम कोर्टापर्यंत धाव घेतली होती. त्या वेळी याच पुस्तकामुळे न्यायाधीशांच्या निकालावर परिणाम होऊन त्याचा निकाल ब्राऊनच्या बाजूने लागला. त्या वेळी दिलेल्या निकालपत्रातील उतारे हे पुढे १९५० ते १९७०च्या काळातील नागरी हक्क चळवळीला कायद्याचे पाठिंबा देणारे ठरले. १९५३ मध्ये त्यांनी The Natural Superiority of Women (स्त्रियांची नैसर्गिक श्रेष्ठता) हे आपले पुस्तक प्रसिद्ध केले. आधुनिक स्त्री-मुक्ती चळवळीवर त्या पुस्तकाचा अत्यंत प्रभाव पडला हे वेगळे सांगायला नकोच. १९७१ मध्ये त्याचे The Elephant Man (हत्तीएवढा माणूस) हे शारीरिक अपंगत्वावरचे पुस्तक प्रसिद्ध झाले. त्या पुस्तकावर आधारित नाटक व चित्रपट निर्माण झाले. ॲश्लेंनी असे प्रतिपादन केले, "उत्क्रांती एकदा झाली की संपली, थांबली, असे होत नाही. ती एक सततची प्रक्रिया (Dynamic process) असल्याने पुढेही उत्क्रांती चालूच राहते. त्यासाठी 'जिवाला येणारे अनुभव आणि अनुवंशशास्त्र' यांमध्ये सतत संबंध चालू असतात. देवाणघेवाण होत असते. जी भावी सामाजिक व जीवशास्त्रीय उत्क्रांती होणार आहे त्यात आत्ताही आपल्याकडून भाग घेतला जात आहे..." त्यांच्या या विद्वत्तापूर्ण शास्त्रीय मतांमुळे अनेक जण त्याला सन्मानाने 'डार्विनचा वंशज' संबोधू लागले.

ॲश्ले यांची गुणवत्ता, त्यांचे कर्तृत्व हे त्यांच्या बायोडेटामध्ये पाहिले, तर थक्क व्हायला होईल. ब्रिटिश व्यासंगता आणि बुद्धी यांचे सार म्हणजे ॲश्ले, असे म्हणता येईल. आपल्या 'Growing Young' या जीवनशैलीचा प्रचार ते नेहमी करत. 'नेहमी तरुण राहा, तरुण म्हणून वाढत राहा' असे ते म्हणत. त्यांचे एक वैशिष्ट्यपूर्ण वचन असे आहे : *आपण 'तरुण' म्हणूनच मेले पाहिजे....पण शक्य तितक्या उशिरा.*

१९८०च्या मध्यास त्यांना भेटलो होतो, त्या वेळी त्यांच्याकडे आल्ड्स हक्स्ले या थोर ब्रिटिश विचारवंताची विधवा पत्नी 'लॉरा' या आल्या होत्या. ॲश्ले आणि मी एकमेकांचे तत्काळ दोस्त बनलो, अगदी जवळचे दोस्त बनलो. त्यांनीच मला हे पुस्तक लिहिण्यास उद्युक्त केले. खरे म्हणजे आम्ही दोघांनी मिळून हे पुस्तक लिहावे, असा त्यांचा मनोदय होता; परंतु ही कल्पना साकार होण्याच्या आत त्यांनी हे जग सोडले. ते जिवंत असताना त्यांचा सहवास मला उत्साह व स्फूर्ती देऊन गेला. ते ज्या तडफेने जगत होते, त्याच तडफेने त्यांनी या जगाचा निरोप घेतला.

माझ्या आयुष्यातील नंदनवनाचा काळ संपल्यावर माझे मन जागे झाले होते. एका काळोख्या जागेत आपण सापडलो आहोत आणि कोठून बाहेर पडावे ते माझ्या आत्म्याला समजत नव्हते; परंतु सुदैवाने कोणत्याही मानसोपचाराची मदत न घेता, तात्पुरते आनंदी ठेवणाऱ्या औषधी गोळ्यांची मदत न घेता मी या अवस्थेतून निसटलो. माझे हे भाग्यच होते असे म्हटले पाहिजे; परंतु केवळ

माझ्या जबरदस्त इच्छाशक्तीच्या साहाय्याने हे साध्य केले असे नव्हे. मला एका देवदूतासमान असलेल्या हितचिंतकांनी यासाठी साहाय्य केले होते.

एडी अल्बर्ट व ॲश्ले मॉन्टेग्यू या हितचिंतकांबरोबरच तिसरीही एक व्यक्ती होती. त्या व्यक्तीचे नाव होते नॉर्मन कझिन्स. यांचा मात्र माझ्यावर सर्वांत जास्त प्रभाव पडला. नॉर्मन कझिन्स हे एक थोर मानवतावादी होते आणि माणसाच्या मनाची दु:खे बरी करणारे होते. दुर्दैवाने नॉर्मन कझिन्सही आता हयात नाहीत, पण विसाव्या शतकातील शेवटची तीस वर्षे पाहिलेल्या व्यक्तींना ते चांगलेच आठवतील. त्यांचा आशावादी व हसरा चेहरा आठवेल. त्या तीस वर्षांत ज्या व्यक्ती अगदी तरुण होत्या, त्यांना नॉर्मन यांचे आयुष्यभरातील काम पाहून नक्कीच स्फूर्ती मिळाली असणार. होलिस्टिक हेल्थ मूव्हमेन्ट ऊर्फ एकत्रित उपचारपद्धतीची आरोग्य चळवळ याचे ते संस्थापक होते. आता अशा उपचारपद्धतीचा अंतर्भाव वैद्यकीय विज्ञानात करण्यात आला आहे.

एडी अल्बर्ट आणि ॲश्ले मॉन्टेग्यू यांच्याशी माझी जशी भेट झाली, तशीच भेट नॉर्मन यांच्याशी १९८६ मध्ये झाली. त्या वेळी माझे जनसंपर्काचे काम (म्हणजे पार्ट्या, समारंभ, इत्यादी) पराकोटीला पोहोचले होते. माझी ओळख होण्यापूर्वी त्यांना प्रसिद्धी मिळालेली होती, कारण बराच काळ ते Saturday Review या साप्ताहिकाचे संपादक होते. भारताचे पंतप्रधान पं. नेहरू यांच्या अत्यंत विश्वासातील व्यक्तींपैकी ते एक होते, नोबेल पारितोषिकासाठी त्यांचे नाव सुचवले गेले होते आणि आंतरराष्ट्रीय कायदा या विषयाचे युनायटेड वर्ल्ड फेडरलिस्टस असोसिएशनतर्फे ते एक फर्डे प्रवक्ते होते; परंतु त्यांना मोठ्या प्रमाणात प्रसिद्धी लाभली, ती त्यांनी तरुणपणी घेतलेल्या एका अनुभवामुळे. त्या वेळी त्यांना पेशींचा ऱ्हास वेगाने होत राहण्याचा रोग झाला. आयुष्याची मर्यादा किती आहे, ते त्यांना स्पष्ट कळून चुकले होते. त्या रोगावर प्रभावी औषध नव्हते. त्यातून त्यांनी स्वत:ला कसे वाचवले, बरे केले या अनुभवांवर नंतर १९७९ मध्ये एक पुस्तक त्यांनी प्रसिद्ध केले. त्याचे नाव होते Anotomy of an Illness as Perceived by the Patient स्वत: स्वत:ला बरे करण्याच्या प्रकारात या पुस्तकाने एकदम क्रांती केली. या पुस्तकाने वैद्यकीय विज्ञानात एक नवी शाखा उघडली. त्या शाखेला नाव पडले Psychoneuroimmunology म्हणजे मानसिक पातळीवर रोगापासून संरक्षण करण्यास मेंदूला प्रवृत्त करण्याचे शास्त्र. त्या लांबलचक इंग्रजी नावाचा उल्लेख पुढे फक्त PNI अशा आद्याक्षराने केला जाऊ लागला. त्या पुस्तकामुळे नॉर्मन यांना मानद 'डॉक्टर ऑफ मेडिसिन' ही पदवी बहाल केली गेली. कॅलिफोर्निया विद्यापीठात तर त्यांच्या नावाने एक मेडिकल सेंटर उभे केले गेले.

तुम्ही कदाचित Patch Adams हा हॉलिवूडचा चित्रपट पाहिला असेल. त्यात रॉबिन विल्यम्स या अभिनेत्याने लहान मुलांच्या रोगांसाठी असलेल्या ऑन्कॉलॉजिस्ट डॉक्टरची भूमिका वठवली आहे. हा डॉक्टर जी रुग्णाईत मुले आता काही दिवसांचीच सोबती आहेत, ज्यांच्यावर कोणत्याही उपायांची मात्रा चालत नाही त्यांच्यावर अभिनव पद्धतीने उपचार करू पाहतो. ती अभिनव पद्धत म्हणजे त्यांना हसत ठेवून केवळ हसण्यामुळे रोग बरे करण्याची पद्धत. त्याच्या बरोबरीच्या डॉक्टरांचा असली पद्धत राबविण्यास कडाडून विरोध असतो, पण त्याला न जुमानता तो आपले हास्योपचार चालूच ठेवतो. हे पात्र नॉर्मन कझिन्सवर बेतलेले नाही; मात्र नॉर्मन कझिन्सच्या पुस्तकावर नक्कीच आधारलेले आहे. हसण्यामुळे आपल्याला भावी दृश्ये सकारात्मक दिसू लागतात परिणामी आपण बरे होतो. नॉर्मन कझिन्स स्वत: यातून गेला होता. जेव्हा डॉक्टरांनी त्याला सांगितले की, तुम्ही आता बरे होण्यापलीकडे गेलेला आहात, काही दिवसांचेच आयुष्य उरले आहे, तेव्हा त्याने चटकन हॉस्पिटल सोडले व एका हॉटेलात खोली घेऊन राहू लागला. एवीतेवी आयुष्य संपत आलेले आहे, तेव्हा आनंदी राहायला काय हरकत आहे, असा विचार त्याने केला असावा. त्याने एक प्रोजेक्टर व लॉरेल हार्डी यांच्या व अन्य विनोदी फिल्म आणल्या. हॉटेलातील खोलीवर तो त्या विनोदी फिल्मस पाहू लागला, सतत पाहू लागला, हसू लागला, खिदळू लागला, अगदी पोट धरधरून हसू लागला. त्याच्या त्या मुक्तपणे हसण्यामुळे त्याच्या शरीरात चमत्कार वाटावा, असा बदल होत गेला. त्याचा असाध्य रोग हा हळूहळू मागे हटत जाऊ लागला आणि संपूर्ण नाहीसा झाला. अशा रितीने वैद्यकीय विज्ञानात एका नवीन शाखेचा जन्म झाला.

जर तुम्ही ही सर्व कहाणी तपशीलवार कधी ऐकली नसेल, त्याच्या पुष्ट्यर्थ असलेले पुरावे पाहिले नसतील, तर तुम्ही म्हणाल की, हा सारा योगायोग आहे किंवा हे अविश्वसनीय आहे किंवा लोकांकडून वाहवा मिळविण्यासाठी रचलेले एक नवीन युगाचे फॅड आहे; परंतु यापैकी तसले काहीही नव्हते. नॉर्मन कझिन्सप्रमाणे जगातील अनेक राजकारणी पुरुष, लेखक मंडळी आणि बुद्धिवंत यांनी याचा अनुभव घेतला आहे. त्यांनीही हेच दाखवून दिले आहे की, आपण ठरवून निर्धारपूर्वक दुखऱ्या भागावर लक्ष केंद्रित केले, तर शरीरातील प्रतिकार करणाऱ्या पेशींची संख्या मोठ्या प्रमाणात वाढवता येते. यावर अनेक प्रयोग करून ही गोष्ट सत्य आहे असे वैद्यकशास्त्राने दाखवून दिले आहे. नॉर्मन कझिन्स हे तर या तंत्राचे एक चालते बोलते सत्य आहे. मला स्वत:ला नेहमी सर्दी होत असल्याने मी या तंत्राचा स्वत:वर प्रयोग करून अनुभव घेतला आहे.

मनातील विचारांनुसार शरीराच्या एखाद्या भागाचे तापमान वाढवण्याचे तंत्र नॉर्मन कझिन्स यांना छान जमले होते. याबाबतीत त्यांचे पं. नेहरूंशी मजेदार

संभाषण झाले होते. भारतातील लोकसंख्यावाढीचा प्रश्न सोडवण्यासाठी या तंत्राचा वापर करता येईल, असे सुचवले होते. पुरुषांच्या वृषणाचे तापमान जर वाढले, तर त्यातील शुक्रजंतूंचा गर्भधारणेसाठी काहीही उपयोग होत नाही. (ज्यांना बाप बनायचे आहे, त्यांनी तंग अंडरवेअरचा वापर करू नये, हे ध्यानात घ्यावे.) नॉर्मन यांच्या तंत्राचा उपयोग केला, तर मग संतती नियमनाच्या साधनावाचून गर्भधारणेला आळा घालता येईल. नॉर्मन यांनी आपला मुद्दा पटवण्यासाठी केवळ थोडा वेळ हातावर आपले लक्ष केंद्रित करून हाताचे तापमान वाढलेले थर्मामीटरच्या साहाय्याने नेहरूंना दाखवून दिले. शरीरावरच्या कोणत्याही भागावर लक्ष केंद्रित केले की, तिथले तापमान वाढते, हे त्यांनी नेहरूंना पुराव्यानिशी पटवून दिले.

स्वत:च स्वत:ला बरे करण्याचे तंत्र विकसित करण्यावर नॉर्मन थांबले नाहीत. आपल्या तंत्राचा प्रसार जगभर करण्यासाठी ते धडपडले. गांधी आणि मार्टिन ल्यूथर किंग यांच्याप्रमाणे इतिहासातील सर्वांत मोठ्या हिंसक शतकात शांतता पसरावी म्हणून त्यांनी प्रयत्न केले. १९५३ मध्ये त्यांनी लिहिलेल्या Who Speaks for Man? या पुस्तकात ते म्हणतात, "युद्ध हा मनुष्याच्या मनाने लावलेला एक

डॉ. मणी आणि नॉर्मन कझिन्स मॅन्शनमध्ये एका निवांत क्षणी.

शोध आहे, तर मग हेच मनुष्याचे मन न्याय देणाऱ्या शांततेचाही शोध लावू शकेल.''

त्यांनी केलेल्या प्रयत्नांमुळे १९६३ मध्ये राष्ट्राध्यक्ष केनेडी यांनी सोव्हिएत रशियाबरोबर अणुचाचणी बंदीच्या करारासंबंधी बोलणी चालू केली. अलिप्त राष्ट्रांच्या गटासाठी ते अत्यंत आग्रही होते. भारत याच गटातील होता. तुम्ही Visualize World Peace किंवा Think Globally, Act Locally अशा मजकुरांची स्टीकर्स पाहिली असतील. त्यामागेही नॉर्मन कझिन्सच होते; परंतु सर्वांपेक्षाही त्यांचा मनुष्याच्या सुप्त शक्तीवर विश्वास होता. मनुष्यप्राण्यात आपल्याला अद्याप ठाऊक न झालेले विविध गुण सुप्त स्वरूपात दडलेले असून, ते कल्पनाही करता येणार नाही, एवढे अमर्याद आहेत. त्या गुणांमध्ये त्याचे जागृत मन, त्याची विवेकबुद्धी ही प्रामुख्याने वरचढ आहे. ''मानव प्राण्याला कोणत्याही पक्क्या सीमा लागू नाहीत.'' हे ते मला वारंवार बोलून दाखवीत.

जीवनामध्ये अत्यंत विलक्षण असा सारखेपणा भरलेला आढळून येतो. तुम्ही जर तो शोधून पाहू लागलात, तर असे दिसेल की, जीवनामध्ये अनेक रेशमी धागे असून, एखाद्या कोळ्याप्रमाणे आपण आपले जाळे त्यातून निर्माण करतो. नॉर्मन कझिन्स यांनी आपल्याला असाध्य रोग झाला आहे, असे कळल्यावर आपल्या स्वतःच्या शरीरावर प्रयोग करून असे सिद्ध केले की, माणसाचे जागृत मन हे ऐहिक सत्य बदलू शकते. ॲश्ले मॉन्टेग्यू यांनी आपली असामान्य बुद्धी वापरून असा निष्कर्ष काढला की, सामाजिक सहकार्य आणि ममता हेच मानवाच्या उत्क्रांतीमध्ये एक 'निवडीचा घटक' ठरणार आहे. डार्विनच्या सिद्धांतानुसार निसर्गातील उत्क्रांतीमध्ये 'निवडीचा घटक' असतो. जे बलवान आहेत, जे निसर्गबदलाला अनुकूल प्रतिसाद देणारे आहेत, तेच निवडून त्यांची प्रजा निसर्ग वाढू देतो आणि त्यांच्यात अनुकूल बदल करतो. बाकीचे तसेच राहतात किंवा नामशेष होतात. म्हणून सर्वच माकडांची माणसे झाली नाहीत. काही माकडे तशीच राहिलीत. तीच माकडे आज दिसतात. ती उत्क्रांत झाली नाहीत. याच सिद्धांताचा पुढचा भाग त्यांनी सांगितला.

'आपलेच काहीतरी चुकले असावे' या भावनेने मी ग्रासलो गेलो होतो व सारखे आत्मपरीक्षण करीत होतो. आत्मपरीक्षणाच्या त्या अंधारकोठडीतून मी एडी अल्बर्ट यांच्या विनोदी वातावरण निर्माण करण्याच्या स्वभावामुळे बाहेर पडलो. गांधीजींच्याकडून मी जे काही शिकलो, ते सारे मला या तिघांमध्ये प्रकर्षाने दिसले. आपण जो विचार करतो, त्यानुसारच आपण बनतो हेच त्यातून मला दिसून आले.

बालपणी मला बऱ्याच गोष्टी गूढ वाटायच्या, नंतर तरुणपणी मी प्रयत्नपूर्वक

शास्त्रज्ञ बनलो आणि जीवनाच्या रामरगाड्यात चांगला तयार झालो. या सर्वांमधून जात असताना मी शेवटी माझ्या अनुभवातून एकच निष्कर्ष काढला की, या विश्वाचा निर्माता किंवा स्रोत केवळ एकच आहे. माझ्या या निष्कर्षाला काही आधार आहे का, हे मला पाहायचे होते, शोधायचे होते. तो आधार मी हिंदू, बौद्ध, मुस्लीम, ख्रिश्चन वगैरे धर्मांत शोधू लागलो. विज्ञान जसजसे पूर्णत्वाकडे जात आहे, तसतसा एक प्रश्न विचारायची वेळ आली आहे. तो प्रश्न म्हणजे, 'आपल्याला अजूनही परमेश्वर या संकल्पनेची गरज वाटते?'

जेव्हा माझ्या मनातील हे विचार माझ्या या तीन थोर स्नेह्यांकडे मी व्यक्त केले, तेव्हा त्यांनी या महान प्रश्नाचे उत्तर शोधण्यासाठी उत्तेजन दिले. परमेश्वराबद्दलच्या माझ्या प्रश्नांना कित्येक वर्षांपूर्वी त्या रात्री माझ्या वडिलांनी उत्तर दिले नाही; पण या तीन ज्येष्ठांनी मात्र याबाबतीत त्यांचे विचार, त्यांचे अनुभव माझ्यापाशी मनमोकळेपणे सांगितले. मला हे इथे वाचकांना मुद्दाम सांगावेसे वाटते. ज्या प्रश्नाच्या उत्तराचा शोध मी घेत आहे, ते उत्तर मला माझी जीवनयात्रा संपायच्या आत मिळेलही.

परमेश्वर : एक सांकेतिक नाव

✤

'देव' हा शब्द उच्चारला की, आपल्या नजरेसमोर ईश्वर, परमेश्वर उभे राहतात. याच्याबद्दल अनेकांनी अनेक कल्पना केलेल्या आहेत व त्यावर आपला धर्म, आपले तत्त्वज्ञान उभे केले आहे. सगळ्यांना हा पुराणकथांमधला देवच अभिप्रेत असतो. मग तो हिंदू, ख्रिश्चन अथवा मुस्लीम असो; परंतु फक्त परमेश्वर म्हणजे काय? त्याने विश्व कसे निर्माण केले असावे? त्याचा या पार्थिव किंवा ऐहिक जगताशी कोणता संबंध असेल? अशी फक्त देवाबद्दल किंवा परमेश्वराबद्दल चर्चा करण्याचे जे शास्त्र पश्चिमी जगात निर्माण झाले, त्याला 'थिऑलॉजी' असे नाव मिळाले. निसर्गात घडणाऱ्या घटनांवरून परमेश्वराच्या कृतीबद्दलच्या कल्पना तर्काने करून परमेश्वराच्या अस्तित्वाचा व कार्याचा अंदाज घेण्याचे जे शास्त्र ते थिऑलॉजी; पण जेव्हा आपण पुराणकथा, इतिहास, प्रचलित समजुती, प्रभाव, धर्मविधी, इत्यादींपासून परमेश्वराला दूर ठेवू; सर्व धर्म हे कसे एकच आहेत असे दाखवू लागतो, ते थिऑलॉजीच्या उपासकांना आवडत नाही. ते आपल्यावर बौद्धिक गोंधळ उडवून देण्याचा आरोप करू लागतात. जर सर्वांचा देव, ईश्वर, परमेश्वर एकच आहे, तर मग सर्व धर्म एकत्र करून जगभर त्याचा प्रसार करण्यास थिऑलॉजीअन्सचा विरोध का असतो? जगभरची माणसे सारखी, समान असताना 'जागतिक सरकार' या कल्पनेला थिऑलॉजीअन्स का विरोध करतात? जेव्हा आपण जगभरातील विविध अध्यात्मशास्त्रांमधून काही सामाईक धागे शोधू पाहतो, तेव्हा आपल्यावर चिडून टीका केली जाण्याची शक्यता असते. त्या टीकेनुसार असे म्हटले जाते की, थोडेसे या गाण्यातले स्वर, थोडीशी त्या गाण्यातली चाल, अन्य काही गाण्यांतील संगीत वगैरे निवडून एकत्र करून एक नवीन ध्वनिमुद्रिका अथवा सीडी करण्यासारखा हा प्रकार आहे. अशी भेळ किंवा खिचडी केल्याने नवीन तत्त्वज्ञान उदयास येत नाही किंवा ही खिचडी कोणी स्वीकारत नाही, अथवा स्वीकारली, तर जनमानसाला ती पचत नाही. Best of all songs अशी सीडी

करण्यासाठी कोणी इंटरनेटवरून डाऊनलोड केली, तर ते काय नवीन वेगळे संगीत थोडेच होईल?

आधुनिक युगात निर्माण झालेली विचारसरणी ही श्रद्धेवर फारशी आघात करू शकत नाही किंवा श्रद्धेमध्ये किंचितच ढवळाढवळ करू शकते. जेव्हा एखाद्याच्या जीवनपद्धतीमध्ये ही नवीन विचारसरणी घुसून त्याची आध्यात्मिक धारणा बदलू पाहते, तेव्हा मात्र ती व्यक्ती तत्काळ त्या विचारसरणीचा त्याग करते. प्रत्येकाच्या आध्यात्मिक विचारापुढे नवीन युगातील विचारसरणी सपशेल लोटांगण घालते. एखादी ख्रिश्चन व्यक्ती पार्टटाईम बौद्ध होऊ शकत नाही. ही ख्रिश्चन व्यक्ती आपल्याला अंतिम काळात मुक्ती मिळण्यासाठी आठवड्यातून एकदा चर्चमध्ये एक तास घालवते; पण जरी प्रत्येक जण आपापल्या धर्माला, त्यातील धर्म रूढींना चिकटून राहिलेला असला, तरीही एक सत्य मात्र कोणालाच खोडून काढता येणार नाही. ते चार शब्दांतील सत्य *'परमेश्वर हा एकच आहे'* हे आहे.

या आधीच्या प्रकरणात मी आपल्यापुढे माझ्या प्राचीन हिंदू धर्मातील काही तत्त्वे मांडली होती. ती पुन्हा मी उद्धृत करीत नाही. त्याऐवजी मी जगातील काही महत्त्वाच्या धर्मांकडे आपले लक्ष वेधतो. बौद्ध धर्म पाहा. हा धर्म हिंदू धर्मातून उगम पावला आहे. याची मुळे भारतीय भूमीत रुजलेली आहेत. २६०० वर्षांपूर्वी सिद्धार्थ गौतम नावाचा एक तरुण राजपुत्र नेपाळमध्ये विचारमग्न झाला. माणसाला नेहमी दु:ख का भोगावे लागते, यावर तो विचार करू लागला. विचारांचा परिपाक एवढा झाला की, आपल्या सुखासीन आयुष्याचा त्याग करून तो मनुष्याच्या दु:खाचे मूळ शोधू लागला. त्याची नजर राजवाड्याच्या भिंती पार करून दूर जाऊ लागली. त्यातून जो बौद्ध अथवा बुद्ध धर्म उदयास आला, तो भारतभर पसरत तिबेट, चीन, जपान, इत्यादी सर्व पौर्वात्य देशांना व्यापत गेला. सर्वसंग परित्याग केलेल्या या राजपुत्राला आता गौतम बुद्ध म्हणून ओळखले जाते.

गौतम बुद्धाने दु:खावर जो उतारा सांगितला आहे, तो कमालीचा साधा, सोपा आहे. तो म्हणतो, "माणसाने काहीतरी मिळविण्यासाठी जर अभिलाषा, इच्छा, वासना धरली व त्यामागे तो धावू लागला, तर त्यातूनच दु:खाचा उगम होतो. त्यासाठी ध्यानधारणा करून आपण आपली योग्य ती सदसद्विवेकबुद्धी जागवली पाहिजे. तसेच या चराचरात निर्माण झालेल्या यच्चयावत गोष्टी, हे विश्व, सारे सारे काही एकच आहे ही जाणीव मनात बाळगली पाहिजे." काही जणांनी असा अंदाज व्यक्त केला आहे की, येशू ख्रिस्ताच्या शिकवणुकीवर बुद्धाच्या विचारांचा प्रभाव पडला असून, ज्यू धर्मामध्ये तो विचार बऱ्याच अंशी स्पष्टपणे प्रकट झाला आहे. सरतेशेवटी, बौद्ध धर्मातील खडतर व अतिसाध्या भाषेमुळे परमेश्वराचे ध्यान

लागणे अशक्य आहे, असे समजून या धर्माचा त्याग भारताने केला; परंतु यामुळेच जी पाश्चिमात्य जनता संघटित धर्मामुळे वैतागली होती, त्यांचे या धर्माकडे लक्ष गेले व ते त्याकडे आकृष्ट झाले. मग त्या लोकांनी आपली धर्मतत्त्वे नवीन पदार्थविज्ञानासाठी लायक ठरवली.

जर बौद्धवादाचा संघर्ष हा आधुनिक विज्ञानाशी कमीत कमी होत असेल, तर पदार्थविज्ञानातील पुंजवाद (Quantum Physics) या तत्त्वाचे किंवा विषयाचे अध्यात्मातील एक साम्यरूप आहे, असे म्हटले तर ते फारसे चूक ठरणार नाही. 'Tao of Physics' या आपल्या पुस्तकात फ्रिट्जॉफ काप्रा याने हे फार रसाळ शब्दांत पटवून देण्याचा प्रयत्न केला आहे. 'ताओ ते चिंग' या पुस्तकात २६०० वर्षापूर्वी म्हणजे चीनमधील कन्फ्युशिअसच्या काळात लाओ त्सू यानेही ही बाब फारच सुरेख रितीने मांडली आहे. ताओवाद सांगतो की, अशा मार्गाला धरून चाला की, ज्या मार्गावर दोन विरोधी गोष्टी (यिंग व यॅन्ग) एकमेकांत नैसर्गिकरित्या विलीन होतात. ज्यू, ख्रिश्चन व मुस्लीम धर्मांत फक्त एकच एक परमेश्वर आहे, अन्य कोणीही देवता नाहीत. त्या धर्मांच्या अशा एकेश्वरवादाच्या पार्श्वभूमीवर ताओवाद हा वेगळाच उठून दिसतो. तो आपल्याला आपले अस्तित्व नेमके काय आहे, कसे आहे व पुढे कुठे प्रवास करायचा आहे, हेही दाखवतो. याचे कारण ताओवाद म्हणजेच या विश्वाचा एक भाग आहे, एक सर्वत्र भरून राहिलेले जाळ्यासारखे पटल आहे. त्यामध्ये तुमचा 'स्व' हा गुरफटलेला असतो. इसवी सनाच्या दुसऱ्या शतकात ह्यूए नान त्झू हा लिहितो की, जो कोणी या मार्गाला जुळवून घेऊ पाहतो, स्वर्ग व पृथ्वी यांचे नैसर्गिक नियम पाळतो, त्याला साऱ्या जगावर नियंत्रण ठेवणे सहज जमते.

चिनी तत्त्वज्ञानात महास्फोटातून निर्माण झालेल्या विश्वनिर्मितीची कल्पना केलेली आहे. सारे कांही एका भव्य पोकळीत निर्माण झालेले असावे किंवा विश्वनिर्मिती ही शून्यातून निर्माण झाली, हे मानले आहे. हे समजावून घेणे तसे अवघड आहे. अंगरिक गोविंद या अभ्यासकाने तिबेटी गूढवादाचा खूप अभ्यास केला. शेवटी सर्व तिबेटी लोक त्याला 'लामा' म्हणू लागले. 'तिबेटी गूढवादाचा पाया' या आपल्या ग्रंथात तो म्हणतो, ''एखाद्या गोष्टीचा, वस्तूचा 'आकार' आणि पोकळी यांचा संबंध कसा लावाल? आकार व पोकळी नेहमी एकमेकांविरुद्ध असलेली दोन टोके आहेत, असे म्हणता येणार नाही. उलट असे म्हणता येईल की, आकार व पोकळी या एकाच वस्तुस्थितीची दोन भिन्न रूपे असून, ती दोन्ही एकाच वेळी अस्तित्वात असतात व नेहमी त्यांच्यात सतत एकमेकांशी सहकार्य चालू असते.'' अंगरिकाचे हे विधान डेव्हिड बोहम याच्या अस्तित्वाशी संबंध असलेल्या व नसलेल्या रचनांशी कसे साम्य आहे, ते दाखवते. आपण ते पुढे

नीट समजावून घेणार आहोत.

झेन तत्त्वे चीनमध्ये निर्माण झाली व ती इ.स. १२००च्या सुमारास जपानमध्ये पोहोचली. बुद्धाचे तत्त्वज्ञान आणखी कोळून ही तत्त्वे निर्माण केलेली होती. मनावर सतत मेहनत घेऊन, त्याकडे लक्ष देऊन सर्व काही समजावून घेणे, भ्रम नाहीसे करणे ऊर्फ साटोरी साधणे यांवर त्यात भर दिलेला होता. त्यासाठी काही क्रिया सतत, रोज करावी लागत होती. 'सतत आपल्या मनाचा वेध घेणे आपल्या स्वभावाकडे लक्ष देणे आणि बुद्धमार्गी होणे,' असे ते थोडक्यात सांगितले जाते. हे साध्य करण्यासाठी रोजची बागकाम किंवा चहा करण्यासारखी दैनंदिन क्रियाकर्मे मनापासून करताना सत्य व सुखे सापडायला हवीत, कारण या क्रिया जरी साध्या वाटल्या, तरी त्या निसर्गाचेच आविष्कार आहेत. निसर्गाची एकात्मता यामध्येही दिसून येते. वस्तू, पदार्थ यांची जी वास्तवता आहे, जी आपल्याला जाणवते, तीही विश्वाच्या पटलामागे, वितानामागे आहे. कधी कधी झेन तत्त्वज्ञानात चमत्कारिक वाटणारे विधान केले जाते. उदाहरणार्थ 'परमेश्वर म्हणजे काहीही नाही.' (God is No-thing) याचा अर्थ शब्दश: घ्यायचा नाही, तर परमेश्वर म्हणजे 'एखादी वस्तू, पदार्थ असे नाही,' असा अर्थ घ्यायचा.

'झाझेन' हा झेन तत्त्वज्ञानाचा गाभा आहे. झाझेन म्हणजे नीट ताठ बसून ध्यान लावायचे. हे ध्यान एखादा साधक अत्यंत शांतता असलेल्या मठात तासन् तास लावण्याचा प्रयत्न करतो. या ध्यानात मन शांत करून ते एकाग्र करणे अपेक्षित असते. मनाच्या साऱ्या शक्ती या एकाच दिशेने एका वेळी कार्यरत (Coherent Consicousness) व्हायला हव्यात. आपल्या सभोवताली एक वैश्विक मन, निरामय वैश्विक विवेकबुद्धी अनंत विस्तारात पसरली आहे. तिच्याशी आपले मन एकरूप व्हायला हवे किंवा ते जुळवून घ्यायला हवे. बाकी मनात काहीही राहता कामा नये. अशा अनुभवाची कल्पना करणे कठीण आहे किंवा हा एक अपूर्ण आध्यात्मिक अनुभव आहे, असे काहीतरी वाटले. आधुनिक भौतिकशास्त्र किंवा पदार्थविज्ञान असे म्हणते की, आपण वास्तवतेचा शोध घेत घेत सूक्ष्म पातळीवर जातो. पार अणूपेक्षाही लहान असलेल्या कणांच्या किंवा उपअणूंच्या पातळीवर अवकाशाच्या पटलाचा भेद करून पोहोचतो, तेव्हा आपल्याला कळते की, सर्व काही एकमेकांना जोडलेले आहे. डेव्हिड बोह्म आणि बॅसिल हिले या तज्ज्ञांच्याही खूप आधी झेन साधू हे 'विश्वातील यच्चयावत गोष्टी या एकमेकांशी जोडलेल्या आहेत,' असे सांगत होते. ते जे काही सर्व गोष्टींना जोडणारे आहे, ते आपल्या मनाशी निगडित आहे का? हे समजणे खरोखरीच अवघड आहे किंवा एका हाताने वाजवलेल्या टाळीचा आवाज कसा असेल याची कल्पना करण्यासारखे आहे!

पाश्चात्त्य परंपरेकडे वळण्यापूर्वी एक बाब येथे सांगितली पाहिजे. ज्यांना ज्यू व ख्रिश्चन या धर्मांची तत्त्वे ठाऊक आहेत, त्यांना आशियाई धर्मातील गूढ व 'काहीही नसण्याचा घटक' (Negative) समजून घेणे अवघड जाते. रिकामा, रिते, काहीही नसणे, पोकळी असणे या शब्दांनी काहीसे उदास वाटणारे चित्र कल्पनेने मनात उभे करता येत नाही. निर्गुण, निराकार हे शब्द पूर्णपणे समजत नाहीत. अमर्याद विपुलतेने खच्चून भरलेल्या या संपूर्ण विश्वाच्या मागे एकच एक गोष्ट भरून राहिलेली आहे. ती गोष्ट म्हणजे 'no-thing' 'कोणताही पदार्थ वगैरे काहीही नाही'; *काहीही नाही,* हेच काहीतरी आहे, ते जे काही आहे याचा वेध घेण्याचा प्रयत्न माणसाचे मन करीत आहे. अशा त्या 'गोष्टीला' जाऊन मिळण्याचा प्रयत्न आपण करीत आहोत. या कल्पनेमुळे अनेकांना अस्वस्थ व्हायला होते. 'गूढवाद' व 'क्वांटम पदार्थविज्ञान' यांचा इथे संगम होतो. जिथे काहीही नाही, रिकामे आहे, रितेपणा आहे, पोकळी आहे, असे जेव्हा वाटते, तेव्हा तिथेच आपल्याला अफाट, अमर्याद, अनंतस्वरूपी अशी सुप्त शक्ती जाणवते. शून्याचा अर्थ 'काहीही नाही' असा नसून, त्याहीपेक्षा अधिक अर्थ त्यात भरलेला आहे.

आध्यात्मिक गूढवाद हा एक प्राचीन विषय असा आहे की, त्यातील तत्त्वांमुळे पूर्व-पश्चिम संस्कृतीवर एक पूल टाकण्यात आला आहे. ख्रिश्चनांमधल्या विविध तऱ्हेच्या विचारी माणसांवर गूढवादाचा अभ्यास करणाऱ्यांचा प्रभाव इसवी सनाच्या पहिल्या व दुसऱ्या शतकात तीव्रपणे युरोपवर पडला होता. या आध्यात्मिक गूढवाद्यांना 'खराखुरा परमेश्वर' ऊर्फ 'मूळ कारण' जाणवले होते किंवा त्यांच्या मते, त्यांना तो सापडला होता. प्रत्येक गोष्टीला काहीना काही कारण असते. त्या कारणामागे एक वेगळे कारण असते. असे मागे मागे जात आपण गेलो, तर एकच एक मूळ कारण सापडेल, ते 'मूळ कारण' म्हणजे परमेश्वर. हा 'खराखुरा परमेश्वर' अवकाश काल आणि कार्यकारणभाव यांच्याही पलीकडे सर्वत्र व्यापून राहिलेला आहे असे दिसते आणि जी चराचर सृष्टी आपल्याला दिसते, जाणवते ती वास्तवता ही एक प्रकारची फसवी, बनावट वास्तवता आहे (भारतीय भाषेत 'माया आहे') किंवा खालच्या पातळीवरील गौण ईश्वराची निर्मिती आहे. (ज्यांनी Matrix सिनेमा पाहिला त्यांना त्यात ही कल्पना उचलून धरलेली आढळेल.) ख्रिश्चन कॅथॉलिक धर्मगुरूंना प्रश्न विचारून त्यांच्या अधिकाराला आव्हान देणाऱ्यांना पाखंडी ठरवले जायचे. असे धर्मगुरू अध:पतित जरी झाले असले, तरी त्यांच्यात परमेश्वरी अंश मुळातच उतरलेला असल्याने ख्रिश्चन पुराणातील आदिमानवाने केलेल्या पापकृत्यापासून त्यांची मुक्तता झाली आहे, असे चर्च मानीत असे. या समजुतीलाही हे पाखंडी लोक आव्हान द्यायचे. गूढवादी अध्यात्माचा अभ्यास करणारी मंडळी ही चर्चच्या छळसत्रापासून सुटका करण्यासाठी त्या काळात

भूमिगत झाली, पण त्यांच्या विचारसरणीमुळेच प्रॉटेस्टंट पंथ व थिऑसफी यांचा उदय ख्रिश्चन धर्मात झाला.

नव प्लेटॉनिक तत्त्वज्ञानातही गूढवादी अध्यात्माचा प्रभाव पडला होता. मग त्यातून एक नवीन सिद्धांत निर्माण झाला. तो सिद्धांत स्वयंसिद्ध आहे असे मानले गेले. त्यानुसार काही नवीन व आदर्श असे जे जीव निर्माण झाले त्यांचा उगम एकच होता. त्या जीवांच्या छायांना वास्तव समजण्याची चूक आपण करतो. या सिद्धांतासारखे साम्य प्लेटो या तत्त्ववेत्त्याने गुहेचे उदाहरण घेऊन केले. हे उदाहरण सुप्रसिद्ध आहे. प्लेटो असे म्हणतो की, आपली मानवजात ही एका गुहेमध्ये शेवटच्या भिंतीकडे तोंड करून बसली आहे. आपण त्या गुहेत राहत असून भिंतीवर काही उमटलेले दिसेल, याची अपेक्षा करीत आहोत. जशी लहान मुले समोरच्या पडद्यावर कोणता खेळ दाखवला जाणार आहे, याची उत्सुकतेने वाट पाहत असतात, तसे आपण पाहत आहोत. आपल्या पाठीमागे गुहेचे तोंड असून, तिकडे वळून पाहण्याची आपल्याला हिंमत होत नाही. त्या तोंडापाशी एक अग्नीचे वर्तुळ असून, त्यामुळे बाहेरची हिंस्र जनावरे आत गुहेत शिरू शकत नाहीत. अधूनमधून गुहेबाहेरच्या जगातून एक वस्तू गुहेचे तोंड व अग्नीचे वर्तुळ यांमधून झटकन जाते. त्याची सावली गुहेच्या भिंतीवर पडलेली दिसते. ते पाहताच आपण खूष होतो. कारण आपल्या दृष्टीने आपल्याला झालेले तेवढेच बाहेरच्या वास्तवतेचे दर्शन असते.

ज्यू धर्माच्या अध्यात्मातील असंख्य गोष्टी, हेलेनचे तत्त्वज्ञान, मृतप्राय झालेल्या येशूचे पुनरुत्थान झालेली पुराणकथा. या सर्वांमुळे येशूचा संदेश महान ठरला. त्याच्या शिकवणीमुळे, 'शेजाऱ्यावर स्वत:इतकेच प्रेम करा' अशा संदेशामुळे सर्वजण व परमेश्वर एकच आहे, हे तत्त्वज्ञान पुढे आले. या तत्त्वज्ञानावर येशूची आत्यंतिक श्रद्धा असल्यामुळे तो हसतहसत क्रुसावर चढला. जगातील अन्य धर्मांतील गूढ व महत्त्वाची तत्त्वे आणि येशूची शिकवण यांच्यात कुठेही संघर्ष आढळत नाही. येशू म्हणायचा, "तुमच्या स्वत:मध्ये सारा स्वर्ग सामावलेला आहे." त्याचे हे विधान अत्यंत पटणारे आहे, संयुक्तिक आहे. हा जो निर्मितीचा माहोल आहे, त्यात आपण स्वत:ही भाग घेतलेला आहे. जे काही अफाट व भव्य विश्व आहे, तसेच छोटे विश्व आहे. जे पिंडी आहे ते ब्रह्मांडी आहे. आपण सर्व जण एकमेकांना आणि मूळ उगमाला जोडले गेलो आहोत. गर्दीतील प्रत्येक व्यक्ती जशी गर्दीला जोडलेली असते, ती स्वत:सुद्धा गर्दीला जशी कारणीभूत असते, तसाच हा प्रकार. इजिप्तमधून ज्यू लोकांनी स्थलांतर केले. त्यावरच्या एक्झोडस या पुराण कहाणीमध्ये स्थलांतर करणारा माणूस हा "जो 'मी' आहे म्हणतो आहे, तोच मी आहे." असे गूढ व सार्थ शब्द उच्चारलेले आहेत.

ज्यू व ख्रिश्चन पुराणकाळातील अब्राहम हा पुरुष 'ईश्वर एकच आहे' असे सांगायचा. त्या एकेश्वरवादी अब्राहमचे वंशज हे ज्यू व मुस्लीम आहेत; पण ते दोघे एकमेकांपासून किती भिन्न, किती परस्परविरोधी आहेत. असा प्रकार फक्त दोन भावांमध्येच दिसून येईल. ज्यू धर्माने 'येहेवा' हा एकच परमेश्वर म्हणून उचलून धरला, अगदी येशू ख्रिस्त याच्याही आधी. तर महंमद पैगंबरने सातव्या शतकात 'अल्ला' या देवाला उचलून धरले. महंमदाने येशू ख्रिस्ताला एक महान प्रेषित म्हणून संबोधले, पण त्याच्या मते, "ख्रिश्चन धर्माची अवनती होत असून ते आपला धर्मग्रंथ (The Book) विसरून गेले आहेत. त्यामुळे अल्लाचा शब्द परत लिहिण्यासाठी मला कुराण लिहावे लागले." परंतु त्याच्या या उद्‌गारामुळे अल्ला (परमेश्वर शब्दाला अरबी भाषेत असलेला शब्द) हा येहवा किंवा ब्रह्मन किंवा ताओ यांच्यापेक्षा वेगळा आहे, असा अर्थ दुर्दैवाने काढला गेला. इस्लाममध्ये म्हटले आहे, 'परमेश्वर नसून फक्त अल्ला (परमेश्वर) हाच आहे.' परंतु यातून फक्त एकच अर्थ निघतो तो म्हणजे : परमेश्वर एकच आहे.

सर्व धर्मांच्या बैठकीवरून एकच धर्माचे सार समजावून घ्यायचे असेल, तर तुमच्याजवळ गूढवाद उकलण्याची दृष्टी हवी आणि ही दृष्टी तुम्हाला सतत प्रयोग करून, सराव करून येऊ शकते. वाचून ती येत नाही किंवा केवळ उपासनेमुळे येत नाही. फक्त या कशाशी तरी साम्य दाखवून, रूपकात्मक रितीने किंवा एखाद्या धर्मप्रणालीने ती दृष्टी पटवून देता येईल. जेव्हा तुम्ही धार्मिक पातळीवरील एखाद्या सर्वश्रेष्ठ व्यक्तीजवळ संतापाने पोहोचता, मग तो ख्रिश्चन शांततावादी, ज्यू काबालिस्ट, मुस्लीम सूफी, हिंदू योगी, बौद्ध तांत्रिक किंवा एखादा झेन गुरू यांपैकी कोणीही असो, त्या सर्वांना आलेला अनुभव सारखाच असतो. तो अनुभव म्हणजे, अहंकार नष्ट करणे व ज्याचे आपण ध्यान लावतो त्याच्यामध्ये विलीन होऊन जाणे, यच्चयावत प्राणिमात्र जेथून उगम पावले, त्या स्रोताशी एकरूप होऊन जाणे, थोडक्यात, परमेश्वरात विलीन होणे. गूढवाद हा अगदीच ढोबळ आहे, संदिग्ध आहे, एक आध्यात्मिक गोष्ट आहे, असे त्याकडे पाहणाऱ्या विज्ञानवाद्यांचे मत आहे. त्यांना ते अनुभव मान्य करता येत नाहीत. असे असेल तर मग ते अनुभव माणसांना अगदी स्पष्टपणे, स्वच्छपणे, नि:संदिग्ध रितीने कसे जाणवतात? नाहीतर भिन्न भिन्न पार्श्वभूमी असलेल्या व विविध धर्मांतील लोकांना एकच अनुभव कसा येतो? सगळ्यांच्या अनुभवात सारखेपणा कसा? मग भले कोणी त्या अनुभवाला ईश्वराचे दर्शन, साक्षात्कार, चैतन्यस्पर्श, दिव्य अनुभूती असे म्हणो. 'गूढवाद' किंवा 'आध्यात्मिक गूढवाद' किंवा नुसते 'अध्यात्म' असे जरी म्हटले, तरी बहुतेक सर्व शास्त्रज्ञ नाके मुरडतात, पण तरीही ते या वैश्विक अनुभवाला बऱ्यापैकी पाठिंबा देतात. मी एका गाढ आध्यात्मिक वातावरणात जन्मलो आणि

वाढलेलो असल्याने ध्यानधारणा, अध्यात्म वगैरे विषयांना मी शरण गेलो आहे, असे कदाचित तुम्ही समजाल; परंतु मी प्रथम एक शास्त्रज्ञ आहे, वैज्ञानिक आहे आणि शास्त्रज्ञ मंडळी ही अत्यंत संशयखोर असतात. माझी मते तयार होण्यापूर्वी मी असंख्य प्रश्न विचारत असतो व त्यांची उत्तरे आधी शोधून मगच काय ते ठरवीत असतो. या विचारमंथनातून मी शेवटी जे निष्कर्ष हाती लागतील, ते धरून ठेवत असतो. मला जी उत्तरे मिळाली आहेत ती मी तुमच्यापुढे मांडीत आहे. त्या उत्तराने मी जसा आश्चर्यचकित झालो होतो, तसेच तुम्हीही आश्चर्यचकित व्हाल.

यापुढच्या प्रकरणामध्ये आपण क्वांटम पदार्थविज्ञानात एक झटपट बुडी मारून, डुबकी खाऊन पुढे जाऊ व सत्याचा उलगडा करू या. खूप खोल वास्तवतेच्या पाण्यात शिरले की, आपल्याला एक अखंड 'पूर्णत्व' किंवा 'रितेपणा' भरून राहिलेला आहे असे दिसेल. तो रितेपणा किंवा ती तथाकथित पोकळी म्हणजेच पूर्णत्व किंवा काठोकाठ भरलेले ज्ञान आहे, असे जाणवेल. याबाबतीत जितके आपण समजावून घेऊ, तितके ते अध्यात्म किंवा अध्यात्मातील गूढ भाग हा अधिकाधिक स्पष्ट होत जाईल. तसेच, हेही लक्षात येईल की, या गूढ किंवा अगम्य वाटणाऱ्या अध्यात्मातील सूचना, नियम वगैरेंसाठी वेगळीच भाषा आहे. आधुनिक विज्ञानाच्या भाषेपासून ती वेगळी आहे. तसेच विज्ञान व अध्यात्म यांतील पद्धतीही भिन्न भिन्न आहेत. असे जरी असले, तरीही सर्वांना एकच एक साक्षात्कार, दिव्य अनुभव येत असेल, तर त्याला क्वांटम पदार्थविज्ञानात अभंग व अखंड परिपूर्णता (Unbroken Wholeness) असे वेगळ्या शब्दांत म्हटले म्हणून बिघडले कुठे?

विज्ञान व अध्यात्म यांत एक मोठा अडथळा नेहमी जाणवतो, तो म्हणजे परमेश्वराला दिलेले मानवी रूप (Pesonfication of God). पृथ्वीवरील सर्व धर्मांतील प्रेषित, संत व धर्मगुरू यांनी परमेश्वराचे जे चित्र सर्वसामान्य जनतेसमोर उभे करीत आणलेले आहे, तेच नेहमी ग्राह्य धरले जाते. परमेश्वर हा *समस्त मानवजातीचा पिता आहे*. अशीही दृढ समजूत करून दिल्यामुळे कोण्या चित्रकाराने जर या परमेश्वराचे चित्र काढले, तर तो एक वृद्ध गृहस्थ दाखवतो व त्याला हटकून एक लांब पांढरी दाढी दाखवली जाते. पाश्चात्त्य चित्रकार तर एखाद्या सैतानी अथवा राक्षसी स्त्रीचे चित्र काढताना एक तर हत्ती दाखवतात किंवा सर्पाची जीभ असलेली स्त्री दाखवितात. परमेश्वराच्या चित्राची कल्पना करण्यात अत्यंत अडचणी येत असल्याने ती चित्रे रूढ समजुतीनुसार चित्रकार नाइलाजाने काढतो. जो कधीही पाहिला नाही, ज्याच्याबद्दल नुसत्या कल्पनाच कराव्या लागतात, बाह्य जगातील संवेदना टिपणाऱ्या माणसाच्या पंचेंद्रियांच्या कक्षेबाहेर जो आहे आणि

जो मानसिक पातळीवर अस्तित्वात आहे, त्याचे रूप तर्काने अचूक जाणता येणार नाही. ज्यांना कोणाला ते रूप दिसले किंवा जाणवले त्यांनी ते गुप्त ठेवले. 'परमेश्वर ही एक अमूर्त (Abstract) संकल्पना आहे', असे कित्येक शतके सांगण्यात आले आहे. परमेश्वर म्हणजे माणसासारखी एखादी व्यक्ती नाही किंवा एखादे चिन्ह किंवा प्रतीकही नाही, मग भले माणसे काही मूर्ती, चित्रे, प्रतीक यांना परमेश्वर समजून त्यांची पूजाअर्चा करीत असले तरी, भले धार्मिक विचारांमध्ये अनेकदा परमेश्वराचे रूप सुंदर, मोहक वगैरे मानवी भाषेतील विशेषणांनी व्यक्त केलेले असले तरी! पण काही वेळा धर्मगुरू मंडळीही चुका करतात आणि त्यांच्या मनाला जसे भावेल, तसे परमेश्वराच्या रूपाचे वर्णन करतात. अनेकदा गणिती मंडळीही अशीच चूक करतात. त्यांना वाटलेल्या गणिती सत्यालाच एखाद्या स्पष्टीकरणाचे रूप देतात. कालांतराने ती समीकरणे बदलतात.

आइन्स्टाइनने म्हटले होते की, रोजच्या विचारमंथनामधून विज्ञानाचा विकास होत गेला आहे. विज्ञान हे सुरुवातीला बाल्यावस्थेत तत्त्वज्ञानाचे एक भावंड होते. न्यूटनचा *प्रिन्सिपिया* हा महान ग्रंथ विज्ञानाचे पहिले पाठ्यपुस्तक होते. त्या ग्रंथाचे संपूर्ण नाव होते The mathematical principles of natural philosophy; परंतु जेव्हा विज्ञानात सापेक्षतावाद आणि क्वांटम पदार्थविज्ञान निर्माण झाले, तेव्हा त्यातून आपल्याला जाणवणाऱ्या बऱ्याच गोष्टी या वेगळीच वास्तवता दर्शविणाऱ्या आहेत, असे कळून आले. मग मात्र पदार्थविज्ञानाच्या क्षेत्रात गणित विषयाने अधिकाधिक हात-पाय पसरायला सुरुवात केली. याचे कारण फक्त गणित हाच एक असा विषय आहे की, तो वस्तुस्थितीचे, वास्तवाचे मापन अत्यंत अचूक रितीने करतो, यामुळे साहजिकच अनेक उच्चशिक्षित मंडळी ही विज्ञानापासून दूर गेली.

विज्ञानातली मूलतत्त्वे आधी पक्की समजावून घ्या, असे काही मी तुम्हाला येथे म्हणणार नाही; परंतु येथून पुढच्या काही प्रकरणांत तुम्ही माझ्याबरोबर राहा, असे मात्र मी तुम्हाला म्हणेन. कारण माझ्या मार्गदर्शनासाठी ही एक आपली शोधयात्रा सुरू होणार आहे. पर्यटक जसे आपल्या गाईडबरोबर राहून त्याचे ऐकतात तसे तुम्ही करा. तुम्ही मला वेळोवेळी 'असे का करायचे?' 'तसे का करायचे?' असे प्रश्न विचारू शकता. त्या प्रश्नांची उत्तरे मी अगदी सरळ सरळपणे देईन. झेन गुरू जसा आपल्या शिष्यांना उत्तरे देतो, तशी उत्तरे मी आपल्याला देईन. कारण मला मिळालेल्या अनुभवांतून मी असे शिकलो आहे की, विज्ञान व अध्यात्म या विषयांबद्दलचे जगातील सर्व दृष्टिकोन नीट कळून येण्यासाठी 'प्रश्नोत्तरे' हाच खरा एकमेव मार्ग आहे. आपल्या या प्रयत्नांमधून जे सत्य वाचकाला भावेल, त्यामुळे त्याचे भावी आयुष्य अनुभवांनी अधिक समृद्ध होईल.

आपल्याला आता एका वेगळ्या अवकाशात प्रवेश करायचा आहे. त्यातून प्रवास करताना एका मदतनिसाची गरज लागेल. तुम्ही फक्त एक गोष्ट करायची, ती अशी : तुम्ही येथे असताना आपले शरीर शिथिल सोडा, मनही तसेच सैल सोडून द्या. मग तुम्हाला जो परमेश्वर वाटतो किंवा जो परमेश्वर तुम्ही बालपणापासून कल्पना करीत आलेला आहात त्याच्या प्रतिमा मनात आणा व त्यावरच आपले लक्ष एकवटून केंद्रित करा. मग ती परमेश्वराची प्रतिमा आपल्या मनाच्या गाभ्यात पकडून ठेवा. तुम्हाला पाहिजे तेव्हा ती प्रतिमा नजरेसमोर आणता आली पाहिजे. बस्स, एवढे केले की, पुरे आणि असेही केलेच पाहिजे, अशी बिलकूल सक्ती नाही; परंतु असे केले तर त्याची आपल्याला या शोधयात्रेत मदत होईल हे नक्की आणि मग बघा, तुमच्या मनात आतून कितीतरी दृश्ये पृष्ठभागावर उगवतील. तुम्हाला त्याचे खरोखरच आश्चर्य वाटेल.

भवसागरापलीकडचे जग

ज्यांनी अमेरिकेची स्थापना केली, ते महापुरुष विज्ञान मानणारे होते व श्रद्धा बाळगणारे होते. या विश्वाची निर्मिती ही निसर्गाच्या नियमांनुसार आणि निसर्गदेवतेनुसार झाली आहे, असे मानणारे ते होते. निसर्गदेवता, निसर्गाचा देव ते मानायचे. यासाठी कोणत्याही धर्माचा देव त्यांनी उचलून धरला नाही. ख्रिश्चनांचा गॉड, ज्यूंचा देव, मुस्लिमांचा अल्ला त्यांनी विचारात घेतला नव्हता. अशा स्वच्छ दृष्टिकोनातून त्यांनी अमेरिकेच्या स्वातंत्र्याचा जाहीरनामा Declaration of Independence प्रसिद्ध केला. तो उदात्त जाहीरनामा वाचल्यावर माझी दृष्टी स्वच्छ झाली. वास्तवतेचे आडवे-उभे धागे सबंध विश्वात कसे पसरलेले आहेत, हे कळून येते. तसेच, त्यावरून बुद्धिमत्तेचा पसारा हा या विश्वाला कसा व्यापून गेला आहे, हेही जाणवते; मात्र त्यामध्ये कोठेही विज्ञान व धर्म यांना कमी लेखले नव्हते. तो जो बुद्धिमत्तेचा पसारा या विश्वाला व्यापून राहिला होता, तेच परमेश्वराचे क्षेत्र! माझे मत असे बनत गेले होते.

कॉस्मॉलॉजी हे एक 'विश्वनिर्मिती कशी झाली?' या प्रश्नाचे उत्तर शोधणारे शास्त्र आहे. हे जे भौतिक जग आहे, ते कसे पद्धतशीरपणे रचले गेले, याचे उत्तर यातून मिळते. या परिपूर्ण रचनेमुळे यामागे एखाद्या, एकच एक रचनाकाराचा हात असावा, अशी कल्पना सहज करता येते. विश्वाच्या नियमांत सर्वत्र सारखेपणा व सूक्ष्म पातळीवरही जी अत्यंत अचूकता दिसून येते, यामुळेही विश्वनिर्मितीमागे एखादी जग चालवणारी अत्यंत उच्च कोटीतील शक्ती असावी, असे मनाला वाटू लागते. विज्ञानाने सापेक्षतावादाला आणि क्वांटम पदार्थविज्ञानाला जन्म दिला. या दोन वैज्ञानिक शाखांमुळे चराचरातील वास्तवतेचा नीट वेध घेता येतो. एक पाऊल मागे हटून आपण या मती गुंग करून टाकणाऱ्या शक्तीकडे आधी नीट पाहू या.

सर्व पदार्थ हे अणूंपासून बनले आहेत हे आपण शाळा-कॉलेजांमधून शिकत

आलो, तेव्हापासून आपल्याला कळून चुकत आले आहे की, वास्तवता ही दिसते तशी नसते. अणू आपल्या डोळ्याला दिसत नसले, तरी ते प्रत्यक्षात आहेत, हे विज्ञानाने सिद्ध केले आहे. जेव्हा आपण एक पेलाभर पाणी पितो, तेव्हा आपण परार्धावधी पाण्याचे रेणू घशात लोटत असतो. पाण्याचा प्रत्येक रेणू हा दोन हायड्रोजनचे अणू व एक ऑक्सिजनचा अणू अशा तीन अणूंनी बनलेला आहे. आपण घेत असलेल्या प्रत्येक श्वासात असेच वायूंचे परार्धावधी रेणू फुफ्फुसात भरून घेतो आणि तरीही आपल्याला घुसमटल्यासारखे वाटत नाही. या आपल्या रोजच्या भ्रामक जगामागे अशी शेकडो उदाहरणे देता येतील. वरवर दिसणाऱ्या वास्तवतेच्या पोटात अनेक गोष्टी असल्याची उदाहरणे या विश्वात दिसून येतील.

अनेकदा, एखादे वेगळे व समान उदाहरण दिले, तर समजायला मदत होते. आपल्या भोवतालचे जग बघा. एकाखाली एक असलेल्या तीन स्तरांचे ते बनले आहे. एखाद्या केकमध्ये जसे एकावर एक तीन खाद्यथर असतात, तसे ते स्तर नाहीत किंवा चित्रकाराच्या कागदावर जसे तीन रंगांचे थर एकमेकांत असतात तसेही ते नाहीत. हे तीन स्तर एकमेकांखाली नसून, एकमेकांत घुसलेले असे आहेत. तीन आकड्यांत त्यांची विभागणी आपण केवळ ढोबळमानाने केली आहे. अशी कल्पना केली, तरच आपल्याला पदार्थांबद्दल नीट समजण्यास मदत होईल.

वास्तवतेचा पहिला स्तर म्हणजे आपल्याला सभोवताली जे जग दिसते, जे पदार्थ व वस्तुमात्र दिसतात, दृग्गोचर होतात, तो पहिला स्तर आहे. या पहिल्या स्तरातील वस्तुमात्रांशी आपला व्यवहार चालतो. जे आपल्या पंचेंद्रियांना दिसते, जाणवते तेच जग आहे, असे सर्वसामान्य जनता मानीत असते. हे वास्तव नेहमी आपल्या बाहेर म्हणजे आपल्या शरीराबाहेर असते म्हणूनच देकार्त (Descartes) हा तत्त्ववेत्ता व त्याचे अनुयायी 'मन आणि वस्तुमात्र किंवा पदार्थ हे एकमेकांपासून वेगळे होऊ शकत नाहीत', असे मानू लागले . बहुतेक जणांना हेच वास्तव ठाऊक असते. वास्तवतेचा हा पहिला स्तर समजा, पण ही वास्तवता म्हणजे केवळ हिमनगाचे एक वरचे टोक आहे.

वास्तवतेचा दुसरा स्तर शोधण्यासाठी आपल्याला आपली कल्पनाशक्ती ताणावी लागते. अत्यंत सूक्ष्म पातळीवर चालणारा ऊर्जेचा खेळ अथवा हालचाली त्यासाठी हेराव्या लागतात. त्या हालचाली किंवा ऊर्जेच्या घडामोडी कल्पनाही करता येणार नाही एवढ्या कमालीच्या वेगाने घडत असतात. त्या पाहण्यासाठी अथवा जाणण्यासाठी आपली इंद्रिये कमी पडतात आणि ही गोष्ट एक प्रकारे चांगलीच आहे असे म्हटले पाहिजे. उत्क्रांतीमुळे आपल्याला सभोवतालच्या जगाचा, म्हणजे पहिल्या स्तराचा वेध फक्त आपल्या पंचेंद्रियांमुळे जाणवू शकेल एवढीच आपली क्षमता आहे, ही एक चांगली गोष्ट आहे. अन्यथा वास्तवतेच्या दुसऱ्या

स्तरातील वेगवान घडामोडी आपण बघू शकलो, तर आपल्याला भोवळ येईल.

आपल्याला ज्या संवेदना बहाल केल्या गेल्या आहेत, त्या आधारे आपण समोरचे दृश्य बघून त्यातून अंदाज बांधू शकतो. एखाद्या पोत्यात बटाटे आहेत का वांगी आहेत किंवा अन्य काही आहे, हे आपण बाहेरून पाहून अंदाज करू शकतो; परंतु क्ष-किरणांसारखी आपली दृष्टी नसल्याने आपली नजर पोत्यात घुसू शकत नाही. आत काय आहे, याचा वेध घेणारी हत्यारे, यंत्रे वापरली, तरच आपल्याला कोणत्याही पोत्यातील, पेटीतील, तिजोरीमधील वस्तू कळतील. त्या हत्यारांमुळे अथवा उपकरणांमुळे आपली वेध घेण्याची क्षमता वाढते आणि नुसती उपकरणे नाहीत, तर काही गणिती सिद्धांतांचा, समीकरणांचा आधार आपल्याला घ्यावा लागतो.

प्रत्येक पदार्थ हा कणांचा, अणूंचा बनलेला आहे, ही कल्पना पाश्चात्त्य जगात प्रथम ग्रीक तत्त्वज्ञ डेमोक्रॅटिस याने केली. कोणत्याही पदार्थाचे तुकडे तुकडे करीत जा. शेवटी एक वेळ अशी येईल की, त्या सर्वांत लहान कणांचा भेद तुम्हाला तुमच्या संवेदनशील हत्यारानेही करता येणार नाही. अणूपाशी आल्यावर आपल्याला अणूचा तुकडा पाडता येत नाही.

(या ठिकाणी लेखक मणी भौमिक यांना ठाऊक नसलेली एक माहिती मुद्दाम सांगाविशी वाटते. ग्रीक डेमोक्रॅटिसच्याही आधी कित्येक शतके 'कणाद' नावाचा एक ऋषी होऊन गेला. त्याने हाच सिद्धांत जगात प्रथम मांडला, असे म्हटले पाहिजे. प्रत्येक पदार्थ हा अभेद्य कणांचा बनलेला असतो असा त्याचा सिद्धांत होता, म्हणून तर त्या ऋषीला 'कणाद' हे नाव पडले. जेव्हा कणाद मरायला टेकला, तेव्हा त्याचे शिष्य त्याला म्हणाले, "गुरुजी, आता तुम्ही अधिक काहीही शिकवू नका, बोलू नका, फक्त देवाचे नाव उच्चारत जा." त्यावर कणाद उत्तरला, "नाही, मी तसे अजिबात करणार नाही. मला जे सत्य उमगले आहे त्याचाच मरताना उच्चार करीत राहणार." शेवटी त्याने 'पीलवः' 'पीलवः' (कण, कण) असे म्हणत आपला प्राण सोडला. - अनुवादक)

आणि हा शेवटचा अभेद्य समजला जाणारा कण ऊर्फ अणू काय असतो? जर कोणताही पदार्थ हा कणांचा बनलेला असेल, तर अणूसुद्धा कोणत्या तरी उपकणांचे किंवा उपअणूंचे बनलेले असणार. त्यानुसार प्रत्येक अणू हा धनभारित प्रोटॉन्स व भाररहित न्यूट्रॉन्स यांनी बनलेला असतो. (बुंदीच्या लाडवाचे उदाहरण येथे डोळ्यांसमोर आणावे.) अणूभोवती सर्वांत लहान उपकण, उपअणू ऊर्फ इलेक्ट्रॉन फिरत असतात. त्यामुळे प्रोटॉन्सवरील धन विद्युतभार हा कार्यरत होऊ शकत नाही. (लाडूभोवती हवेत घिरट्या घालणारी चिलटे ही इलेक्ट्रॉन्स समजा.) पण प्रोटॉन व न्यूट्रॉन हे कशाचे तरी बनलेले असणार का? असे करत गेल्यास

आपल्याला शेवटचा सर्वांत लहान कण कधीच मिळणार नाही; परंतु तसे होत नाही. याचे कारण प्रोटॉन व न्यूट्रॉन हे अनेक लहान लहान कणांचे बनलेले असतात. त्यांना क्वार्क (Quark) असे म्हणतात. हे क्वार्क म्हणजे पदार्थकण नव्हेत. ते आहेत ऊर्जेचे सर्वांत सूक्ष्म असे कण किंवा बिंदू. आता आपल्याला कळेल की, ऊर्जेच्या अतिअतिसूक्ष्म कणांनी मिळून क्वार्क बनले आहेत. अशा अनेक क्वार्कचे एक गाठोडे म्हणजे प्रोटॉन किंवा न्यूट्रॉन. शेवटी जगातील यच्चयावत सर्व पदार्थ हे क्वार्क व इलेक्ट्रॉन यांनी बनलेले आहेत.

क्वार्क आणि इलेक्ट्रॉन यांसारखे मूलभूत कण म्हणजे ऊर्जेच्या बारीक गोळ्या, असे आइन्स्टाइनने दाखवून दिले. जरी आपल्याला सृष्टीतील दगड, झाडे, पर्वत वगैरे पदार्थ हे किती घट्ट व एकसंध आहेत, असे वाटत असले, तरीही त्यांचे सर्वांत शेवटचे लहान घटक हे सतत तिथल्या तिथे हालचाल करीत असतात. त्यांच्या हालचालींना ऊर्जा लागते व ती हालचाल ही प्रकाशाच्या गतीएवढी म्हणजे सेकंदाला १,८६,००० मैल एवढ्या गतीची असते.

पदार्थ, त्याचे कण, अणू, उपअणू वगैरे आपल्याला समजले; परंतु ऊर्जा म्हणजे नेमके काय असते? हे मात्र सर्वांना, त्यात पदार्थवैज्ञानिकही आले, नीट नक्की अद्याप समजलेले नाही; परंतु त्या ऊर्जेची कार्ये व त्या ऊर्जेने धारण केलेली स्वरूपे यावरून त्यांची माहिती अप्रत्यक्षपणे मिळते. त्या उपअणूंमधील विद्युतभार व त्याचे विरेचन यांचे मापन इलेक्ट्रिकल सर्किटद्वारे जाणून घेता येते किंवा दोन भिन्न अणूंमध्ये होणाऱ्या रासायनिक क्रियेच्या वेळी जे सूक्ष्म स्फोट होतात, तेही आपल्याला जाणून घेता येतात. सूर्यावर सतत अणुस्फोटातून जी ऊर्जा निर्माण होते, ती आपल्याला पृथ्वीवर उष्णतेच्या रूपाने जाणवते किंवा अमेरिकेतील रोलर कोस्टर खेळात उंचावरून एकदम खाली येताना किंवा एकदम वर जाताना गुरुत्वाकर्षणामुळे जी गती निर्माण होते, त्याचा अनुभव येतो. ऊर्जेच्या विविध स्वरूपांना आपण जी नावे देतो, ती नावे अर्थातच आपण माणसांनी दिलेली आहेत व ते भेदही कृत्रिम आहेत; परंतु त्यामुळे ऊर्जेचे कोणते स्वरूप आपल्याला म्हणायचे ते नीट समजून व्यवहारात आपली सोय होते. (उदाहरणार्थ, प्रकाशऊर्जा, उष्णताऊर्जा, अणुऊर्जा, इत्यादी) ऊर्जा फक्त एकच असून, तिची ही विविध स्वरूपे आहेत व त्यामुळे विविध कार्ये ऊर्जेकडून घडवली जातात.

परंतु ही अस्थिर ऊर्जा किंवा सतत वाहत राहू पाहणारी ऊर्जा ही क्वार्कच्या रूपाने एका जागी स्थानबद्ध होऊन कशी राहिली? क्वार्कमुळे उपअणू, अणू, रेणू बनत गेले. परिणामी विविध पदार्थ बनू शकले. खडक, पाषाण, झाडे, जीव, पशू, पक्षी, माणसे, तुम्ही आणि मी वगैरे मिळून पार्थिव सृष्टी बनली आहे; पण मुळात क्वार्कच्या पिंजऱ्यात ऊर्जा अडकून कशी राहते? ऊर्जा म्हणजे पदार्थ नाही

आणि तरीही त्यापासून पदार्थ कसा बनलेला असतो? या जगातील एकूण एक पदार्थ हे ऊर्जेने बनलेले असतील, तर वर्षानुवर्षे, शतकानुशतके ते पदार्थ जसेच्या तसे कसे राहतात? ते पदार्थ मोडून कसे पडत नाहीत? याचे कारण त्या पदार्थांच्या क्वार्कमधली ऊर्जा ही बंदिस्त आहे. एखाद्या बाटलीत राक्षसाला बंद करावे, तसाच हा प्रकार आहे. फक्त या बाटल्या काचेच्या किंवा कोणत्याही पदार्थापासून बनलेल्या नाहीत. गुरुत्वाकर्षणाचे किंवा एखादे चुंबकीय क्षेत्र जसे असते, तशा कोणत्यातरी क्षेत्राच्या प्रभावामुळे ती ऊर्जा बंदिस्त स्वरूपात ठाणबद्ध झाली आहे. हे सर्व अमूर्त स्वरूपाचे आहे. अधिक खोलात जाणे येथे गरजेचे नाही. वास्तवतेच्या या दुसऱ्या स्तरानंतर आपण आता तिसऱ्या स्तरावर जाऊ.

प्रभावक्षेत्रे ही कोणत्या ना कोणत्या तरी प्रेरणांची असतात. गुरुत्वाकर्षण, चुंबकीय, इलेक्ट्रिकल व आण्विक प्रेरणांची प्रभावक्षेत्रे असतात. गुरुत्वाकर्षण ही प्रेरणा अथवा जोर पाहा. आपल्याला त्याचा अनुभव रोजच्या जीवनात येत असतो. ही प्रेरणा किंवा जोर आपल्याला दिसत नाही की, आपण त्याला स्पर्श करू शकत नाही. आपण आपली रोजची कामे ही या जोराचा विचार न करताही करीत असतो. तरीही या जोराचे अस्तित्व आपल्याला सर्वत्र जाणवत असते. आपण उडी मारली की, आपल्याला हा जोर अथवा प्रेरणा जाणवते. जेव्हा आपण हवेत चेंडू फेकतो, तेव्हा आपण ही प्रेरणा लक्षात घेतो. गुरुत्वाकर्षणामुळे चेंडू परत खाली येईल, याची आपल्याला खात्री असते.

गुरुत्वाकर्षणाचा छडा नीट लावण्यात आयझॅक न्यूटनने पहिला प्रयत्न केला. (त्या आधी गॅलिलिओ व लॉर्ड केप्लर यांनी बरीच गुरुत्वाकर्षणाची गणिते केलेली होती.) पृथ्वीच्या गुरुत्वाकर्षणाचा प्रभाव हा खूप दूरवर पसरलेला असून, त्या प्रभावाचा परिणाम हा अन्य ग्रहांवर जसा होतो, तसाच तो छोट्या चेंडूवरही तेवढाच परिणाम करतो, हे न्यूटनने दाखवून दिले. न्यूटनच्या काळात सारे विचारवंत अत्यंत यांत्रिकपणे विचार करायचे. त्यांना न्यूटनच्या या शोधाबद्दल फारसे काहीही वाटले नाही. त्या काळातील वातावरण हे विचारप्रवर्तक नव्हते. नवीन कल्पना, नवीन विचार, नवीन शोध यांना उत्तेजन देणारे नव्हते. याचा परिणामही न्यूटनवर झाला असावा. प्रत्येक पदार्थकणात, वस्तुमात्रात त्यांचे स्वत:चे गुरुत्वाकर्षण असते. कोणत्याही पदार्थाचा हा गुणधर्मच आहे. जेवढी वस्तू मोठी, तेवढे त्या वस्तूचे गुरुत्वाकर्षण मोठे. पृथ्वी सर्वांत मोठी असल्याने तिच्या गुरुत्वाकर्षणाचा प्रभाव जास्त; परंतु हे गुरुत्वाकर्षण असण्याचे कारण काय, असा प्रश्न त्या निरुत्साही काळात त्यांच्या डोक्यात निर्माण झाला नाही. न्यूटनला गुरुत्वाकर्षणाचे कोडे पूर्णपणे सोडविता आले नाही. जी गोष्ट पदार्थवर्गात मोडत नाही किंवा जी मूलभूत कणांनी अथवा अणूंनी बनलेली नाही, जी अदृश्य आहे व जिचा फक्त परिणाम जाणवतो, असे हे अदृश्य गुरुत्वाकर्षण

वस्तुमात्रांवर कसल्याही माध्यमावाचून आपला प्रभाव कसा काय पाडू शकते? एखाद्या वस्तूला कसलाही स्पर्श झालेला नसतानाही ती वस्तू कशी काय हलू शकते?

एकोणिसाव्या शतकात ब्रिटिश पदार्थवैज्ञानिक मायकेल फॅरेडे याने एका तारेच्या भेंडोळ्यांमधून एक लोहचुंबक हलवला आणि तारेमध्ये वीज निर्माण झाली. या अद्‌भुत प्रयोगामुळे असे दिसले की, चुंबकीय क्षेत्राचा परिणाम हा चुंबकाच्या आजूबाजूच्या साऱ्या अवकाशावर होतो. कोणत्याही थेट स्पर्शावाचून जे काही परिणाम घडतात त्यामागे विशिष्ट नैसर्गिक प्रेरणा, जोर कारणीभूत असतात. गुरुत्वाकर्षणामुळे सर्व पदार्थ गुरुत्वाकर्षणाच्या केंद्राकडे खेचले जातात. तर लोहचुंबकामुळे जे प्रभावक्षेत्र निर्माण होते, त्यात जर एखादा धातू आला, तर त्यावरही परिणाम होतो. जर हे चुंबकक्षेत्र बदलते असेल, तर त्या धातूमध्ये विजेचा प्रवाह निर्माण होतो. चुंबकीय क्षेत्र व गुरुत्वाकर्षणाचे क्षेत्र ही दोन्ही भिन्न क्षेत्रे आहेत. माणसाला निसर्गातील ही दोन प्रभावक्षेत्रे समजून आल्यावर खरी वैज्ञानिक प्रगती सुरू झाली.

एका शतकानंतर अल्बर्ट आइन्स्टाइन यांनी आपल्या अफलातून बुद्धिमत्तेनुसार सैद्धान्तिक विज्ञानात फार मोलाची भर घातली. फॅरेडेने आपल्या शोधावर जर आणखी विचार केला असता, तर तो विज्ञानातील क्रांतिकारी टप्प्यावर पोहोचला असता, पण बिचाऱ्या फॅरेडेला आपले हायस्कूलमधील शिक्षण मध्येच सोडून द्यावे लागले असल्याने त्याला नैसर्गिक प्रेरणेचे प्रभावक्षेत्र (Field) नीट ओळखता आले नाही. जरी लोहचुंबक व तारेचे भेंडोळे यांमध्ये एकमेकांत थेट संपर्क नव्हता, तरीही फॅरेडेने हे ओळखले की, लोहचुंबकामध्ये काहीतरी अपार्थिव असलेले (non-material) तत्त्व आहे आणि त्यामुळेच विद्युतप्रवाह तारेत निर्माण होतो. यातूनच पुढे प्रभावक्षेत्राची कल्पना जन्म पावली. आइन्स्टाइनला हे सारे आठवून मोठीच गंमत वाटली.

लोहचुंबकाचे जसे प्रभावक्षेत्र आहे, तसेच विजेचेही प्रभावक्षेत्र आहे. ही दोन्ही प्रभावक्षेत्रे एकमेकांपासून पूर्णपणे भिन्न आहेत, पण तरीही ती एकमेकांशी अत्यंत निगडित आहेत. एकोणिसाव्या शतकाच्या मध्यास जेम्स क्लार्क मॅक्सवेल या ब्रिटिश शास्त्रज्ञाचा उदय झाला. त्याने ही दोन्ही प्रभावक्षेत्रे एक आहेत किंवा एकमेकांशी जोडली गेलेली आहेत हे गणिताने सिद्ध केले. एवढेच नव्हे, तर त्याने खुद्द प्रकाश हाही या प्रभावक्षेत्राचाच भाग असावा, असाही तर्क पुढे मांडला. मॅक्सवेलने आपल्या गणिताने जी क्रांतिकारी समीकरणे विजेच्या व चुंबकीय क्षेत्राच्या संदर्भात मांडली त्यामध्ये त्याने ही प्रभावक्षेत्रे लहरींच्या रूपात धरलेली होती. हेन्रिच हर्ट्झ याने हीच गोष्ट प्रयोगाने दर्शवली. यामुळे इलेक्टोमॅग्नेटिक क्षेत्र हे चक्क प्रवास करत सर्व दिशांना पसरत जाते, हे कळून आले. यातून रेडिओ,

टीव्ही, बिनतारी संपर्कयंत्रणा यांचा जन्म झाला व सार्वजनिक संपर्कयंत्रणा निर्माण झाल्या; परंतु न्यूटनप्रमाणेच मॅक्सवेलचीही अशीच समजूत झाली होती की, विद्युतचुंबकीय लहरींना (electromagnetic waves) प्रवास करण्यासाठी कोणतेतरी पदार्थाचे माध्यम जरुरीचे असते. ही कल्पना त्याआधी हजारो वर्षे प्रचलित होती. पृथ्वीवर सर्वत्र हवा असल्याने लहरींच्या प्रवासासाठी ते माध्यम गृहीत धरले होते; परंतु अंतराळातून आपल्याकडे येणाऱ्या प्रकाशलहरींना अवकाशाच्या पोकळीत कुठले माध्यम असेल, या प्रश्नाचे उत्तर 'ईथर' असे दिले जाई. ते ईथर पारदर्शक असल्याने आपल्याला दिसत नाही एवढेच. अल्बर्ट आइन्स्टाइन याच्या बुद्धिमत्तेची कमाल अशी की, त्याने 'निर्वात पोकळी हेच माध्यम लहरींच्या प्रवासासाठी आहे असे समजा' असे प्रतिपादन केले. त्याने पुढे असेही दाखवून दिले की, 'अवकाश (space), काळ व प्रभावक्षेत्रे या गोष्टी स्वतंत्रपणे वेगवेगळ्या अस्तित्वात असूच शकत नाहीत. या सर्व गोष्टी नेहमी एकमेकांत अफलातून रितीने गुंफल्या गेलेल्या असतात. एखाद्या प्रेरणेचे प्रभावक्षेत्र किंवा क्षेत्र हे तिथल्या अवकाशाचा भौतिक गुणधर्म आहे असे समजा आणि हेच अवकाश त्या प्रभावक्षेत्राखेरीज अस्तित्वात असू शकत नाही. वास्तवता ही अशी चमत्कारिक असते.' *(हे समजायला कठीण आहे; परंतु या अमूर्त गोष्टींना फार मोठा गणिताचा आधार आहे, हे लक्षात घ्या. यामुळे वाचकांनी फार खोलात न जाता भौमिक यांची वैज्ञानिक विधाने तात्पुरती ग्राह्य धरावीत.- अनुवादक)*

बदलत्या चुंबकीय क्षेत्रामुळे तारेच्या भेंडोळ्यात विद्युतप्रवाह निर्माण होण्याचे उदाहरण हे क्षेत्राचा प्रभाव कसा असतो, त्याचा एक चांगला नमुना आहे. पृथ्वीला जसे गुरुत्वाकर्षण आहे, तसेच पृथ्वीला स्वतःचे चुंबकीय क्षेत्रही आहे. त्याचा परिणाम म्हणून होकायंत्रातील सुई ही सारखी उत्तर-दक्षिण अशी स्थिती धारण करते. आपण पृथ्वीवर कोठेही गेलो, तरी हाच परिणाम आपल्याला अनुभवास येतो. यातूनच कोणत्याही भौतिक प्रेरणेच्या प्रभावक्षेत्राबद्दलचा मूलसिद्धांत व्यक्त होतो. कोणत्याही प्रेरणेचे क्षेत्र हे सभोवतालच्या अवकाशाला व्यापून टाकते. जणूकाही हे प्रभावक्षेत्र जमिनीत पाणी झिरपावे, तसे अवकाशात पसरत जाते. त्याची व्याप्ती ही व्यवस्थितपणे आपल्याला रेखांकित करता येते, ठरवता येते, अगदी प्रत्येक बिंदूपाशी. हे समजायला जरासे कठीण असले, तरी त्याचे चित्र आपल्या डोळ्यांसमोर आणता येणे सहज शक्य आहे. एखाद्या विशिष्ट भौतिक प्रेरणेच्या प्रभावक्षेत्राबद्दल जितके अधिक आपणास कळत जाईल, तितके ते चित्र डोळ्यांसमोर उभे करता येते.

आत्तापर्यंत आपण जुन्या विज्ञानातील सहज जाणवणाऱ्या व *व्यक्त होणाऱ्या* प्रेरणांच्या प्रभावक्षेत्रांबद्दल चर्चा करीत होतो. उदाहरणार्थ, आपल्या ग्रहाचे गुरुत्वाकर्षण

क्षेत्र किंवा हिवाळ्यात आपले केस विंचरताना केस ताठ करणारे 'स्थिर विद्युत' (static electricity). या दोन्ही भौतिक प्रेरणांचे प्रभाव वस्तुमात्रांवर सहज दिसून येतात. उष्णता जशी एखाद्या मोटारीच्या इंजिनामधून निर्माण होते किंवा एखाद्या लोहचुंबकाच्या टोकाभावती जसा लोखंडाचा कीस गोळा होतो, तसे 'स्थिर विद्युत क्षेत्र' हे पदार्थांमधूनच निर्माण होते, अशी आपली गैरसमजूत यावरून सहज होईल; परंतु सत्य हे वास्तवापेक्षाही अधिक चमत्कारिक असते. आपली पृथ्वी अवकाशातून जरी बाजूला काढून टाकली, तरी *व्यक्त न होणारे गुरुत्वाकर्षणाचे प्रभावक्षेत्र* किंवा गुरुत्वाकर्षणाचा प्रभाव या पोकळीत जेथे होता तिथेच राहतो.

ही जी *व्यक्त न होणारी क्षेत्रे* सर्व काळात सर्व अंतराळात पसरलेली आहेत, जणूकाही प्रभावक्षेत्रांचे ते अदृश्य पुंजके पसरलेले आहेत, त्यांना 'क्वांटम क्षेत्र' असे म्हणतात. अशा व्यक्त न होणाऱ्या क्षेत्रांचा प्रभाव हा स्थानिक स्वरूपाचा नसतो. तो प्रभाव संपूर्ण विश्वात जाणवतो. जे विश्वातील अंतराळाचे स्वाभाविक व मूलगामी वास्तव आहे, ते नीट समजावून घेतले, तर विश्वातील सर्व गोष्टींचे मूळ एकच आहे, या संकल्पनेला विज्ञान कसा पाठिंबा देते, ते लक्षात येईल.

जे प्रभावक्षेत्र व्यक्त होत नाही, ते शास्त्रज्ञांना कसे कळेल? आकाशातून हिमवृष्टी होताना वरून खाली येणारा प्रत्येक हिमकण हा वेगळ्या आकाराचा असतो. एकासारखा आकार दुसऱ्या हिमकणाचा नसतो. क्वांटम पदार्थशास्त्राचे एक गूढ वैशिष्ट्य असे की, जे इलेक्ट्रॉनसारखे मूलभूत कण आहेत, ते सबंध विश्वात कुठेही निर्माण होतात. जणूकाही अंतराळातील पोकळीत हिमकणांसारखे हे इलेक्ट्रॉन निर्माण होतात; परंतु हे इलेक्ट्रॉन विश्वात कोठेही जा, ते सर्वत्र सारखेच असतात. हा एक अदभुत प्रकार म्हटला पाहिजे. सर्व इलेक्ट्रॉन्सचा आकार, त्यावरील विद्युतभार, त्यांची वजने, त्यांचे स्वत:भोवती फिरणे, हे सारखेच असतात. त्यात किंचितही फरक नसतो. विश्वातील यच्चयावत इलेक्ट्रॉन्स हे तंतोतंत सारखे असतात. विश्वाचे हे एक मूलभूत वैशिष्ट्य आहे आणि ते सर्व काळ तसेच राहिलेले आहे.

विसाव्या शतकाच्या मध्यानंतर विश्वाच्या या वैशिष्ट्याचे कोडे शास्त्रज्ञांनी उलगडले. त्यांच्या म्हणण्यानुसार विश्वात जी विविध क्वांटम क्षेत्रे पसरलेली आहेत, त्यातून मूलभूत कणांची, म्हणजे इलेक्ट्रॉन, प्रोटॉन, न्यूट्रॉन अशा उपअणूंची निर्मिती होते. या शोधातून पदार्थविज्ञानशास्त्राची एक नवीन 'क्वांटम फिल्ड थिअरी' नावाची शाखा निर्माण झाली. त्यातून 'सर्व निर्मितीमागचा एकच उगम' हे तत्त्व जाणवले. शास्त्रज्ञांनी फार मोठे गणित करून यामागचा आधार शोधला. ही काही कविकल्पना नाही, तर वास्तवता आहे, हा साक्षात्कार त्यांना झाला; मात्र त्या क्लिष्ट गणिताचा ऊहापोह वाचकांसाठी मी करणार नाही; परंतु त्यातून ज्या अद्‌भुत कल्पना उदयास आल्या

त्याचा मात्र आपण जरूर विचार करू या.

मॅसॅच्युसेट्स इन्स्टिट्यूट ऑफ टेक्नॉलॉजी ही जगप्रसिद्ध शिक्षण व संशोधन संस्था बोस्टनमध्ये आहे. त्या संस्थेतील फ्रॅन्क विल्झेक हा शास्त्रज्ञ क्वांटम फिल्डच्या सिद्धांतात तज्ज्ञ समजला जातो. त्याला अलीकडेच नोबेल पारितोषिक मिळालेले आहे. तो म्हणतो, "क्वांटम फिल्ड सिद्धांतानुसार जे मूलभूत कण ऊर्फ उपअणू आहेत ते स्वतंत्र व वेगवेगळे कण नाहीत. इलेक्ट्रॉन्स म्हणजे काय, तर त्या अव्यक्त प्रभावक्षेत्राचे उत्तेजित होणे दर्शविते आणि ही गोष्ट विश्वात सर्वत्र व सर्व काळ लागू आहे." हाच खुलासा अन्य उपअणूंच्या बाबतीतही तो देतो.

अणूची अंतर्गत रचना ही बिलिअर्डच्या चेंडूंच्याद्वारे आपल्याला शिकवली गेली होती, पण या कल्पनेऐवजी आता पाण्याच्या तुषारकणांची कल्पना करून पाहा. समुद्राची लाट उसळून खडकांवर आपटते व असंख्य तुषारकण उधळले जातात. हे तुषारकण शेवटी जिथून आले, त्या समुद्राच्या पाण्यात पडतात. ते अणू, उपअणू हे ठणठणीत, घट्ट व जड असतात, असे मी तरुणपणी समजत होतो, पण आता तेच उपअणू म्हणजे पदार्थांचे मूलभूत कण, हे ऊर्जेचे सूक्ष्म गोळे आहेत असे समजल्यावर मी अक्षरश: हादरून गेलो.

जे काहीतरी भ्रामक स्वरूपात आहे, त्याचे आता वास्तवात रूपांतर होते आहे. जसजसे संशोधन पुढेपुढे सरकत चालले आहे, तसतसे त्यातून प्रकट होणाऱ्या सत्यामुळे, नवीन निष्कर्षांमुळे ते अधिकाधिक कुतूहलजन्य बनत चालले आहे. 'ॲलिस इन वंडरलॅन्ड' या कथेतल्यासारखी ही स्थिती आहे. क्वांटम प्रभावक्षेत्र हे सतत अंतराळातून ऊर्जा घेत असते. त्या ऊर्जेतून अल्पजीवी मूलकण व प्रति-मूलकण निर्माण करत असते. एका सेकंदाच्या काही हिश्श्याचा भाग असलेला अल्पकाळ एवढेच त्यांचे आयुष्य होते. या प्रभावक्षेत्रांनी त्या मूलकणांच्या निर्मितीसाठी जी ऊर्जा अंतराळातून घेतली, ती उसनी घेतलेली असते. ती ऊर्जा नंतर अंतराळात परत सोडून द्यायला पाहिजे. जेव्हा त्या प्रभावक्षेत्रांना गरज़ेपेक्षा जादा ऊर्जा उपलब्ध होते, तेव्हा ते अल्पजीवी मूलकण निर्माण न करता स्थिर मूलकण निर्माण करतात, त्यामुळे ही प्रभावक्षेत्रे विश्वात एकदम खऱ्याखुऱ्या अर्थाने अस्तित्वात आली आहेत, असे म्हणता येते. पुरेशी ऊर्जा मिळाली नाही, तर तिथे फक्त अल्पजीवी ऊर्फ भासमान मूलकण असतील. (प्रत्यक्षात हे सारे नेमके कसे काय घडत असते हे समजावून न घेता आत्ता ही माहिती नुसती ग्रहण करून लक्षात ठेवावी.)

पदार्थशास्त्रज्ञ रिचर्ड फेनमान हा एक नोबेल पारितोषिक विजेता शास्त्रज्ञ आहे. क्वांटम प्रभावक्षेत्राचे सिद्धांत मांडल्याबद्दल त्याला नोबेल पारितोषिक बहाल केले होते. तो विनोदाने या संदर्भात म्हणतो, "हे नवीन मूलकण निर्माण होतात आणि

विनाश पावतात. निर्मिती आणि विनाश, केवढा हा काळाचा अपव्यय!''

परंतु त्या भ्रामक किंवा भासमान मूलकणांकडून जे काही परिणाम घडतात, ते मात्र खूप महत्त्वाचे असतात. ते परिणाम आपल्याला उपकरणांद्वारे सहज मोजता येतात. त्यामुळे अंतराळातील ती रहस्यमय व उदात्त विचाराकडे नेणारी क्वांटम प्रभावक्षेत्रे कुठे कुठे आहेत, हे आपल्याला कळून येते.

वाचकांनी कृपया येथे लक्षात घ्यावे की, क्वांटम शब्दामुळे उगाच बिचकून जाऊ नये. क्वांटम म्हणजे एक सर्वांत लहान परिमाण आहे. त्यापेक्षा लहान असे त्या पदार्थाचे, ऊर्जेचे स्वरूप असूच शकत नाही. उदाहरणार्थ, पदार्थ हा जसा 'क्वार्क'चा बनला आहे, (म्हणजे उपअणूंपेक्षाही लहान कण) तसाच प्रकार ऊर्जेचाही आहे. प्रकाशाचेच पाहा, प्रकाश हा काही पदार्थ नाही. त्यामुळे त्याचे अणू, उपअणू नाहीत; परंतु प्रकाशाचा सर्वांत लहान बिंदू असतो व त्याला 'फोटॉन' म्हणतात. अनेक फोटॉन्सची रांग झाली की, एक प्रकाशरेखा बनते. जरी प्रकाशाचे स्वरूप हे लहरींसारखे असले, तरी प्रत्येक फोटॉन हा एक सर्वांत छोटी लहर आहे. प्रकाश म्हणजे इलेक्ट्रोमॅग्नेटिक लहरींचा प्रकार. या प्रकारात बाकीच्याही लहरी येतात. उदाहरणार्थ, रेडिओ लहरी, उष्णता, मायक्रोवेव्ह, सर्व रंगांचा प्रकाश, क्ष-किरण व गॅमा-किरण. हे सर्व इलेक्ट्रोमॅग्नेटिक उत्सर्जनाचे पोटप्रकार आहेत. डिजिटल प्रक्षेपणात रेडिओ लहरींचे जसे छोटे छोटे तुकडे ध्वनी (बिट्स) व प्रकाश यांच्या रूपाने आपल्या इंटरनेटवर येतात, तसाच हा प्रकार आहे. बिनतारी लहरी याही छोट्या छोट्या बिंदूंनी अथवा पुंजक्यांनी प्रवास करीत असतात. त्या ऊर्जेचे पुंज मोजले, तर येईल ती संख्या पूर्णांक असेल, अपूर्णांक असणार नाही. अर्धा, पाव किंवा त्यापेक्षा लहान असा ऊर्जेचा पुंज नसतो.

अंतराळातील जी काही क्वांटम प्रभावक्षेत्रे ठाऊक आहेत किंवा कोणत्याही पदार्थावाचून एखाद्या प्रेरणेची क्षेत्रे आहेत त्यांची वैशिष्ट्ये अशी आहेत - त्यांच्या व्याप्तीचा पसारा नेमका गणितात पकडता येत नाही, त्यामुळे त्यांचे स्थान भूमितीच्या दृष्टिकोनातून निश्चित करता येत नाही; परंतु अशा जागा सर्वत्र भरून राहिलेल्या आहेत हे नक्की. हायजेनबर्ग नावाच्या शास्त्रज्ञाने आपला 'अनिश्चिततेचा सिद्धांत' मांडलेला आहे. त्या सिद्धांतानुसार सतत हलणारे, फिरणारे अणू किंवा उपअणू आहेत त्यांची ठराविक वेळची स्थिती व स्थान गणितात कळू शकते; परंतु प्रत्यक्षात तसे स्थान व स्थिती असतेच असे नाही. अन्य काहीही असू शकते. अशा या अनिश्चिततेच्या सिद्धांतानुसार एखाद्या क्वांटम प्रभावक्षेत्राचे मूल्य ठरावीक वेळी ठरावीक किंवा निश्चित असे असत नाही, अगदी शून्य हे मूल्यही त्याला अपवाद नाही. परिणामी त्या प्रभावक्षेत्राची व्याप्ती ही सारखी बदलत असते. अमुक एका विशिष्ट वेळी तमुक एक व्याप्ती असेल, असे गणिताने काढले, तरी

प्रत्यक्षात तसे नसते. या गुणधर्माला निर्वात पोकळीतील वाटेल तसे होणारे बदल (vacuum fluctuations) असे म्हटले जाते. 'आत्ता होते, आत्ता नाही' अशासारखी ती परिस्थिती असते. या सततच्या बदलत्या प्रभावक्षेत्राचा परिणाम आपण 'कॅसिमिर इफेक्ट' या नियमाने शोधू शकतो, जोखू शकतो.

हा 'कॅसिमिर इफेक्ट' असा दिसतो की, जणूकाही एखाद्या विज्ञानकाल्पनिका लिहिणाऱ्या लेखकाला अथवा शास्त्रज्ञाला पडलेले ते स्वप्न असावे. एवढा तो अद्भुत आहे, पण तो नियम जरी मनोरंजक वाटला, तरी प्रत्यक्षात सत्याचे दर्शन घडविणारा आहे. आपण आता त्याबद्दल काही माहिती करून घेतली, तर पुढे आपल्याला समजावून घेणे बरेच सोपे जाईल. विद्युतचुंबकीय क्षेत्र जर एखाद्या निर्वात पोकळीत तयार केले, तर ते अगदी लहान प्रमाणात कमी-अधिक होत असते, हे आढळून येते. १९४८ मध्ये सर्वांना दाखविण्यासाठी हा प्रयोग डच शास्त्रज्ञ हेन्ड्रिक कॅसिमिर याने केला. त्याने यावरून असा निष्कर्ष काढला की, प्रयोगातील विद्युतचुंबकीय क्षेत्रामधील धातूच्या समांतर पट्ट्यांवर कोणतीतरी निर्वात पोकळीतील अज्ञात प्रेरणा ही आपला प्रभाव टाकते. त्यामुळे त्या दोन्ही पट्ट्या ढकलल्या जातात. कॅसिमिरच्या प्रयोगातील वस्तुस्थिती खरी असेल, तर त्याचा अर्थ कोणतीतरी अज्ञात शक्ती तिथे काम करीत असावी. आपल्याला ठाऊक असणाऱ्या नेहमीच्या प्रेरणा तिथे अस्तित्वात नसल्या, तरीही असे घडते.

कॅसिमिर जे प्रतिपादन करीत होता ते बरोबर होते. १९९६ नंतर पदार्थवैज्ञानिक स्टीव्हन लॅमॉरॉक्स (Steven Lamoraux) याने असे ठामपणे सिद्ध केले की, 'निर्वात पोकळीत केलेल्या प्रयोगात दुसरी एक विद्युतचुंबकीय प्रेरणेसारखीच प्रेरणा अस्तित्वात असते. त्या प्रेरणेला त्याने Electromagnetic ghost force असे तात्पुरते नाव दिले. क्वांटम पातळीवर म्हणजे अगदी सूक्ष्म पातळीवर सर्व प्रेरणा, सर्व प्रभावक्षेत्रे यांमध्ये सतत कमी-अधिक असा बदल होत असतो, अशी कल्पना पूर्वी शास्त्रज्ञांनी केली होती. त्या कल्पनेला कॅसिमिर व लॅमॉरॉक्सच्या प्रयोगांनी बळकटी मिळाली. यामुळे आविष्कार न झालेली अतिसूक्ष्म पातळीवरील क्वांटम प्रभावक्षेत्रे समजून आली.

जे अंतराळ आपल्याला इतके दिवस एक निर्वात पोकळीचे अवकाश वाटत होते, त्यातील रिकाम्या जागेत सूक्ष्म पातळीवर असंख्य क्वांटम प्रभावक्षेत्रे अस्तित्वात आहेत. त्यात सतत अल्पजीवी मूलकण उत्पन्न होतात व नष्ट केले जातात. मूलकणांची उत्पत्ती व लय करणाऱ्या अशा क्वांटम प्रभावक्षेत्रांचा अंतराळात नुसता बुजबुजाट झाला आहे. इतके दिवस जे अंतराळ आपल्याला एक भव्य पोकळीचे वाटत होते, तसे ते नसून त्यामध्ये अनंत क्वांटम प्रभावक्षेत्रे सतत खदखदत असतात. जणूकाही अंतराळ म्हणजे एक मोठा अदृश्य असा भाग

असून, या भागावर सर्व दिशांना पसरत जाणारा अंतराळाचा पट किंवा वस्त्र सतत विणले जाते आहे. अशा या अमर्याद वस्त्रामध्ये आपली पृथ्वी किंवा जग हे रेतीच्या कणाएवढे आहे. विल्यम ब्लेक हा कवी अशी उपमा देतो.

हे सारे वाचून तुम्हाला गरगरू लागले ना? छान! जेव्हा कोणी सत्य शोधायला जातो, तेव्हा त्याला अनेकदा असेच गरगरायला होते व त्याचे डोके भ्रमून जाते. त्यामुळे आपली जी नेहमीची संदर्भ चौकट आहे, ती हलवली जाते व त्या चौकटीवाचून निरीक्षण करण्याचे, विचार करण्याचे सामर्थ्य आपणास प्राप्त होते. असेच पुढे जाताना आपण क्षणभर थांबून आपल्या सभोवताली जे नवीन जग उलगडत आहे, ते नीट समजावून घेऊ. जी पोकळी पूर्वी आपल्याला रिकामी वाटत होती, ती तशी नसून त्यात पदार्थांचे अत्यावश्यक मूलकण निर्माण होत असतात. आपल्या देहाचे अस्तित्व हे अशा मूलकणांवर अवलंबून असते. आपल्याला ते दिसत नाहीत ही गोष्ट वेगळी.

क्वार्क व इलेक्ट्रॉन्स हे जसे मूलकण आहेत, तसेच न्युट्रिनोसारखे अनेक मूलकण आहेत; पण हे मूलकण अस्थिर असतात किंवा दुसऱ्या मूलकणांशी क्रिया घडण्यासाठी ते अत्यंत क्षीण, दुर्बल असतात. त्यामुळे त्यांचे अस्तित्व आपल्याला अत्याधुनिक व सुसज्ज अशा हाय एनर्जी मूलकणांची दखल घेऊ शकणाऱ्या प्रयोगशाळेतच कळू शकते. पदार्थांचे मूलकण हे विविध प्रभावक्षेत्रांकडून झालेली निर्मिती असते. आपल्याला नेहमी ठाऊक असणाऱ्या प्रेरणांच्या क्षेत्रामध्येही मूलकण निर्माण होत असतात. उदाहरणार्थ, विद्युतचुंबकीय प्रेरणेच्या क्षेत्राशी 'फोटॉन' (प्रकाशाचा मूलकण अथवा मूलबिंदू) हा संबंधित आहे, तर गुरुत्वाकर्षणाच्या क्षेत्राशी 'ग्रॅव्हिटॉन' हा मूलकण संबंधित आहे, असे धरून चालले जाते. पुढच्या प्रकरणात आपण उरलेल्या प्रेरणांच्या प्रभावक्षेत्रांकडे वळू आणि पदार्थविज्ञानाच्या गाभ्यालाच हात घालू. सर्व मूलकणांचे सर्व प्रेरणांचे, मूलक्षेत्रांचे एकच उगम आहे. तेथपर्यंत पोहोचण्याचा प्रयत्न आपण करू.

विविध प्रभावक्षेत्रांबद्दल आपण माहिती घेत असताना प्रेरणा व त्यातून निर्माण होणारे मूलकण या गोष्टी क्वांटम क्षेत्राच्या सिद्धांताचा गाभा आहेत, हे लक्षात घ्या. सर्व प्राथमिक किंवा मूलप्रेरणा आणि सर्व मूलकण म्हणजे प्रभावक्षेत्रांचे आविष्कार आहेत. याच प्रभावक्षेत्रात पदार्थांची निर्मिती होते. ती प्रभावक्षेत्रे विश्वातील पदार्थांची उत्पत्तीस्थाने आहेत.

विसाव्या शतकामध्ये क्वांटम क्षेत्र सिद्धांत निर्माण झाला. मूलकणांच्या उत्पत्तीचे रहस्य त्यातून समजले. पदार्थविज्ञानातील हा एक अतिमहत्त्वाचा टप्पा माणसाने गाठला. त्यातून मूलकणांचे विज्ञान (Particle Physics) प्रकट झाले. मिळालेल्या ज्ञानातून शास्त्रज्ञांनी सर्व ज्ञात मूलकणांचे वर्गीकरण एका कोष्टकात बसवले. सर्व

मूळ पदार्थांचे (elements) जे एक कोष्टक (Periodic Table) तयार केलेले आहे, त्याच्याशी हे नवीन कोष्टक बरेच मिळतेजुळते आहे. जे मूलकण आपल्याला दिसत नाहीत, केवळ शास्त्रीय उपकरणांद्वारे त्यांचे अल्पजीवी अस्तित्व जाणवते, जे आपल्या जाणिवांना अमूर्त आहेत आणि ज्यांच्या मागे केवळ अगम्य गणिताचा आधार आहे, अशा मूलकणांपर्यंत शास्त्रज्ञ पोहोचले आहेत. त्याची ही केवळ झलक वाचकांना दाखविली आहे. पदार्थ - कण - रेणू - अणू - उपअणू-मूलकण ही साखळी आपल्याला समजली. पदार्थाचा शेवटचा मूलकण क्वार्क व इलेक्ट्रॉन असतात व त्याची निर्मिती ऊर्जेपासून प्रभावक्षेत्रात होते. ही प्रभावक्षेत्रे सबंध अंतराळात व्यापून राहिली आहेत. ही प्रभावक्षेत्रे विद्युतचुंबकीय, गुरुत्वाकर्षण अशा प्रेरणांची आहेत. त्यामुळे ऊर्जा व नैसर्गिक प्रेरणा (Force) इथूनच निर्मितीला सुरुवात होते. आपल्याला एवढे जरी समजले, तरी पुरेसे आहे.

परंतु जी डोळ्याला दिसत नाहीत, ज्यांची जाणीव आपल्या पंचेंद्रियांना होत नाही, ती प्रभावक्षेत्रे अस्तित्वात आहेत हे कसे मानायचे, अशा एखाद्या अंतराळातील प्रभावक्षेत्राचे अचूक स्थान कोणी शोधले आहे काय, असे प्रश्न वाचकाच्या मनात उभे राहतील. जेव्हा बिनतारी लहरींचा शोध लागला, तेव्हा त्या अदृश्य लहरींवर विश्वास ठेवणे कठीणं जात होते, पण जेव्हा रेडिओ अस्तित्वात आला, तेव्हा विज्ञानाची माहिती नसणाऱ्यांचा बिनतारी लहरींवर विश्वास बसू लागला. अंतराळात सर्वत्र पसरलेल्या अदृश्य क्वांटम प्रभावक्षेत्राबद्दलही असेच आहे. याखेरीज अशी किती अज्ञात क्षेत्रे अस्तित्वात असतील? ईश्वराच्या शोधासाठी आपल्याला अंतराळात किती खोल जावे लागणार आहे?

विज्ञानाचा गाभा

✤

येशू ख्रिस्ताच्या आईच्या म्हणजे मेरीच्या थडग्याचा शोध घेण्याचा अनेकांनी प्रयत्न केला. जिच्या शरीरात येशू निर्माण झाला, ती मेरी सर्वांत पवित्र समजली जाते. एका कथेमध्ये असे म्हटले आहे की, सर गॅलाहाड हा तिच्या थडग्याचा शोध घेता-घेता एका राज्यात आला. त्या राज्याचा ऱ्हास चालू होता. दुष्काळ सतत पडत होता, प्रजा निराश झाली होती, राज्यात दुफळी माजत चालली होती आणि राजा आजारी पडून अंथरुणाला खिळून होता. त्याचे प्रजेवर नियंत्रण राहिले नव्हते. हा राजा आणि त्याच्या राज्याला झाले आहे तरी काय, असा प्रश्न गॅलाहाडच्या मनात आला. त्याने मेरीच्या थडग्याचा शोध थांबवून या प्रश्नाचे उत्तर शोधले. जेव्हा त्याला सारी परिस्थिती कळून चुकली, तेव्हाच त्याला ते उत्तर मिळाले. त्याने राजाची चिघळणारी जखम बरी केली. तो अंथरुणातून उठून फिरू लागला. राज्यकारभारात लक्ष घालू लागला आणि सारेकाही सुधारले. दुष्काळ हटला, प्रजेमधले बंड विरून गेले आणि पुन्हा सर्वत्र राज्यात सुख व समाधान अवतरले.

वरील गोष्टीसारखीच परिस्थिती विज्ञानातही असते. विज्ञानाची प्रगती जेव्हा कुंठित झालेली असते, तेव्हा कोणीतरी असा माणूस निघतो की, तो आपल्या वेगळ्या दृष्टीने विज्ञानातील समस्यांकडे पाहतो. मग त्या दृष्टीतून, अभ्यासातून मिळालेले उत्तर साऱ्यांना मिळते व विज्ञानाची प्रगती पुढे सरकू लागते. योग्य प्रश्न योग्य वेळी विचारला, तरच उत्तर सापडते. अल्बर्ट आइन्स्टाइन हा असाच एक माणूस विज्ञानाकडे आपल्या वेगळ्या दृष्टीने बघत होता. काळे डोळे व पांढरे शुभ्र केस असलेला हा बुद्धिमान शास्त्रज्ञ म्हणजे मनुष्यजातीला लाभलेली एक अमोल देणगी होती. पदार्थवैज्ञानिक ब्रायन ग्रीन आइन्स्टाइनबद्दल म्हणायचा, “आइन्स्टाइनने विश्वाच्या कारभारावर एवढा स्वच्छ प्रकाश टाकला की, तेवढा प्रकाश तोपर्यंत कोणालाच टाकता आला नव्हता. त्यातून विश्वाच्या कारभाराचे,

व्यापाचे अत्यंत मोहक व विलोभनीय असे दर्शन अवघ्या मानवजातीला झाले.''
प्रेरणा या शब्दाबद्दल इथे थोडासा खुलासा करणे आवश्यक आहे. अमक्याने तमक्याकडून प्रेरणा घेऊन आपले कार्य सुरू केले, असे व्यवहारात जे म्हटले जाते, ती प्रेरणा ही 'स्फूर्ती' अशा अर्थी असते. विज्ञानातील 'प्रेरणा' म्हणजे आकृष्ट करणारा जोर (Force) असा अर्थ आहे. मानसिक प्रेरणेशी त्याचा काहीही संबंध नाही. विश्वातील ज्या मूलभूत प्रेरणा ऊर्फ बल (Forces) आहेत, त्यात एकात्मता आहे का, याचा शोध आइन्स्टाइन केवळ आपल्या कल्पनाशक्तीने घेत होता. त्याने आपल्या आयुष्याचा बराचसा काळ यातच व्यतीत केला. तो शोध घेत असताना त्याला विश्वाच्या विज्ञानाबद्दल अनेक नवनवीन व अद्भुत गोष्टी कळून आल्या.

आइन्स्टाइनने अशी कल्पना केली की, सर्व ज्ञात प्रेरणांची प्रभावक्षेत्रे यांच्यामुळेच विश्वातील सर्व नैसर्गिक आविष्कार चालू असतात. या सर्व प्रेरणांना एकच एक कोणतातरी पाया असावा. तो पाया म्हणजे सर्व प्रेरणांचे मूलस्थान असले पाहिजे. त्यासाठी तो आपला सिद्धांत तयार करण्यासाठी आयुष्यातली तीस वर्षे धडपडत होता. सर्व प्रेरणांमध्ये एकच एक काहीतरी समान आहे, यावर त्याचा दृढ विश्वास होता म्हणून विश्वातील त्या चारही प्रेरणांचे एकत्रीकरण तो करू पाहत होता; पण विश्वातील हे कोडे सोडविण्यास त्याचे आयुष्य अपुरे पडले. त्या आधीच त्याचा मृत्यू झाला.

आइन्स्टाइनला आपल्या हयातीत हे कोडे सोडविता आले नसले, तरी समकालीन शास्त्रज्ञ मात्र या कोड्याच्या उत्तराच्या पुष्कळ जवळ पोहोचले होते. ते असे म्हणायचे की, जर यच्चयावत पदार्थ हे अखेर 'ऊर्जा' या एकमेव गोष्टीपासून बनलेले असतील, तर मग निसर्गाने ऊर्जेसाठी भिन्न भिन्न प्रकारच्या प्रेरणांची जादूई प्रभावक्षेत्रे का निर्माण केली? बहुतेक सर्व पदार्थवैज्ञानिकांना आता हे पटले आहे की, ही सर्व भिन्न क्षेत्रे मुळात भिन्न नसून एकच आहेत.

मागच्या प्रकरणात आपण पाहिले की, गुरुत्वाकर्षणाची प्रेरणा आणि विद्युत चुंबकीय प्रेरणा यांच्या अस्तित्वामुळे आपल्याला वास्तवतेच्या पहिल्या पातळीवरील बऱ्याच गोष्टींचा उलगडा होतो. या दोन्ही प्रेरणा किंवा जोर हे आपल्याला नेहमी जाणवत असतात; परंतु यांच्याइतक्याच अत्यंत महत्त्वाच्या काही प्रेरणा या अणूंच्या अंतरंगातील विश्वात आपले काम करीत असतात. त्यांचा शोध घेण्यासाठी आपल्याला या मोठ्या जगातून तिथल्या सूक्ष्म पातळीवर उतरायला हवे. अणूंचे ते विश्व अद्भुत आहे. *ॲलिस इन वंडरलॅन्ड* या परीकथेतील ॲलिस जशी आश्चर्याने थक्क करणाऱ्या जगात उतरते, तशीच आपली गत तिथल्या अणूंमधील विश्वाचे दर्शन झाल्यावर होईल.

अणुकेंद्राबाबत जेव्हा बोलायची वेळ येते, तेव्हा तर्कदृष्ट्या एक साधा प्रश्न प्रथम आपले डोके वर काढतो. तो प्रश्न असा, अणूमध्ये प्रोटॉन्स व न्यूट्रॉन्स असे आणखी बारीक उपअणू आहेत. त्यातील न्यूट्रॉन्सवर कोणताही विद्युतभार नाही; पण प्रोटॉन्सवर मात्र धन विद्युतभार आहे. समान विद्युतभार असलेले कण हे एकमेकांजवळ कधीही राहत नाहीत. ते एकमेकांपासून दूर जाऊ पाहतात. त्यांचे प्रसरण होते. मग अणूच्या पोटातील सर्व प्रोटॉन्स एकत्र कसे राहतात? त्यांचे अपसरण कसे होत नाही? ते एकमेकांपासून दूर कसे जात नाहीत? हायड्रोजन अणूच्या पोटात शिरून पाहा. तिथे फक्त एकच धनभारित प्रोटॉन आहे. त्या अणुकेंद्राभोवती एकच ऋणभारित इलेक्ट्रॉन फिरतो आहे, म्हणून हे दोन विरुद्ध भाराचे कण किंवा उपकण एकमेकांपासून दूर जाऊ शकत नाहीत, त्यामुळे हायड्रोजनच्या बाबतीत हा प्रश्न उद्भवू शकत नाही.

हेलियमचा अणू तयार करायचा असेल, तर दोन हायड्रोजनच्या अणूंचा संयोग व्हायला हवा. म्हणजे दोन प्रोटॉन व दोन न्यूट्रॉन अशा चार उपअणूंचा संयोग होणे जरुरीचे आहे. जसजसे तुम्ही अन्य मूलद्रव्यांच्या अणूकेंद्राकडे पाहाल, तर तुम्हाला अधिकाधिक न्यूट्रॉन्स व प्रोटॉन्स हे एकवटलेले दिसतील; पण ते एकवटतात कसे? कोणत्या प्रेरणेने ते एकमेकांना घट्ट पकडले जातात? बुंदीच्या लाडवाचे चित्र नजरेसमोर आणा. त्यातील छोट्या कळ्या ऊर्फ कण हे न्यूट्रॉन व प्रोटॉन आहेत; पण ते एकमेकांना साखरेच्या चिकट पाकामुळे घट्ट चिकटलेले आहेत. मूलद्रव्यांच्या अणूकेंद्रात असा कोणता चिकट किंवा डिंकासारखा पदार्थ आहे की, ज्याचा चिकटपणा हा धनभारीत प्रोटॉन्सना एकमेकांपासून दूर जाऊ देत नाही? याचे उत्तर असे आहे, त्या अणूकेंद्रातील सर्व उपअणूंना एकत्र बांधून ठेवण्याचे काम एक आण्विक प्रेरणा, जोर किंवा बल Nuclear force करते. ही अणुप्रेरणा अत्यंत सामर्थ्यवान असते. विद्युतचुंबकीय प्रेरणेपेक्षा शेकडो पटीने ही अणुप्रेरणा बलवान असते. यामुळे न्यूट्रॉन, प्रोटॉन्स व त्यांच्याही पोटातील क्वार्क्स यांना जागचे हलू देत नाही. ही जी अणुप्रेरणा आहे, ती अत्यंत जबरदस्त आहे. पृथ्वी आपल्या गुरुत्वाकर्षणामुळे जशी चंद्राला निसटू जाऊ देत नाही, तसाच हा प्रकार; परंतु ही अणुप्रेरणा गुरुत्वाकर्षणापेक्षा कल्पनातीतरित्या जोरदार आहे, सामर्थ्यवान आहे.

गुरुत्वाकर्षणाची प्रेरणा, विद्युतचुंबकीय प्रेरणा व जबरदस्त असलेली अणुप्रेरणा या तिन्ही प्रेरणांखेरीज आणखी एक चौथी नैसर्गिक प्रेरणा (Force) आहे. ती एक अणुप्रेरणाच आहे; परंतु ती तशी जबरदस्त किंवा सामर्थ्यवान नसून एक कमजोर अणुप्रेरणा आहे. या अणुप्रेरणेचा प्रभाव लांबवर पडत नाही. तो अगदी किंचित अंतरापर्यंतच असतो. ते किंचित अंतर अतिअतिसूक्ष्म आहे. एखाद्या

प्रोटॉनच्या जाडीच्या एक हजारांश अंतरावरच या कमजोर किंवा मंद अणुप्रेरणेचा प्रभाव पडतो. ही एक चौथी नैसर्गिक प्रेरणा आहे. अणुकेंद्रामध्ये जो किरणोत्सर्गी ऱ्हास (Radioactive decay) होत असतो त्यावर या कमजोर अणुप्रेरणेचे नियंत्रण असते. सूर्यावरील अफाट उष्णता व पराकोटीचा दाब यांखाली हायड्रोजनचे अणू सापडल्याने त्यांचे एकत्रीकरण होऊन दोन हायड्रोजनच्या अणूंचा एक हेलियमचा अणू तयार होतो. अशा वेळी अफाट उष्णताशक्ती त्यातून बाहेर पडते. हायड्रोजन बॉम्बच्या स्फोटात अशीच क्रिया घडवून आणली जाते. सूर्यावर सतत असे अनंत हायड्रोजन बॉम्बचे स्फोट घडत असल्याने त्यावर निर्माण झालेली उष्णता पृथ्वीला मिळते आणि इथल्या साऱ्या जीवसृष्टीचा व्याप चालतो. या अणुप्रेरणेला दिलेले नाव 'कमजोर अणुप्रेरणा' तसे केवळ तुलनात्मकच आहे. प्रत्यक्षात गुरुत्वाकर्षणाच्या जोरापेक्षा, प्रेरणेपेक्षा ही कमजोर अणुप्रेरणा अथवा जोर कित्येक परार्ध पटीने सामर्थ्यवान आहे.

तरीही मुख्य व सामर्थ्यवान अणुप्रेरणेपुढे ही प्रेरणा किंवा जोर तसा क्षुल्लकच समजला जातो आणि तो क्षुल्लक असल्याने आपल्याला तो जाणवत नाही किंवा त्याचे अस्तित्व उपकरणांनी जाणवून घेणे कठीण जाते. तरीही या प्रेरणेमुळे विश्वातील बहुतेक वैशिष्ट्ये निर्माण झाली आहेत, एवढे ते महत्त्वाचे आहे. याच्यामुळेच विश्वात जीव अवतरणे शक्य झाले. उदाहरणार्थ, अन्य प्रेरणेपेक्षा गुरुत्वाकर्षणाची प्रेरणा ही तुलनेमध्ये अत्यंत क्षीण ठरते. तशी ती क्षीण नसती, तर माणसे, ग्रह किंवा तारे हे अणुप्रेरणेखाली सरळ आक्रसून गेले असते. त्यांचे अणू एकमेकांना घट्ट चिकटून गेले असते. नैसर्गिक प्रेरणांच्या शक्तीमध्ये फरक आहे म्हणून जीवसृष्टीची निर्मिती होऊ शकली. तो फरक किंचित जरी बदलला, तरी जीवसृष्टी नष्ट होईल किंवा मुळातच निर्माण होणार नाही. अत्यंत टोकाच्या परिस्थितीत तर काय काय चमत्कार घडतात हे पाहिले, तर आपल्याला आश्चर्याने थक्क व्हायला होईल.

इंग्लिश पदार्थवैज्ञानिक जोस क्लार्क मॅक्सवेल याने चुंबकीयक्षेत्र व विद्युतक्षेत्र हे एकच आहेत, असे सिद्ध केले, म्हणून आपण अशा क्षेत्राला विद्युतचुंबकीय क्षेत्र असे संबोधतो. त्यानंतर १०० वर्षांनी शास्त्रज्ञ मंडळी सर्व प्रेरणा, जोर आणि प्रभावक्षेत्रे हे एकच असावेत, या शंकेने पछाडले गेले.

सर्व प्रेरणा, जोर हे मुळात एकच आहेत, याचा खुलासा करण्यासाठी प्रथम आपल्या निसर्गातील 'समरूपता' (Symmetries) याबद्दल विचार केला पाहिजे. (समरूपता म्हणजे सारखेपणा, समानता नव्हे.) अथेन्स शहरात प्राचीन ग्रीक देवता अथोनीचे पार्थेनॉन मंदिर आहे. त्या मंदिरातील रचनेत कमालीचा सारखेपणा साधला आहे. तिथले खांब एका सरळ रेषेत तो सारखेपणा व्यक्त करतात.

त्यातले दोन खांब जरी आपण काढून एकमेकांच्या जागी लावले, तरी तो सारखेपणा बिघडत नाही व ती रचना आहे तशीच राहते. गोल्फचा चेंडू कसाही फिरवला, तरी त्याचे स्वरूप आहे तसेच राहते. तो कुठूनही कसाही पाहा, सारखाच दिसतो; परंतु जेव्हा आपण निसर्गातील सारखेपणाबद्दल (Symmetry) बोलतो, तेव्हा केवळ त्या कशा सारख्या वाटत आहेत, याबद्दल आपण बोलत नाही; परंतु जे चार मूलभूत जोर किंवा प्रेरणा आहेत किंवा मूलकण आहेत, त्यांची वैशिष्ट्ये जरी आपण बदलली असे समजले, तरीही ते निसर्गाच्या नियमानुसारच वागतात. हे समजायला तसे बरेच अवघड आहे. *जे चार जोर अथवा प्रेरणा आहेत, त्या मुळात एकच आहेत किंवा त्यांच्यातील सारखेपणा अथवा साम्य भंग पावले म्हणून ते वेगवेगळे वाटतात.* जर आपण त्या चारही प्रेरणांमध्ये जादूने संपूर्ण सारखेपणा (Symmetry) आणला, तर त्या सर्व प्रेरणा आपोआप एकच होऊन जातील. त्यांचे एकत्रीकरण का होऊ शकते? तर त्या चारही प्रेरणांचे उगमस्थान एकच आहे म्हणून.

ही सर्व शास्त्रीय माहिती सामान्यांना समजणे कठीण आहे; परंतु येथपर्यंत सांगितलेल्या माहितीचा थोडक्यात आढावा घेतला, तर असे दिसेल की, विश्वात फक्त पदार्थ (Matter) व ऊर्जा आहे. या दोन्ही गोष्टींचे एकमेकांत रूपांतर होऊ शकते. पदार्थाचा सर्वांत लहान कण म्हणजे अणू आणि अणूच्याही पोटात शिरल्यावर ऊर्जेचे बारीक बारीक गोळे (Quarks) असतात, हे शास्त्रज्ञांच्या लक्षात आले आहे. त्यामुळे पदार्थ व ऊर्जा यांच्या वागण्यात शास्त्रीय नजरेतून खूप सारखेपणा दिसून येतो. याखेरीज निसर्गात गुरुत्वाकर्षण, विद्युतचुंबकीय, एक तीव्र अणुप्रेरणा व तुलनेने एक क्षीण अणुप्रेरणा अशा केवळ चारच प्रेरणा आहेत. या विश्वात यांखेरीज बाकी काहीही नाही. पदार्थ, ऊर्जा व मूलप्रेरणा यांच्या सखोल अभ्यासातूनच बरीचशी कोडी सुटू शकतील. हाच तो विज्ञानाचा गाभा आहे.

१९६०च्या शेवटी स्टीव्हन वेईनबर्ग, अब्दुस सलाम आणि शेल्डॉन ग्लाशो यांनी याही पुढे जाऊन क्षीण अणुप्रेरणा व विद्युतचुंबकीय प्रेरणा यांच्यात काहीही फरक नाही, हे सैद्धान्तिकदृष्ट्या दाखवून दिले. त्यांनी असे सिद्ध केले की, अत्यंत उच्च तापमानाला किंवा अत्यंत लहान अंतरामध्ये या दोन्ही प्रेरणा सारख्याच वागतात. त्यांच्यातील भेद हा नाहीसा होतो. लहान अंतर म्हणजे किती लहान? तर १/१०,००,००,००,००,००,००,००० सेंटिमीटर! तुमच्या करंगळीच्या नखाची रुंदी ही साधारणपणे एक सेंटिमीटर एवढी असते. (एका फुटात ३०॥ सेंटिमीटर मावतात.) यावरून त्या सूक्ष्म अंतराची कल्पना येईल. सर्व चारही प्रेरणा मूलतः एकच आहेत, हे आइन्स्टाइन सिद्ध करू पाहत होता. त्या कामाचा

अर्धा भाग वरील तीन शास्त्रज्ञांनी सिद्ध केला. या महत्त्वाच्या शोधाबद्दल त्या तिन्ही शास्त्रज्ञांना नोबेल पारितोषिक बहाल करण्यात आले. यावरून या शोधाचे महत्त्व सहज लक्षात येईल.

CERN नावाचा एक प्रकल्प स्वित्झर्लंडमध्ये राबवला जातो आहे. त्यात मूलकणांना अफाट चक्राकार गती देऊन विरुद्ध दिशेने येणाऱ्या तशा दोन्ही कणांची टक्कर घडवून आणतात. त्यातून विश्वनिर्मितीचे कोडे सुटेल, अशी शास्त्रज्ञांची भावना आहे. तिथल्या एका संशोधनाच्या तुकडीचे नेतृत्व कार्लो रुबिया व सायमन व्हॅनडर मीर हे शास्त्रज्ञ करत आहेत. त्यांनी प्रयोगाने हीच गोष्ट सिद्ध करून दाखवली. म्हणजे विद्युतचुंबकीय प्रेरणा व क्षीण अणुप्रेरणा एकच आहेत किंवा यात मूलत: कमालीचे साम्य आहे, हे दाखवले. त्याबद्दल त्यांनाही नोबेल पारितोषिक बहाल करण्यात आले. विविध प्रेरणांमध्ये असलेली सुप्त एकात्मता प्रत्यक्षात दिसून आल्यावर ज्या शास्त्रज्ञांच्या मनात निसर्गातल्या एकात्मतेविरुद्ध मते होती, ती मते निष्प्रभ झाली. त्यांच्या सर्व शंका फिटल्या. म्हणजे आपण आता निसर्गाच्या मूलस्रोताच्या खूपच जवळ पोहोचलो आहोत. यातूनच सर्व नैसर्गिक प्रेरणा उगम पावल्या. अद्भुततेच्या प्रांतात आपण आणखी आत गेलो आहोत. अजून आणखी पुढे आपल्याला जायचे आहे.

क्षीण अणुप्रेरणा, प्रबळ अणुप्रेरणा आणि विद्युतचुंबकीय प्रेरणा या तिन्हींमध्ये काहीतरी साम्य असणार, सारखेपणा असणार, एखादा समान धागा असणार किंवा त्यांच्यात एकात्मता असणार. सर्व नैसर्गिक प्रेरणांमध्ये असलेल्या एकात्मतेला आइन्स्टाइनने Grand Unified Theory असे नाव दिले होते. या सिद्धांताला थेट पुरावा मिळणे कठीण आहे, कारण १ भागिले १०,००,००,००,००,००,००० किंवा एक /दहा हजार कोट्यांश सेंटिमीटर एवढ्या सूक्ष्म लांबीपेक्षाही कमी अंतरात याचा पुरावा सापडण्याची शक्यता आहे. या सूक्ष्म पातळीवर विद्युतचुंबकीय जोर खूपच क्षीण असतो. त्याचा वेध घेणे महाकठीण असते. 'न्युट्रीनो' नावाचे अतिसूक्ष्म उपकण शास्त्रज्ञांनी शोधून काढले आहेत. ते एवढ्या सूक्ष्म अंतरातून आंदोलन पावत असतात. जे काही न्यूट्रीनोबाबत थोडेफार संशोधन झाले आहे त्यामुळे ग्रॅन्ड युनिफाईड थियरीला पुष्टी मिळत आहे, असे लक्षात आले आहे.

पदार्थांचा (Matter) प्रतिपदार्थ (Antimatter) विश्वात आहे, असा शास्त्रज्ञांनी शोध लावला आहे. *आपल्या नेहमीच्या अणूत मध्यभागी अणुकेंद्र व त्याभोवती फिरणारे इलेक्ट्रॉन अशी जी रचना असते, त्याविरुद्ध रचना प्रतिपदार्थात असते. जर पदार्थ व प्रतिपदार्थ यांचा संयोग झाला, तर मोठा स्फोट होतो व अफाट ऊर्जा बाहेर पडते. (डॅन ब्राऊन यांच्या 'एंजल्स ॲण्ड डीमन्स' या कादंबरीत हे*

दाखवलेले आहे.)

विश्व निर्माण झाल्यावर सुरुवातीच्या बाल्यावस्थेतील विश्वाच्या काळात प्रतिपदार्थांच्या अणूंपेक्षा नेहमीच्या आपल्या पदार्थांच्या अणूंची संख्या थोडीशी अधिक होती. तसे असणे म्हणजे ग्रॅन्ड युनिफाईड थियरीला, म्हणजे सर्व चारही प्रेरणा एकच आहेत, या सिद्धांताला पुष्टी मिळते.

या अतिसूक्ष्म पातळीवर गुरुत्वाकर्षणाचा जोर अथवा प्रेरणा ही नीट सामावत नाही; परंतु शेवटी ती प्रेरणाही एक प्राथमिक क्वांटम प्रेरणा असल्याने या पातळीवर तिची दखल घ्यावीच लागेल, अशी अपेक्षा आहे; परंतु एवढे असूनही 'सर्व चारही मूलभूत प्रेरणा मुळात एकच आहेत' याला पाठिंबा देणारे गणित अजून पूर्णत्वाला गेले नाही. तरीही पदार्थवैज्ञानिक आशावादी आहेत. स्टीफन हॉकिंग, स्टीव्हन वेनबर्ग, म्युरे गेलमान हे नोबेल पारितोषिक विजेते शास्त्रज्ञ याबाबतीत पक्के आशावादी आहेत.

शास्त्रज्ञांना असा आशावाद असण्याचे कारण निसर्गाच्या मोजपट्टीवर (प्लॅन्क'स डायमेन्शन) या चारही प्रेरणा, जोर हे समान असल्याचे आढळून येते. प्लॅन्कने जी नैसर्गिक मोजपट्टी शोधून काढली, ती एवढी अतिअतिसूक्ष्म आहे की, अतिअतिभव्य असलेल्या विश्वाच्या आकारमानाप्रमाणेच थक्क व्हायला होते. निसर्गाने दोन टोके गाठण्याची खरोखरच परमावधी केली आहे.

सामान्य माणसांना लेखकासारख्या शास्त्रज्ञाला जाणवणाऱ्या, गणिताने अस्तित्व सिद्ध करू पाहणाऱ्या विश्वातील गोष्टींना काहीतरी मापदंडाचे प्रमाण लावणे भाग आहे. अंतर, वस्तुमान (Mass), ऊर्जा आणि काळ यांच्या मोजमापांचे असे परिमाण असले पाहिजे की, त्यात विश्वातील सूक्ष्मातील सूक्ष्म व भव्यतेमधील सर्वांत भव्य अशा गोष्टी सामावल्या जातील. नुसत्या एवढ्या कल्पनेवरून शास्त्रज्ञांचे काम किती महाअवघड आहे, याचा आपल्याला अंदाज येईल. आपल्याला एक घर बांधायचे असेल, तर वजन, अंतरे, दाब, ताण, इत्यादी विविध परिमाणांची दखल घ्यावी लागते व त्यावर आधारित शेकडो गणिते इंजिनीयर व रचनाकार करतात, तेव्हा घराचा जमिनीवरील एकूण व्याप समजतो. येथे तर शास्त्रज्ञ मंडळी संपूर्ण विश्वाला आपली कल्पनेची मोजपट्टी लावून विश्वाचा आवाका मोजू बघत आहेत. हे पाहिल्यावर आपल्यासारख्या सामान्य माणसांना आश्चर्याने स्तंभित व्हायला होते.

ईश्वराचे ज्ञान होऊच शकणार नाही, असे मानणारा आधुनिक अज्ञेयवादी यांच्या मते, हे विश्व मुद्दाम कोणी निर्माण केले नसून, ते आपोआपच निर्माण झालेले असल्याने त्याची मोजमापाची पट्टीही आपोआपच निर्माण झाली आहे. आपण माणसे दशमान पद्धती वापरतो. संगणकासाठी द्विमान पद्धत वापरली

जाते. संगणक जर आपोआप निर्माण झाला आहे असे मानले, तर त्याची द्विमान गणनापद्धतीही आपोआपच निर्माण झाली आहे असे मानण्यासारखा हा प्रकार आहे. तसेच फुलपाखरांच्या पंखांवर जी नक्षी उमटलेली दिसते, ती नक्षीही विधात्याच्या हातातील रंगाच्या ब्रशची किमया आहे असे मानले, तर निसर्गाला आपले मापदंड आपणच निर्माण करावे लागणार ना, असेही अज्ञेयवादी म्हणतात. मॅक्स प्लॅन्क याने निसर्गातील क्वांटम पद्धतीची, सूक्ष्म तुकड्यातुकड्यांची रचना शोधून काढली. त्या वेळीही त्याने अशीच श्रद्धा मनात बाळगली होती; पण त्याने निसर्गातील मापनपद्धतीची परिमाणे शोधली, ती परिमाणे सबंध विश्वात कोठेही गेलात, तरी तीच आहेत असे शास्त्रज्ञांना उमजून चुकले.

मॅक्स प्लॅन्कने निसर्गातील या परिमाणांची किंमत, मूल्य हे माणसाच्या अनुमानानुसार किती आहे, हेही नीट ठरवले. त्यासाठी त्याने तीन नैसर्गिक स्थिरांक (Constants) लक्षात घेतले. निर्वात पोकळीमधील प्रकाशाचा वेग (म्हणजे सेकंदाला १ लाख ४० हजार मैल), न्यूटनचा गुरुत्वाकर्षणाचा स्थिरांक आणि प्लॅन्कने स्वतः शोधलेला स्थिरांक. न्यूटनचा गुरुत्वाकर्षणाचा स्थिरांक म्हणजे एखाद्या पडणाऱ्या वस्तूचा प्रत्येक सेकंदाचा वेग हा आधीच्या सेकंदाच्या किती पट वाढत जातो तो आकडा, ऊर्फ स्थिरांक. चंद्रावर असलेले आपले वजन हे पृथ्वीवरील आपल्या वजनापेक्षा सहापट कमी का असते, याचा खुलासा यामुळे सहज होतो, तर प्लॅन्कने शोधलेल्या स्थिरांकामुळे एखाद्या पदार्थाच्या अंतिम कणाचे आकारमान हे इतर तशाच आकारमानाच्या किती पट आहे हे ठरवता येते. जेव्हा आपण अणूपेक्षाही लहान अशा उपअणूंच्या जगात खोल खोल जातो, तेव्हा प्लॅन्कच्या स्थिरांकाचे साहाय्य आपल्याला होते.

या नैसर्गिक मोजपट्टीच्या आवाक्याचा अंदाज येण्यासाठी एखादी मानवी पेशी घ्या. आपल्या शरीराचा तो एक सूक्ष्म भाग आहे. अणूंच्या सूक्ष्म विश्वातील मोजपट्टीनुसार ही पेशी अणूंपुढे एक मोठे विश्व ठरते, तर आपल्याला जे भव्य विश्व अंतराळात जाणवते त्यापुढे हीच पेशी त्या विश्वाच्या भव्यतेत एक सूक्ष्म अणू ठरते.

अवकाशाची शेवटची, अंतिम असलेली सूक्ष्म व्याप्ती, ही एका मानवी पेशीएवढी आहे असे समजा. प्लॅन्कच्या मोजपट्टीवरील अवकाशातील लहानात लहान अंतर हे साधारणपणे एका मानवी पेशीच्या जाडीएवढे आहे. म्हणून अवकाशाचा त्रिमिती स्वरूपाचा पट हा प्लॅन्कच्या परिमाणानुसार आहे, असे म्हणायला हरकत नाही; परंतु विश्वातील मूलभूत प्रेरणांची, जोरांची तीव्रता एकमेकांच्या तुलनेने नेमकी किती आहे, याची अचूक पद्धत अजूनही सापडली नाही. तशी अप्रत्यक्ष तुलना प्लॅन्कच्या मोजपट्टीत करण्यासाठी शास्त्रज्ञांचे प्रयत्न चालू आहेत. त्यासाठी

मूलकणांचे, उपअणूंचे वेग वाढवत नेणारे प्रवेगक (Accelerator) लागतात. हा प्रवेगक म्हणजे अप्रत्यक्षपणे शास्त्रज्ञांचे अणूंमध्ये डोकावून पाहण्याचे एक सूक्ष्मदर्शक यंत्र आहे. तसे प्रवेगक, अवाढव्य प्रवेगक पृथ्वीवर अस्तित्वात आहेतही; परंतु या कामासाठी लागणारा प्रवेगक एवढा अवाढव्य, भव्य असेल की, त्याला सूर्याच्या संपूर्ण ग्रहमालेच्या जागेपेक्षाही जास्त जागा लागेल. असा प्रवेगक आपण तयार करू शकणार नाही, हे उघडच आहे; परंतु आपण पृथ्वीवरील मोठ्या प्रयोगशाळेत केलेल्या प्रयत्नांच्या आधारे काही निष्कर्ष मोठ्या आत्मविश्वासाने काढू शकतो. मोठ्या प्रमाणावर जे काही चालू असते ते आपण छोट्या व तशाच रचनेवर केलेल्या प्रयोगांच्या आधारे समजावून घेऊ शकतो. मोठमोठी किंवा अवाढव्य आकाराची विमाने बांधण्याआधी त्यांच्या छोट्या प्रतिकृतीवर प्रयोग करून पाहिले जातात. अशा छोट्या विमानांच्या प्रतिकृती एका बोगद्यात ठेवून त्यावर हव्या त्या वेगाचा वारा सोडला जातो. त्यामुळे प्रतिकृतीवर काय परिणाम होतो हे तपासले जाते व मोठ्या रचनेवर काय परिणाम होईल, हेही आजमावले जाते. अशा प्रकारे आपण प्रयोग करून, म्हणजे छोटा प्रवेगक वापरून आपले निष्कर्ष काढू शकतो. 'छोटा प्रवेगक' असे म्हटले, तरीही तो काही मैल लांबीचा, वर्तुळाकार मार्गाचा एक प्रवेगक असतो. मग क्वांटम फील्डचे सिद्धांत वापरून उत्तरे शोधली जातात. विल्झेक या शास्त्रज्ञाच्या मते, अशा प्रयोगात गुरुत्वाकर्षणाच्या क्षीण जोराला वाढवून प्लॅन्कच्या परिमाणामध्ये, मोजपट्टीवर आणून ठेवता येते. इतकेच काय, जरी असे प्रयोग करून पाहताना आपल्याजवळ योग्य असा सिद्धांत तपशीलवार नसला तरीही आपल्याला एक ठाम निष्कर्ष असा काढता येतो की,

सर्व चारही मूलभूत प्रेरणा ऊर्फ जोर हे मुळात एकाच स्वरूपाचे आहेत किंवा ते एकाच स्रोतापासून उगम पावलेले आहेत.

प्लॅन्कच्या मोजपट्टीवर अशा वेळी तीव्र व क्षीण प्रेरणा या समान तीव्रतेच्या असतात, असे यावरून आपल्याला मोघमपणे म्हणता येईल.

ज्या चार मूलभूत प्रेरणा आहेत, त्याखेरीज अनेक कणांभोवती, अणू व उपअणूंभोवती काही प्रभावक्षेत्रे त्या कणांमुळे, अणूंमुळे पसरलेली असतात. उदाहरणार्थ, इलेक्ट्रॉन प्रभावक्षेत्र. यामुळेच उपअणूंमध्ये ऊर्जा संग्रहित केली जाते. त्या चार मूलभूत प्रेरणा मग या उपअणूंचा उपयोग करून मूलद्रव्याचे अणू बांधू लागतात. विल्झेक या शास्त्रज्ञाच्या मतानुसार एकूण एक प्रभावक्षेत्रांना कारणीभूत असलेल्या यच्चयावत प्रेरणा या मुळात एकाच स्रोतापासून उगम पावलेल्या आहेत. विल्झेकला असे वाटण्याचे कारण त्याला सर्व प्रकारच्या प्रेरणांमध्ये प्लॅन्कच्या मोजपट्टीवर किंवा त्याच्या आसपास कमालीचे साम्य (Supersymmetry) आहे, असे ठामपणे वाटते. सर्व प्रकारच्या प्रेरणा या एकाच स्रोताचे विविध आविष्कार दर्शवितात,

असा सर्व शास्त्रज्ञांचा विश्वास आहे. तो मूलस्रोत हा संपूर्ण विज्ञानाचे उगमस्थान आहे, गर्भस्रोत आहे.

ऊर्जेचे सर्व प्रकार म्हणजे विद्युत, उष्णता, प्रकाश, यांत्रिक ऊर्जा, अणुऊर्जा, रासायनिक ऊर्जा वगैरे भिन्न भिन्न प्रकार फक्त आपल्या सोयीसाठी आहेत. यातील महत्त्वाचा भाग एवढाच की, हे सारे प्रकार एकच ऊर्जा वेगवेगळ्या रितीने व्यक्त करतात. एकाच ऊर्जेची ही सारी प्रातिनिधिक स्वरूपे आहेत. यामध्ये लक्षात ठेवण्याजोगी एकच गोष्ट आहे, ती म्हणजे फक्त 'ऊर्जा'! याप्रमाणेच निसर्गातील गुरुत्वाकर्षण, विद्युतचुंबकीयत्व, तीव्र अणुप्रेरणा व क्षीण अणुप्रेरणा या चार मूलभूत प्रेरणा अथवा जोर आहेत त्याही माणसांनी आपल्या सोयीसाठी वेगवेगळ्या मानलेल्या आहेत. तसे मानल्यामुळे आपल्या दैनंदिन जीवनात आणि शास्त्रीय संशोधन करताना सोय होते एवढेच. बाकी या वर्गवारीला किंवा उपपत्तीला तसे फारसे महत्त्व नाही.

आइन्स्टाइनने सर्व चारही मूलभूत प्रेरणा या एकच आहेत, हे दर्शविण्यासाठी Unified Field Theory हा शब्दप्रयोग केला. त्यामुळे सर्व मूलभूत प्रेरणा एकच आहेत, या तत्त्वाचा बोध होतो. आइन्स्टाइनच्या याच वाटेने जात काही शास्त्रज्ञ जी मूळची एकच प्रेरणा आहे, त्याला वेगळेपणा चिकटवू लागलेत; परंतु ही काही नवीन शोधलेली नैसर्गिक प्रेरणा अथवा जोर नाही. सर्व विश्वातील प्रेरणांचा, सर्व प्रभावक्षेत्रांचाही एकच एक मूळ उगम आहे, एवढेच समजते. त्यामुळे त्या मूळच्या प्रेरणेच्या प्रभावक्षेत्राला 'प्राथमिक प्रभावक्षेत्र' (Primary field) असे म्हणणे अधिक योग्य ठरेल. 'सर्व गोष्टींमागे एकच तत्त्व' या उक्तीनुसार चारही प्रेरणांचे कल्पनेत एकत्रीकरण केले जाते. याही शब्दप्रयोगावर काही शास्त्रज्ञ उगाच खल करीत बसतात. नोबेल पारितोषिकासाठी जी समिती आहे ती समितीसुद्धा आता Theory of everything हाच शब्दप्रयोग वापरू लागली आहे.

हे जे मूळचे प्राथमिक प्रभावक्षेत्र आहे, जे आपल्याला दिसत नाही, त्याची स्थापना अंतराळात करता येईल का? अंतराळाचे निरीक्षण करताना आपल्याला असे दिसते की, अंतराळ हा एक कल्पनातीत भव्य असलेला रंगमंच असून, त्यावर रोज काहीना काही घटना, घडामोडी आपण होऊन घडत असतात. असे असताना मूलभूत असलेली एकमेव नैसर्गिक प्रेरणा तिथे कशी काय स्थापली जाईल? मुळात अशी कल्पना करणे, हेच सर्वसामान्य विवेकबुद्धीच्या विरुद्ध आहे. अंतराळाबद्दलच्या आपल्या कल्पनेमध्ये आइन्स्टाइनने केवढी क्रांती केली ते आठवा. त्याने असे दाखवून दिले की, अवकाश (Space) व काल (Time) हे केवल स्वरूपात, शुद्ध स्वरूपात असे मुळातच अस्तित्वात नाहीत. या दोन्ही गोष्टी कशाच्या तरी संदर्भात जुळवून घेत असतात. त्यामुळे केवल किंवा शुद्ध

अवकाश व काल शोधण्याचा प्रयत्न केला, तर आपल्याला कधीच सापडणार नाही. अवकाश किंवा अंतराळ हे आकारहीन आहे, हे आपल्याला समजते; पण जेव्हा एखादी अवजड वस्तू, पदार्थ, ग्रह, तारा, आकाशगंगा अवकाशात उगवते किंवा असते, तेव्हा त्या भोवतीचे अवकाश हे गोलाकार असते. मग हे गोलाकार अवकाश एखाद्या राक्षसी भिंगासारखे काम करते. अवकाशात जी हबल दुर्बीण सोडली आहे तिच्याकडून आलेल्या छायाचित्रांद्वारे तसे पुरावेही मिळालेले आहेत.

अवकाश म्हणजे एक स्तब्ध व काहीही न करणारी गोष्ट असून, ती फक्त जे काही विश्वात घडत असते त्याकडे तटस्थपणे पाहत असते, अशीही आपण एक कल्पना केलेली आहे; परंतु तसे अजिबात नसून, हेच अवकाश विश्वातील प्रत्येक घडामोडीत भाग घेत असते. 'रिकामे अवकाश' हे खरोखरीच रिकामे नसते हे आपण यापूर्वी पाहिलेले आहे. क्वांटम पदार्थविज्ञान तर असे सुचवते की, अवकाशाच्या रचनेमध्येच त्या प्राथमिक प्रभावक्षेत्राची माहिती (Blue print) दडलेली आहे, कदाचित सांकेतिक स्वरूपातही दडलेली असेल. विश्व निर्माण झाल्यानंतर ते बाल्यावस्थेत असताना अवकाशात सर्वत्र अतिउच्च तापमान होते. त्या वेळी सर्व मूलभूत प्रेरणा किंवा त्यांची प्रभावक्षेत्रे ही प्राथमिक प्रभावक्षेत्राच्या (Primary field) रूपात असावी, असे वैज्ञानिक मानतात. असे असताना हे प्राथमिक प्रभावक्षेत्र आताही अवकाशात सर्वत्र अगदी प्रत्येक वस्तुमात्रातसुद्धा व्यापून राहिलेले आहे, हे मी कसे काय म्हणू शकतो?

याचे कारण क्वांटम सिद्धांतानुसार अत्यंत उच्च तापमानाचे पदार्थविज्ञान आणि प्लॅन्कच्या मोजपट्टीवरील सूक्ष्म अंतरासाठी असलेले पदार्थविज्ञान हे समसमान असते. रिकाम्या अवकाशात अत्यंत सूक्ष्म पातळीवरही क्वांटम पदार्थविज्ञानानुसार हालचाली चालू असतात. हायझेनबर्ग याच्या प्रसिद्ध 'अनिश्चिततेचे तत्त्व' यानुसार जसजसे अंतर व काळ वाढत जातो, तसतशा या क्वांटम हालचाली अत्यंत तीव्र होत जातात. विश्वाचा जन्म झाल्यावर सुरुवातीला अतिउच्च तापमानाचे जे विश्व होते, त्यात जशा हालचाली व घडामोडी घडत होत्या तशाच त्या क्वांटम हालचाली असतात.

याचा अर्थ असा की, जे 'प्राथमिक प्रभावक्षेत्र' सर्व अवकाशात भरून राहिले आहे, त्याच्याकडूनच विश्वात अविरतपणे घडत जाणाऱ्या घडामोडींशी संबंध आहे. या प्राथमिक प्रभावक्षेत्राचा विश्वनिर्मितीत हात होता काय? असाही प्रश्न शास्त्रज्ञांना पडतो. पुढच्या प्रकरणात विज्ञानाकडून तसे काही सूचित होते आहे का, ते आपल्याला पाहायला मिळेल. जी मूळ प्रेरणा ऊर्फ सर्व प्रेरणांची जननी तिच्याकडून विश्वनिर्मिती आणि विश्वाची उत्क्रांती याबद्दल काही सूचक माहिती, मागे राहिलेला काही माग वगैरे मिळतो का, ते आपल्याला कळेल. ते जे काही माग असतील

किंवा तुकड्यातुकड्याने असलेले पुरावे सापडतील त्यावरून आपल्याला सबंध विश्वरचनेची योजना समजू शकेल, विश्वनिर्मितीचे रहस्य उलगडेल. त्या वेळी क्रमाक्रमाने काय काय घडत गेले, कसे घडत गेले त्याचाही उलगडा होईल.

अशीच पुनरावृत्ती मानवी डीएनएच्या अणुशृंखलेमध्ये होत आली आहे काय? तसे असेल, तर डीएनए, गुणसूत्रे यांच्या अभ्यासातून विश्वनिर्मितीच्या रहस्यावर प्रकाश पडू शकेल. जीवाची अगदी पहिली पेशी जेव्हा अस्तित्वात येते, तेव्हा त्या पेशीत २३ रंगसूत्रांच्या जोड्या असतात. त्यामध्ये जीवाच्या संपूर्ण देहाच्या रचनेची व कार्याची माहिती निसर्गाने सांकेतिक स्वरूपात लिहून ठेवलेली असते. पुढे एका पेशीच्या दोन पेशी, दोनाच्या चार, चाराच्या आठ अशा श्रेणीने वाढत वाढत संपूर्ण देह तयार होतो. देहातील प्रत्येक पेशीत अशा रितीने संपूर्ण देहरचनेची माहिती सामावलेली असते. ती पेशी जे काम करते, तेवढीच माहिती त्या रंगसूत्रातून घेऊन वापरते; पण तरीही बाकीची सर्व माहिती त्यात दडलेली असतेच. त्यामुळे एखाद्या प्राण्याच्या कोणत्याही अवयवाची एक पेशी काढून घ्या व त्यातील माहितीनुसार तो सबंध प्राणी आपल्याला तयार करता येतो. (अशी एक डॉली नावाची मेंढीही प्रयोगशाळेत तयार केली आहे.) क्लोनिंगचे तंत्र हे असे आहे. तसाच प्रकार विश्वात असेल काय?

संपूर्ण विश्वाची, विश्वरचनेची माहिती ही विश्वातील प्रत्येक बिंदूपाशी असेल काय? विश्वरचनेचे धागेदोरे किंवा प्रत्येक धागादोरा ती माहिती जवळ बाळगत असेल आणि त्यातील त्या स्थानाच्या जरुरीपुरतीच माहिती काढून घेत असेल काय? होलोग्राम हा एक त्रिमिती चित्रांचा प्रकार आहे. त्यामध्ये चित्रातील प्रत्येक बिंदू हा संपूर्ण चित्राची माहिती जवळ बाळगीत असतो आणि ही माहिती त्रिमिती स्वरूपाची आहे, हे लक्षात घ्या. चित्राकडे आपण दुसऱ्या कोनातून पाहिले, तर ते चित्र वेगळे दिसते. म्हणजे त्याच कोनातून चित्रातील मूळ वस्तू जशी दिसत असेल तशी दिसते. त्यामुळे त्या चित्राला भोके पडली, तरी मूळ चित्राची संपूर्ण माहिती ही बाकीच्या चित्रबिंदूत असल्याने अबाधित राहते. त्यावरून मूळ चित्र पुन्हा तयार करता येते. आपले अंतराळ, अवकाश हे होलोग्राफिक चित्रासारखे किंवा पेशीतील रंगसूत्रासारखे तर नाही ना?

या विश्वात पदार्थ, ऊर्जा व चार मूलभूत प्रेरणा आहेत. एका अवकाशात त्या सामावल्या आहेत. या सर्वांचा सखोल अभ्यास शास्त्रज्ञांनी केला व ते अजूनही करीत आहेत. अनेक रहस्ये उकलली गेली आहेत व काही उकलायची राहिलेली आहेत. सूक्ष्मातिसूक्ष्म पातळीवर आणि विश्वाच्या भव्य पातळीवरील अवकाशात शास्त्रज्ञ अजूनही शोध घेत आहेत. यातून आपल्याला विश्वरचनेच्या रहस्याचे काही दुवे हाताशी आले आहेत. रहस्याचे एकेक पदर उलगडले जात आहेत. त्यातून

वास्तवता हळूहळू प्रकट होत आहे. आपण विज्ञानाच्या गाभ्यापर्यंत पोहोचलो आहोत. आपल्याला पदार्थ, ऊर्जा, नैसर्गिक मूलभूत जोर ऊर्फ प्रेरणा, अवकाश व काल यांचे ज्ञान झाले आहे. कदाचित काही वाचकांना या प्रकरणातील सर्वच विज्ञान समजले असेलच असे नाही; परंतु शेवटी या विश्वात पदार्थ, ऊर्जा व प्रेरणा एवढ्याच गोष्टी अवकाशात सुरुवातीपासून प्रदीर्घ काळ सामावलेल्या आहेत एवढ्याची तरी जाणीव झालेली असणार. आता फक्त विश्वनिर्मिती कशी झाली हे समजले की, परमेश्वराच्या अस्तित्वावर काहीतरी प्रकाश पडेल, अशी उमेद आपण बाळगू या.

उलगडत जाणारे विश्व

✤

या प्रकरणात विश्वनिर्मितीची घटना व संबंधित माहिती दिलेली आहे. आपण विश्वाच्या जन्मापर्यंत पोहोचलो की, आपल्याला बऱ्याच गोष्टींचा उलगडा होईल. हे विश्व कसे निर्माण झाले, याबद्दल निरनिराळ्या धर्मांच्या पुराणात वेगवेगळ्या कल्पना मांडल्या आहेत; पण पुराणातील गोष्टींना आधार, दाखले, पुरावे सहसा मिळत नाहीत. पृथ्वीवर चराचर सृष्टी कशी निर्माण झाली, याबद्दलच बहुतेक साऱ्या कथा आहेत; परंतु येथे आपण केवळ विज्ञानाच्या साहाय्याने विश्वाच्या जन्माचा मागोवा घेणार आहेत. हे प्रकरण महत्त्वाचे असल्याने नीट लक्षपूर्वक वाचावे.

अमेरिकेतील लॉस एंजलिस शहराजवळील ५००० फुटांपेक्षा अधिक उंची असलेल्या 'माउंट विल्सन' या डोंगरावर एक सुप्रसिद्ध वेधशाळा बरीच वर्षे उभी आहे. तिथे आपापल्या मोटारीने अनेक नागरिक सहलीसाठी जातात. शहरापासून अवघ्या पाऊण तासात तिथे पोहोचता येते. त्या डोंगरमाथ्यावरील कड्यांवरून हॅन्ग ग्लायडर्सच्या साहाय्याने अनेक जण हवेत झेपावतात व तरंगत राहण्याचा खेळ खेळतात. वेधशाळेत काम करणाऱ्या कर्मचाऱ्यांची तिथे एक छोटीशी वसाहत उभारलेली आहे. अनेक वर्षांपासून उभ्या असलेल्या या खगोलशास्त्रीय वेधशाळेचे महत्त्व आता कमी झालेले आहे. अंतराळात सोडलेले उपग्रह व हबलची दुर्बीण यांच्याकडून अंतराळातील ग्रह, तारे, आकाशगंगा यांची एवढी स्वच्छ, रेखीव व रंगीत छायाचित्रे घेता येत असल्याने या डोंगरावरील वेधशाळेचे महत्त्व कमी होणे साहजिक आहे. तिथे असलेली बरीच यंत्रसामग्री आता दुरुस्तीची वाट पाहत आहे. डोंगरमाथ्यावरील या जागेला सहलीचे व आनंदयात्रेचे महत्त्व येण्याचे एक प्रमुख कारण असे की, जेव्हा डोंगराच्या पायथ्याशी असलेल्या लॉस एंजलिस शहर व आजूबाजूचा परिसर उन्हाने तापून निघतो, तेव्हा या वेधशाळेच्या घुमटाच्या माथ्यावर

व सभोवतालच्या पाईन वृक्षांच्या शेंड्यावर बर्फ जमलेले असते.

माउंट विल्सन डोंगरावरील अंतराळाचा वेध घेणारी दुर्बीण आता फार जुनी झाली. तिला सुमारे १०० वर्षे झाली. त्या दुर्बिणीचे काचेचे भिंग हे १०० इंच व्यासाचे आहे. ही अवाढव्य दुर्बीण आकाशात वाटेल त्या दिशेने फिरवता येत असल्याने अजूनही तिथे विविध विद्यापीठातील संशोधक मंडळी येतात. त्या दुर्बिणीला नवीन नवीन अत्याधुनिक साधने जोडतात आणि अंतराळाचे वेध घेतात. उंच डोंगरमाथ्यावर ही दुर्बीण उभारण्यामागे कारण असे आहे की, शहरातील रात्रीच्या प्रकाशामुळे आकाश धूसर होते व अंतराळाचा नीट वेध घेता येत नाही. उंचावरून वेध घेतानाही काही प्रमाणात प्रकाशप्रदूषणाचा त्रास होतोच. त्यासाठी काही नवीन साधने दुर्बिणीला जोडून हा त्रास कमी करता येतो.

१९२०मध्ये एडविन हबल नावाच्या महत्त्वाकांक्षी तरुणाने या दुर्बिणीचा रोख एका आकाशगंगेकडे वळवला, त्या वेळी त्या आकाशगंगेतील तारे एवढे प्रखरपणे तेजस्वी दिसत होते की, त्यापुढे शहरातील दिवे फिके पडावेत. हबलने मग खूप विचार करून या रहस्याचे उत्तर काढले. कान्ट या शास्त्रज्ञाच्या काळापासून पडलेल्या एका वैश्विक प्रश्नाचे उत्तर त्याने शोधले होते. ती कोणतीही आकाशगंगा नसून अंतराळाच्या अथांग पोकळीत असलेले दूरवरचे ते एक वेगळेच विश्व आहे. आपल्या ज्ञात विश्वापासून वेगळे झालेले, जणूकाही ते एक या भव्य अंतराळात असलेले बेट आहे, असा खुलासा हबलने केला. हबलच्या आधी सुमारे पाऊण शतकभर 'या विश्वात आपल्या आकाशगंगेखेरीज आणखीही काही असावे' असे नुसते अंदाज बांधले जात होते; परंतु हबलने प्रथमच अशा वेगळ्या विश्वाचा पुरावा पुढे आणला. आपल्या आकाशगंगेखेरीज अशी अनेक विश्वे किंवा अनेक आकाशगंगा अंतराळात असावीत, याचा शास्त्रीय अंदाज पुढे केला गेला. तर तशा आकाशगंगा सुमारे पाचशे असाव्यात असे पक्के ठरले. या संख्येत सतत भर पडत चालली आहे. अंतराळातील एकूण पसारा नक्की आहे तरी किती?

(येथे एक खुलासा करणे जरुरीचे आहे. विश्व शब्दाचा अर्थ 'या अंतराळातील यच्चयावत ग्रहगोल, तारे, तेजोमेघ, आकाशगंगा व सर्व रिकाम्या जागा' असा होतो; परंतु अनेकदा ग्रह, तारे व ते ज्या आकाशगंगेत आहेत ती आकाशगंगा, हे एक विश्व समजले जाते. आपला सूर्य आकाशगंगेतील अब्जावधी ताऱ्यांपैकी एक तारा आहे. काही जण या सूर्यमालेला विश्व समजतात, तर काही जण 'फक्त पृथ्वी हेच विश्व' असे मर्यादित अर्थाने संबोधतात. आपण संपूर्ण अंतराळातील एकूण एक गोष्टी, असा अर्थ येथे घेत आहोत.)

हबलच्या आधी अन्य कोणाला आकाशगंगेखेरीज अन्य ठिकाणच्या खोलवर अंतराळातील वेगळ्या आकाशगंगांचे दर्शन त्या काळातील दुर्बिणींमधून होऊ

शकले नव्हते. माउंट विल्सन येथील वेधशाळेत जेव्हा १०० इंची भिंगाची दुर्बीण बसवली, तेव्हाच खोल अंतराळातील आकाशगंगांचे दर्शन होऊ शकले. आइन्स्टाइनने आपला क्रांतिकारी सापेक्षतावादाचा सिद्धांत मांडल्यावर दोन दशकांतच ही घटना घडली, त्यामुळे सापेक्षतावादावर आधारित विश्वाची जी कल्पना आइन्स्टाइनने केली होती त्यात बदल करावा लागला आणि खगोलशास्त्राने प्रगतीची एक हनुमान-झेप घेतली.

हबल व त्याचा सहकारी सलायफर यांनी त्या नवीन आकाशगंगेचे वर्णपट घेतले आणि आणखी एक धक्का शास्त्रीय जगाला बसला. आइन्स्टाइनच्या मतानुसार हे विश्व, त्यातील तारे, आकाशगंगा, इत्यादी जसे आपल्याला दिसत आहे तसेच प्रथमपासून आहेत. विश्वातील तारे आहेत तिथेच स्थिर आहेत. ते कोठेही जात नाहीत. त्यात अद्याप कोणताही बदल झालेला नाही. थोडक्यात, या विश्वाची स्थिती ही अत्यंत स्थिर स्वरूपाची (Steady State) आहे. हबलने घेतलेले वर्णपट वेगळेच काही सांगत होते. वर्णपटानुसार काढलेले निष्कर्ष असे सांगत होते की, त्या आकाशगंगेतील तारे एकमेकांपासून दूर जात आहेत. जणूकाही ती आकाशगंगा प्रसरण पावत आहे, तर आइन्स्टाइनच्या मताविरुद्ध हा निष्कर्ष निघत होता. हबलने गोळा केलेला पुरावा एवढा स्वच्छ, स्पष्ट व निर्विवाद होता की, तो एखाद्या फुगवलेल्या रबरी फुग्यावर तुम्ही ताऱ्यांसारखे विविध ठिपके रंगवा. फुगा आणखी फुगवला तर ते सारे ठिपके एकमेकांपासून दूर जाऊ लागणार. तसलाच प्रकार आकाशगंगेतील ताऱ्यांबाबत होत होता. आणखीही एक निष्कर्ष हबलने काढला. जेवढी आकाशगंगा दूर असेल, तेवढे त्यातील तारे अधिक वेगाने एकमेकांपासून दूर जात असतात.

आपल्याही आकाशगंगेत असेच होत असणार. थोडक्यात, हे विश्व बिलकूल स्थिर नसून ते सतत प्रसरण पावत आहे, त्यात बदल होत आहेत.

हबलने केवढा मोठा क्रांतिकारी शोध लावला होता! परंतु त्याच्या शोधाचे महत्त्व हे एकदम कळले नाही. त्यालाही ते सुरुवातीला जाणवले नाही. काही काही कल्पना एवढ्या मोठ्या असतात की, त्या एकदम पचवता येत नाहीत. अशीच वीस वर्षे यानंतर गेली. त्या वीस वर्षांत जॉर्ज गॅमो, जॉर्जिस ले मित्रे आणि इतर शास्त्रज्ञांनी या अद्‌भुत प्रकाराचा अन्वयार्थ लावण्याचा प्रयत्न केला, त्यामुळे हा शोध खगोलशास्त्रज्ञांच्या जगात चर्चेद्वारे सतत जिवंत राहिला. जर सबंध विश्वातील सर्व आकाशगंगा सतत एकमेकांपासून दूर जात असतील, तर त्याचा अर्थ भूतकाळात सर्व आकाशगंगा आतापेक्षा अधिक एकमेकांजवळ असणार. हे शंभर टक्के तर्कसंभव असल्याने या मताबद्दल कोणाचाच विरोध नव्हता. जितके तुम्ही भूतकाळात मागे मागे जाल, तितके विश्वातील सर्व आकाशगंगा, तारे,

ग्रहगोल वगैरे एकूण एक पदार्थ हे शेवटी एकमेकांजवळ येणार. याचा अर्थ सुरुवातीला सर्व पदार्थांचा मिळून एकच एक घट्ट व दाबून संकोचित झालेला गोळा असणार. जितके पदार्थ एकत्र येतील, तितके त्यांचे त्या वेळी एकत्रित गुरुत्वाकर्षण जास्त असणार. त्यामुळेच त्या सर्वांचा एकच एक गोळा बनलेला असणार. तो आक्रसत असणार. शेवटी सर्वांत आधी आइन्स्टाइनच्या समीकरणानुसार सारे काही एका बिंदूत सामावलेले असणार आणि मग त्या अतिअफाट गुरुत्वाकर्षणाच्या प्रेरणेखाली सबंध विश्व सामावलेला तो बिंदू स्फोट पावणार. तो एक महास्फोट झालेला असेल. त्यातून आकाशगंगा, आकाशगंगेतील तारे, ताऱ्यांचे ग्रह वगैरे निर्माण होऊन एकमेकांपासून दूर जाऊ लागणार. ती क्रिया अद्यापही चालू आहे. जर साऱ्या विश्वाचा एक गोळा झाला, तर त्यात उष्णता अफाट असणार. त्या बिंदूमध्ये विश्वातील एकूण एक उष्णता गोळा झालेली असणार.

महास्फोट!

विज्ञानात या घटनेला Big Bang असे डॉ. फ्रेड हॉयेल याने विनोदाने म्हटले. पुढे हेच नाव विश्वउत्पत्तीच्या सिद्धांताला कायमचे चिकटले. या महास्फोटाचा धमाका किती मोठा असेल? त्या वेळी केवढा मोठा आवाज झाला असेल? आवाज अजिबात झाला नाही! कारण ध्वनिलहरींना कोणतेतरी माध्यम लागते. निर्वात पोकळीत ध्वनिलहरी प्रवास करीत नाहीत. 'अंतराळात तुम्ही किंचाळलात तरी तुमचा आवाज कोणालाही ऐकू जाणार नाही.' असे एक वाक्य 'एलिएन' या विज्ञान काल्पनिका चित्रपटात आहे, ते अगदी योग्य आहे.

विश्वाचा जन्म पाहण्यासाठी, तो महास्फोट पाहण्यासाठी आपण कोट्यवधी वर्षे मागे गेलो, तर आपल्याला काय दिसेल? सर्वत्र अंधार दिसेल. प्रकाश, उष्णता वगैरे ऊर्जा कुठेही नसेल. ऊर्जेचे, कोणतेच स्वरूप अस्तित्वात नसेल आणि मग एकदम एक सूक्ष्म बिंदू चमकून जाईल. त्यातून मोठ्या प्रमाणात प्रकाश, उष्णता आणि सर्व प्रकारच्या ऊर्जा बाहेर पडतील. त्याचबरोबर विश्वातील वस्तुमात्र, एकूण एक पदार्थ, सर्व आकाशगंगा, त्यातील तारे, ग्रहगोल, तेजोमेघ, वैश्विक धूळ एकदम बाहेर पडेल. हाच तो विश्वाचा जन्म! महास्फोटातून बाहेर पडलेले सर्व पदार्थ व ऊर्जा अजूनही एकमेकांपासून दूर जात आहेत. अति अति दूरच्या आकाशगंगांचे वर्णपट (Spectrum) तपासताना हे अनुभवास येते. थोडक्यात, त्या महास्फोटानंतर सारे विश्वप्रसरण पावत गेले व अजूनही तसेच प्रसरण पावत आहे. अगदी वेगाने प्रसरण पावत आहे. हे सारे चक्रावून टाकणारे आहे.

आता येथे एक खुलासा करणे गरजेचे आहे. तो खुलासा समजणे वाचकांना कदाचित अवघड जाईल. त्या महास्फोटातून प्रथम काय बाहेर पडेल, तर अंतराळ बाहेर पडेल. ते अंतराळ अजूनही प्रसरण पावत आहे. निर्वात पोकळीच्या अंतराळात

महास्फोट झाला नसून, महास्फोटातून अंतराळ जन्म पावून प्रसरण पावत चालले आहे. विश्वाच्या उत्पत्तीआधी अंतराळ नव्हते, म्हणजे काय होते? काहीच नव्हते, अगदी अंतराळही नव्हते! ही वस्तुस्थिती कल्पनेत आणणे अत्यंत अवघड आहे. आपल्याला दिसणाऱ्या आकाशगंगेतील अंतराळ, अवकाश प्रसरण पावत आहे. महास्फोटातून अवकाश, ऊर्जा व पदार्थ बाहेर पडले. शास्त्राच्या या सिद्धांताला गणिताचा ठाम आधार असल्याने आपल्याला ही वस्तुस्थिती मानणेच भाग आहे. महास्फोट झाल्यावर जो अवाढव्य जळता गोळा निर्माण होऊन विश्वाचा जन्म झाला, त्यातील प्रकाश, उष्णता, मायक्रोवेव्ह वगैरे विविध प्रकारची ऊर्जा बाहेर पडली. त्या वेळची ऊर्जा अजूनही प्रवास करीत अंतराळातील दशदिशांना पसरत आहे. असा सिद्धांत जॉर्ज गॅमो या शास्त्रज्ञाने १९४०मध्ये मांडला. त्याने केलेल्या गणितानुसार पसरत जाणाऱ्या ऊर्जेमुळे साहजिकच त्यातील उष्णता सर्वत्र विखुरत असल्याने त्यातील तापमान कमी कमी होत अंतराळात आता थंडावा निर्माण झाला आहे. उष्णतेबरोबरच 'मायक्रोवेव्ह' नावाची ऊर्जाही बाहेर पडली. तीही पसरत चालली आहे व तिचे अस्तित्व आपल्याला अजूनही उपकरणांच्या साहाय्याने सहज जाणवून घेता येते. असे असेल, तर त्या महास्फोटाची जाणीव ही वस्तुस्थितीचे पुरावे अजूनही मिळत असल्याने आपल्याला समजू शकते. बाळाचा जन्म झाला व ते मोठे झाले, तरीही जन्मवेळच्या त्याच्या रडण्याचा ध्वनी आपल्या कानांवर येत राहावा, असाच हा प्रकार म्हटला पाहिजे.

१९६५ मध्ये अर्नोल्ड पेन्झियास व रॉबर्ट विल्सन हे दोन तरुण खगोलशास्त्रज्ञ बेल लॅबोरेटरीमध्ये एका भव्य एरियलची चाचणी घेत होते; परंतु त्यांच्या उपकरणातील स्पीकरमधून सारखा हिस्सऽऽऽ असा आवाज ऐकू येऊ लागल्याने ते वैतागून गेले होते. त्या उभारलेल्या ॲन्टेनाचे तोंड आकाशात कोणत्याही दिशेला वळवले, तरी आवाज सतत येतच राहिला. तो ॲन्टेना मायक्रावेव्ह लहरी टिपण्यासाठी निर्माण केला होता. येथे आणखी एका खुलाशाची गरज आहे. गॅमा-किरण, क्ष-किरण, अल्ट्रा व्हायोलेट, प्रकाश, इन्फ्रा रेड, उष्णता, रेडिओ लहरी, इत्यादी एकाच ऊर्जेची स्वरूपे आहेत. रेडिओ लहरींमध्ये मायक्रोवेव्ह, शॉर्टवेव्ह, लॉन्गवेव्ह, मिडियम वेव्ह असे उपप्रकार आहेत. 'मायक्रोवेव्ह' हे एका प्रकारच्या रेडिओ लहरींना पडलेले नाव आहे. त्या नावाचा अर्थ काढून त्याचे भाषांतर अनेक जण 'सूक्ष्म लहरी' असे करतात. नावाचे कधीही भाषांतर होत नसते. 'सूक्ष्म लहरी' म्हटल्यावर अन्य ऊर्जेच्या लहरी मोठ्या आहेत असे वाटेल किंवा त्या लहरी अगदी सूक्ष्म प्रमाणात आहेत, असाही गैरसमज होईल म्हणून हा खुलासा. मायक्रोवेव्ह ओव्हनमध्ये या लहरी निर्माण केल्या जातात, तसेच मोबाइल फोनसाठीही त्याचा वापर होत असतो. महास्फोटात निघालेल्या मायक्रोवेव्ह लहरी अद्यापही अंतराळातून

प्रवास करीत पसरत असल्याने रेडिओ लहरींच्या एरियलमध्ये शिरत होत्या. ती एरियल मुद्दाम मायक्रोवेव्ह लहरी टिपण्यासाठी बनवली असल्याने अंतराळातील मायक्रोवेव्ह लहरी ऐकण्यासाठी जणूकाही तो एक राक्षसी कान तयार झाला होता. एवढ्या मोठ्या एरियलमुळे क्षीण मायक्रोवेव्ह लहरी पकडल्या जाऊन उपकरणामध्ये त्यांचे आवाजात रूपांतर होऊन ऐकू येत होते. त्या लहरी एवढ्या क्षीण असतात की, एरवी आपल्या कोणत्याही रेडिओ उपकरणातून ऐकू येत नाहीत. पूर्वी कधीही कोणीही न पाहिलेली दूरवरची आकाशगंगा जशी हबलला पाहायला मिळाली, तशाच या अंतराळातील मायक्रोवेव्ह लहरी त्या दोन खगोलशास्त्रज्ञांना प्रथम ऐकायला मिळाल्या. एरियलचे तोंड कुठेही वळवा, केव्हाही वळवा, सतत कायम त्यातून अंतराळातील मायक्रोवेव्ह लहरींचा गोंगाट ऐकू येत होता.

पेन्झियास व विल्सन यांना सुरुवातीला हा प्रकार नीट समजला नाही; पण नंतर त्यांनी जॉर्ज गॅमोचे संशोधन-निबंध वाचले. त्यात त्यांना असा उल्लेख आढळला, 'महास्फोटातून बाहेर पडलेल्या मायक्रोवेव्ह लहरी अद्यापही अंतराळातून प्रवास करीत असाव्यात.' विश्वनिर्मितीच्या वेळी निर्माण झालेली ऊर्जा ते दोघे खगोलशास्त्रज्ञ ऐकत होते. ही ऊर्जा विश्वात सर्वत्र भरून राहिलेली आहे. कोणाही माणसाला विश्वनिर्मितीच्या या लहरींची प्रत्यक्ष जाणीव करून घ्यायची असेल, तर पुढील प्रयोग करून पाहा.

तुमचा टेलिव्हिजन सेट चालू करा. जर तुम्ही केबलवरून चॅनेल्स घेत असाल, तर शक्यतो ३ व ४ नंबरचे चॅनेल्स लावा. जर याऐवजी तुम्ही तुमच्या टीव्ही सेटला ॲन्टेना लावला असेल, तर असे चॅनेल्स आणा की, ज्यावर कोणताच कार्यक्रम प्रक्षेपित होत नाही. तुम्हाला आता टीव्हीच्या पडद्यावर असंख्य ठिपके हे नाच करताना दिसतील. ते थोडेसे हलत असतील, बंद होत असतील, त्यांचे रूप काळे-पांढरे असेल. थोडा वेळ त्याकडे तसेच पाहत राहा. त्या नाचऱ्या, चंचल ठिपक्यांमुळे तुमच्या दृष्टीवर थोडासा ताण येईल. विश्वाची उत्पत्ती झाली तेव्हाच्या मायक्रोवेव्ह लहरींनी ते ठिपके उमटवलेले आहेत. सर्वांत प्राचीन किंवा काळाची सुरुवात होताना ज्या लहरी निर्माण झाल्या, त्यांना तुम्ही ठिपक्यांच्या रूपात पाहत आहात. मनुष्याच्या निर्मितीआधी, जीवसृष्टीच्या निर्मितीआधी, ग्रहगोलांच्याही निर्मितीआधीच्या घटनेचे दूत आपण पडद्यावर पाहू शकतो. विश्वातील पहिल्या घटनेचे अवशेष आपल्याला अनुभवायला मिळतात. किती थरारक!

विश्वउत्पत्तीशास्त्राकडे आता शास्त्रीय जगतात गंभीरपणे पाहिले जाऊ लागले. उगाच तर्कवितर्क करणारे हे शास्त्र नाही, तसेच यावर आध्यात्मिक प्रभावही नाही, हेही सर्वांना कळून चुकले. कोणत्यातरी एका क्षणी विश्वाची निर्मिती झाली, ही एक सत्य घटना आहे हे पटले आणि निर्माण झालेले हे विश्व अद्यापही प्रसरण

पावत आहे, याचेही पुरावे मिळाले. अंतराळ हा ईश्वराचा प्रांत आहे, त्या प्रांताचा वेध मानव आता घेऊ लागला.

पण अजूनही एक अधिक नाट्यमय पुरावा हातात येणार होता. विश्वनिर्मितीसाठी महास्फोट झाला असेल, तर त्या वेळी अफाट उष्णताही निर्माण झाली असेल. प्रत्यक्षात तसेच झाले. या उष्णतेमुळे आपल्याला हव्या त्या आणि आपल्या शरीरधारणेला आवश्यक अशा मूलद्रव्यांची निर्मिती व्हायला हवी. महास्फोट झाल्यावर अतिअतिप्रखर उष्णता होती व पदार्थकण अगदीच किरकोळ किंवा नगण्य स्वरूपात होते. त्यांची किंचित धूळ उडालेली होती, एवढेच. अंतराळ जसजसे प्रसरण पावत गेले, तसतशी महास्फोटातून बाहेर पडलेली उष्णता विखुरली जाऊन विश्व थंड होऊ लागले. विश्वातील ती उष्णता घेऊन त्याचे क्वार्क ऊर्फ उपअणू बनू लागले. म्हणजेच ऊर्जेचे पदार्थकणात रूपांतर होऊ लागले. आइन्स्टाइनने पदार्थ आणि ऊर्जा यांचा परस्पर संबंध हा '**ऊर्जा = पदार्थ X प्रकाश**^{२}' या समीकरणाने सिद्ध केला होता. अणुबॉम्बच्या स्फोटात पदार्थाचे ऊर्जेत रूपांतर होते, हे सिद्ध झाले. इथे ऊर्जेचे रूपांतर त्याच समीकरणानुसार पदार्थकणात किंवा उपअणूंमध्ये होऊ लागले. अशा रितीने विश्वात पदार्थांचे अणू निर्माण होत गेले.

महास्फोटानंतर एक सेकंदाने विश्वाचे तापमान कमी होऊन ते १० अब्ज अंश झाले. अर्थात, आपल्या दृष्टीने तरीही हे तापमान अफाटच होते. सबंध विश्व हे एक अणुउष्णतेची भट्टी बनली होती. ही भट्टी प्रसरण पावत गेल्याने हळूहळू थंड होऊ लागली. अणुभट्टीत ज्या क्रिया घडतात व जी उष्णता निर्माण होते, त्याबद्दलचे ज्ञान शास्त्रज्ञांनी मिळवले आहे. त्यासाठी अनेक दशके अणुभट्टी चालवून शास्त्रज्ञ प्रयोग करीत होते. अणुभट्टीमध्ये कोणकोणत्या मूलद्रव्यांचे अणू केव्हा व कसे तयार होतात, याचे परिपूर्ण ज्ञान शास्त्रज्ञांनी अगदी काटेकोरपणे मिळवले होते. त्या ज्ञानाच्या आधारे खगोलशास्त्रज्ञांनी महास्फोटातून केव्हा, कोणती मूलद्रव्ये तयार होऊन बाहेर पडली, याचा अंदाज अत्यंत अचूकपणे केला. जर त्यात काही अगदी किंचित चूक झाली असेल, तर एक अब्ज भागात अवघा एक भाग चूक झाली असेल. (म्हणजे अवघी ०.०००००००१ टक्के) यामुळे महास्फोटाचा सिद्धांत पुराव्यानिशी एवढा भरभक्कम झाला की, अखेर या सिद्धांताला ख्रिश्चन धर्मगुरू पोप यानेही मान्यता दिली.

महास्फोट झाल्यानंतर पहिल्या ३ ते ४ मिनिटांत हलक्या मूलद्रव्यांचे अणू, म्हणजे मुख्यत्वेकरून हायड्रोजन व हेलियम तयार होऊन बाहेर पडले. तुम्ही फोनवरून घरी पिझ्झासारखे खाद्यपदार्थ मागविण्यात जेवढा वेळ लागतो, तेवढ्या वेळात ते हलक्या मूलद्रव्यांचे अणू साऱ्या विश्वाला पुरतील एवढ्या प्रमाणात

तयार झाले. विश्वातील पदार्थकणांची निर्मिती सुरू झाली. नंतर जड मूलद्रव्यांचे, पार लोखंडापर्यंतचे अणू तयार होत गेले. जेव्हा ताऱ्यांचे रूपांतर सुपरनोव्हामध्ये होते, तेव्हा शेवटी त्या ताऱ्याचा स्फोट होतो. त्यातून जी धूळ बाहेर उडते त्यापासून बाकीच्या मूलद्रव्यांचे अणू बनत गेले. या विविध अणूंपासून पुढे विविध पदार्थांचे रेणू बनत गेले. पदार्थकणांचे विश्व साकारत गेले.

पण मुळात तो महास्फोट कशामुळे झाला? आणि तो विश्वनिर्मितीसाठी कसा कारणीभूत ठरला?

हे प्रश्न व सुरुवातीच्या विश्वाच्या परिस्थितीबद्दल अनेक प्रश्न सतत उद्‌भवत असतात. विशेषत: एक प्रश्न शास्त्रज्ञांना नेहमी पडत असतो, तो म्हणजे 'सबंध विश्वभर सारे काही एकसारखे कसे आहे?' विश्वभर सर्वत्र मायक्रोवेव्ह लहरी कशा सारख्या प्रमाणात प्रसारित आहेत? विश्वभर जर एवढ्या मोठ्या प्रमाणात सारखेपणा असेल, तर विश्वातील पदार्थ सर्वत्र सारख्या प्रमाणात विखुरलेले हवेत. हे पदार्थ म्हणजे अर्थातच तारे, तारकाचक्रे, विविध आकाशगंगा आणि आकाशगंगांचे समूह. विश्वाच्या पोकळीच्या मानाने या गोष्टी फारच थोड्या आहेत आणि त्या अंतराळात वाटेल तशा विखुरलेल्या आहेत. अंतराळातील या वस्तू अथवा पदार्थ हे कुठे काय असावेत, यामागे काहीही नियम नाही. या पदार्थांपुरता तरी विश्वाचा सर्वत्र असलेला सारखेपणा कोलमडतो असेच म्हटले पाहिजे. हे असे कसे काय? गुरुत्वाकर्षणाच्या प्रेरणेखाली एकतर हे सर्व एकत्र यायला पाहिजेत किंवा विश्वाच्या प्रसरण पावण्यामुळे ते एकमेकांपासून सारख्या प्रमाणात दूर जायला हवेत. पूर्वी तसे होत होते आणि तरीही आत्ताच्या अवस्थेला विश्वातील तारे, आकाशगंगा कशा पोहोचल्या? विश्वप्रसरणाचा वेग हा नेमका असा ठरवला गेलेला दिसतो आहे की, कोणतेही तारे हे दुसऱ्या ताऱ्यावर आदळत नाहीत. सारे विश्व अशा वेगाने प्रसरण पावते आहे की, कुठेही ताऱ्यांच्या टकरींचे अपघात होऊ नयेत. तसे जर झाले असते, तर ते अपघात यापूर्वीच घडले असते व आत्ताचे विश्व वेगळेच बनले असते आणि तो महास्फोट घडण्यासाठी लागणारी अफाट ऊर्जा कशाने व कशी प्राप्त झाली? अशा अनेक प्रश्नांवर तुम्ही जितका विचार कराल तितके चक्रावून जाल; परंतु चिवट शास्त्रज्ञ या प्रश्नांची पाठ सोडत नाहीत.

ॲलन गुथ या शास्त्रज्ञाने १९७९ मध्ये वरील प्रश्नांची उत्तरे देण्यासाठी आपली एक Inflationary Theory पुढे केली. त्याच्या म्हणण्यानुसार चलनफुगवटा जसा असतो, तसा काही विश्वाचा फुगवटा नाही; परंतु या विश्वाचे प्रसरण पावणे हे विश्वनिर्मितीच्या सुरुवातीच्या काळातील असल्याने ते कल्पनाही करता येणार नाही, एवढ्या वेगाने प्रसरण पावत आहे. रोजच्या व्यवहारातील आपल्याला दिसणाऱ्या प्रसरणाशी त्याची तुलना कधीच होऊ शकणार नाही.

महास्फोट व त्यातून निर्माण झालेला तो अति अवाढव्य आगीचा गोळा कुठे उत्पन्न झाला? या विश्वात त्याचे नक्की स्थान कुठे आहे? या प्रश्नाचे उत्तर मूलकणांच्या अभ्यासातून (Partical Physics) मिळू शकेल. म्हणून अफाट ऊर्जेने भारलेल्या मूलकणांच्या टकरी प्रवेगकात घडवून आणतात आणि त्याच्या परिणामांचा अभ्यास करतात, त्यामुळे महास्फोट झाल्यानंतरची परिस्थिती काय असेल, याची कल्पना येऊ शकते. त्या वेळी आताचे विश्व खूपच लहान असणार आणि उष्णतामान खूप जास्त असणार. जसजसे आपण महास्फोटाच्या काळाकडे जाऊ, तसतसे ते उष्णतामान अथवा तापमान अधिकाधिक जास्त असणार हे उघड आहे.

शास्त्रज्ञ त्या संदर्भात आपले तर्कसिद्धांत मांडतात आणि त्यासाठी महास्फोटाचे पडसाद म्हणजे मायक्रोवेव्हचे प्रसारण, वगैरेंचे आधार घेतात. थोडक्यात, विश्वाच्या उत्पत्तीचा अभ्यास हा आवश्यक होऊन बसला आहे.

अमेरिकेने यासाठी एक कोबे (COBE) नावाचा उपग्रह अवकाशात सोडला, हबल दुर्बीण सोडली आणि अन्य तत्सम उपग्रह विविध अभ्यासासाठी सोडले आहेत. अंतराळावर नजर ठेवणारे एवढे यांत्रिक डोळे असल्यावर आणि अतिवेगाने कामे करणारे महासंगणक दिमतीला असल्यावर पूर्वीपेक्षा आता आपण खूप चांगला शोध घेऊ शकतो. अंतराळातून येणारी सर्व प्रारणे किंवा उत्सर्जने अचूक मापू शकतो. गॅमा किरण, क्ष-किरण, प्रकाश किरण, इन्फ्रारेड, मायक्रोवेव्ह इत्यादी सर्व प्रकारच्या रेडिओ लहरी शास्त्रज्ञांना आता बिनचूक मोजता येतात. यामुळे विश्वाची माहिती आता अधिक मिळत चालली आहे, तसेच महास्फोटाच्या वेळी जे जे घडले त्याचे अजूनही येणारे काही पुरावे यांचेही सहज वेध घेता येतात. खगोलशास्त्रात आता खरोखरच एक संशोधनाचे सुवर्णयुग अवतरले आहे असे म्हणायला हरकत नाही.

ब्लॅक होलच्या अस्तित्वाबद्दल बरेच दिवस नुसतीच चर्चा चालू होती; परंतु हबल दुर्बिणीने अंतराळात गेल्यावर प्रथमच ब्लॅक होलची प्रतिमा टिपली आणि एक ढळढळीत पुरावा जगासमोर आणून ठेवला. अब्जावधी आकाशगंगेतील तारे व ऊर्जा एका लहानशा जागेत दाबून बसवली, तर त्याचा एक ब्लॅकहोल होईल, कृष्णविवर होईल. सुरुवातीचे विश्व असेच होते. अंतराळात तरंगत असलेल्या हबलच्या दुर्बिणीमुळे इतक्या खोलवरची, दूरवरची दृश्ये टिपता येतात की, तेथून येणारा प्रकाश, रेडिओ लहरी इत्यादी दुर्बिणीपर्यंत पोहोचण्यास त्यांनी कित्येक हजार किंवा लक्षावधी वर्षांचा काळ घेतलेला असतो. प्रकाशाचा वेग सेकंदाला सुमारे ३ लाख किलोमीटर असल्याने जिथली प्रतिमा टिपायची आहे, ती जागा किती दूर असेल, हे यावरून लक्षात येईल. काही लाख वर्षांपूर्वी निघालेले किरण

हबल दुर्बिणीत शिरणार, म्हणजेच ज्या प्रतिमा टिपल्या जातील, त्या काही लाख वर्षांपूर्वीच्या घटनेच्या असणार. हबल दुर्बीण ही अशा रितीने भूतकाळात खोलवर डोकावते. ती एक अंतराळातील काळाची खिडकी आहे असे समजा. हबल दुर्बिणीतून दिसलेली अशीच एखादी अति दूरची आकाशगंगा ही महास्फोटानंतर नजीकच्या काळात निर्माण झाली असणार, हे उघडच आहे. तुलनात्मकदृष्ट्या आपल्या जवळच्या आकाशगंगा आणि अति अति दूरच्या आकाशगंगा यांच्या आकारात, रूपात वेगळेपणा दिसून येतो. यावरून महास्फोटानंतर काही वर्षांनी ज्या आकाशगंगा तयार झाल्या, त्यांचे बालपण पाहता आत्ताच्या आपल्या नजीक असलेल्या आकाशगंगांचा आकार पाहता त्या आकाशगंगांनी प्रौढावस्था प्राप्त केली आहे, असे स्पष्टपणे जाणवते.

परंतु प्रत्यक्ष विश्वोत्पत्तीच्या काळातील घडामोडी पाहायच्या असतील, तर आपल्याला आणखी मागे जावे लागेल. मागच्या प्रकरणात आपण विविध गोष्टींमधली मूळची एकात्मता पाहिली. तशी एकात्मता खरोखरीच विश्वाचा जन्म झाल्यावर काही काळ अस्तित्वात असणार. विद्युतचुंबकीय प्रेरणा, गुरुत्वाकर्षण वगैरे सर्व चारही प्रेरणा जेव्हा एकच असतील, तेव्हाच विश्वाचा जन्म झाला असणार. महास्फोटानंतर लगेचच तसे असणार. ज्या वेळी महास्फोट झाला, त्या वेळी कित्येक परार्ध अंश एवढी तीव्रता असलेली उष्णता स्फोटानंतर दहा अब्जांश सेकंदानंतर बाहेर पडली. शास्त्रज्ञांनी तसे गणिताने सिद्ध केले आहे. त्या अग्निगोलाच्या उष्णतेएवढी उष्णता आपण आता प्रवेगकात निर्माण करू शकतो किंवा प्रवेगकात जे उपमूलकण किंवा उपअणू वेगाने फिरवून त्यांची टक्कर घडवून आणतो, तेव्हा तेवढीच उष्णता निर्माण होते. शास्त्रज्ञांच्या विश्वउत्पत्तीच्या सिद्धांतांना या प्रयोगांचा आधार आहे.

समजा, याहीपेक्षा अधिक तीव्र उष्णता व अधिक घनता असेल, तर काय होईल? त्याचे उत्तर 'कोबे' उपग्रहाकडून मिळाले आहे. त्या उपग्रहाकडून अंतराळातील प्रत्येक ठिकाणाहून येणाऱ्या मायक्रोवेव्ह लहरी ऐकण्याचे काम अविरत चालू असते. काही ठिकाणांहून येणाऱ्या मायक्रोवेव्ह लहरींच्या तीव्रतेत अचानक बदल झाल्याचे या उपग्रहाला कळले. यामागचे शास्त्रीय कारण असे आहे की, महास्फोटानंतर जो अवकाशाचा गोळा किंवा गोलाकार अवकाश प्रसरण पावत विस्तारत गेले, तेव्हा त्या अवकाश व काल यांच्या पटलाला किंवा वितानाला काही ठिकाणी वेगळेपणा आला. एखाद्या कापडाचा फुगा किंवा खोल किंवा अवाढव्य तंबू फुगवताना जर त्या कापडाला कुठेतरी चुण्या पडल्या आणि नंतर तो फुगा अधिक फुगला, विस्तारला, तर त्या चुण्या नाहीशा होतील; परंतु त्या कापडावर त्या ठिकाणी कित्येकदा ओढाताणीच्या खुणा कायमच्या पडतील. अंतराळ हे कापडासारखे

फक्त लांबी रुंदी असलेले, दोन मितींमधले नाही. ते तीन मितींमधले आहे. त्याला खोली किंवा उंची आहे. असे त्रिमिती अंतराळ फुगत जाताना किंवा सर्व दिशांना विस्तार पावत जाताना काही ठिकाणी अनियमितता झाली. नंतर अंतराळ विस्तारत गेले, तरी त्या स्थळी असलेल्या अवकाशावर ताण पडलेल्या खुणा अजूनही तिथे आहेत. म्हणून त्या चमत्कारिक, विक्षिप्त अवकाशस्थळामधून येणाऱ्या मायक्रोवेव्ह लहरींच्या तीव्रता कमी असतात. महास्फोटानंतर जो विश्वाचा उदय झाला, त्याच्या सुरुवातीच्या काळात हे सारे घडले; परंतु कालपटावर जिथे जिथे त्या खुणा किंवा मनुष्याच्या भाषेत एक प्रकारचे व्रण उमटले, त्यामुळे विश्वनिर्मितीच्या पहाटेला काय काय घडले याची बरीचशी महिती जणूकाही अंतराळातील विशिष्ट ठिकाणी कायमची कोरली गेली आहे. ती ठिकाणे ही विश्वनिर्मितीच्या काही माहितींचे शिलालेखांसारखे स्मृतिलेख बनलेले आहेत. स्टीफन हॉकिंग्ज हा अपंग व बुद्धिमान शास्त्रज्ञ याबद्दल असे म्हणतो, ''विज्ञानाच्या इतिहासातील हा शोध सर्व शोधांत अद्‌भुत असा आहे.'' अमेरिकेतील न्यूजवीक मासिकाने अंतराळातील त्या वैशिष्ट्यपूर्ण ठरलेल्या ठिकाणांबद्दल 'ही ठिकाणे म्हणजे खुद्द परमेश्वराने अंतराळावर आपल्या हाताने लिहिल्यासारखे आहे,' असे म्हटले. कदाचित इतर कलाकारांप्रमाणे देवानेही अंतराळाची निर्मिती करताना काही चुका केल्या असतील किंवा देवाने आपल्या लहरीनुसार मुद्दामच काहीतरी रेघोट्या मारल्यासारखी अंतराळावर आपली सही केली असेल!

अजूनही त्या विशिष्ट ठिकाणच्या अंतराळाचे गुणधर्म वेगळे का, याचे उत्तर सापडलेले नाही. आधीच्या प्रकरणात आपण पाहिले की, अनिश्चिततेच्या सिद्धांतानुसार अंतराळातील क्वांटम प्रभावक्षेत्रात सतत बदल होत असतात. आइन्स्टाइनने दाखवून दिले आहे की, कोणतेही प्रभावक्षेत्र (Field) हा तिथल्या अवकाशाची (Space) स्थिती दाखविणारा गुणधर्म असतो. जिथल्या अवकाशात सतत बदल होत असतात. त्या अवकाशाला आपण 'अवकाशाला पडलेल्या चुण्या' असे म्हणू. महास्फोटातून प्रकट झालेले अवकाश खाडकन अत्यंत वेगाने विस्तारत गेले आणि जिथे कुठे अवकाशाच्या वस्त्राला चुण्या पडत गेल्या, त्या ठिकाणी नंतर ताण पडून त्या चुण्या नाहीशा झाल्या, पण त्याच्या खुणा मात्र त्या ठिकाणी राहिल्या.

अंतराळातील त्या खुणा किंवा ते व्रण अथवा वळ हे आजही आपल्याला शोधता येतात. कारण, तिथल्या उष्णतामानात अगदी सूक्ष्म बदल होत असतो आणि हा बदल तिथून येणाऱ्या मायक्रोवेव्ह लहरींच्या बदलांच्या रूपाने आपल्याला समजतो. तिथे महास्फोटानंतर जादा प्रमाणात पदार्थ एकवटत गेले असल्याने तसे घडत असावे, असा खुलासा शास्त्रज्ञ करतात. आइन्स्टाइनने फार पूर्वी असे म्हटले होते, ''कधी कधी चमत्कारिक परिस्थितीत गुरुत्वाकर्षणाचा जोर किंवा

प्रेरणा ही उलट्या रितीने वागू लागते.'' म्हणजे वस्तू आपल्याकडे खेचून घेण्याऐवजी दूर ढकलण्याची प्रवृत्ती गुरुत्वाकर्षणामध्ये येते. गुथ या शास्त्रज्ञाने याचा आधार घेतला. दूरच्या अंतराळाबद्दल त्यानेच प्रथम नीट अभ्यास केला होता. ज्या वेळी सर्व मूलभूत प्रेरणा एकच होत्या व वास्तवता अगदी सूक्ष्म प्रमाणात होती किंवा खुद्द अवकाश हे टाचणीच्या डोक्याएवढे होते, त्या वेळच्या परिस्थितीचा आढावा त्याने लक्षात घेतला होता. महास्फोटात जो आगीचा गोळा निर्माण झाला, त्याचा आकार हा सैद्धान्तिकदृष्ट्या सुरुवातीला अति अतिसूक्ष्म होता. उदाहरण द्यायचे झाल्यास असे म्हणता येईल, रेतीच्या एका कणाच्या एक हजार अब्जांश एवढा लहान आकार प्रोटॉन या उपकणाचा असतो. त्याच्या कित्येक अब्जांश पटीने लहान तो सुरुवातीचा आगीचा लोळ, कण किंवा या विश्वाचा मूळ आकार होता.

जसजसे अवकाश विस्तारत गेले, तसतसे सुरुवातीचे उष्णतामान घसरत गेले. त्या वेळी एक क्षण असा आला की, उलटे गुरुत्वाकर्षण किंवा खेचण्याऐवजी दूर लोटणारे गुरुत्वाकर्षण (Negative Gravity) किंचितकाल निर्माण झाल्यानंतर विश्वाचे प्रसरण थांबले व नंतर परत सुरू झाले. सेकंदाच्या अल्पांश काळात हे सारे घडून गेले. जणूकाही त्या किंचित काळात प्रसरण पावणारे विश्व हे मागे ओढले गेले; पण नंतर लगेचच विश्वनिर्मितीची प्रक्रिया पुन्हा पहिल्यासारखी चालू राहिली. तेवढ्या अल्पांश सेकंदात विश्वातील ऊर्जा अफाट प्रमाणात खर्च झाली.

विश्वाचे हे प्रसरण पावणे प्रकाशाच्या वेगापेक्षाही अधिक वेगाने, म्हणजे सेकंदाला ३ लाख किलोमीटरपेक्षाही जास्त वेगाने चालले होते. आइन्स्टाइनच्या सिद्धांतानुसार प्रकाशाच्या वेगापेक्षा अधिक वेग असू शकत नाही; परंतु हा सिद्धांत विश्वाच्या प्रसरण पावण्याला लागू पडणारा नसल्याने त्याबद्दल विचार करू नये, तर विश्वप्रसरण पावताना ज्या ठिकाणी अवकाशाला चुण्या पडल्यासारखे झाले होते, त्या चुण्या सरळ केल्या गेल्या; परंतु चुण्यांच्या जागी असलेल्या अवकाशात किंचित दोष किंवा त्या सभोवतालच्या अवकाशापेक्षा वेगळा फरक मात्र राहून गेला. त्या जागी, त्या जराशा वेगळ्या अवकाशात आता पदार्थकण साठून राहिले व ते शेवटी तिथल्या आकाशगंगेची बीजकण बनले. अखेर अशा जागी आकाशगंगा निर्माण झाल्या.

विश्वाची निर्मिती आपल्याला अत्यंत खोलवर विचार करायला लावते. जरी या निर्मितीबद्दलचा काही तपशील आपणास नीट कळला नाही किंवा त्याबद्दल शास्त्रज्ञांत मतभेद असले, तरी कॉस्मॉलॉजिस्ट शास्त्रज्ञांचे एका गोष्टीवर मात्र एकमत होत असते, ते म्हणजे, **अति अतिसूक्ष्म अशा मोहरीएवढ्या जागेतूनच आजचे हे अफाट, भव्य आकाराचे विश्व निर्माण झाले आहे**. जी एकमेव मूलभूत प्रेरणा होती किंवा ज्या चार सारख्या प्रेरणा होत्या, त्यांच्यातील सारखेपणा

नष्ट झाल्यामुळे अफाट उष्णता किंवा विविध प्रकारच्या ऊर्जा निर्माण झाल्या. त्यामुळेच सुरुवातीला हे विश्व म्हणजे एक मोठा आगीचा गोळा बनला होता. विश्वाचे महत्त्वाचे जे गुणधर्म आहेत ते विश्वनिर्मितीच्या क्षणापासून सुमारे एक परार्धांश सेकंदात निर्माण झाले. विश्वप्रसरणाचा सिद्धांत असेही आपणास सांगतो की, ज्यात १०० अब्ज आकाशगंगा सामावल्या आहेत. आपल्याला जाणवणाऱ्या विश्वाच्या पलीकडेही हे विश्व विस्तारत चालले आहे. यामुळे हे विश्व नेमके किती भव्य किंवा अवाढव्य आहे, याचा पत्ता आपल्याला लागू शकत नाही.

जेव्हा सुरुवातीला विश्वप्रसरण पावता पावता किंचित क्षण थांबले (किंवा त्यात काहीतरी अडथळा आला) तेव्हा त्या विश्वामध्ये सर्वत्र सारखी उष्णता व्यापून राहिली होती. त्या सुरुवातीच्या विश्वातले पदार्थही सर्वत्र सारख्या प्रमाणात व्यापून राहिले होते. म्हणून तर त्या वेळी ज्या मायक्रोवेव्ह लहरी निर्माण होऊन प्रसारित होत राहिल्या, त्यामध्ये सर्वत्र सारखेपणा निर्माण झाला.

विश्वप्रसरण पावण्याऐवजी आकुंचन का पावले गेले नाही? या प्रश्नाचे उत्तर असे आहे, विश्वाच्या प्रसरण पावण्याचा वेग हा नेमका होता, अत्यंत अचूक होता. विश्व आक्रसण्याच्या विरुद्ध प्रसरण पावण्याचा वेग अगदी हवा तेवढा होता. हा अचूकपणा किती होता? तर एकावर ५० शून्ये दिली, तर त्यातील एक भाग अचूक नसेल, एवढा तो होता. म्हणजे परिपूर्णच होता. त्यामुळे आक्रसण्याच्या विरुद्ध एका ठरावीक वेगानेच विश्वप्रसरण पावत गेले व अजूनही प्रसरण पावत आहे, त्यामुळे आकुंचन पावणे व प्रसरण पावणे यामध्ये एक तोल साधला गेला आहे. जर हे प्रसरण पावणे थोडे जरी कमी वेगाने झाले असते, तर झपाट्याने विश्व पुन्हा आक्रसत जाऊन थंड झाले असते व शेवटी कदाचित लुप्तही झाले असते. त्यामध्ये विश्वातील समस्त पदार्थही आक्रसून गेले असते. आत्ताच्या विश्वातील पदार्थांमध्ये तुम्ही आणि मीही समाविष्ट आहोत. आता जरी विश्व आकुंचन पावू लागले, तर सर्व पदार्थांबरोबर आपण सर्व माणसेही विश्वाच्या आकुंचन पावण्याच्या तडाख्यात सापडलो असतो. विश्व म्हणजे काय, तर त्यातील यच्चयावत सर्व पदार्थ. त्यात आपण सर्व जण आलो. तुम्ही जर या विश्वात नसाल, तर हे विश्व अपूर्ण राहील, असे म्हटले, तर ते चुकीचे ठरणार नाही.

शास्त्रज्ञांनी विश्वातील पूर्वी चुण्या पडलेल्या किंवा तशा खुणा असलेल्या जागा कोबे उपग्रहाकरवी शोधून काढल्या, त्यामुळे विश्व निर्माण होत असताना जे काही घडले, त्यावर बराच प्रकाश पडला. त्यावरून गणिते करून विश्वाचे वय शास्त्रज्ञांनी शोधून काढले. मानवी बुद्धीची खरोखरच ही एक कमाल झाली असे म्हटले, पाहिजे. शास्त्रज्ञांनी केलेले गणित असे दर्शवते की, **विश्वाचे वय हे १३ अब्ज ७० कोटी वर्षे एवढे आहे.** यापेक्षा जास्त वयाचे जगात कोणी किंवा

काहीही असू शकणार नाही. १३.७ अब्ज वर्षांपूर्वी हे विश्वबाळ सूक्ष्म बिंदूच्या रूपात जन्माला आले. तेव्हापासून ते अजूनही शरीराने वाढत चालले आहे. विश्वाच्या जन्माचा व प्रसरण पावण्याचा सिद्धांत हा जगातील बहुतेक सर्व शास्त्रज्ञांना आता मान्य झाला आहे.

कोबे उपग्रहाकरवी केलेल्या निरीक्षणाआधारे विश्वप्रसरणाचा तपशील ओळखण्यात आला. विज्ञानाची प्रगती एकदम झेप घेतल्यासारखी झाली. कोबेकडून मिळालेल्या माहितीचे विश्लेषण केले असता विश्वातील ४.५ टक्के पदार्थ हे आजमितीला सामान्य असून, २५ टक्के पदार्थ हे नक्की कशाचे बनले आहेत, हे मात्र अद्याप समजू शकले नाही, म्हणून त्यांना Dark Matter म्हटले जाते. ७० टक्के पदार्थांचे गूढ अद्यापही उलगडले नाही. ज्या गूढ तत्त्वापासून ते ७० टक्के पदार्थ बनले आहेत त्याला शास्त्रज्ञांनी (Dark Energy) 'गूढ ऊर्जा' असे नाव तात्पुरते दिले आहे. हे नाव तसे सार्थ नसले, तरी कामचलाऊ आहे. या पदार्थाचा गुणधर्म म्हणजे त्याचे गुरुत्वाकर्षण हे खेचून घेण्याऐवजी दूर लोटणारे, दूर ढकलणारे असते. विश्वप्रसरणाला जे घटक कारणीभूत आहेत त्यासारखेच हेही एक कारण आहे. या पदार्थाची उत्पत्ती कशी झाली, त्याचे गुणधर्म काय आहेत, हे सध्या गूढ असल्याने त्याचे ज्ञान हे विश्वउत्पत्तीशास्त्राचा गाभा समजला जात आहे.

विश्वप्रसरणाचा सिद्धांत आपल्या ऊर्जेबद्दल एक महत्त्वाची बातमी देतो. त्यानुसार प्रसरणामध्ये विश्वात सर्वत्र जी ऊर्जा निर्माण झाली ती धन (Positive) ऊर्जा आहे; परंतु त्याचबरोबर विश्वात तेवढीच ऋण (Negative) ऊर्जाही निर्माण झालेली आहे. ऋण ऊर्जा म्हणजे सर्व पदार्थांचे कण हे आपल्या भोवतालच्या प्रत्येक कणाला आपल्याकडे खेचून घेऊ बघतात. म्हणजेच, प्रत्येक पदार्थकण हा गुरुत्वाकर्षणाच्या शक्तीने अन्य सर्व पदार्थकणांना आपल्याकडे खेचून घेण्यासाठी जी ऊर्जा वापरतो ती ऋण ऊर्जा. गणिती विश्लेषण केले असता असे लक्षात येते की, विश्वात जेवढी 'धन ऊर्जा' आहे तेवढीच 'ऋण ऊर्जा' आहे. विश्वातील सर्व ऊर्जेची बेरीज केली, तर ती शून्य येईल. कोणाला हे चमत्कारिक वाटेल. प्रसिद्ध शास्त्रज्ञ ॲलन गुथ याबद्दल म्हणतो, ''जगात मोफत काहीच मिळत नाही, असे म्हटले जाते; परंतु खुद्द विश्व निर्माण करण्यासाठी काहीच खर्च झाला नाही.'' (Universe is the ultimate free lunch.)

या ठिकाणी झेन तत्त्वज्ञानातील विरोधाभासयुक्त विधानाची आठवण येते. पदार्थ-ऊर्जा यांच्या अविनाशीत्वाचे तत्त्व असे सांगते की, कोणत्याही प्रणालीमधील पदार्थ व ऊर्जा यांची बेरीज कधीच बदलत नाही. ती कधी जास्त होत नाही किंवा कमीही होत नाही. (तुम्ही अणुबॉम्बचा स्फोट केलात, तरी नवीन ऊर्जा निर्माण होत नाही. त्यातून जी ऊर्जा निर्माण होते ती पदार्थांच्या अणूंचे रूपांतर ऊर्जेत

झाल्याने होते.) पण मग असे जर आहे, तर विश्वनिर्मितीमध्ये जी अफाट ऊर्जा निर्माण झाली त्याचे मूल्य शून्य कसे येते? त्याचे उत्तर असे आहे की, **विश्वप्रसरण पावताना जी ऊर्जा कशापासून तरी निर्माण झाली, त्याचेच मूल्य मुळात शून्य होते.** यावर तुम्ही जेवढा विचार कराल तेवढे तुम्ही नकळत तत्त्वज्ञानाच्या प्रांतात जाऊ लागाल. पुढच्या प्रकरणात आपण या बुचकळ्यात पाडणाऱ्या प्रश्नावर विचार करू.

आता आपण फक्त विश्वनिर्मितीमध्ये विश्वाचा धगधगता गोळा महास्फोटात निर्माण झाला त्यावर विचार करू. अंतराळ प्रसरण पावत जाण्याच्या प्रक्रियेत विश्वाची निर्मिती झाली, अशी जी विचारधारा आहे, त्याकडे आपण लक्ष देऊ. या विश्वाची निर्मिती होऊन १३.७ अब्ज वर्षे झाली; परंतु विश्वनिर्मितीच्या पहिल्या सेकंदाच्या अत्यंत अल्पांशकाळात जे काही घडले, ते फार महत्त्वाचे आहे; परंतु त्यासाठी हवा असलेला जो पुरावा शास्त्रज्ञांना पाहिजे तो महास्फोटाच्या सुरुवातीच्या अल्पांश सेकंदात पार नाहीसा झाला असणार.

आता काय करणार? जोपर्यंत नवीन पुरावा सापडत नाही, तोपर्यंत नुसते बसून राहण्याऐवजी आपल्याला अन्य मार्गाकडे वळणे भाग आहे. आपल्यापुढे आता फक्त जीवनाशी संबंधित नसलेले, पण सत्य व ज्ञान याविषयींचे जे तत्त्वज्ञान आहे, तेवढाच मार्ग उपलब्ध आहे. अशा तत्त्वज्ञानापासून पदार्थविज्ञान अगदीच वेगळे व उठून दिसणारे होते; पण त्याच पदार्थाविज्ञानाची मर्यादा आता संपली असल्याने आपल्याला आणखी पुढचा शोध घेण्यासाठी तत्त्वज्ञानशास्त्राकडे वळावे लागते आहे. पदार्थविज्ञानाला पडलेली मर्यादा ओलांडून ते अधिक पुढे जाईल, असे वाटत नाही. महास्फोटाच्या आधी काय होते, हे विज्ञानाला खात्रीपूर्वक सांगता येणार नाही. कोणीही विद्वान त्याबद्दल नक्की खरे काय, खोटे काय सांगू शकणार नाही. आता आपण अशा प्रांतात पाऊल टाकत आहोत की, जिथे सारे काही निखळ तात्त्विक पातळीवर आहे. अशा वेळी मला जे योग्य वाटले, भावले ते मी सादर करणार आहे.

आइन्स्टाइनची समीकरणे वापरून रॉजर पेनरीज व स्टीफन हॉकिंग्ज यांनी एक पटण्याजोगे तात्त्विक विवेचन केले आहे. ते असे म्हणतात की, अंतराळ व काळ हे शेवटी आक्रसत आक्रसत एका बिंदू रूपात जाते. (लक्षात घ्या, बिंदूला कोणतीही मिती नसते, लांबी, रुंदी, जाडी नसते, कोणताही आकार नसतो.) याचा अर्थ अंतराळ व काळ हे निराकार होणार; परंतु अशी अवस्था येण्यापूर्वी प्लॅन्कच्या परिमाणानुसार काय घडेल? प्लॅन्कच्या परिमाणान्वये आपल्याला त्याचे एक अर्धवट उत्तर आधीच मिळाले आहे. जेव्हा सारे काही सर्वांत सूक्ष्म असलेल्या प्लॅन्कच्या परिमाणावर अवतरते, तेव्हा सर्व नैसर्गिक प्रेरणांची शक्ती, तीव्रता ही सारखीच होऊन जाते. त्या प्रेरणा

एका मूळच्या प्राथमिक प्रेरणेच्या प्रभावशक्तीसारख्या वागू लागतात. पदार्थशास्त्रज्ञ आणि खगोलशास्त्रज्ञ हे अशा वेळी एकमताने म्हणतात की, आपण याही आधी असलेल्या विश्वनिर्मितीच्या क्षणाकडे जाऊ, तेव्हा योग्य त्या तापमानाला सर्व चारही प्रेरणा एकच होत चालल्या आहेत असे आपणाला दिसेल. त्या वेळचे सर्व टप्पे आपल्याला पाहायला मिळतील. कणशास्त्रज्ञांना (Particle Physicists) तेच अपेक्षित आहे.

म्हणून प्लॅन्कच्या परिमाणात बसेल असे सूक्ष्म विश्व जेव्हा असेल, तेव्हा सर्व प्रकारची प्रभावक्षेत्रे एकच असतील असे धरून चालायला काहीच हरकत नाही. नोबेल पारितोषिक विजेता म्युरे गेलमान हा त्याबद्दल म्हणतो, "अशा वेळी मूलकणांबद्दल जे दोन मूलभूत नियम आहेत ते एकच होतील."

विश्वनिर्मितीची सुरुवात ज्या महास्फोटातून झाली, त्या आधी काय होते, या विश्वाच्या जन्माच्याही आधी काय होते, महास्फोटातून अवकाश व काल निर्माण झाले किंवा 'काल' निर्माण होण्याआधी काय होते, त्या महास्फोटाआधीच्या काळात काही घडले असेल काय, विश्वनिर्मितीच्या आधी जे काही होते, तो 'परमेश्वराचा प्रांत' समजायचा काय, तसे असेल तर अशा प्रांतात आपण पाऊल टाकत आहोत!

अजूनही काही विलक्षण कल्पनांना सामोरे जाण्यासाठी आपल्या मनाची तयारी करा!

विश्व आणि आपण

✤

मागच्या प्रकरणात आपण विश्वनिर्मिती व तत्संबंधी माहिती घेतली. ती शास्त्रीय माहिती संपूर्णपणे समजली असेलच असे नाही. काही हरकत नाही; परंतु हे विश्व, त्याचा व्याप, त्यातील चार प्रेरणा, प्रभावक्षेत्रे, पदार्थ व ऊर्जा आणि तो महास्फोट याची कल्पना आली तरी पुरे. या वैज्ञानिक विश्वरूपदर्शनापुढची माहिती अत्यंत रोमहर्षक आहे. मात्र ती नीट लक्षपूर्वक वाचली तर समजेल.

"समजा, त्यांनी एक मेजवानी दिली आणि त्या मेजवानीला कोणीच हजर राहिले नाही, तर काय समजायचे?"

वरील प्रश्न नेहमी विचारला जातो. त्यात तुमच्या बुद्धिमत्तेला आवाहन आहे आणि याचे उत्तर आपल्याला तत्त्वज्ञानाकडे नकळत खेचून नेत असते. 'त्यांनी मेजवानी दिली', यातील 'ते' कोण, जर कोणीच आले नसेल, तर ती मेजवानी किंवा पार्टी होईल काय, जर ती मेजवानी होत नसेल, तर ती दिली असे कसे म्हणता येईल? तसेच त्या मेजवानीला जे कोणी हजर असतील त्यांना यजमानांचे अजिबात दर्शन झाले नाही, तर ती 'मेजवानी' किंवा 'पार्टी' असे म्हणण्याजोगे असेल?

या प्रश्नांवर तुम्ही वाचन थांबवून विचार करा व मगच पुढचे वाचा. आता हा एक प्रश्न बघा : समजा, एका विश्वाचा जन्म झाला आणि तो पाहायला कोणीच नसेल तर?

शास्त्रज्ञ व तत्त्ववेत्ते या प्रश्नावरून एकमेकांशी नेहमी वाद घालतात व अधिकच गुंता निर्माण करून त्यात ते गुरफटत जातात, पण या निरर्थक वाटणाऱ्या वादामागे 'काहीतरी' खोल अर्थाचे पण न उकलणारे असे आहे. या कूट समस्येवर शास्त्रज्ञ चर्चा करीत राहिले आणि ते एका कल्पनेला येऊन भिडले. हळूहळू ते त्या कल्पनेभोवती घोटाळत राहिले. यातूनच मार्ग सापडेल, अशी आशा त्यांना

वाटू लागली. गमतीची गोष्ट अशी की, एके काळी त्यांनीच ती कल्पना 'अशास्त्रीय' म्हणून धुडकावून लावली होती.

ती कल्पना थोड्या जणांना समजणारी असून, तिचा अंतर्भाव मानववंशशास्त्र (Anthropology) या विषयात झाला आहे. मानवाचा उगम, विकास, समजुती, चाली, इत्यादींचा अभ्यास करणारे हे शास्त्र आहे. नक्की कोणत्या धर्मातून किंवा मानवसमूहांच्या समजुतींमधून या कल्पनेची दखल मानववंशशास्त्राने घेतली ते ठाऊक नाही; परंतु त्या कल्पनेनुसार मानवाची निर्मिती आणि विश्वाची निर्मिती या दोन्ही कल्पनांची सांगड एकत्र घालण्यात आली आहे. ती कल्पना अशी : आपल्या विश्वाच्या जन्माच्या वेळची नैसर्गिक स्थिती, परिस्थिती आणि नैसर्गिक घटक हे असे होते की, त्यामुळेच विश्वाची जडणघडण निर्माण होऊन उत्क्रांत होत आजच्या अवस्थेला पोहोचले आहे. त्यामुळेच अशा विश्वातील नैसर्गिक प्रक्रियेमुळे जीवांची निर्मिती होऊन शेवटी माणूस जन्माला आला. जर विश्वनिर्मितीच्या वेळेच्या त्या नैसर्गिक स्थितीत, परिस्थितीत, घटकात किंचित जरी बदल झाला असता, तर परिणामी विश्वाच्या जडणघडणीत अखेर मानवाचा उदय बिलकूल झाला नसता. मग आता जसा मानव विश्वाच्या उगमाचा शोध घेत आहे, ती गोष्ट घडलीच नसती. असा हा सिद्धांत किंवा कल्पना मानववंशशास्त्रात आहे. या सिद्धांताचा उपसिद्धांत किंवा कल्पनेचा दुसरा अर्थ हा अचंबा वाटावा असा निघतो, तो असा : याचा अर्थ विश्वनिर्मितीच्या वेळची नैसर्गिक परिस्थिती अशी होती की, त्यानुसार जे विश्व निर्माण होऊन उलगडत जाणार होते, त्या विश्वात, फक्त त्याच विश्वात कालांतराने बुद्धिमान जीव ऊर्फ मानव नक्की अवतरणार, हे जणूकाही आधी ठरले होते. हे लक्षात आल्यावर आपल्याला दचकायला होते.

निसर्गाचे नियम गुंतागुंतीचे आहेत. त्यामागे हेतू आहेत का? असतील तर ते काय असतील, हेही मानवाला ठाऊक नव्हते. असे असताना नैसर्गिक नियमांचे ज्ञान समजावून घेण्याची मानवी मनाची क्षमता किंवा सामर्थ्य हे निसर्गासारखेच अद्‌भुत आहे. त्यामुळे कालांतराने त्याच मानवाने बौद्धिक प्रगती करीत करीत ते निसर्गज्ञान तो मिळवीत गेला. अनेक शास्त्रज्ञांना तर मानवी मनाचे सामर्थ्य हे अत्यंत गूढ व गहन असे वाटते. आइन्स्टाइन हा मुद्दा आपल्या प्रभावी शब्दांत असा मांडतो, "निसर्ग खरोखरीच अनाकलनीय आहे. अशा निसर्गाच्या ज्ञानाचे माणसाला आकलन होते हेच अनाकलनीय आहे." आपल्या जागृत विवेकबुद्धीची जी काही रचना आहे, त्यामुळे विश्वाचे ज्ञान आपल्याला होऊ शकते. किंबहुना तसे ज्ञान व्हावे, त्याचे आकलन व्हावे, म्हणूनच ती रचना केली गेली असावी. ब्रिटिश गणिती रॉजर पेनरोज याला याचे फार आश्चर्य व कौतुक वाटते. नोबेल पारितोषिक विजेता युजीन विग्नर म्हणतो, "निसर्गाचे नियम आणि त्यांचे आकलन करून

घेण्याची मानवी मनाची क्षमता या दोन्ही गोष्टी म्हणजे दोन चमत्कार आहेत. हे सारे स्वर्गीय वाटावे, असे आहे.'' अशा या दोन्ही चमत्कारांचा संगम समजावून घेण्यासाठी मानववंशशास्त्रातील विधान आपल्याला मदत करते.

आइन्स्टाइनला जसे लोकप्रियतेचे वलय होते, तसेच वलय आता स्टीफन हॉकिंग याला लाभले आहे. त्याने विश्वाची ओळख करून देणारे एक पुस्तक The Universe in a Nutshell या नावाने प्रसिद्ध केले आहे. त्यामध्ये तो मानववंशशास्त्रातील विधानाबद्दल अत्यंत सावधगिरीने लिहितो की, ''ते विधान तसे जोरदार नाही आणि थोडी माणसे त्यावरून वाद घालू पाहतात; पण पुढे तो ठामपणे म्हणतो, ''तरीही त्या विधानावरून एखादे काटेकोर तत्त्व तयार करता येईल. जर विश्वाच्या उत्पत्तीचा वेध घ्यायचा असेल, तर असे करणे हे अत्यंत आवश्यक ठरते.'' विश्वाच्या तपशिलांचा अभ्यास केलेला शास्त्रज्ञ फ्रीमन डायसन म्हणतो की, मला असे वाटते की, खुद्द विश्वाला मनुष्यजातीचा उदय होणार आहे, याची कल्पना कोणत्यातरी प्रकारे नक्की असावी. शास्त्रज्ञ शेवटी अशा मतापर्यंत पोहोचले आहेत ते म्हणजे ती मेजवानीची अथवा पार्टीची आमंत्रणे देण्यामागे पाहुणे पार्टीला येणार आहेत हे यजमान निसर्ग गृहीत धरून चालला आहे.

ज्या रितीने आत्ताच्या विश्वाची जडणघडण झाली त्याबद्दल मानववंशशास्त्रातील ते विधान काहीतरी समस्येवरचा तोडगा काढीत आहे असे वाटते. सुरुवातीला, म्हणजे जन्मावेळी संपूर्ण विश्व हे एखाद्या अणूपेक्षाही लहान होते आणि म्हणून त्याला क्वांटम पदार्थविज्ञानाचे नियम लागू पडायला हरकत नाही. याचा अर्थ असा की, एवढे लहान विश्व अनेक शक्य मार्गांनी मोठे होऊ शकते. मानववंशशास्त्रातील ते विधान लक्षात घेतले, तर पुढे मानवजातीचा उदय होईल अशाच फक्त मार्गाने विश्वाला मोठे होत जायला हवे. जॉन व्हीलर हा एक सध्याच्या काळातील अत्यंत विद्वान शास्त्रज्ञ समजला जातो. त्याने क्वांटम मेकॅनिक्सचा अफाट अभ्यास केला आहे. आपल्या At Home in the Universe या पुस्तकात तो ठामपणे म्हणतो आहे, ''खुद्द विश्वनिर्मितीचा अभ्यास करणारा किंवा आपल्या ज्ञानचक्षूंनी ती निर्मिती पाहणारा मानव नावाचा निरीक्षक हाच त्या विश्वनिर्मितीत नंतर भाग घेणारा ठरत आहे, यात शंकाच नाही.'' निरीक्षक! हा निरीक्षक म्हणजे 'मानव' असे ढोबळपणे न म्हणता त्याऐवजी 'माणसाची जागृत विवेकबुद्धी' (Consciousness) असे म्हटले तर ते सर्वथा योग्य ठरेल. आपण सर्व जण त्या विवेकबुद्धीचे एजंट्स आहोत, प्रतिनिधी आहोत किंवा आपण ती विवेकबुद्धी बाळगणारी वाहने आहोत. **मनुष्यदेहाचे वाहन विश्वजन्माच्या वेळी नसेल, पण ती सजग विवेकबुद्धी मात्र त्या वेळेपासून या विश्वात अस्तित्वात असली पाहिजे.**

काही शंकेखोर यावर असा वाद घालतील : साध्या नजरेलाही हे विश्व अफाट विस्ताराचे दिसते. प्रत्यक्षात ते याहूनही भव्य आहे, मोठे आहे. अशा या विश्वात सुमारे १०० अब्ज आकाशगंगा आहेत. प्रत्येक आकाशगंगेत असेच १०० अब्ज तारे आहेत. प्रत्येक ताऱ्याला ग्रहमाला असणार. अशा रितीने अगणित ग्रहांवर जीवन फुलण्याऐवजी फक्त ते एका पृथ्वी नावाच्या ग्रहावर अवतरावे, हे कसे शक्य आहे; परंतु या प्रश्नाच्या उत्तराचा विश्वाच्या भव्यतेविषयी तसा थोडासाच संबंध येतो. कारण, अफाट विस्ताराचे विश्व होण्यास विश्वाचे प्रसरण कारणीभूत आहे. कुठेही जीवन निर्माण होण्यास, जिवाचे शरीर निर्माण होण्यास जड मूलद्रव्यांचे अणू अस्तित्वात येणे गरजेचे आहे. ती जड मूलद्रव्ये फक्त ताऱ्यांच्या नैसर्गिक अणुभट्टीत निर्माण झाली आणि ताऱ्यांच्या तशा अणुभट्ट्यांची निर्मिती होण्यास बराच काळ लागला आणि तेवढ्या अवधीत विश्वप्रसरण पावत पावत अति मोठे, भव्य आकाराचे होऊन बसले.

मागच्या प्रकरणात आपण पाहिले की, जे अगदी प्राथमिक जीव निर्माण झाले त्यांची शरीरे ही हलक्या मूलद्रव्यांची बनली होती. म्हणजे हायड्रोजन, हेलियम या अणूंची बनलेली होती. ताऱ्यांच्या अणुभट्ट्या निर्माण होण्यास अजून खूप काळ जायला हवा होता. त्यासाठी काही अब्ज वर्षे गेली. दरम्यानच्या काळात विश्वाचे प्रसरण बंद न होता चालूच राहिले आणि आज दिसते ते अवाढव्य विस्ताराचे विश्व निर्माण झाले. तेव्हा अशा अवाढव्य विश्वात पृथ्वी हा एक अत्यंत चिमुकला ग्रह ठरणार हे उघड आहे. असे जे घडत गेले, त्याला आपला नाइलाज आहे.

'मानववंशशास्त्रीय' या शब्दात मानवाची निर्मिती अनुस्यूत आहे; परंतु मानवांकडूनच फक्त मागे वळून पाहत विश्वनिर्मितीचा शोध घ्यावा, असले कसलेही तत्त्व मानववंशशास्त्रात नाही आणि फक्त पृथ्वीवरच जीवन निर्माण व्हावे, असेही काही कारण निसर्गात नाही. पृथ्वीवरील जीवांच्या निर्मितीआधी मंगळ ग्रहावर जीवन होते असे मानण्यास मोठा आधार आहे. नासा संस्थेने SETI नावाचा एक प्रकल्प राबविला आहे व अजूनही काही प्रमाणात तो प्रकल्प पुढे चालू ठेवला आहे. त्या प्रकल्पानुसार सूर्यमालेतील अन्य ग्रहांवर कुठे जीवन आहे का, याचा शोध घेतला जात असतो. तसेच, आपल्या सूर्यमालेबाहेरही कुठे जीवन आहे का, याचा शोध घेण्याच्या योजना नासाकडे आहेत.

जरी विश्वात अन्यत्र कुठेही जीवन सापडले नाही, तरी नेमस्त व विचारी शास्त्रज्ञांची अशी धारणा आहे की, काही अब्ज वर्षांत वस्ती करण्याजोग्या विश्वातील प्रत्येक ग्रहावर मनुष्यजात पसरलेली असेल. मनुष्यप्राण्याला आत्ताची पृथ्वी पुरणार नाही. विश्वाचा दीर्घकालीन इतिहास पाहता आत्ताच "फक्त पृथ्वीवरच जीवसृष्टी

का?'' हा प्रश्न विचारण्यात घाई केल्यासारखे होईल. कोणाला शास्त्रज्ञांची ही कल्पना अतिरंजित वाटत असेल, तर त्यांनी भूतकाळातील एक उदाहरण पाहावे. कित्येक लाख वर्षांपूर्वी माणसाचा जन्म पृथ्वीवर झाला नव्हता, अशा वेळी उत्तर आफ्रिकेतील सहारा वाळवंटाच्या कडेला जी माकडे होती त्यांच्यातील काहींची उत्क्रांती होऊन माकडाचा माणूस बनला. ही सुमारे ५५ लाख वर्षांपूर्वीची घटना आहे. तेव्हापासून आजपर्यंत मनुष्यप्राणी हा पृथ्वीच्या कानाकोपऱ्यात पसरलेला आहे. अतिउष्ण, अतिथंड वगैरे कोणत्याही प्रकारचे हवामान असो, तिथे मनुष्यजमात नांदते आहे. हे जसे शक्य झाले आहे, तसेच विश्वात सर्वत्र मनुष्यवस्ती होण्याची तेवढीच शक्यता आहे.

वैज्ञानिक जगातील सनातनवादी शास्त्रज्ञांनी मानववंशशास्त्रातील ते विधान अद्याप पूर्णपणे स्वीकारलेले नाही. ज्यांना त्या विधानाला पाठिंबा द्यायचा आहे ती शास्त्रज्ञ मंडळी अत्यंत सावधगिरीने क्वांटम सिद्धांतातील अटी त्या विधानाला लावू पाहतात. कारण त्यांना शुद्ध विज्ञानात धार्मिक कल्पना घुसू द्यायच्या नाहीत. मग काही शास्त्रज्ञ एका विश्वाऐवजी बहुविश्वांची (Multiverse) कल्पना पुढे मांडतात. आपल्याला फक्त आपलेच विश्व दिसते, पण अशी अनेक न दिसणारी विश्वे असतील. त्यातील एका आपल्या विश्वात जिथे अनुकूल परिस्थिती आहे, तिथेच फक्त जीवन अवतरले आहे; परंतु बहुविश्वाची केवळ एक आकर्षक कल्पना मांडलेली आहे. त्याला प्रत्यक्षात किंचितसुद्धा आधार नाही, त्यामुळे या मुद्द्याचा विचार करण्यात अर्थ नाही.

आपल्याला जे विश्व डोळ्यांना दिसते आहे, दुर्बिणीतून ज्याचा वेध घेता येतो आहे, उपकरणांनी जे समजते आहे, त्या विश्वाबद्दलच आपण विचार करावा आणि निरीक्षण करावे हे उत्तम. मग असा एक प्रश्न पुढे येतो की, आपल्या निरीक्षणाचा काही परिणाम होतो आहे का आणि होत असल्यास तो कोणत्या प्रकारचा आहे?

इथून पुढचे शास्त्रीय विवेचन हे कदाचित वाचकांच्या आकलनापलीकडचे असेल. पदार्थशास्त्रातील अतिप्रगत ज्ञानाच्या कड्यापाशी असलेल्या तत्त्वांचा त्यात ऊहापोह आहे. याबद्दलची माहिती सहसा त्या शाखेतील विद्वानांखेरीज कोणालाही ठाऊक नसते. उच्च विज्ञान, मानसशास्त्र आणि तत्त्वज्ञान अशा तीनही विद्याशाखांचा संगम तिथे झालेला आहे. आइन्स्टाइनच्या सापेक्षतावादापर्यंत आपल्याला जास्तीत जास्त माहिती असते. त्याही पुढच्या विज्ञानाचा वापर विवेचनात होणार आहे. हे सर्व अतिप्रगत विज्ञानाच्या प्रांतातील असल्याने व ते शास्त्रज्ञांनी गणिताच्या साहाय्याने सिद्ध केलेले असल्याने त्याला आक्षेप घेण्यात अर्थ नाही. ''पटत नाही.''असे तुम्ही जरी म्हणालात, तरीही ते सत्य आहे, अगदी तावून सुलाखून निघालेले सत्य आहे, हे निश्चित. त्यामुळे वाचकाने ते मान्य करावे हे उत्तम. जर तुम्हाला

पटत नसेल, तर पदार्थशास्त्राचा (Physics) अभ्यास शेवटपर्यंत करणे एवढाच उपाय त्यावर उरतो. डॉक्टरांचे वैद्यकीय शास्त्र रोग्याला जरी समजले नाही, तरीही तो त्यावर जसा विश्वास ठेवतो, तसेच येथे वाचकाला करावे लागेल आणि तसे जर केले, तर चक्रावून टाकणारे सत्य तुम्हाला जाणवेल, भावेल.

यापुढे Consciousness हा शब्द सतत येणार आहे. याचा मराठीतील अर्थ 'मनुष्याचे जागृत मन, सावध मन, मनाच्या सर्व भावना, जाणिवा, विचार, कल्पना इत्यादी,' असा शब्दकोशातील अर्थ आहे. आपण फक्त 'सजग मन' अथवा 'सारासार विवेकबुद्धी' किंवा 'विवेकबुद्धी' असे शब्द वापरू. एखादा पदार्थ, ऊर्जा अथवा गुरुत्वाकर्षणासारखी नैसर्गिक प्रेरणा जशी प्रयोगाने दाखवता येते, तसे हे 'सजग मन' अथवा 'विवेकबुद्धी' दाखवता येत नाही. तरीही त्याची दखल वैज्ञानिक घटनेत घ्यावीच लागते आणि याला गणिताचा आधार असल्याने त्यावर कोणालाही आक्षेप घेता येणार नाही. Consciousness शब्दाचा अर्थ मानसशास्त्रज्ञांना विचारल्यास ते अर्थ सांगू शकतील, पण मराठीमधील अचूक प्रतिशब्द सांगू शकणार नाहीत.

ही सृष्टी, पृथ्वी, आपली ग्रहमाला, विश्व वगैरे सारी वास्तवता आहे. वास्तवता म्हणजे नक्की काय असते, तुम्हाला दिसते तेवढीच वास्तवता असते का, अशासारख्या अनेक प्रश्नांच्या संदर्भात जॉन व्हीलर हा शास्त्रज्ञ ठामपणे म्हणतो, ''कोणत्याही वास्तवतेची संकल्पना ठरवताना आपल्याला, त्या वास्तवतेचे निरीक्षण करणाऱ्यालासुद्धा क्वांटम मेकॅनिक्सच्या शास्त्रातील गणितात धरून चालायला हवे.'' म्हणजे निरीक्षकामुळे वास्तवतेला अस्तित्व प्राप्त होते काय किंवा केवळ निरीक्षकामुळे अथवा साक्षीदारामुळे वास्तवतेच्या जडणघडणीत बदल होतो काय जर ते सजग मन किंवा बुद्धी वापरून सारासार विवेक करणारे माणसाचे मन (Consciousness) जर निसर्गाचेच एक अविभाज्य अंग गुरुत्वाकर्षणासारख्या नैसर्गिक मूलभूत प्रेरणेसारखे असेल, तरच जॉन व्हीलरचे विधान खरे ठरू शकते. मी तर याहीपुढे जाऊन एक धाडसी विधान करतो. या पुस्तकात आत्तापर्यंत उल्लेखिलेल्या सर्व नामवंत शास्त्रज्ञांची मते लक्षात घेऊनच मी ते धाडसी विधान करू शकतो, कारण माझ्या विधानाला त्या शास्त्रज्ञांच्या विचारांचा भक्कम आधार आहे. मी माझे विधान असे करतो की, **जागृत सारासार विवेकबुद्धी (Consciousness) ही विश्वउत्पत्तीमधून निघालेली जी मूलप्रेरणा होती त्यासारखी नसून ती मुळातच स्वयंभू आहे.**

हे सावध मन, सजग मन काय करते? 'आम्ही माणसे' या शब्दांचा अर्थ ते अवाढव्य विश्वाच्या पोकळीत फेकतात आणि त्याच वेळी 'आम्ही' म्हणजे कोण

या प्रश्नाचा वेध हीच माणसे घेत असतात. कुठेतरी इथेच माणूस व निसर्ग यांचे नाते दडलेले असावे; परंतु माणसाच्या या सावध, सजग व विचारी मनाची विल्हेवाट ही बरेच शास्त्रज्ञ 'केवळ मेंदूतील विद्युत रासायनिक क्रियेतून निघणारे एक जोड-उत्पादन' असे म्हणून लावतात.

सारासार विचार करणाऱ्या व बुद्धीप्रामाण्यवादी मनाला पूरक असे अनेक पुरावे असतानाही अनेक शास्त्रज्ञ हे मनाचे अस्तित्व धुडकावून लावतात. त्यांच्या मते, हे असले मन (Consciousness) किंवा विचारीपणा म्हणजे निव्वळ मेंदूत होणाऱ्या विद्युत रासायनिक क्रियेमध्ये उद्‌भवणारे जोड-उत्पादन आहे. जर या सावध विचारी मनाचा खराखुरा पाया शोधायचा असेल, तर तो मेंदूतील मज्जाशास्त्रीय घडामोडींच्या अभ्यासामध्येच सापडेल, असे ठामपणे प्रतिपादन करतात. (मज्जाशास्त्रज्ञ या प्रश्नाकडे आता गंभीरतेने पाहू लागले आहेत.) आपल्याला नेहमी सांगितले जाते की, चंद्राचा प्रकाश हा परावर्तित झालेला सूर्याचा प्रकाश आहे. असे हे चांदणे पाहण्यासाठी, अनुभवण्यासाठी मनाने धडपडणे ही एक मेंदूतील रासायनिक कृती आहे. आपल्याला जो अनुभव येतो, तीही एक प्रकारची मेंदूतील रासायनिक घटना असते, असे शास्त्रज्ञ म्हणतात. एखादा अनुभव आठवून तो पुन्हा मनाला भावणे ही पण एक रासायनिक क्रिया असते.

मज्जाशास्त्रज्ञ आता फंक्शनल मॅग्नेटिक रेझोनन्स इमेजिंग (FMRI) यंत्रे वापरून निरनिराळ्या अनुभवांना मेंदूतील कोणकोणती केंद्रे उद्दिपीत होऊन प्रतिसाद देतात याचा अभ्यास करू लागले आहे. या दिशेने त्यांनी बऱ्यापैकी यशही प्राप्त केलेले आहे. मेंदूतील तशा केंद्रांच्या जागांचे नकाशे आता तयार केले जाऊ लागले आहेत; परंतु ज्या अनुभवांतून आपण किंवा आपले व्यक्तिमत्त्व बनत जाते, ते आपण किंवा 'मी' या प्रकाराचे गूढ मात्र अजूनही तसेच राहिले आहे. मग व्यक्तीच्या मनाचा ठावठिकाणा घेणे, वेध घेणे अशी गोष्ट तर दूरच राहिली. सजग, सावध व सारासार विवेकबुद्धी असलेले मन विज्ञानाच्या नियमात पकडता येईल?

अशा सजग विवेकबुद्धीचा वेध फक्त तसलेच दुसरे विवेकबुद्धी असलेले मनच घेऊ शकते. परिणामी अध्यात्माप्रमाणे ही विवेकबुद्धी असलेले मन विज्ञानाला एक डोकेदुखी ठरली आहे. मग त्यामुळेच विचित्र, चमत्कारिक असे तर्क निघू लागतात. असाच एक तर्क तत्त्वज्ञ व चर्चमध्ये बिशप असलेल्या जॉर्ज बर्कले याने अठराव्या शतकाच्या सुरुवातीला केला होता. त्याने असे प्रतिपादन केले होते, "तुम्हाला जी तुमच्या भोवतालची परिस्थिती दिसते ती प्रत्यक्षात नसतेच. वास्तवता अस्तित्वातच नसते. जे नाही ते केवळ तुमच्या मनातील विचारांमुळे, इच्छांमुळे जाणवत असते. प्रत्यक्षात तुम्हाला एखादी खुर्ची दिसते, तिला तुम्ही

स्पर्श केल्यावर खुर्चीचा स्पर्श जाणवतो, तिच्यावर तुम्ही बसल्यावर तुमच्या शरीराला आराम मिळतो. हे जरी जाणवत असले, तरी ते केवळ मनाचे भास आहेत. स्वप्नातील वस्तू, परिस्थिती ही जशी भ्रामक असते, तसाच हा प्रकार आहे. तुमच्या भोवतालचे जग, त्यातील चराचर सृष्टी, वस्तू, वगैरे मुळातच अस्तित्वात नाही. आपल्या मनातील विचारांनी तसे प्रक्षेपण केलेले असल्याने आपली तशी समजूत होत असते.'' *अशीच कल्पना हिंदू तत्त्वज्ञानात अनेकदा वापरली जाते. ही सृष्टी, हे जग म्हणजे एक मोठा भ्रम आहे, ही माया आहे. या मायावी जगात तुम्ही वावरत आहात. सारे नातेवाईक, त्यांचे प्रेम, तुमचे शत्रू हीसुद्धा माया आहे, भासमान आहे.'*

Matrix नावाच्या चित्रपटात ही कल्पना वापरून छान कथानक रचलेले आहे; परंतु रेने देकार्त या तत्त्वज्ञानी माणसाने 'मन आणि पदार्थ' हे एकमेकांपासून विलग केले. त्यासाठी त्याने आपली कुशाग्र बुद्धी वापरून आपले सिद्धांत मांडले. बिशप बर्कलेच्या सिद्धांतानुसार पदार्थांना जे भ्रामक अस्तित्व दिले होते त्या सिद्धांताचे खंडन केले गेले. या विषयाच्या संदर्भात, म्हणजे सजग विवेकबुद्धी असलेल्या मनाच्या अभ्यासात उद्‌भवणारे, मज्जाशास्त्रातील व पदार्थविज्ञानातील काही निवडक शब्द, व्याख्या व गृहीते याकडे आपण आधी पाहू.

'मन' म्हटल्यावर त्याच्याशी संबंध असणारी मेंदूतील असंख्य कार्ये आहेत. ती कार्ये विविध पातळ्यांवर चालतात. जसजसे वरच्या पातळीवर जावे, तसतशी तिथली कार्ये अधिकाधिक गुंतागुंतीची व अत्यंत अचूकता धारण करणारी असतात. यातील बहुतेक कार्ये ही सजग मनाच्या अगदी खालच्याच पातळीवर चालतात. या कार्यामुळेच माणूस जिवंत राहतो. उदाहरणार्थ, हृदयाचे नियमितपणे लयबद्ध आकुंचन पावणे, इत्यादी. मेंदूची ही महत्त्वाची कार्ये मेंदूतील सर्वांत जुन्या रचना-विभागात चालतात. अशीच रचना अन्य प्राण्यांत असल्याने उत्क्रांतीच्या वाटेवर असताना माणसाचा मेंदू यातूनच उत्क्रांत होत गेला. प्रयोगशाळेत विविध प्राणी आणून त्यांच्या मेंदूच्या रचनेतील सर्वांत जुन्या भागातील विविध केंद्रांना उद्दिपीत केले असता जे प्रतिसाद मिळतात, ते सर्व प्राण्यांत सारखेच असतात. प्राण्यांची वागणुकीची पद्धत आणि मेंदूतील कार्ये यांचा काही संबंध आहे का? नक्कीच आहे. मेंदूची रचना ही तळापासून वरपर्यंत रचलेल्या एखाद्या भव्य इमारतीसारखी आहे. वागणूक व मेंदूतील कार्ये यांचे संबंध मेंदूत जिथे आहेत ती जागा हुडकण्यासाठी मेंदूच्या इमारतीमध्ये खूप वर चढून जावे लागते. वागणुकीमधील ज्या क्रिया प्रतिक्षिप्त पद्धतीच्या होतात त्या जागांपेक्षाही ही जागा खूपच वरची आहे. ती जागा जिवाला शिकण्यासाठी राखून ठेवलेली आहे.

थोडक्यात, आपला मेंदू ही एक वरवर रचली गेलेली रचना असून, तो एक

विद्युत रासायनिक संगणक आहे. लक्षावधी वर्षे या संगणकाची उत्क्रांती होत आलेली आहे. अनेक मज्जाशास्त्रज्ञांच्या मते 'सजग विवेकबुद्धी' असलेले माणसाचे मन (Consciousness) म्हणजे काय? या प्रश्नाची उकल माणसाच्याच मेंदूकडून सहज होऊ शकेल, एवढा हा मेंदू अत्यंत उत्क्रांत, प्रगत व सामर्थ्यवान आहे. आपण निवड कशी करतो, वर्गवारी कशी करतो, सर्व माहितीचे एकत्रीकरण कसे करतो आणि जगण्यासाठी जे मूलभूत प्रश्न आहेत त्यांची उत्तरे कशी शोधतो, या गोष्टी मेंदूकडून लीलया सोडविल्या जातात.

जॉन सर्ल या सुप्रसिद्ध मज्जाशास्त्रज्ञाच्या मताला काही शास्त्रज्ञ जास्त किंमत देतात. जॉन सर्ल असे म्हणतो की, जगभरातील अनेक गोष्टी, घटना, इत्यादी माणसाच्या मनाला उत्तेजित करीत असतात. त्या सर्व उत्तेजनाचे रूपांतर मज्जासंस्थेत वेगवेळ्या वेगाने विविध मज्जापेशींमध्ये एका पेशीकडून जवळच्या पेशीकडे विद्युत ठिणगीच्या रूपाने होत असते. वेगळ्या शब्दांत सांगायचे झाल्यास आपण जे जे काही अनुभवत असतो त्याचे रूपांतर विद्युत रासायनिक संदेशात होऊन ते मेंदूकडे पाठवले जाते. मेंदूमध्ये मात्र ते प्रत्यक्ष अनुभवले जाण्याची क्रिया घडते आणि त्या अनुभवाच्या माहितीमधून नीट अर्थ शोधला जातो.

मेंदूची रचना ही तळापासून वरवर रचत गेलेल्या एखाद्या इमारतीसारखी आहे. त्या रचनेची नक्कल करून कृत्रिम बुद्धिमत्ता असलेला संगणक अस्तित्वात येणे आता थोड्या काळातच शक्य होणार आहे, असे बरेच शास्त्रज्ञ मानतात; परंतु जॉन सर्ल म्हणतो की, तरीही स्वाभाविकपणे गणना करणे, विचार करणे ही गोष्ट कृत्रिमरित्या केवळ अशक्य आहे.'' आपण आता मेंदूच्या अधिक वरच्या पातळीवरील कार्याकडे बघायला जाऊ, तेव्हा असे दिसेल की, काहीतरी मेंदूत असे घडत असते की, त्याचा खुलासा मेंदूच्या रासायनिक क्रियांद्वारे किंवा तर्कप्रणाली द्वारा (Algorithm) सहजासहजी होऊ शकत नाही. अशा वेळी आपली भूमिका ही सजग विवेकबुद्धी असलेल्या मनाचे प्रतिनिधी (Agents) एवढीच राहते. जी स्वयंचलित यंत्रे आहेत, त्यांना जशी संवेदना, जाणिवा या गोष्टी होतात त्यांसारखे आपल्याला होत नाही. आपण त्या संवेदना, जाणिवा यांचा प्रत्यक्ष अनुभव घेतो आणि आपल्या पूर्वीच्या अनुभवांवर त्याचा परिणाम घडवून आणतो.

मनुष्याला नवीन अनुभव हा जेव्हा सुरुवातीला येतो, तेव्हा सजग विवेकबुद्धीला ती एक कठीण समस्या ठरते. आर्थर क्लार्क या लेखकाने लिहिलेल्या कांदबरीवरून 2001-A Space Odyssey हा चित्रपट बनवला गेला. त्यातील जवळजवळ मनुष्यासारखा वागू शकणारा महासंगणक हा अंतराळवीरांना एक वाक्य असे म्हणतो, ''आज मला जे काही झाले, ते सांगितले तर तुमचा विश्वास बसणार नाही.'' प्रत्यक्षात असे कधीही घडणार नाही. नवीन अनुभव हा संगणकाला

पेलवणार नाही किंवा गोंधळात टाकेल. अनुभव म्हणजे काय असतो व 'वेगळा अनुभव' या गोष्टीचे आकलन यांत्रिक बुद्धिमत्तेला कधीही होऊ शकणार नाही. रॉजर पेनरोज हा आपल्या The Emperor's New Mind and Shadows of Mind या पुस्तकात जोरदाररित्या प्रतिपादन करतो की, संगणकाला माणसासारखी सजग विवेकबुद्धी कधीच निर्माण होणार नाही. माणसे जशी शिकतात, समजावून घेतात तसे करणे, नुसती गुंतागुंतीची गणिते सोडविणे यंत्रांना जमणार नाही.

पेनरोज पुढे ठामपणे प्रतिपादन करतो की, विवेकबुद्धी असलेल्या सजग मनाबद्दल शास्त्रीय जगतात फारसे गंभीरपणे घेतलेच जात नाही, त्यामुळे याबद्दलचे ज्ञान पूर्णत्वास गेले आहे, असा दावा कोणालाच करता येणार नाही. सजग मन (Consciousness) हे आपल्या विश्वाचा एक भाग आहे म्हणून त्याबद्दलचा कोणताही शास्त्रीय सिद्धांत सर्व घटकांना चपखल सामावून घेऊ शकत नसेल, तर सबंध विश्वाचे वर्णन परिपूर्ण रितीने करताच येणार नाही. सजग मनाच्या खिडकीतून आपले वैज्ञानिक ज्ञान मिळवीत आलेलो असल्याने या विश्वाच्या वास्तवतेचा ते एक अविभाज्य भाग झालेले आहे. यावर तुम्ही जो जो विचार कराल, तो तो ही गोष्ट नाकारणे तुम्हाला कठीण जाईल. नोबेल पारितोषिक विजेता पदार्थवैज्ञानिक युजीन विग्नर याबद्दल छानपैकी म्हणतो, चर्चेची मुख्य बाब ही माणसाची विचारक्रिया आणि सजग मन या दोन प्राथमिक संकल्पनांबद्दल आहे. आपल्या बाहेरचे जे ज्ञान आहे ते आपल्या सजग मनात साठवलेले आहे म्हणून विवेकबुद्धी असलेल्या सजग मनाच्या अस्तित्वाला नाकारताच येत नाही.'' तो म्हणत असे की, 'मला असे वाटते म्हणूनच मी (ठामपणे) प्रतिपादन करतो...' त्याचे हे वाक्य प्रसिद्ध पावले होते. एखाद्या गोष्टीला पुरावा देता आला नाही, तरीही खरा काय प्रकार आहे तो जेव्हा माणसाच्या मनाला जाणवतो, तेव्हा तोच एक पुरावा समजून प्रतिपादन करावे, ही पद्धत बहुतेकांना आवडली. ''माझ्या बुद्धीला असे आवर्जून वाटते म्हणून मी म्हणतो.'' अशी विधाने अनेकदा केली जातात. हाच तो बुद्धिप्रामाण्यवाद. मन आणि पदार्थवस्तू (Mind and Matter) या दोन्ही गोष्टी भिन्न आहेत, असे म्हणणाऱ्या देकार्त यानेही सजग मनाच्या अस्तित्वाची वस्तुस्थिती ध्यानात घेऊन त्यावर आधारित आपली विधाने केली होती.

विवेकबुद्धी असलेल्या सजग मनाची संकल्पना ही जुन्या पदार्थविज्ञानातील यंत्रशास्त्राशी मिळतीजुळती होती. त्यानुसार घटना पाहणारा निरीक्षक अथवा साक्षीदार याला निरीक्षण झालेल्या घटनेपासून वेगळे धरले जात होते; परंतु क्वांटम पदार्थविज्ञानाचा उदय होताच हे चित्र कायमचे बदलेले गेले. **निरीक्षकाचे सजग मन हे त्या प्रयोगावर परिणाम करू शकते. प्रयोगाच्या फलितांच्या अनेक शक्यता**

असल्यास त्यातील एखादी शक्यताच यशस्वी करून दाखविण्याची क्षमता निरीक्षकाच्या सजग मनात असू शकते. क्वांटम पदार्थविज्ञानातील प्रयोगात हे सिद्ध झाल्यामुळे क्वांटम पदार्थवैज्ञानिकांचा जो वाद आइन्स्टाइनबरोबर चालू होता त्यात ते जिंकले. त्यासाठी केलेल्या प्रयोगात व गणितात हे अगदी निरपवाद सिद्ध झाले. **निरीक्षक आणि निरीक्षिल्या गेलेल्या घटना या मुळातच एकमेकांशी जोडलेल्या असतात. त्यांचे एकमेकांशी असलेले नाते हे घटनेत भाग घेणारे आणि एकमेकांवर परिणाम करणारे असते.** प्रयोगाने हे सिद्ध करण्यात आल्याने एक फार मोठी झेप विज्ञानाने घेतली.

वरील गोष्ट सिद्ध करण्यासाठी अनेक प्रयोग केले गेलेत व प्रयोगातील घटना व निरीक्षक यांचे नातेसंबंध प्रस्थापित झालेले असतात, हेच फलित त्यातून बाहेर पडले. त्यातील एक प्रयोग तर खूपच बोलका होता. त्या प्रयोगाला Entanglement (एकमेकांत अडकलेले संबंध) किंवा Non-locality (स्थानिक नसलेले किंवा सार्वत्रिक) अशी नावे दिली गेली. EPR अशा संक्षेपाने तो प्रयोग ओळखला जातो. आइन्स्टाइन, पोडोलस्की आणि रोझेन या तिघांनी १९३५ मध्ये हा वैचारिक प्रयोग केला होता. आइन्स्टाइन हा एक द्रष्टा शास्त्रज्ञ होता. त्याचे मत असे होते की, मेकॅनिक्समध्ये सूचित केलेले जर खरे असेल, तर या विश्वाची वस्तुस्थिती ही अगदी वेगळ्याच प्रकारची आहे हे कळून येईल.

तो एक वैचारिक प्रयोग होता. त्या प्रयोगासाठी लागणारी साधनसामग्री त्या वेळच्या प्रयोगशाळांमध्ये उपलब्ध नव्हती. तंत्रज्ञान प्रगत झाल्यावर आता तशी साधनसामग्री उपलब्ध झाली. एखाद्या घटकाचा प्रभाव हा प्रयोगावर किती वेगाने पडू शकेल, या प्रश्नाचे उत्तर आइन्स्टाइनने पूर्वीच दिलेले होते. प्रकाशाच्या वेगापेक्षा (दर सेकंदाला ३ लाख किलोमीटर) जास्त वेग या विश्वात कधीच असू शकत नाही, असा त्याचा विश्वास होता; परंतु या प्रयोगात ही गोष्ट खोटी ठरली.

तो प्रयोग सध्या अशा रितीने केला जातो : एका खास रचनेच्या स्फटिकावर प्रखर लेसर किरण सोडून शास्त्रज्ञांनी दोन जुळे प्रकाशबिंदू ऊर्फ फोटॉन्स निर्माण केले. साहजिकच त्या दोघांचे गुणधर्म तंतोतंत सारखे होते. हे दोन्ही प्रकाशबिंदू ऊर्फ फोटॉन्स दोन परस्परविरुद्ध दिशांना पाठवले. क्वांटम पदार्थविज्ञानानुसार हे दोन्ही प्रकाशबिंदू एकमेकांत अडकलेले होते, पण स्वतंत्र होते. कारण त्यांना स्वत:चा वेगळा गुणधर्म नव्हता. दोघांचे मिळून गुणधर्म होते. ते दोन्ही गुणधर्म प्रत्येक प्रकाशबिंदूत उतरले होते. जेव्हा आपण त्या दोघांतील एकाच प्रकाशबिंदूचा गुणधर्म मोजू लागतो, तेव्हा तो जसा वागतो तसाच तो दुसरा प्रकाशबिंदू तत्काळ, अगदी त्याच क्षणी तसाच वागतो. जे काही प्रयोग तुम्ही एका प्रकाशबिंदूवर

कराल तसेच प्रयोग दुसऱ्या प्रकाशबिंदूवर त्या क्षणी केल्यासारखे दिसतात. त्या दोघांमधले अंतर कितीही जरी वाढवले, तरीही तेच दिसून येते. मग भले ते अंतर वाटेल तेवढे असले, तरी यामुळे आइन्स्टाइनचा प्रकाशाच्या वेगापेक्षा अधिक दुसरा वेग विश्वात नसतो, या तत्त्वाला बाधा येते. दोन्ही प्रकाशबिंदू प्रकाशाच्या वेगाच्या दुप्पट वेगाने एकमेकांपासून दूर जात असताना एका प्रकाशबिंदूवर केलेली क्रिया तत्क्षणी दुसऱ्या प्रकाशबिंदूला कळवली जाते. म्हणजे प्रकाशाच्या वेगापेक्षा अनंतपटीने हा कळविण्याचा वेग असणार. हे प्रयोग विविध रितीने केले गेले; पण प्रत्येक वेळी तेच फलित, तोच निष्कर्ष हाती आला. या प्रयोगात निरीक्षक शास्त्रज्ञ होते. म्हणजे त्यांच्यामार्फत एका प्रकाशबिंदूवर केले जाणारे प्रयोग दुसऱ्या प्रकाशबिंदूला कळवले गेले होते काय? या प्रयोगात निरीक्षक आणि निरीक्षिला गेलेला प्रयोग या दोन्हींचे परस्परसंबंध असतात हे सिद्ध झाले. इतकेच नव्हे, तर पुढे आणखी विविध घटक प्रयोगात आणून क्वांटम पातळीवरचे कण, अणू, इत्यादी दुसऱ्या स्थळी पाठविण्याचा प्रयोगही यशस्वी झाला. त्यासाठी असा एक प्रयोग केला गेला. दोन जुळ्या प्रकाशबिंदूंपैकी एकावर तिसरा प्रकाशबिंदू (Photon) आरूढ केला. मग हा तिसरा प्रकाशबिंदू दुसऱ्या दूरच्या प्रकाशबिंदूकडे प्रयोगामध्ये आपोआप जाऊन त्यावर आरूढ झाला. विज्ञानकथाकारांना ही दूरच्या स्थळी आपोआप जाण्याची कल्पना (Teleportation) फार आवडते. मग एका जागी असताना आपण अदृश्य व्हायचे व इच्छित स्थळी सदेह प्रकट व्हायचे. भविष्यकाळात अशा रितीने आपण दूरच्या ठिकाणी अणू पाठवून त्यापासून तिथे कणाकणाने एक पदार्थ बनवू शकू. कदाचित 'स्टार ट्रेक' या टेलिव्हिजन मालिकेतल्याप्रमाणे आपण स्वत:ला कोणत्याही ग्रहावर अशा रितीने पाठवू शकू. मालिकेतील 'Beam me up, Scotty!' हे वाक्य त्या वेळी खरे ठरेल. दोन वस्तूंच्या मध्ये असते ते 'अवकाश', असे आपण सर्वसाधारणपणे समजतो; परंतु हे विश्वव्यापी अवकाश जणूकाही नाहीसे झाल्याप्रमाणे प्रयोगातील प्रकाशबिंदू (फोटॉन्स) वागतात असे दिसते. त्यामुळे हा प्रयोग स्थानिक स्वरूपाचा कधीच राहत नाही. जुळ्या प्रकाशबिंदूतील एकाला आपण एखाद्या दूरच्या ग्रहावर पाठवला व दुसऱ्या प्रकाशबिंदूवर आपण काही शास्त्रीय सोपस्कार केले, तर तेच सोपस्कार तत्क्षणी दूरच्या ग्रहावरील प्रकाशबिंदूवरही होणार. जणूकाही क्वांटम पातळीवर मधले आकाश नाहीसे झालेले आहे, म्हणून अशा प्रयोगाला अस्थानीय (Non-locality) असे म्हणतात. या अस्थानीय गुणधर्मामुळे अनेक चमत्कारिक शक्यता, परिणाम संभवतात. ते एवढे अद्‌भुत आहेत की, ते समजताच माणसाचे डोळे विस्फारतील. या विश्वातील कित्येक हजार प्रकाशवर्षे दूर असलेले कानेकोपरे हे आता क्वांटम पातळीवर किती झटकन जवळ आले. विश्वातील अशा चमत्कृतीपूर्ण परिणामांबद्दल आइन्स्टाइन

म्हणाला होता, "खरोखर, विश्वात दूर अंतरावर काय काय भुताटकीसारख्या वाटणाऱ्या गोष्टी चालत असतात!"

क्वांटम पातळीवरील अवकाशात किंवा जगात सूक्ष्म कण हे खरोखरीच चमत्कारिक रितीने वागत असतात. त्यामुळे शास्त्रज्ञ मंडळी या प्रकाराला 'विचित्र' 'तऱ्हेवाईक' अशी विशेषणे वापरतात. उदाहरणार्थ, क्वांटम पातळीवरचा एखादा सूक्ष्म कण हा एकाच वेळी दोन भिन्न ठिकाणी असू शकतो. तसेच तो एकाच वेळी किंवा अधिक भिन्न मार्गांवरून प्रवास करीत असतो. एकाच वेळी भिन्न स्थळी मूलकण किंवा ऊर्जाबिंदू अस्तित्वात असणाऱ्या सर्व शक्यतांना Quantum Coherence असे म्हणतात. तुम्ही आणि तुमचे आरशातील प्रतिबिंब हे एकाच वेळी भिन्न स्थळी असतात. तुम्ही आरशाबाहेर असता, तर प्रतिबिंब आरशात असते. तुम्ही जशी कृती कराल तशीच कृती त्याच वेळी तुमचे प्रतिबिंब करते. हे प्रतिबिंब जिवंत आहे, अशी कल्पना केली तर तुम्ही व तुमचे प्रतिबिंब हे एकसमयावच्छेदे (नाइलाजाने हा अवघड शब्द वापरावा लागत आहे.) अस्तित्वात आहे व दोघांकडून एकच कृती एकाच वेळी होत असते. हा सगळाच प्रकार माणसाला चक्रावून टाकणारा आहे, गरगरून टाकणारा आहे. तुम्हाला जर खरोखरीच तसे वाटले, तर तुम्ही समजावून घेण्याच्या योग्य मार्गावर आहात. नोबेल पारितोषिक विजेता नील्स बोहर या संदर्भात म्हणतो, "आपल्याला क्वांटम सिद्धांत हे बुद्धीला अजिबात गरगरून न टाकता समजले, असे जर कोणी म्हणत असेल, तर त्याला ते सिद्धांत बिलकूल समजले नाहीत असे खुशाल समजावे." निसर्गातल्या या चमत्कारिक गुणधर्माबद्दल नोबेल पारितोषिक विजेता रिचर्ड फाइनमन असे म्हणतो, "निसर्ग हा चमत्कारिक, हास्यास्पद व अत्यंत विचित्र रितीने वागणारा आहे, हे सत्य शेवटी आपल्याला स्वीकारावे लागते."

हे असे नेहमीच्या विज्ञानाच्या नियमांना विसंगत कसे घडते, निसर्ग हा एवढी विसंगती कशी दाखवतो, तो इतका लहरी आहे का, तर तसे बिलकूल नाही. अंतराळातील अतिदूरच्या अंतरावर व तिथल्या घडामोडींमध्ये विसंगती आढळते, असे म्हटल्यावर आइन्स्टाइन याबद्दल म्हणतो, "निसर्गात कुठे तशी विसंगती आपणास दिसत असेल, पण या विसंगतीमागेही काही सुसंगती असते. आपणास तीच शोधून काढावयाची आहे." क्वांटम पातळीवरील दोन दूरच्या जुळ्या प्रकाशबिंदूंचे एकमेकांसारखे भिन्न स्थळी वागणे, एकाच वेळी एक मूलकण दोन्ही ठिकाणी अस्तित्वात असणे, दोन भिन्न मार्गांवरून एकाच वेळी मूलकणाने प्रवास करणे वगैरे विसंगत वाटणाऱ्या गोष्टींचा अभ्यास करून एर्विन श्रोडिंजर या शास्त्रज्ञाने त्यामागचे गणित शोधून काढले. म्हणजे ही सर्व भुताटकी वाटणारी हालचाल, न पटणारे भिन्न ठिकाणांचे अस्तित्व

सारे खरे आहे तर! त्यांच्यामागे काहीतरी गणित आहे! गणित आहे म्हणजे हे सारे सुसंगत आहे तर! खरोखर, एर्विन श्रोडिंजर या शास्त्रज्ञाची कमाल आहे! या गणितानुसार खुलासा करणारी काही समीकरणेही त्याने तयार केली. आता याबाबतीमधील शास्त्रज्ञांच्या वर्तुळातील वादविवाद संपले. गणिताचा आधार असल्यावर शंकाकुशंका आपोआपच संपतात. **एखाद्या घडत असलेल्या घटनेला जर कोणी साक्षीदार असेल, तर त्या साक्षीदाराच्या नुसत्या निरीक्षणामुळे घडणाऱ्या घटनेवर परिणाम होतो.** निसर्गातील केवढे हे विलक्षण सत्य आहे. आपले गणित समजावून सांगण्यासाठी श्रोडिंजरने एक काल्पनिक प्रयोग केवळ विचार करण्यासाठी सुचवला. सर्व सहा बाजूंनी बंद असलेल्या पेटीत मध्यभागी एक जाळी उभी असल्याने दोन कप्पे झाले आहेत. एका कप्प्यात जिवंत मांजर ठेवलेले असून जाळीपलीकडच्या कप्प्यात हायड्रोजन सायनाईड या जहाल विषारी वायूची कुपी ठेवलेली आहे. त्याच कप्प्यात वर एक लोखंडी गोळा असून, तो केव्हाही खाली पडण्याच्या बेतात आहे. खाली पडल्यावर काचेची कुपी फुटेल, आतील विषारी वायू बाहेर पडेल, तो जाळीतून शेजारच्या कप्प्यात जाईल आणि मग तिथे ठेवलेले मांजर मरून जाईल. पुढच्या क्षणाला मांजर जिवंत असेल की नाही, या प्रश्नाचे उत्तर गणिताने देणे कठीण आहे, पण जर पेटीला वर एक भोक असून त्याला एक काच चिकटवलेली असेल तर? तर पेटीतील मांजराचे काय झाले आहे, हे पाहण्यासाठी एखादा निरीक्षक त्या काचेला आपला डोळा लावून आत पाहील. ज्या वेळी असे घडेल, त्या वेळी पुढे जी काही घटना घडेल किंवा न घडेल त्याचे उत्तर श्रोडिंजरचे गणित देते. निरीक्षकाच्या पाहण्यामुळे घडत असलेल्या घटनेवर परिणाम घडतो म्हणून श्रोडिंजरच्या सिद्धांताला Schrodinger's Cat Theory असे नाव पडले. श्रोडिंजरचा सिद्धांत हा पुढे घडणाऱ्या वैज्ञानिक घटनांचा वेध घेण्यासाठी अचूक ठरू लागला. विसाव्या शतकाच्या अखेरीपर्यंत श्रोडिंजरच्या सिद्धांताला कोणीही आव्हान देऊ शकले नाही; परंतु जॉन बेल नावाच्या पदार्थशास्त्रज्ञाने श्रोडिंजरच्या समीकरणानुसार घडू शकणाऱ्या भविष्यकालीन घटना पडताळून पाहण्यासाठी काही खास प्रयोग सुचवले. श्रोडिंजरचे सिद्धांत आता पणास लागणार होते. ७५ वर्षे श्रोडिंजरच्या सिद्धांतांना कोणीही आव्हान दिले नव्हते ते आता मिळाले. श्रोडिंजरच्या सिद्धांताबद्दल जे शास्त्रज्ञ साशंक होते. ते आता मोठ्या उत्सुकतेने बेलच्या प्रयोगाकडे पाहू लागले.

बेलने आपल्या स्वत:च्या सिद्धांतानुसार काही प्रयोग केले आणि त्यात तो यशस्वी झाला. तो जसा यशस्वी झाला, तसेच श्रोडिंजरचे सिद्धांतही यशस्वी झाले. शास्त्रीय जगतामधील सर्व शंका दूर पळाल्या आणि श्रोडिंजरचे सिद्धांत

एकमुखाने आता मान्य केले गेले. श्रोडिंजरच्या समीकरणाप्रमाणेच क्वांटम पातळीवरील मूलकण हे अगदी काटेकोरपणे वागतात हे साऱ्या शास्त्रज्ञांना कळून चुकले.

डेव्हिड बोह्म व बॅसिल हिले या दोन शास्त्रज्ञांनी श्रोडिंजरच्या गुंतागुंतीच्या समीकरणामधून त्यातील गाभ्याचा भाग वेगळा केला. त्याला त्यांनी Quantum Potential असे नाव दिले. प्रयोगात किंवा प्रत्यक्षात क्वांटम पातळीवरील दोन कणांत कितीही जरी अंतर वाढले, तरीही समीकरणातील या वेगळ्या केलेल्या भागानुसार कसलाही फरक पडत नव्हता. याचा अर्थ Non-locality अस्थानीयता किंवा प्रयोगाचा विश्वव्यापीपणा हा गणिताच्या आधारे खराच ठरत होता. हिले याच्या मतानुसार अशा प्रयोगात किंवा त्यामागच्या सिद्धांतात मुळातच काहीतरी ऊर्जा अंतर्भूत असावी. त्यामुळेच कितीही अंतर वाढले, तरी त्याचा परिणाम घडू शकत नव्हता. यामुळे दोन्ही मूलकण एकमेकांपासून कितीही जरी दूर गेले, तरी ते विलग होऊ शकत नव्हते. कोणत्याही प्रयोगात त्या दोघांचा सहभाग त्यामुळे आपोआपच घडत राहतो.

यामुळे एक गोष्ट नजरेस आली, जर दोन्ही मूलकण क्वांटम पातळीवर घटनेत सहभागी होत असतील, तर घटना एका निश्चित दिशेने जाण्यासाठी बाहेरच्या तटस्थ निरीक्षकाची किंवा साक्षीदाराची गरज पडत नाही. विश्वातील घडामोडी व विश्वाची उत्क्रांती ही एखाद्या साक्षीदारावाचून चालू राहू शकत होती. म्हणजे आता साक्षीदाराचे महत्त्व उरले नाही. श्रोडिंजरच्या सिद्धांतालाच छेद बसू लागला. तुम्ही जरी चंद्र पाहत नसला किंवा कोणीच चंद्र पाहत नसले, तरीही तो अंतराळात पृथ्वीभोवती फिरत असतोच. हे कसे काय? आइन्स्टाइनने या शंकेचे निराकरण केले. Quantum Potential च्या समीकरणाच्या भागात निरीक्षकाच्या सहभागाचे वैशिष्ट्य मुळातच गृहीत धरलेले असल्याने कोणी चंद्राला पाहिले नाही, तरी बिघडत नाही. आइन्स्टाइनने केवळ तारतम्य वापरून केलेला खुलासा शास्त्रीय जगाला एकदम पटला.

पण हा सारा काथ्याकूट कशासाठी, याचा मानवी मनाच्या विवेकशीलतेशी काय संबंध, याचा खुलासा रॉजर पेनरोज आणि कार्ल प्रिब्राम यांनी केला. माणसाचा मेंदू क्वांटम पातळीवरही विकसित होऊ शकतो, उलगडत जाऊ शकतो, त्या पातळीवरही कार्य करू शकतो. माणसाचा मेंदू एवढ्या सूक्ष्म पातळीवर उतरू शकतो की, ती सूक्ष्म पातळी क्वांटम पातळी असते. आपल्या मेंदूत बाहेरच्या संवेदना स्वीकारण्याची निरनिराळी केंद्रे आहेत. रंग, प्रकाश, वास, चव, स्पर्श, हालचाली, आकार वगैरे ओळखणारी केंद्रे मेंदूच्या विविध भागांत पसरलेली आहेत. मेंदूतील मुख्य भाग या सर्व संवेदना एकाच वेळी ग्रहण करतो. मग आपले विवेकबुद्धी असलेले सजग मन हे त्या सर्वांचे एकत्रीकरण करून त्यातून

एक चित्र उभे करते. यावर पेनरोज म्हणतो, ''कोणत्यातरी पातळीवर मेंदूत एक Quantum Coherence घडतो. त्यामुळे सर्व संवेदना एकाच वेळी एकाच दिशेने मेंदूत काम करतात. हा प्रकार मेंदूतील बऱ्यापैकी विस्तृत भागात घडतो.'' पेनरोजने हे एक धाडसी विधान केलेले आहे, पण ते विधान बेजबाबदार रितीने वाटेल तशा संकल्पनेवर नक्कीच आधारित नाही. आपल्या मेंदूच्या मुख्य भागात अशा क्वांटम पातळीवरील अनेक गोष्टी घडत असतात, तर कधी कधी अनेकदा टप्प्याटप्प्याने एकदम घडतात याचे उदाहरण म्हणून शास्त्रज्ञ असे सांगतात की, ''तुम्हाला नक्की झोप कधी लागते, जागृतावस्थेतून निद्रितावस्थेत तुम्ही कधी जाता ते तुम्हाला कळत नाही.''

मेंदूतील विविध केंद्रे, उपकेंद्रे जेव्हा एकाच वेळी एकाच दिशेने (एकसमयावच्छेदे करून) कामे करतात म्हणूनच आपल्याला हे विश्व नीट समजावून घेता येते का? असे खरोखरीच असेल आणि तसेच असणार यावर माझा विश्वास आहे. माणसाचा विश्ववेधी मेंदू हा कोणत्यातरी विलक्षण पद्धतीने आपल्या अस्तित्वाच्या उगमाचा शोध घेण्याचे सोडत नाही. थोडक्यात, आपले अस्तित्व जिथून कुठे सुरू झाले, त्या घटनेशी अजूनही आपला मेंदू संबंध ठेवून आहे.

हा विषय फार मोठा आहे, गहन आहे आणि त्याचा अभ्यास आत्ता कुठे सुरू झाला आहे. सजग मनाची विवेकशीलता किंवा Consciousness म्हणजे काय, याचा शोध आता घेतला जाऊ लागला आहे. आजच्या काही शास्त्रज्ञांच्या मते, ही मनाची विवेकबुद्धी किंवा विवेकशीलता ही या अफाट विश्वाचा एक मूलभूत भाग आहे. काहीतरी आध्यात्मिक किंवा तत्त्वज्ञानातील ते खूळ आहे म्हणून त्याकडे दुर्लक्ष करता येण्याजोगी ही बाब नाही. आत्तापर्यंत आपण पाहिले की, शास्त्रज्ञांची मते, विधाने ही काळजीपूर्वक केलेली असतात. त्यासाठी त्यांनी प्राथमिक स्वरूपाचे जे वास्तव आहे त्याचा क्वांटम पातळीवर फार काळजीपूर्वक वेध घेतला आहे. त्यांची अभ्यासातून निर्माण झालेली मते ठाम असून, ती आपल्याला कधीच डावलता येणार नाहीत.

इलेक्ट्रॉनचे उदाहरण घ्या. या छोट्या मूलकणाने सारे विश्व व्यापले आहे आणि त्याचे अस्तित्व एकाच वेळी दोन प्रकारे आहे. एकाच वेळी इलेक्ट्रॉन हा कणस्वरूपात असतो आणि त्याच वेळी तो लहरींच्या रूपातही असतो. दोन्ही प्रकारे एकाच वेळी आपले अस्तित्व दर्शविणाऱ्या इलेक्ट्रॉनचा अभ्यास केला तर माणसाची विवेकशीलता, विवेकबुद्धी आणि विश्वातील प्राथमिक प्रेरणा यांचा एकमेकांशी काही अन्योन्य संबंध आहे का आणि तो काय आहे, हेही समजून येईल. कोणत्यातरी गूढ प्रक्रियेमुळे या दोन्ही गोष्टी एकमेकांपासून अलग करता येणार नाहीत अशा झाल्या आहेत.

डेव्हिड बोह्म याने या गूढ प्रक्रियेला विश्वातील एका व्यवस्थेचा भाग (Implicate order) असे संबोधले आहे, तर बॅसिल हिले हा त्याबद्दल सुचवतो, ''याच गूढ व्यवस्थेचा भाग म्हणजे त्यामुळेच दृश्य पदार्थ व अदृश्य मन अशा भिन्न गोष्टी निर्माण झाल्या; परंतु मुळात त्या एकच होत्या. तिथे दोन्हींमध्ये कसलाच भेद नव्हता. ही गूढ व्यवस्था म्हणजे एखादी तात्त्विक रचना नाही, ती एक अचूकपणे काम करणारी प्रक्रिया आहे. म्हणजे निर्जीव पदार्थ व आपले मन यांचा उगम एकच आहे.'' असा त्याचा विश्वास आहे. हे ऐकल्यावर कोणीही थक्क होईल; परंतु त्यामागे भरपूर गणिती विवेचन केलेले असल्याने ती कल्पना खोडून काढता येत नाही.

अगदी सूक्ष्म तुकड्यांच्या/कणांच्या अथवा बिंदूंच्या रूपात पदार्थ, ऊर्जा, अवकाश व काल असतो; पण या क्वांटम जगाच्याही आणखी खालच्या कोणत्यातरी अतिसूक्ष्म पातळीवर उतरल्यास या गोष्टींचे अस्तित्व हे साधे ठरत नाही. बोह्म आणि हिले या पातळीला 'अवकाशपूर्व' असे म्हणतात. अवकाश निर्मितीच्याही आधीची ती पातळी आहे असा त्यांचा दावा आहे. अशा अवकाशपूर्व पातळीबद्दल जॉन व्हीलर हा आणखी काही तर्क करतो. क्वांटम पदार्थविज्ञान हे या वेळी आणखी काही गंभीर चित्र उभे करते. अवकाशपूर्व स्थितीच्या वेळी अवकाश, पदार्थ, ऊर्जा, काल वगैरे सारे काही एकमेकांना जोडलेले होते. एकाच दिशेने आपण होऊन काम करणाऱ्या, आपल्यातील सुसंगती आपण होऊन राखणाऱ्या अशा या गोष्टी होत्या.

या अवकाशपूर्व स्थितीमध्ये जागरूक विवेचक मन आणि प्राथमिक प्रेरणाक्षेत्रे यांचा सुप्तपणे संगम झालेला होता. सबंध विश्वभर हीच स्थिती होती किंवा हेच दुसऱ्या शब्दात असे सांगता येईल : ती जी विश्वातील संबंधित व्यवस्था (Implicate order) होती त्यातच सर्व जड सृष्टीमागे असलेल्या प्राथमिक क्षेत्रे आणि जागरूक विवेचक व विवेकशील मन किंवा विवेकबुद्धी हे एकच होते. तेथूनच त्यांचा उगम झाला. या सिद्धांतानुसार असे म्हणता येईल की, ***जगातील सर्व महान आध्यात्मिक परंपरा या अखेर वैज्ञानिक वस्तुस्थितीमध्ये विलय पावतात.***

एर्विन श्रोडिंजर याचा चरित्रलेखक वॉल्टर मूर होता. क्वांटम मेकॅनिक्समध्ये श्रोडिंजरचे योगदान फार महत्त्वाचे आहे. मूर लिहितो की, ***श्रोडिंजरने भारतीय वेदांचा अभ्यास केला होता. त्यातील आध्यात्मिक कल्पनांचा प्रभाव श्रोडिंजरवर पडला असल्याने त्यातूनच त्याला आपले वैज्ञानिक सिद्धांत मांडता आले.*** कदाचित 'सर्व एक आहे' ही जी कल्पना आहे यातून श्रोडिंजरला प्रेरणा मिळून त्याने सर्व मूलभूत प्रेरणा मुळात एकच आहेत यावर दहा वर्षे

संशोधन केले. उपनिषदांमधून श्रोडिंजरला याबद्दलचे सारे गूढ हे अत्यंत साध्या व सोप्या भाषेत लिहिलेले सापडले. तत् त्वम असि- तो तूच आहेस.

वेदातील संकल्पनांवर श्रोडिंजरचा आत्यंतिक विश्वास होता. **'सर्व विचारी जीव हे एकाच वैश्विक गोष्टीपासून निर्माण झालेले आहेत'** यावर त्याने विश्वास ठेवलेला होता. ही संकल्पना आजच्या वैज्ञानिक दृष्टिकोनातून मांडल्यास अशा शब्दात सांगता येईल : *जेव्हा प्रत्येकाच्या मेंदूची अतिसूक्ष्म किंवा क्वांटम पातळीवरील अवस्था ही वैश्विक पातळीवर असलेल्या वैचारिक मनाशी जुळते, एकरूप होऊ पाहते, तेव्हा माणसाच्या मनाची वैचारिक विवेकशीलता (consciousness) व्यक्त होते.*

जखम बरी होताना

मनुष्याला आपल्या बुद्धीचा हळूहळू प्रत्यय येत गेला. जेव्हा आपल्या बुद्धिसामर्थ्याचा पूर्ण साक्षात्कार त्याला झाला, तेव्हा देकार्तसारख्या तत्त्ववेत्त्याने, Cogito, ergo sum असे दर्पोद्‌गार काढले. "मला असे वाटते म्हणून किंवा माझ्या बुद्धीला हे पटते म्हणून..." असे म्हटले जाऊ लागले. शेवटी माणसाची विवेकबुद्धी अंतिम मानली जाऊ लागली. सर्व शंका कुशंकांचा नि:पात मनुष्याच्या बुद्धीच्या ऐरणीवर होऊ लागला; परंतु जेव्हा माणूस बुद्धीप्रामाण्यवादी झाला, "मला हे पटत नाही." किंवा "माझ्या बुद्धीला हे पटते." असे म्हणू लागला. तेव्हा 'मी' या एकाक्षरी शब्दाला आपोआपच महत्त्व प्राप्त झाले. याचा परिणाम शेवटी असा झाला की, माणसाने आपली अदृश्य विवेकशील बुद्धी ही मेंदूपासून किंवा पदार्थकणांपासून पूर्ण वेगळी केली. मन आणि जड पदार्थ वेगळे झाले. मनाचे अस्तित्व स्वतंत्र मानले गेले त्यामुळे माणूस आता पदार्थकणांकडे, वस्तूंकडे कशाचाही संदर्भ न घेता, 'माया' असे न मानता वस्तुस्थिती म्हणून पाहू लागला.

देकार्त आणि त्याचे अनुयायी आता वस्तुनिष्ठ स्वरूपात विचार करू लागले. विचारशक्तीच्या मानगुटीवर अनेक शतके बसलेले अंधश्रद्धेचे जोखड दूर केले गेले; परंतु मन व जड पदार्थ यांच्याबाबतच्या दुहेरी अवस्थांबद्दलच्या देकार्तच्या सिद्धांतामध्ये एक त्रुटी राहून गेली. देकार्त म्हणतो की, मनाच्या अस्तित्वात कुठेही जड पदार्थाचा कणभरही संबंध येत नाही, तसेच पदार्थांच्या अस्तित्वात मनाचाही संबंध बिलकूल येत नाही. असे असेल तर आपले जड शरीर व जो वैश्विक स्रोत आहे त्याच्याशी आपण कसा काय संबंध जोडू शकतो, समेट करू शकतो?

देकार्तने जड सृष्टीतील पदार्थांना मूळ स्रोताचे पसरलेले भाग (res extensa) असे संबोधले. त्यांचे अस्तित्व या अंतराळातील स्थान सांगून दाखवले जाते, तर मनाचे अस्तित्व म्हणजे विचार करणारे एक अदृश्य अस्तित्व (Cogitans)

असून त्याची पक्की स्थाननिश्चिती या अंतराळात करताच येत नाही. पदार्थ किंवा पदार्थकण यांना निसर्गाचे अपरिवर्तनीय नियम लागू पडतात, तर मन हे फक्त बुद्धीशी बांधील असते किंवा विवेकशीलता यावर फक्त अज्ञात असलेल्या परमेश्वराचे नियमन असते. त्याबद्दल जर आपण क्षणभर विचार करू लागलो, तर सर्व सृष्टी ही दोन भागांत विभागली गेली आहे, असे समजून विचार करावा लागतो. मनातले आणि मनाबाहेरचे, वस्तुनिष्ठ आणि आत्मनिष्ठ किंवा मनाने कल्पिलेला, निरीक्षण करणारा आणि निरीक्षिला गेलेला, मन आणि पदार्थ अशी विभागणी करूनच विचार करत पुढे जावे लागते. आपला निसर्ग हा या दोन वर्गांत विभागला गेलेला आहे.

देकार्तच्या सिद्धांतावरचे 'आक्रमण' (जर हा शब्द वापरायचा असेल तर) असे की, मानसिक गोष्टी किंवा घडामोडी या फक्त आपल्या मेंदूतच घडतात. जड अस्तित्व नसलेले अदृश्य मन आणि मेंदूतील पेशी यांचा समेट जेव्हा मेंदूच्या वरच्या भागात असलेल्या ग्रंथीत (Pineal gland) होतो, तेव्हाच मन विचार करू शकत असावे, असा तर्क देकार्तने केला होता. जेव्हा माणूस बुद्धीप्रामाण्याला महत्त्व देऊ लागला व त्या आधारे विज्ञानाची प्रगती होऊ लागली, तेव्हा त्याने वैचारिक समीकरणातून परमेश्वर हा घटक काढून टाकला, हद्दपार केला. मन हे कवटीमध्ये बंदिस्त झाले आहे किंवा कल्पनेतील पोकळीमध्ये नेहमी ते भरकटत असते, असे मानले जाऊ लागले. त्यामुळे तीनशे वर्षे मनाची वैचारिकता, विवेकशीलता (Consciousness) ही तत्त्वज्ञानामध्ये निर्वासित होऊन बसली.

तरीही देकार्त याने 'मन व मनाची रचना' ही अत्यंत भिन्न आहे असे म्हणून ठेवले होते आणि हेच मन त्याने सर्वश्रेष्ठ आहे, व्यक्तीच्या पलीकडे असलेले आहे, असेही मानले. या दृष्टिकोनातून पाहिले तर अनेक ऐतिहासिक उदाहरणातल्यानुसार देकार्तचे हे मत किंवा दृष्टी अनेकांनी स्वीकारून त्याचे रूपांतर एका कठोर तत्त्वज्ञानात केले.

मन आणि पदार्थ (Mind and matter) या दोन भिन्न गोष्टी आहेत, हा जो देकार्तचा द्वैतवाद आहे तो प्राचीन विचाराचा एक परिपाक आहे. आपण जे पाहतो ते वेगळे आणि ज्याचा आपण विचार करतो ते वेगळे, असे प्राचीन काळापासून मानले जात होते. मन हे सर्वव्यापी ब्रह्मचीच वस्तुस्थिती आहे, असे वेदकाळातील ऋषींनी म्हटले आहे. प्लेटो या युरोपातील विद्वानाने अशा विषयावर संवादरूपाने आपले विचार व्यक्त केले होते. त्यात त्याने म्हटले होते, "जगाच्या रचनेचा आदर्श नमुना म्हणजे फक्त एक अंधूक सावली आहे." तसेच येशू ख्रिस्ताने एका नवीन जगाची (Kingdom) उत्पत्ती मानली होती. त्या जगाचा या जगाशी काहीही संबंध नाही. ते काही असो; परंतु आजवर जगात जे जे विचारवेत्ते होऊन गेले

त्यांनी मनुष्याच्या मनाची वैचारिक विवेकशीलता (Consciousness) ही सर्वश्रेष्ठ मानली. त्यांनी कोणत्याही भौतिकतेला अगर पदार्थरूपाला प्राधान्य दिले नाही, तसेच त्यांनी 'मी' आणि 'ते' (That) वेगळे आहे, असे देकार्तच्या अनुयायांसारखे अथवा बुद्धिप्रामाण्यवाद्यांसारखे मानले नाही.

पदार्थ, वस्तू, पदार्थकण किंवा जड सृष्टीतील यच्चयावत गोष्टी या मनापासून पूर्णपणे भिन्न आहेत. देकार्तने असे ठामपणे मांडल्याने परमेश्वराला जड सृष्टीपासून, पदार्थापासून आणखी वरच्या पातळीवर उचलून ठेवले, उन्नत केले गेल्यासारखे झाले. तसेच, यामुळे असाही एक अर्थ यातून ध्वनित होतो की, निसर्गातील चराचर सृष्टी परमेश्वरापासून भिन्न झाल्याने या दोन्ही गोष्टींचा एकमेकांशी संबंध पोहोचत नाही. यानंतर क्वांटम सिद्धांताचा उदय होईपर्यंत असे मत प्रचारात आले की, ज्याचे मोजमाप करता येते, ज्याच्याबद्दल भविष्यकाळातील घटनांची अपेक्षा करता येते, तीच केवळ निखळ वास्तवता असते. मनोवैज्ञानिक मॅक्स व्हेलमान याला 'तिसऱ्या माणसाच्या दृष्टिकोनाचा प्रभाव' असे म्हणतो. जर एखादी गोष्ट आपल्या मनात नसून ती मनाबाहेर असेल, तरच ती वास्तवपूर्ण आहे. जो काही वैचारिक जागतिक मूर्खपणा चालला होता त्यावर असे म्हणणे मांडून एक प्रकारचा उतारा देण्याचा प्रयत्न होता; परंतु, अद्यापही बहुतेक सर्व वैज्ञानिक सिद्धांत हे प्रयोगावर अथवा अनुभवांवर आधारलेले होते. त्यांचा पाया अजूनही हाच धरला गेला आहे; परंतु हे लक्षात ठेवा की, हा पाया प्रत्येक वेळी भक्कम असतोच असे नाही, तो डळमळीतही असतो.

माणूस स्वतःला निसर्गाचाच एक भाग मानत आला आहे. अगदी प्राचीन काळापासून व त्याही आधीच्या काळापासूनही त्याला तसे जाणवत आले आहे. त्याच्या कल्पनेतील हा निसर्ग पूर्णपणे जिवंत प्राण्यासारखा असून, त्याला आत्मा नाही. काही माणसे एका ईश्वराला मानतात, तर काही अनेक देवदेवतांना मानतात; परंतु दोन्हीपैकी कोणीही जरी असले, तरी मनुष्याचा हा देव अथवा देवता या आपल्या जवळपासच आहेत, असा विश्वास होता. हिब्रू लोकांचा वाळवंटातून भटकत असणारा प्रेषित हा उष्ण व बोचऱ्या वाळूच्या वाऱ्याला तोंड देत असे. खुरट्या झुडपांमधून येणाऱ्या उष्ण वाऱ्याची झळ पार त्याच्या हाडापर्यंत पोहोचत असे. त्या वाऱ्यातही परमेश्वराचे अस्तित्व आहे, असे त्याला भासत होते आणि त्याने मानलेला मध्य युरोपातील व जंगलांनी वेढलेल्या वस्त्यांमध्ये किंवा आशियातील जे देव, परमेश्वर मानले जात होते, ते मात्र त्या धर्मातील धर्मगुरूंना तेवढेच खरेखुरे वाटत होते. चराचरात परमेश्वर सामावलेला असल्याची ही जी सार्वत्रिक भावना आहे ही नुसत्या जंगली, आदिवासी लोकांमधली नाही, तर ग्रीस व रोम येथल्या सुधारित व सुसंस्कृत असलेल्या जनतेमध्येही होती. हीच भावना किंवा मते पुढे पार मध्ययुगातील ॲरिस्टॉटलपर्यंत जात राहिली. अशीच

भावना माझ्या मातृदेशात, भारतात, अगदी छोट्या खेड्यांतही आजही पसरलेली आहे. तिथेच माझा जन्म झाला आणि तेव्हापासून मी हे सारे निरीक्षण करीत आलो आहे. आपण स्वत: किंवा 'मी' आणि अन्य यांच्यामध्ये एक अत्यंत पातळ पडदा आहे. हाच गूढ पडदा अथवा पदर मध्ययुगातील ख्रिश्चन धर्मातही पसरला होता. म्हणून ख्रिश्चन धर्मगुरू निसर्गाच्या कृती या निसर्गाच्या सुप्त सामर्थ्याचा आविष्कार मानत होते. इ. स. १६०० हे वर्ष मात्र कलाटणी देणारे ठरले. देकार्तने बाह्य व जड पदार्थांपासून मनाला मुक्त केले, वेगळे केले. एवढेच नव्हे तर रोजच्या व्यवहारातील कित्येक गोष्टी तोपर्यंत मूलत:च अत्यंत पवित्र समजल्या जात होत्या, त्यामागच्या कल्पनांपासूनही त्याने सुटका केली.

तेव्हापासून आपण प्राचीन काळापासून चालत आलेल्या अंधश्रद्धा टाकून देऊ लागलो. पुढे तंत्रज्ञानाची प्रगती जसजशी होत गेली, तसतसे अंधश्रद्धेच्या निर्मूलनाला जोर येत गेला; परंतु नवीन भौतिकतावादाबरोबर नुसत्या एकट्या विज्ञानाला बसविण्यात अर्थ नाही. विज्ञान म्हणजे निरीक्षण, विवेचन, पृथक्करण आणि भावी गोष्टी हेरणे, मग माणसांच्या क्रियांवर विचारप्रवाहाचा दाट प्रभाव पडला. कोणत्या विचारप्रवाहामुळे विज्ञान व अध्यात्म यांची फारकत झाली? या पुस्तकात सुरुवातीलाच हा प्रश्न मी विचारला होता. त्या विचारप्रवाहाचा असा काही घाव बसला की, विज्ञान व अध्यात्म वेगळे झाले आणि जखम मात्र खोलवर होऊन बसली. ही जखम भरून यायला पाहिजे.

पश्चिमी जगात पूर्वी पाखंडीपणाची चौकशी करण्यासाठी खास न्यायालये होती. तेरावे शतक ते सोळावे शतक या काळात त्या न्यायालयांनी सत्ताधाऱ्यांसाठी राजकीय दुरुस्त्या करण्यासाठी कठोरपणे आपल्या अधिकारांचा वापर केला. या गोष्टीला कमी महत्त्व देता कामा नये. देकार्तने आपल्या उमेदीच्या काळात ब्रुनो या व्यक्तीला कोपर्निकसचे मत उचलून धरतो म्हणून जिवंत जाळलेले पाहिले होते. कोपर्निकसने पृथ्वीसकट सर्व ग्रह सूर्याभोवती फिरतात असे प्रतिपादन केले होते. या संदर्भात पोपने गॅलिलिओला "आपली खगोलशास्त्रातील नवीन मते चुकीची आहेत." असे सक्तीने कबूल करायला लावले. त्याने तसे केल्यावरच शिक्षा देण्यात आली नाही, म्हणूनच देकार्तने जड पदार्थसृष्टीबाबतची (Matter) आपली मते फार पुढे रेटली नाहीत. चर्च संस्थेला यावर जो काही खल करायचा असेल तो करू द्यावा असे त्याने ठरवले असावे. कदाचित यातच त्याला धर्मसत्तेपासून सुरक्षितता मिळेल असे वाटले असावे, त्यामुळे मनाबद्दलचा खल करण्यास तो मोकळा झाला.

परंतु राजकारण आणि धर्म यांपेक्षाही एक वेगळीच किनार या विषयाला लाभत गेली. इतिहास आणि मानसशास्त्र यांची प्रतिबिंबे एकमेकांत पडलेली असतात. एका

विषयात दुसऱ्या विषयाचे अंतरंग प्रकट होत असते. मनुष्याच्या स्वत:बद्दलच्या कल्पना या कालखंडात साहित्यात उमटू लागल्या. विशेषत: मध्ययुगीन काळ व आधुनिक काळ यांच्या दरम्यानच्या काळातील साहित्यात असे घडत गेले. माणसातील 'स्व', स्वत:बद्दलच्या मानापमानाच्या कल्पना आणि अहंभाव हे साहित्यात मोठ्या प्रमाणात वेगाने वाढत गेले. त्यामुळे प्रत्येक माणूस हा जगातील जनतेपासून कसा वेगळा असू शकतो, कसा आहे हे सांगितले जाऊ लागले. 'स्वत:ची ओळख' ही 'मी हा असा आहे' यात सांगितली जाऊ लागली. हीच गोष्ट ऐतिहासिक कालखंडात 'तुम्ही कसे आहात' (Thou art) अशा शब्दाने सांगितली जायची. हा एवढा बदल कसा होत गेला? आपल्या जागरूक मनाचे सुप्त सामर्थ्य हे किमान या विश्वाएवढेच प्राचीन आहे, असे श्रोडिंजर, मॅक्स प्लॅन्क व रॉजर पेनरोज म्हणत. मी जरी याबाबत त्यांच्याशी सहमत असलो, तरी माणसाला याची जाणीव प्रत्येक वेळी तशी झालेली होतीच असे नव्हे. मनुष्याच्या जाणिवांसाठी संगणकाच्या साहाय्याने मांडलेल्या पद्धती मला पटतात, आवडतात; पण तरीही त्यासाठी, आपल्या मेंदूसाठी वापरलेल्या संगणक प्रणालींतही वेळोवेळी बदल करून त्यात सुधारणा करावी लागते, हेही तितकेच खरे आहे.

देकार्त जेव्हा पदार्थांबद्दल विचार करू लागला, तेव्हा त्याला 'एक वेगळाच अनुभव' आला. समुद्र, जमीन, मनुष्यदेह असल्या जड गोष्टींपेक्षा 'ती' एक वेगळीच जाणीव त्याने अनुभवली. त्याला एकदा विचारले होते, "आपल्याला कुत्रा दिसतो आहे खरा, पण तो आपल्या देहाबाहेरच आहे हे कसे ओळखायचे?" त्यावर कोणी "कारण त्याचे भुंकणे मला ऐकू येते आहे." असे उत्तर देणार नाही. "कारण तो भुंकतो आहे." असे उत्तर देईल. म्हणजे आपण आपले मन आणि अहंभाव या आधारे आपली भाषा वापरून उत्तर देतो. आपले हात-पाय हे आपल्या धडाला चिकटलेले आहेत, हे आपल्याला ठाऊक आहे. कारण तसे आपल्या मनाने पक्के मानलेले आहे. (जर आपले हातपाय तुटले, धडापासून वेगळे झाले, तरीही तिथे ते आभासमय हातपाय आहेत असे आपले मत वस्तुस्थिती ठाऊक असूनही मानतच राहते.)

मज्जाशास्त्रज्ञ कार्ल प्रिब्राम याबाबत योग्य शब्दात म्हणतो, "वस्तुनिष्ठ 'मी' हा व्यक्तिनिष्ठ 'मला'पासून वेगळा झाला आहे.' 'हे' (This) 'त्या' (That) पासून वेगळे आहे. समोरची घटना बघणारा साक्षीदार जर 'मी' असेल, तर तो जे काही बघतो आहे, निरीक्षण करतो आहे त्या घटनेमध्ये तो प्रत्यक्ष भाग घेत नाही, असे जेव्हा ठरवले गेले, तेव्हा दोन गोष्टी घडतात. हे विश्व एक महाप्रचंड असे जगड्व्याळ यंत्र असून, त्याच्याकडूनच विश्वातील सर्व घटना, घडामोडी ह्या पाहणाऱ्याच्या म्हणजेच मानवाच्या विचारानुसार (consciousness) ठरवल्या

जातात, असे मानावे लागेल.'' याबाबत हेन्री स्टॅप हा म्हणतो, ''याचा अर्थ हे विश्व आपली कसलीही जबाबदारी न स्वीकारता घडणाऱ्या घटनामालिकांपासून स्वत:ला षंढपणे दूर ठेवते.'' नाहीतर आपल्याला बिशप बर्कले याच्या मतानुसार, ''हे जग केवळ आभासात्मक छाया आहे, माया आहे.'' असे मानावे लागेल.

पहिले मत हे जडवादी (Materialistic) आहे आणि दुसरे मत हे आदर्शवादी आहे. बरेच लोक या दोन्हीपैकी कोणत्या तरी एका मताला घट्ट चिकटून राहतात; परंतु क्वांटम सिद्धांत उदयास आल्यावर ही दोन्ही मते बरोबर नाहीत असे लक्षात आले. 'मी' आणि 'विश्व' हे दोघेही कोणत्या तरी प्रकारे एकमेकांत भाग घेत असतात. मनाचा परिणाम हा जड वस्तूंवर, जड कणांवर होतो आणि जड पदार्थांचा परिणाम मनावर होतो. *(कुणाला हे पटत नसेल, तर आपले मन व आपले शरीर यांचे उदाहरण पाहावे. शरीरावर मनाचा परिणाम होतो. अनुकूल वस्तुस्थिती असली, तरीही मन खचले तर विज्ञानाचे सर्व नियम बाजूला सारून शरीर खंगते, तर शरीरातील जीवशास्त्रीय घडामोडींमुळे मन उल्हसित होते किंवा विशिष्ट इच्छा मनात निर्माण होते.)* 'आपल्या निरीक्षणांमुळे विश्व अस्तित्वात येते,' या जॉन व्हीलरच्या मतामध्ये मन म्हणजे 'जागरूक मन' धरले गेले आहे. शेवटी विश्वाची निर्मिती जागरूक मनामुळे झाली काय?

मन आणि वस्तू किंवा पदार्थ हे एकमेकांपासून विलग केल्यावर मनाची उत्क्रांती जागरूक व विवेकी मनात होण्यास वेळ लागला. मग मनाला आपल्या 'स्व'त्वाची जाणीव झाली. तसे झाल्यावर युरोपीय तत्त्वज्ञानात पुनरुज्जीवनवाद (Renaissance) उदयाला आला. त्याची मुळे ही मनाच्या 'स्व'त्वाच्या जाणिवेत अशी घुसलेली आहेत. *मेंदू हा हार्डवेअर आहे, तर मन हे सॉफ्टवेअर आहे.* मनाच्या सॉफ्टवेअरमध्ये उत्क्रांती झाली, पण आता पुन्हा मनाचे महत्त्व दूर झाले आहे. तो पेच असा आहे : आपल्या ज्या जाणिवा आहेत, त्यांच्या क्षमतेच्या, मर्यादेच्या पुढे जाऊन विज्ञान वेगाने प्रगती करीत आहे. विज्ञानामुळे मन, पदार्थ, ऊर्जा आदी गोष्टींचे परस्पर संबंध हे नव्याने मांडले जात आहेत; परंतु अजूनही या प्रयत्नांची फलिते दृश्य स्वरूपात प्रकट झालेली दिसत नाहीत. परिणामी आपण अजूनही या विषयावर फार काळ भरकटत चर्चा करीत बसलो आहोत. उलट त्यामुळे हा विषय अधिकच अवघड बनत चालला आहे. आपला मेंदू हा एखाद्या लेसर किरणाप्रमाणे स्वच्छपणे वस्तुस्थितीचे चित्र उमटवणारा आहे हे आपल्याला ठाऊक आहे; परंतु असे दिसते की, तरीही आपल्याला या मेंदूचा नीट उपयोग करून घेता येत नाही.

शंभर वर्षांपूर्वी अमेरिकी मानसशास्त्रज्ञ विल्यम जेम्स हा अर्थशास्त्रावर बोलताना म्हणाला होता की, जगातील यच्चयावत गोष्टी या मुळात एका मूलतत्त्वापासून

किंवा मूलपदार्थापासून बनलेल्या आहेत.'' त्याचे हे म्हणणे खरे असेल, तर विश्वातील अवकाश निर्माण होण्याआधी किंवा विश्वात असलेली आताची रचनापद्धती निर्माण होण्याआधी मन व पदार्थ या दोन्ही गोष्टी एकच होत्या किंवा त्या एकमेकांत विलीन पावल्या होत्या असेही म्हणता येईल. (या नाजूक व तरल अशा पातळीवर देकार्तचे res extensa and res cogitans या उठून दिसत नाहीत.)

वस्तुकण किंवा पदार्थ यांना मनाला असणाऱ्या गुणधर्मासारखे गुणधर्म आहेत, असे बोह्म मानीत आला होता. तो असा दावा करायचा की, 'खुद्द इलेक्ट्रॉनलाही मनासारखा एक ढोबळ व प्राथमिक असा गुणधर्म आहे.' जर बोह्मचे म्हणणे खरे असेल, तर मग आपला मेंदू हा पदार्थापासून विकसित झालेला असल्याने तो बोह्मच्या विधानाला सुसंगत असा वागायला हवा. यावर बोह्म म्हणतो, ''विश्वाचे दर्शन हे मनुष्यदेहात व मनात दिसते. त्यामुळे याचा अभ्यास केला की, विश्वाचा अभ्यास होतो.''

जागरूक मानवी मन हे स्मृती, भान आणि विशेषत: भाषा यांच्याशी अत्यंत निगडित आहे आणि या सर्व गोष्टी मेंदूतल्या पेशीत कुठेतरी सामावलेल्या आहेत; परंतु जागरूक मन हे केवळ आपल्या डोक्यात नसते. आपण जिथे आहोत तिथे ते असते आणि आपण जिथे नाही तिथेही ते असते. ज्या स्थळकालात आपण हालचाली करतो ते स्थळकाल म्हणजे जागरूक मनाची एक सुप्त अवस्था आहे.

मज्जाशास्त्रज्ञ कार्ल प्रिब्राम आणि जीवशास्त्रज्ञ रूपर्ट शेल्ड्रेक हे दोघे आपले सिद्धांत धाडसीपणे मांडणारे होते. त्या दोघांनी जागरूक मनाबद्दलच्या आपल्या अद्भुत आणि विचारप्रवर्तक अशा कल्पना शास्त्रज्ञांपुढे ठेवल्या. जागरूक मनाबद्दलची आपली एक अभिनव कल्पना-रचना (Holonic model) मांडली आहे. ज्याप्रमाणे होलोग्राफिक छायाचित्रातील प्रत्येक बिंदू हा संपूर्ण छायाचित्राची माहिती सामावून धरतो, तसेच मेंदूच्या प्रत्येक पेशीपेशीत फक्त विशिष्ट स्मृती न सामावता संपूर्ण स्मृती सामावून धरली जाते. प्रिब्रामला असा विश्वास आहे की, मन-मेंदू संबंध हे 'वरून खाली' रचले जातात. विशाल जागरूक मनामध्ये प्रत्येक व्यक्ती ही भाग घेते व तसा तिला अनुभव येतो.

Consciousness Reassessed, 2004 या पुस्तकात तो म्हणतो, ''गुरुत्वाकर्षणाचा संबंध जसा सर्व वस्तुकणांशी असतो, द्रव्याशी असतो, तसाच संबंध संवेदना टिपणाऱ्या रचनेशी असतो. जागरूक मन म्हणजे काही रासायनिक घडामोडी नाहीत किंवा गणिती प्रक्रिया करणारी रचना नाही. त्याहीपेक्षा अधिक काही असणारी व करणारी ती गोष्ट आहे. जीवशास्त्रीय घडामोडींपेक्षाही अत्यंत व्यापक अशा मज्जाशास्त्रीय घडामोडींशी जागरूक मनाचा संबंध आहे.'' प्रिब्रामचे हे उद्गार खूप गूढ वाटेल असे आहेत, पण त्यामुळे तुम्ही घाबरू नका किंवा

गोंधळून जाऊ नका. सोप्या भाषेत सांगायचे झाल्यास, "या विशाल क्वांटम जगातील घडामोडींकडे जसा निर्देश करता येतो, तसे जागरूक मनाच्या बाबतीत कधीही करता येण्याजोगे नाही."

मनाचा विस्तार होऊ शकतो, तो करता येतो आणि ज्या गोष्टी मेंदूच्या आवाक्याबाहेरच्या आहेत, संवेदनांच्या पलीकडच्या आहेत, तिथवर मन जाऊन पोहोचू शकते. शेल्ड्रेक म्हणतो, "नोबेल पारितोषिक विजेता शास्त्रज्ञ ब्रायन जोसेफसन याला दुसऱ्याच्या मनातले विचार ओळखणाऱ्या Telepathy सारख्या विषयात (किंवा Psi phenomena) खूप रस आहे. अशा अद्भुत वाटणाऱ्या गोष्टींचे, विषयांचे अस्तित्व दर्शविणारा पुरावा जर दाखवता आला तर, ते 'जागरूक मन' फक्त कवटीमध्ये बंदिस्त झालेले नाही हे दाखवता येईल. तसेच ते मन हे मेंदूबद्ध नसून ते सर्वत्र मुक्तपणे सहज संचार करू शकते हेही सिद्ध होईल." बायन जोसेफसन यासाठी शास्त्रीय खुलाशाची मागणी करतो.

आत्ताचे विज्ञान अशा अद्भुत सिद्धांताकडे जरी संशयाने पाहत असले, तरीही आपण अगदी उघडपणे नवीन व दचकवून टाकणाऱ्या काही संकल्पनांकडे वाटचाल करतो आहे, हे निश्चित.

देकार्तने मानवी मनाचे जे कल्पनाचित्र उभे केले होते ते फारसे चुकीचे नव्हते. दुर्दैवाने बऱ्याच शास्त्रज्ञांना ते नीट समजले नाही. जे संपूर्ण विश्वात पसरलेले सुप्त व अमर्याद 'जागृत मन' आहे, ते जाणून घेण्याचा आपण प्रयत्न करतो आहोत. थोडक्यात, जणूकाही वैश्विक मन जोखण्यासाठी परमेश्वराने 'माणूस' नावाचे डोळे व कान वापरले आहेत, असे समजा. थोर जर्मन गूढवादी मेशर एकहार्ट म्हणतो, "ज्या डोळ्यांतून मी परमेश्वर बघतो त्याच डोळ्यांतून परमेश्वर मला बघत असतो."

जागरूक मनाची स्थापना ही मेंदूत असते. त्या मेंदूची रचना ही वरून खाली क्रमाने वाढत गेली आहे, का ती खालून वर वाढत गेली आहे? आधी कळस की, आधी पाया? अशा प्रश्नांवर शास्त्रज्ञात अजूनही वाद चालू आहेत व तो आणखी अनेक वर्षे चालत राहील असे दिसते; परंतु जागरूक मनाने घडणाऱ्या घटनेचे नुसते निरीक्षण करीत राहिले तरी त्या घटनेत भाग घेतल्यासारखे होते. कारण केवळ निरीक्षणामुळे त्या घटनेत प्रत्यक्षात बदल होतात. अशा या भाग घेणाऱ्या (Participatory) जागरूक मनाबद्दल व्हीलर, बोह्म, हिले आणि प्रिब्राम यांनी खूप संशोधन केले आहे. विश्वापासून मनाला वेगळे काढण्याबद्दल आता कोणीही शास्त्रज्ञ बोलत नाही. मन आणि पदार्थ हे एकमेकांत गुंतलेले आहेत, हे आता खात्रीपूर्वक मानले गेले आहे; परंतु देकार्तला हे उमगले नव्हते. याचे कारण त्याला मेंदूच्या अवकाशातील बऱ्याच बारीकसारीक गोष्टी समजल्या नव्हत्या. रोजच्या जीवनात जागरूक मनाचे कोणते आविष्कार आपणास जाणवतात?

रोजच्या जीवनात आपल्याला नवीन संकल्पनेनुसार जागरूक मनाचे कोणते विविध व महत्त्वपूर्ण अर्थ लागू होतात? थोडक्यात सांगायचे झाल्यास वास्तवतेच्या मुळाशी मनाचे सुप्त सामर्थ्य असेल तर ते अगदी मूलभूत असे असेल, मग असे सहज म्हणता येईल की, मनुष्याची रचनाच जर यात अंतर्भूत असेल तर या मनाची सर्व सामर्थ्ये आपण जमेल तितकी जाणून घेतली पाहिजेत व अनुभवली पाहिजेत. सामान्यत: सतत जिवंत राहण्यासाठी, सुख मिळविण्यासाठी व ते भोगण्यासाठी आपण धडपडत राहतो. सर्व नैसर्गिक रितीने होणाऱ्या या कृती आहेत. उदाहरणार्थ, हृदयाची स्पंदने, भूक, कामेच्छा आणि सामर्थ्याचा वेध घेवो किंवा न घेवो, जेव्हा सारी मानवजात आपल्याला लाभलेल्या मनाचे एकूण एक सुप्त सामर्थ्य वापरू लागेल, तेव्हा खरीखुरी आध्यात्मिक पातळी गाठली जाईल. फक्त त्यासाठी आपण बाहेरच्या अवकाशातील वैश्विक मनाशी आपले मन सुसंगत असे ठेवले पाहिजे; परंतु असे घडणे असंभवनीय आहे, असे दिसते. देकार्तने जड पदार्थापासून (Matter) मन वेगळे केले, आजूबाजूला घडणाऱ्या घटनांना आपले मन हे केवळ एक तटस्थ साक्षीदार आहे, अशा विचारांमुळे 'आपण आपल्या कृतींना जबाबदार असत नाही' असे समर्थन करता येते.

या प्रकरणाचा किंबहुना या संबंध पुस्तकाचाच भावार्थ असा आहे की, अत्यंत प्राथमिक व मूलभूत पातळीवर जड पदार्थ आणि जागरूक मन हे एकत्र येतात. विज्ञान आपल्याला आता असे सांगते की, आपल्याकडून होणाऱ्या कृती ठरविण्यात आपल्या जागरूक मनाचा भाग असतो आणि यामध्ये निसर्गाचा काहीतरी विशिष्ट हेतू प्रकट होत असतो. अत्यंत मोठे किंवा भव्य असे असलेला जो सर्व गोष्टींचा एकमेव असा मूळ उगम आहे त्याचा आपण एक भाग आहोत, असे एव्हाना आपल्याला कळून चुकले आहे. कदाचित आपल्या नीतीमत्तेच्या कल्पना यामुळेच जन्माला आल्या असाव्यात आणि म्हणून आपल्या सर्व कृती या सत्याला, ज्ञानाला सुसंगत अशा असायला हव्यात. आपण जेव्हा अशा सुसंगत कृती करू लागू, तेव्हा मन आणि जड पदार्थ यातील दरी भरून काढली जाईल आणि आपल्या मनाची जी प्राचीन जखम ठुसठुसते आहे ती शांत होईल.

विज्ञान व धर्म यांची भेट

❖

Inherit the Wind हे एक परदेशात गाजलेले नाटक आहे. उत्क्रांतिवादाचे समर्थक आणि परमेश्वराने एकदमच एक परिपूर्ण जीवसृष्टी निर्माण केली, अशा मतांचे लोक यांच्यात नेहमीच संघर्ष होत आला आहे. पहिले विज्ञानवादी; तर दुसरे धर्ममतवादी हा संघर्ष सतत चालू राहिलेला आहे. यावर ते नाटक आधारलेले आहे. त्या नाटकात असे दाखविलेले आहे : अमेरिकेतील एका राज्यात धर्ममतवाद्यांची सत्ता होती. त्या राज्यातील एका छोट्या गावातील शिक्षकाला अटक केली जाते. कारण काय, तर त्याने डार्विनचा उत्क्रांतिवाद वर्गात शिकवला. त्या शिक्षकावर खटला भरला गेला. त्या खटल्यात बचावाच्या वकिलाने आपली अजोड बुद्धिमत्ता प्रकट करून आपल्या अशिलाचे लाजवाब समर्थन केले. त्याचे नाव होते, क्लेरेन्स डॅरो. त्या राज्यातील जहाल राजकारणी ब्रायन हा या खटल्यात आरोपीच्या विरुद्ध दंड थोपटून उभा राहिला होता. हा राजकारणी पुरुष अत्यंत महत्त्वाकांक्षी होता व तो तीन वेळा अध्यक्षपदाच्या उमेदवारीसाठी निवडणुकीत उभा राहिला होता. असा हा जनमानसावर जबरदस्त प्रभाव असलेला व काही प्रमाणात हाताशी सत्ता असलेला बुद्धिमान पुरुष खटल्यात आरोपीविरुद्ध किंवा विज्ञानवादाविरुद्ध दंड थोपटून उभा राहिला होता. तो आणि आरोपीचा वकील यांच्यात एक बौद्धिक जुगलबंदी खटल्यात व्यक्त झाली.

ही एक सत्य घटना असून, यावर आधारित जे नाटक व चित्रपट झाले त्यात मूळ नावांऐवजी वेगळी नावे टाकली गेली. चित्रपटात आरोपीच्या वकिलांची भूमिका स्पेन्सर ट्रेसी याने अप्रतिमरित्या सादर केली, तर फिर्यादीच्या म्हणजे राजकारणी व्यक्तीची भूमिका फ्रेड्रिक मार्च याने केली होती. याने डार्विनच्या उत्क्रांतिवादाविरुद्ध खटल्यात अनेक धार्मिक हरकती घेतल्या. जेव्हा त्यांचे संवाद, ती जुगलबंदी कळसाला पोहोचली, तेव्हा आरोपीच्या वकिलाने बायबलमधील उत्पत्ती – Genesis– मधील मतांवर हल्ला चढवला. त्याने प्रतिपक्षाला विचारले,

''सात दिवसांत जग निर्माण झाले, असा दावा या ग्रंथात केला आहे. त्यातल्या पहिल्या दिवसाचा काळ प्रत्यक्षात एक वर्षाचा किंवा दहा वर्षांचा किंवा एक कोटी वर्षांचाही असू शकतो ना?''

''नाही.'' एक ठाम उत्तर प्रतिपक्षाच्या वकिलाने दिले. तो पुढे म्हणाला, ''बायबलमध्ये 'एक दिवसांत' असे स्पष्टपणे म्हटलेले आहे!''

''परंतु परमेश्वराला तो एक दिवस कितीही कालखंडाचा करता येऊ शकतो, हो ना?''

यावर रागाने तो वकील उत्तरला, ''बायबल असे म्हणते की, फक्त एक दिवस.''

मग आरोपीच्या वकिलाने पुढे झुकून, वाकून आपला एक अमोघ बाण सोडला. तो म्हणाला, ''म्हणजे तुम्हाला असे म्हणायचे आहे की, बायबल लिहिणारी व्यक्ती ही परमेश्वरापेक्षा महान आहे?'' हा एक फिर्यादीच्या वकिलावर घाव होता. त्याक्षणी नाटकातील हा वकील खाली कोसळतो. त्याला पक्षाघाताचा झटका आलेला असतो. असे दाखविण्यात नाटककाराचे कौशल्य होते. एक फार मोठे नाट्य त्याने साधले होते; परंतु प्रेक्षकांना मुद्दा मात्र समजला.

सध्या विश्वाचा अभ्यास करणाऱ्या शास्त्रज्ञांच्या मते, विश्वाचे वय हे सुमारे १४ अब्ज वर्षांचे आहे. एवढ्या अफाट कालखंडाचा वेध ख्रिस्ताच्या काळात माणसाकडून घेतला जाणे केवळ अशक्य होते; परंतु शास्त्रज्ञ, गूढवादी, धार्मिक विद्वान यांना असा नेहमीच संशय वाटत आला आहे की, 'विश्व हे अति-अति जुने असावे, अतिप्राचीन असावे, मग भले बायबलमध्ये काहीही म्हटलेले असो. बायबल मानणाऱ्या धार्मिक विद्वानांच्या मते, विश्वाचे वय हे ६ हजार ते १० हजार वर्षांचे असावे.'

कोणताही अफाट कालखंड हा आपल्या आवाक्यात आणण्यासाठी मानवी मन त्या कालखंडाला काहीतरी नावे देते. इंग्रजीत age, epoch, eon किंवा वैदिक पद्धतीत 'युग' असे म्हटले जाते. ज्यांना ज्युडाईझम किंवा ख्रिश्चन कालगणनेनुसार शिक्षण देण्यात आले आहे. त्यांना मी येथे विज्ञानातील एक भाग सांगतो.

१४ अब्ज वर्षे हा कालखंड किती मोठा आहे, हे आपल्या मनाला अचूकपणे जाणवणे कठीण आहे; परंतु एवढा अफाट कालखंड म्हणजे परमेश्वराच्या दृष्टीने एक दिवसाएवढा असू शकतो. निसर्गाची कालमापनाची पट्टी ही आपण कशी ठरवणार किंवा कोणताही धर्ममतवादी परमेश्वराच्या विश्वनिर्मितीच्या कालगणनेचे परिमाण मानवी दृष्टीतून कसे काय ठरवणार, मग ते सात दिवसांचे म्हटलेले असो वा अनंत काळाचे म्हटलेले असो. विश्वनिर्मिती होण्याआधीच्या काळाच्या मापनाबद्दलच्या कल्पना विज्ञानाने केल्या नाहीत.

विश्वानिर्मितीबद्दलच्या ज्या काही कल्पना धर्म व विज्ञान यांच्याकडून केल्या

गेल्या आहेत, त्या कल्पनांमध्ये फार मोठा संघर्ष असण्याचे कोणतेच कारण संभवत नाही. त्यात समेट व्हायचा असेल तर दोन्ही पक्षांनी अधिक विश्लेषण करणारे विचार आपापल्या मनात केले पाहिजेत, तशी विचारपद्धती अवलंबिली पाहिजे. पुराणकथा व परीकथा यातून शाळेतील मुलांची विश्वनिर्मितीबद्दलची कल्पनाशक्ती वाढत जाते. मग त्या कल्पनेनुसार विश्व हे कासवाच्या पाठीसारखे किंवा एका गरगरणाऱ्या वातचक्रातून, मंथनातून परमेश्वराने निर्माण केलेले असे; परंतु ख्रिश्चन संत सेंट पॉल हा म्हणतो की, त्याने प्रौढ झाल्यावर पोरवयातील कल्पना झटकून टाकल्या. आपणही मानवी मनाने निर्माण केलेल्या वैज्ञानिक कल्पना उचलून धरल्या पाहिजेत.

विश्वनिर्मितीशास्त्र अशीही एक शक्यता वर्तवते : विश्वाच्या उगमस्थानी प्रथम एकच एक प्रभावक्षेत्र (Field) उद्भवले. त्यामध्ये विश्वनिर्मिती कशी व काय करायची ही माहिती सामावलेली होती. एक प्रकारचा तो विश्वरचनेचा 'ब्ल्यू प्रिन्ट' नकाशा होता. जसा संपूर्ण मानवी देहाच्या रचनेचा नकाशा हा प्रत्येक पेशीतील डीएनएच्या अणुसाखळीत सामावलेला असतो, तसा या ठिकाणी आपण जे एकच एक प्रभावक्षेत्र कल्पितो, ते म्हणजे सर्व प्रकारच्या प्रेरणा (Force) पदार्थकण इत्यादीचा संयोग झालेले असे ते 'काहीतरी' होते. त्यांना त्या वेळी कोणतेच नाव देता येत नव्हते; परंतु 'सर्व मूलभूत गोष्टींचे एकत्रीकरण' किंवा 'त्या गोष्टी एकमेकांत विलीन पावलेल्या' असे म्हणणे हे शेवट दर्शविणारे असते, आरंभ करून देणारे नसते पण येथे उलट प्रकार घडत होता. यातून विश्वनिर्मितीचा आरंभ होत होता. एक नवीन भविष्यकाळ जन्माला घातला जात होता. ते जे अत्यंत मूलगामी असे प्रभावक्षेत्र होते. त्यातून विश्व निर्माण झाले अशी कल्पना करणेही फार धाडसाचे आहे. पुढे काय व कसे घडले, यातूनच एक कोटी परार्ध तारे कसे निर्माण झाले याची शास्त्रज्ञांना अद्यापही नीट कल्पना करता येत नाही.

आपली कल्पनाशक्ती ताणून असे समजू या की, पूर्वी 'काहीतरी होते व त्याभोवती काहीही नव्हते' असे डोळ्यासमोर आणले तर मग आपल्याला म्हणता येईल, "ते विश्वाचे बीज आहे, ते अत्यंत मूलभूत व प्राथमिक स्वरूपाचे आहे. यात सारे काही सामावलेले आहे आणि यातूनच विश्वाचे कोंब फुटणार आहेत." एखाद्या निखाऱ्यातूनच पुढे एक मोठी आग भडकू शकते ना? तसाच हा प्रकार. विश्वनिर्मिती कशी झाली? यावर आपण उत्स्फूर्तपणे आपली विचारशक्ती मोकळी सोडू शकतो. आपल्या हातात एवढेच आहे किंवा सर्वत्र स्थिरस्थावर असताना अचानक एखादी मोठी शिंक यावी, तशी काही घटना घडली आणि विश्वाची निर्मिती झाली. एका वैश्विक शिंकेमुळे विश्व अवतरले? आपल्या अशा कल्पना पोरकट वाटतील, पण वैज्ञानिक मंडळी त्यावरही गंभीरपणे खल करतात. त्यावर

चर्चा करताना ते Quanturn fluctuation, scalar field of symmetry breaking of false vacuum असे जाडे जाडे शास्त्रीय शब्द वापरतात. शब्द कोणतेही असले तरी सामान्यांच्या भाषेत 'विश्वाचे अंडे फुटले'. त्या आधी अंतराळही नव्हते. होती ती फक्त विश्वनिर्मितीची सुप्त शक्ती किंवा अदृश्य स्वरूपातील सुप्त विश्व! कुठेतरी काहीतरी चुकले नि एक महाप्रचंड स्फोट होऊन त्यातून आधी अंतराळ व त्यामागोमाग तारकाचक्रे, आकाशगंगा, तेजोमेघ, तारे, इत्यादी इत्यादी प्रकटले; पण हे का घडले? व्हीलर हा शास्त्रज्ञ त्याबद्दल विचारतो, "कोणत्या तरी महाव्यापक जागरूक मनामुळे ही घटना घडून विश्वनिर्मिती झाली का? आणि जर नाही तर मग कशामुळे?"

या प्रश्नाचे उत्तर सापडले नाही तरी एकमेव असे एक प्रभावक्षेत्र वेगाने उलगडत गेले, पसरत गेले, आधी बाहेर पडलेल्या अंतराळात पसरत गेले. परिणामी विश्वरचना होत गेली. यातूनच पुढे सर्व प्रकारची ज्ञात प्रभावक्षेत्रे निर्माण होत गेली आणि त्याचे पदार्थांवरील आविष्कार व्यक्त होत गेले. विश्वनिर्मिती फुलत गेली. शोभेच्या दारूचा भुईनळा उडू लागावा व ते तेजाचे कारंजे दाही दिशांना पसरू लागावे, त्यात सतत वाढ होत जावी, असे काहीसे घडले आणि ही घटना प्रदीर्घ काळ चालत राहिली होती.

जे काही एकमेव मूलभूत प्रभावक्षेत्र सुरुवातीला होते त्यातून पुढे गुरुत्वाकर्षण, विद्युतचुंबकीय क्षेत्र, आण्विक जोर किंवा प्रेरणा इत्यादींचा जन्म झाला. मग एकदा विश्वनिर्मिती झाल्यानंतर त्या चार प्रेरणा ऊर्फ प्रभावक्षेत्रे विरून का गेली नाहीत? त्यावर असे उत्तर देता येईल की, एकदा मनुष्यदेहाची निर्मिती झाली की 'ती निर्मिती कशी व्हावी' हे सांगणारे पेशीपेशीमध्ये असलेले डीएनए जसे नष्ट होत नाहीत, तसाच हा प्रकार आहे. शरीरातील कोणतीही लहानातली लहान पेशी घेतली तरी त्यात सर्व शरीराची माहिती असलेला डीएनए सामावलेला असतो. (न्यायवैद्यकशास्त्रात याचा फार उपयोग होतो.) जर आपण अगदी बारकाईने अंतराळाचा कोणताही लहान किंवा सूक्ष्म तुकडा पाहिला, तर आपल्याला सर्व प्रेरणा ऊर्फ प्रभावक्षेत्रे ही सुप्त स्वरूपात एकत्र झाल्याचे पुरावे तेथे मिळतील,पण त्यासाठी या शास्त्रात प्लॅन्कनेजी सूक्ष्मपातळीवरची परिमाणे वापरली व जी निसर्गातील समरूपता (symmetry) दाखवली त्याचा विचार त्यासाठी करावा लागेल.

महास्फोटातून कल्पनातीत तीव्रतेची उष्णता किंवा तापमान सुरुवातीला निर्माण झाले. त्यामुळे पहिल्या किंवा प्राथमिक प्रभावक्षेत्रामधील समरूपता जोडल्या गेल्या; परंतु हे मूळचे प्राथमिक प्रभावक्षेत्र फार काळ टिकू शकले नाही. अतितप्त ताऱ्यांच्या पोटातही हे प्राथमिक प्रभावक्षेत्र अस्तित्वात नाही. जर अशी वस्तुस्थिती असेल तर अंतराळात सर्वत्र हे प्राथमिक प्रभावक्षेत्र एके काळी कसे काय पसरलेले

होते. असा दावा शास्त्रज्ञ करू शकतात? या ठिकाणी क्वांटम फिल्ड सिद्धांत आपल्याला दचकवून टाकत एका मुद्द्याकडे लक्ष वेधतो, ते असे : प्लॅन्कच्या सूक्ष्म परिमाणाच्या पातळीवर जी नैसर्गिक वस्तुस्थिती असते, तीच वस्तुस्थिती अति अतिउच्च तापमानाला असते. जेव्हा मूळचे प्राथमिक प्रभावक्षेत्र अस्तित्वात असून, त्याचा उगमही अस्तित्वात आहे. तो उगम आपल्याला सोडून गेलेला नाही. विश्वनिर्मितीचे कार्य पुरे केल्यावर परमेश्वर जसा आपल्या नवीन विश्वाकडे पाठ फिरवीत नाही किंवा ते सोडून जात नाही तसाच हा प्रकार.

जेव्हा आपण अवकाशाचा विचार करू लागतो, तेव्हा आपले लक्ष बाह्य अवकाशाकडे किंवा अंतराळाकडे जाते. तिथे आकाश कोळशासारखे काळेकुट्ट दिसते. ते अवकाश किंवा ती जागा एखाद्या दरिद्री माणसाच्या रिकाम्या कपाटासारखी असते. तीच रिकामी, काळीकुट्ट पोकळी आपल्याही शरीरात आहे हे ध्यानात घ्या. कारण आपले शरीर हे अणूंचे बनलेले आहे आणि अणूंमध्ये तशीच रिकामी पोकळी असते. एखादा अणू आपण फुटबॉलच्या मैदानाएवढा मोठा केला तर त्या मैदानात मध्यभागी तो एका डाळीच्या दाण्याएवढा असेल, तर त्याभोवती मैदानाभोवती फिरणारा इलेक्ट्रॉन हा धूसर ठिपक्यासारखा दिसेल. म्हणून जे अंतराळात आहे, तेच आपल्याही शरीरात आहे.

आपल्याला अंतराळातील जी पोकळी रिकामी वाटते ती तशी रिकामी नसते. क्वांटम फिल्डच्या सिद्धांतानुसार अंतराळातील अगदी दूरवरचे अज्ञात कानेकोपरेही 'क्वांटम पोकळीने' व्यापलेले असतात. तिथे तर क्वांटम सिद्धांताला नुसता ऊत आलेला असतो. अलीकडच्या काळात क्वांटम सिद्धांतानुसार अंतराळातील निर्वात पोकळीत घडणाऱ्या घडामोडींसाठी अनेक string कल्पना निर्माण झाल्या आहेत. क्वांटम सिद्धांताचे निर्वात पोकळीत स्पंदन पावणाऱ्या अणूचे होणारे आविष्कार हे एकापुढे एक घडत गेल्याने जणूकाही तशा आविष्काराचा एक पट्टा अंतराळात होत जातो, असे बरेच शास्त्रज्ञ मानू लागले आहेत. एखाद्या पर्शियन गालिच्यामध्ये जशी विविध रंगांनी गुंतागुंतीची नक्षी काढलेली असते तसाच प्रकार अंतराळाच्या त्रिमीत स्तरांमध्ये घडत असतो. शास्त्रज्ञ पुढे असेही सांगतात की, क्वांटम सिद्धांताचा आविष्कार अनेक मितींमध्ये चालतो. लांबी, रुंदी, खोली व काळ अशा फक्त चार मिती आपल्याला ठाऊक आहेत, तर हे आविष्कार सात-आठ मितींमध्ये होत असावेत, असा शास्त्रज्ञांचा अंदाज आहे. त्या वेगळ्या मिती या आपल्याला अजूनही अज्ञात आहेत. त्यांच्याबद्दल कसलीही माहिती शास्त्रज्ञांच्या हातात अजून आली नाही.

व्हायोलिनच्या तारेच्या कंप पावण्यामुळे त्यांतून उमटणाऱ्या ध्वनीची उच्चनीचता, किंवा कंप्रता आपल्याला कळते. तसेच अंतराळातील सुपरस्ट्रिन्गजमध्ये जे स्पंदन

पावणारे अणू किंवा उपअणू आहेत ते कोणते आहेत हे समजते. ते उपअणू तिथे कसे उगवले, कसे वागतात याचा वेध घेण्याची ही एक नवीन पद्धत शास्त्रज्ञांनी अवलंबिली आहे. अंतराळाचा पट (Fabric of space) हा शब्दप्रयोग यातूनच उद्भवला. जणूकाही त्या सुपस्ट्रिन्गला स्पर्श करून तिथल्या रचनेचा, परिस्थितीचा शास्त्रज्ञ वेध घेत आहेत. 'जणूकाही' हा शब्दप्रयोग लक्षात घ्या. प्रत्यक्षात केवळ गणिताच्या साहाय्याने सुपरस्ट्रिन्गबद्दल काही प्रायोगिक पुरावे हातात येतात का, हे शास्त्रज्ञ पाहत आहेत. सर्व विश्वात एकाच प्रकारची सुसंवादी स्पंदने चालू असतात, हा अंदाज खरोखरीच उदात्त आहे. कारण त्या अंदाजात काही प्राचीन व आध्यात्मिक संकल्पना अंतर्भूत आहेत. अंतराळातील स्ट्रिन्जमध्येच ते प्राथमिक व मूलभूत असलेले प्रभावक्षेत्र स्थिरावलेले असेल काय?

विश्वनिर्मितीपलीकडे डोकावताना

✤

(पंधराव्या प्रकरणापासून आत्तापर्यंत आपल्याला विशाल विश्व, अंतराळ, विश्वनिर्मिती, त्यातून निर्माण झालेली चार प्रेरणाबले (Forces), *पदार्थ, ऊर्जा या सर्वांना ग्रासून टाकणारे कणवादाचे ऊर्फ क्वांटम पदार्थविज्ञानाचे सिद्धांत इत्यादी गोष्टींचे दर्शन झाले. हे सारे समजण्यास कठीण असले, तरी विश्वात नेमके काय आहे नि तिथे कोणत्या घडामोडी घडल्या व घडतात ते कळले. परमेश्वराच्या अस्तित्वाबद्दलच्या मूळ प्रश्नाची चर्चा आता सुरू झाली आहे.)*

अशा या गुंतागुंतीच्या व गूढ असलेल्या विश्वाच्या रचनाकर्त्याचा पत्ता कोणाला ठाऊक आहे का? यावर काही शास्त्रज्ञ, विशेषत: जॉन व्हीलर याचे सिद्धांत मानणारे, हे कदाचित 'होय' असे उत्तर देतील, तर क्वांटम सिद्धांताचे जे शास्त्रज्ञ गणितावर सर्वाधिक भर देतात ते मात्र यावर ठामपणे 'नाही' असे उत्तर देतात. विश्वाचा रचनाकार कोण? या प्रश्नाचे उत्तर जसे अध्यात्मवादी शोधत असतात, तसेच शास्त्रज्ञही शोधत असतात. शास्त्रज्ञ नेहमीच अगदी बारकाईने आणखी आणखी तपशील विश्वातून गोळा करू पाहत असतात. हे सर्व पाहिले की, झेन तत्त्वज्ञानी ॲलन वॅट्स याच्या शब्दात असे म्हणावेसे वाटते, "आपण सारे आपल्याच जिभेची चव पाहण्याचा प्रयत्न करीत आहोत. दोन्हीही पक्षांना आपापल्या दाव्यातून काहीही निष्कर्ष काढता येत नाही. याचे कारण विज्ञानाचे हत्यार हातात आले आणि अंतराळ संशोधनाची संधी जरी मिळाली, तरीही हा संशोधनाचा, रचनाकर्त्याचा शोध घेण्याचा खटाटोप का चालला आहे, या प्रश्नाचे उत्तर नीट कोणालाच देता येत नाही. कारण या खटाटोपामागच्या आपल्या हेतूची आपली मूळ प्रेरणा आपण गमावली आहे."

विज्ञानाने नेहमीच 'का?' या शब्दाभोवती रुंजी घातलेली आहे. एकच एक विश्व (Uni-verse) आहे का बहुविश्वे (Multi-verse) अस्तित्वात आहेत, या प्रश्नाचे उत्तर शोधण्यासाठी प्रगत गणित, अतिप्रगत गणित किंवा गणिताची

एखादी नवीनच ज्ञानशाखा वापरून शास्त्रज्ञ तर्क करीत बसतात; परंतु सर्व तर्क हे शेवटी एकाच दिशेकडे, त्याच त्या संभाव्यतेकडे बोट दाखवितात. त्या सर्व संभाव्यता तपासून पाहताना जुगारासारखा खेळ चालू होतो. हे विश्व कसे आहे नि पूर्वी ते कसे निर्माण झाले वगैरे प्रश्न ठीक आहेत; परंतु विश्वनिर्मितीच्या प्रक्रियेमध्ये शेवटी आपली मनुष्यप्राण्याची निर्मिती झाली आहे. आपल्या निर्मितीसाठी अनेक अनुकूल गोष्टी, घटक, घटना एकत्र आल्या आहेत. बरेच जण हा मुद्दा विसरतात.

"विश्वाची सुरुवात होण्याआधी काय होते?" या प्रश्नाला उत्तर देताना विज्ञान कुजबुजत हळू आवाजात उत्तर देते, "काहीही नाही." मग हा मुद्दा, हा प्रश्न ते अजाणतेपणे सरळ परमेश्वराचा शोध घेऊ पाहणाऱ्या शास्त्राकडे (Theology) ढकलतात. रेने देकार्त यानेही त्याच्या काळात असेच केले होते.

शून्यातून विश्व निर्माण झाले किंवा काहीही नसताना त्यातूनच काहीतरी निर्माण झाले, या संकल्पनेवर काही जण अस्वस्थ होतात. जगातील सर्व आध्यात्मिक परंपरा एकच एक सार्वकालिक परंपरा उत्तर देत आल्या आहेत की, "परमेश्वर हा सर्वांआधी होता," पण याचा अर्थ 'त्याची आधी निर्मिती झाली' असे नव्हे. परमेश्वर हा अनिर्मित (Uncreated) आहे. अनेक आस्तिक मंडळी, थिऑसॉफिस्ट आणि काही शास्त्रज्ञसुद्धा या उत्तरावर समाधान पावून थांबतात, कारण त्यासाठी विश्वनिर्मितीच्या काळामागेही जावे लागेल. विश्वनिर्मितीच्या क्षणापासून काळ (Time) सुरू झाला. त्या काळाचा उंबरठा आपण कोणीही ओलांडू शकणार नाही, हे सत्य सर्वांना ठाऊक असते.

शेवटी आपण एका अनुत्तरित व गूढ समस्येपाशी, एका यक्ष प्रश्नापाशी येऊन ठेपलो आहोत. ही समस्या कोणालाही आजवर सोडविता आली नाही. आपण अंतराळाचा वेध घेत घेत अवकाशाच्या सीमेबाहेर असलेल्या प्रांतात पोहोचत आहोत. तिथे कदाचित या रहस्याचे उत्तर, खुलासा दडलेला असावा. अशा वेळी मला अमेरिकी टीव्हीवर दाखविल्या जाणाऱ्या रहस्यकथांच्या मालिकांची आठवण येते. मालिकेतील इन्स्पेक्टर कोलंबो हा अशा वेळी आपली हनुवटी पकडत म्हणतो, "There is one thing I am not clear on" (एक गोष्ट मात्र अशी आहे की, तिचे मला अजून नीट आकलन झाले नाही)

ॲरिस्टॉटल या तत्त्ववेत्त्याने एकाच विधानात दोन विरुद्ध विधाने अनेकदा केली होती. उदाहरणार्थ, तो म्हणे, "विज्ञान हे विज्ञान आहे आणि धर्म हा धर्म आहे. या दोन्ही गोष्टी कधीही एकमेकांना मिळणार नाहीत.' जर आपण 'परमेश्वराने विश्वनिर्मिती केली." असे म्हणून अन्य सर्व गोष्टी या विज्ञानाकडे सोपविल्या तर? अशा तडजोडीतून एक प्रश्न उद्‌भवतो, तो म्हणजे 'मग आता परमेश्वराची आपल्याला गरज आहे काय?'

याचे उत्तर आपल्या अंत:करणातून उमटते. ते उत्तर प्रेम, निष्ठा, नीतितत्त्वे व नीतिशास्त्र यांमार्फत व्यक्त होते. त्या उत्तरामुळे मनुष्याच्या आत्म्याला बळ मिळते, त्याची काळजी घेते. मात्र देह, चराचर सृष्टी, अंतराळ इत्यादी गोष्टींची विज्ञान काळजी घेते. आपण हे विश्व दोन भागांत विभागलेले आहे, हे देकार्तसारखे गृहीत धरू या. त्या एका विभागात सर्व जडवादी गोष्टी, म्हणजे अणू-रेणू, ऊर्जा, बलप्रेरणा, प्रभावक्षेत्रे हे सारे अंतर्भूत आहे. यांना पदार्थविज्ञान शास्त्राचे सर्व नियम लागू होतात, तर दुसऱ्या भागात परमेश्वर व तत्संबंधीच्या सर्व कल्पना, संकल्पना वगैरे आहेत, पण विश्वाच्या या दुसऱ्या भागात लहान बालकांमधील गोडवा, सौंदर्य किंवा उमलणारी मोहक फुले, मंजूळ ध्वनी इत्यादी मोडतात.

हे पुस्तक अशासाठी लिहिले आहे की, या दुसऱ्या भागात मोडणाऱ्या विश्वासंबंधी थोडा तरी आपल्याला वेध घेता यावा, वस्तुस्थिती व श्रद्धा यामध्ये असलेले सामाईक घटक सापडावेत, यावर काहीतरी प्रकाश पडावा आणि नक्की, ठामपणे काहीतरी ठरवता यावे. उगाच अशा गोष्टींकडे नेहमी दुर्लक्ष केले जाते किंवा दुसऱ्या शास्त्रातील किंवा प्रांतातील ही समस्या आहे, असे बोलून हात झटकून टाकण्यात अर्थ नाही. 'आपल्यामध्ये परमेश्वर सामावलेला आहे' अशा शब्दांची नुसतीच फेक न करता यातील तथ्य आपण शोधले पाहिजे.

निदान आपण असा प्रश्न विचारावयास हवा की, परमेश्वराच्या स्वरूपाबद्दल विज्ञानाचे जग काय म्हणते?

जेव्हा आपण जगातील धर्मांबद्दल चर्चा करीत होतो, तेव्हा आपण पाश्चिमात्य संकल्पना 'काहीही नाही' (Nothing) आणि पौर्वात्य संकल्पना 'कोणत्याही अस्तित्वाचा अभाव' (Nothingness) यातील भेद पाहिला होता. जेव्हा विश्वनिर्मिती झाली, त्या वेळी विश्वात शून्य ऊर्जा होती असे पाहिले. विश्व निर्माण झाल्यावर ऊर्जेची निर्मिती होऊ लागली, शून्यातून विश्व निर्माण झाले हे आपल्याला कळले. शून्यातून विश्वनिर्मिती ही एक अत्यंत विचित्र गोष्ट आहे. 'काहीही नसणे' या गोष्टीला जेवढे महत्त्व आहे, त्याहीपेक्षा अधिक महत्त्व शून्याला आहे. शून्य म्हटल्यावर आपल्या डोळ्यांपुढे विश्वातील रिकामी पोकळी उभी राहते. अशा या पोकळीतून निर्मिती उद्‌भवते, प्रकटते, साकार होते, ही कल्पनाच माणसाला चक्रावून टाकणारी आहे. एका गूढ अंकामधून, शून्यातून निर्मिती व्हावी याचा काय अर्थ लावायचा?

वैज्ञानिक लिखाण लिहिणारा सुप्रसिद्ध चार्ल्स सैफी याने Zero : The Biography of a Dangerous Idea हे पुस्तक लिहिले आहे. ईश्वराचा शोध घेणाऱ्या थिऑलॉजिअन मंडळींना, तत्त्ववेत्त्यांना आणि गणितज्ञांना युगानुयुगे शून्याचे कोडे पडलेले आहे. या गूढ क्रमांकाचा शोध हिंदुस्थानात लागला. सातव्या शतकात ब्रह्मगुप्त या विद्वानाच्या लक्षात आले की, शून्य हे केवळ 'धन' व

'ऋण' संख्यांच्या मध्यभागी नुसते स्थान भूषविणारे नाही, तर त्याला याहीपेक्षा फार मोठा व गंभीर अर्थ आहे. नंतर बाराव्या शतकात अरबी गणितज्ञ समावाल याने याबद्दल लिहिले की, 'जर आपण शून्यातून एखादी धन संख्या वजा केली, तर ती संख्या ऋण होते. त्याउलट जर ऋण संख्या शून्यातून वजा केली तर ती संख्या धन होते.

शून्याचा संबंध 'अनंत' संख्येशी आहे हे गणितज्ञांनी फार पूर्वीच ओळखले होते. जेव्हा आपण कोणत्याही संख्येला शून्याने भागतो, तेव्हा उत्तर येते 'अनंत' संख्या, तर अनंत संख्येने कोणत्याही संख्येला भागले तर शून्य हे उत्तर येते. शून्यापाशी आल्यावर धन व ऋण संख्यांची स्थिती नाहीशी होते असे दिसते. जेव्हा आपण ऋण संख्या स्वीकारल्या, तेव्हा शून्याला महत्त्व आले. दुसऱ्या शब्दांत असे म्हणता येईल की, या शून्यातून मग धन व ऋण संख्या उगम पावतात.

अशा रितीने 'शून्य' हे निर्मितिक्षम झालेले आहे आणि त्यामुळेच ते परमेश्वराच्या विश्वनिर्मितीच्या सुप्त गुणांशी जोडले गेले. युरोपमध्ये मध्ययुगापर्यंत ही कल्पना स्वीकारली गेली नव्हती. उलट समाजव्यवस्थेतील सर्व काही उखडून टाकणाऱ्या उच्छेदवादाचे, मिथ्यावादाचे, सैतानाचे प्रतीक म्हणून बराच काळ 'शून्य' समजले जात होते. इ.स. १६००च्या अखेरीस सर्व जगाने सरतेशेवटी शून्याला मान्यता दिली, उच्च गणितामध्ये त्याचा वापर सुरू झाला, शून्य हे गणिताचा गाभा ठरले. पदार्थशास्त्रज्ञ डेव्हिड बोह्म हा याहीपुढे गेला. त्याने अशी संकल्पना मांडली की, शून्याचा अर्थ याहीपलीकडे जातो. महास्फोटाच्या आधी जेव्हा अवकाशही अस्तित्वात नव्हते, त्या वेळी जे जे काही बहुमितीमध्ये सुप्तावस्थेत होते, ते सारे शून्यात सामावले जाते. पदार्थांचे अस्तित्व किंवा तशी वस्तुस्थिती आणि जागरूक मनाचे अस्तित्व या दोन्ही गोष्टी यातूनच उद्भवल्या आहेत. महास्फोटाआधी जे काही होते, शून्यात सामावणारे होते ती एक सुसंगत व्यवस्था होती. त्या व्यवस्थेतून सारे त्रिमिती विश्व उद्भवून विकास पावत गेले. त्या संपूर्ण विश्वाची यच्चयावत माहिती, ही विश्वातील प्रत्येक बिंदूत सामावली आहे. प्रत्येक पेशीतील डीएनएमध्ये सर्व शरीराची माहिती जशी सामावलेली असते, तसाच हा प्रकार आहे. अशा या विश्वामध्ये आपण सारे असल्याने खुद्द आपल्यामध्ये ही विश्वाची माहिती सामावलेली असणार हे उघड आहे. याचा अर्थ, आपण सर्व जण या विश्वाचे एक अविभाज्य भाग आहोत. ब्लेक म्हणतो की, एखाद्या रेतीच्या कणामध्ये सारे विश्व पाहण्याजोगे आहे. त्याच्या मते, ही गोष्ट कोण्या एका पवित्र व अमर असलेल्या शक्तीने केलेली आहे. यामुळेच अनेकदा आपल्याला निसर्गात सर्वत्र सारखेपणा अनुभवास येतो.

या विश्वाच्या पलीकडे किंवा या जड विश्वापलीकडे कोणती तरी एक नियंत्रण

यंत्रणा अस्तित्वात असली पाहिजे. ज्या कोणाचा ताबा आहे, तोच वैश्विक व सुप्त अशा जागरूक मनाचा प्रतिनिधी असला पाहिजे. निदान असे म्हणणे हे नक्की सुसंगत आहे, पटण्याजोगे आहे आणि तसे जर असेल, तर मग आपल्याला एक असे साधन सापडले आहे की, त्याच्या साहाय्याने आपल्याला त्या महास्फोटापलीकडे जाता येईल. कोणे एके काळी घडलेल्या महास्फोटाच्या आधीचे आपल्याला समजू शकेल. ठामपणे म्हणता येणार नाही; परंतु कुठेतरी रहस्याला फट पडून त्यातून पलीकडच्या परमेश्वराच्या अस्तित्वाचा प्रकाश अंधूकपणे आपल्यापर्यंत पोहोचतो आहे असे म्हणता येईल. शून्यावर विचार करता करता आपण कुठवर मजल मारली ते पाहा.

परमेश्वराचा शोध घेणारी सारी तत्त्वज्ञाने, अंदाज व परिमाणे यांच्या पलीकडे जाऊन मानवी मनाने विश्वाचा निर्माता परमेश्वर आहे यावर श्रद्धा ठेवली आहे. त्या विश्वनिर्मात्याने हे विश्व अस्तित्वात आणले, आजवर ते चालवीत आणले आहे आणि विश्वनिर्मितीची प्रक्रिया न संपवता अजूनही पुढे चालवत ठेवलेली आहे. मात्र आपल्याला या निर्मात्याचे सारे रहस्य उलगडणार नाही, या कल्पनेवर बहुतेकांचा विश्वास आहे. तरीही या कल्पनेत माणसांसाठी फार मोठी आशा भरलेली आहे. या निर्मितीने गेली हजारो युगे 'मानवप्राणी उपासना करीत आला आहे आणि तोच निर्माता आपला तारणहार आहे, असे मानत आला आहे.' कोणत्याही धर्माचा एकच उगम असून त्यापासून उत्पत्ती झाली आहे, या कल्पनेला आता विज्ञानामध्ये पुष्टी मिळत आहे आणि ही गोष्ट मानवी इतिहासात प्रथमच घडत आहे, असे मला वाटते. परमेश्वर ही एक अमूर्त अशी शक्ती संपूर्ण विश्वात, चराचरात भरून पावली आहे. या अमूर्त संकल्पनेबद्दल आता आपल्या हातात काही प्रमाणात वस्तुनिष्ठ ज्ञान हातात आले आहे. आपल्या सर्वांची मने त्या अमूर्त शक्तीशी बद्ध झाली आहेत, तिच्याशी सतत निगडित आहेत आणि हीसुद्धा एक चांगली गोष्ट आहे.

मूळची जी प्रेरणाबले किंवा प्रभावक्षेत्रे आहेत त्यामुळे वास्तवता आकारास येते आणि त्या क्षेत्रांनी सारे अवकाश व काळ व्यापून टाकलेला आहे, असे आपण मागच्या काही प्रकरणांत क्वांटम फिल्ड सिद्धांताबद्दल चर्चा करताना पाहिले होते. ती सर्व प्रभावक्षेत्रे एकाच मूलभूत प्रभावक्षेत्रापासून उगम पावलेली आहेत, असे आता पदार्थवैज्ञानिक जवळजवळ सिद्ध करीत आलेले आहेत. असे असेल तर ते जे मूलभूत व एकमेव असे विश्वव्यापी प्रभावक्षेत्र हे आतासुद्धा विश्वाच्या पटामध्ये सर्वत्र असणार. विश्वातील सर्व व्यापांमागे हेच प्रभावक्षेत्र असून, तेच विश्वाचा व्याप संचलित करत आहे काय? बोह्म शास्त्रज्ञाने महास्फोटापलीकडे किंवा विश्वाच्याही पलीकडे असलेली एक सुसंगत रचना सूचित केलेली आहे, हे

लक्षात घ्या. त्या रचनेत हे मूलभूत प्रभावक्षेत्र आणि आपली जागरूक मने अंतर्भूत होतात हे ध्यानात घ्या. महास्फोटाआधी जे काही 'अवकाशातीत' असे होते, त्यात एक सर्वव्यापी सुप्त व जागरूक मनही सामावलेले होते. त्या वेळी जेवढ्या काही अमूर्त व सुप्तावस्थेतील गोष्टी होत्या त्या एकत्र सामावलेल्या होत्या आणि सर्व एकाच प्रकारे वागत होत्या आणि त्या सर्वांचा उगम एकच होता, असे जगातील सर्व आध्यात्मिक परंपरा दर्शवितात, असे अनुभवास येते.

एक गोष्ट लक्षात घ्या की, विज्ञान हे सतत प्रगती करत आलेले आहे व करीत राहणार आहे. आजपासून काही दशकांत किंवा शतकांत विज्ञानाच्या क्षितिजावर नवीन क्षेत्रे उगवणार आहेत. 'का?' असा जो प्रश्न विज्ञान संशोधन करताना नेहमी विचारला जातो, तशा प्रश्नांना अधिक चांगली उत्तरे भविष्यकाळात मिळतील.

सध्या मात्र विज्ञान हे धर्माच्या गाभ्याला जाऊन भिडते आहे आणि धर्म व विज्ञान हे दोन्हीही एकमेकांना उद्युक्त करीत आहेत, प्रभावित करीत आहेत. ही एक खरोखरीच आश्चर्याने थक्क करायला लावणारी गोष्ट आहे आणि यावर थोर शास्त्रज्ञ नेहमीच विश्वास ठेवत आले होते.

एकाग्रतेकडे वळताना

✤

आपण आता प्रयोगशाळेतील एका जीवशास्त्रीय प्रयोगाकडे वळू. या प्रयोगातील जीव हा एखादे माकड किंवा उंदीर नसून एक माणूस आहे. या माणसाने ध्यानधारणेत प्रावीण्य मिळवलेले आहे. प्रयोगशाळेतील टेबलावर त्याने सैल असे पद्मासन घातलेले आहे. त्याच्या डोक्याला, कपाळाला पाच-सहा इलेक्ट्रोड्स चिकटवलेले आहेत, पोट व गळा यावर किती ताण पडतो, हे मोजणाऱ्या यंत्राच्या वायर्सचा विळखा त्याच्याभोवती आहे, शिवाय उजव्या हाताचा अंगठा व दंड येथे रक्तदाब व नाडी मोजणाऱ्या यंत्रांच्या नळ्या लावलेल्या आहेत. तो माणूस ऊर्फ एक योगी अत्यंत शांत बसला आहे; परंतु जमलेली शास्त्रज्ञ मंडळी आपल्याला काय सांगत आहेत, याकडे त्याचे लक्ष आहे. कोणीतरी त्याला ध्यान सुरू करण्याची सूचना देतो आणि तो डोळे मिटून ध्यान लावू लागतो.

नंतर फक्त काही मिनिटांतच बऱ्याच गोष्टी घडू लागतात. त्या योगी व्यक्तीच्या श्वासोच्छ्वासाचा वेग हा घसरू लागतो. मिनिटाला ११ वेळा होणारा श्वासोच्छ्वास खालीखाली येत मिनिटाला ५ वेळा होऊ लागतो. त्याचा रक्तदाबही खाली घसरू लागतो आणि त्याच्या कातडीचा विद्युतविरोध वाढू लागतो. डोक्याला जोडलेल्या तारांमधून मेंदूतील घडामोडी कळू लागतात. EEG कागदावर उमटणाऱ्या आलेखांवरून समजून येते की, मेंदूतील सर्व भागांनी आता एकमेकांशी विद्युत संबंध प्रस्थापित केलेले असून आलेखामध्ये अल्फा लहरींचे प्राबल्य वाढलेले आहे. जो काही लयताल मेंदूने धरला आहे, त्यावरून असे समजून येते की, हा मेंदू आता तणावरहित अवस्थेत गेला आहे. त्याची ही गाढ अवस्था असली, तरी ती निद्रेची अस्वस्था नाही. उलट तो मेंदू पूर्ण जागा आहे. जे काही घडते आहे त्याची त्याच्या मनाला पूर्ण जाणीव आहे.

मागील एका प्रकरणात जागरूक मन असणे म्हणजे काय ते आपण पाहिले. तसेच, हे विश्वही एका प्रकारे जागरूक असावे, असेही पाहिले. कारण या

अफलातून कल्पनेला क्वांटम पदार्थविज्ञानाचा पाठिंबा आहे, असे आपल्याला दिसले. ही जी वैश्विक जागरूकता आहे, ती म्हणजे संपूर्ण विश्वरचनेच्या मुळाशी कशाना कशा प्रकारे संबंधित असावी. जर जॉन व्हीलर, डेव्हिड बोह्म आणि अन्य यांच्या दाव्यानुसार आपणही या वैश्विक जागरूक मनाशी निगडित असू, तर मग साहजिकच असे विचारावेसे वाटते, की विश्वात सर्वत्र पसरून राहिलेल्या जागरूक मताशी, जाणिवेशी आपण रोज काही मिनिटे ध्यानधारणेच्या साहाय्याने कशासाठी संबंध जोडायचा?

याचे उत्तरही ध्यानधारणेतच मिळते आणि ते म्हणजे, ध्यानधारणेचा सराव केल्यावर आपोआप ते रहस्य उलगडते. बहुतेक सर्व आशियात (आणि आता काही प्रमाणात पाश्चात्त्य देशांतही) ध्यानधारणा ही धर्माशी पक्की जोडलेली आहे. ती धर्मापासून वेगळी करता येत नाही. कारण, धर्म म्हणजे नुसते काही तत्त्वसिद्धांत नाही. धर्म हा एक अनुभवाने जाणून घेण्याचा प्रकार आहे. त्यातील ध्यानधारणा हा अनुभव तर धर्मातील गाभा आहे. जगातील सर्व पंथांतील बुजुर्ग मंडळींनी ध्यानधारणा करताना अवकाश व काळ यात काहीतरी उलथापालथ होते, हे अनुभवले आहे. आपले व्यक्तिमत्त्व, स्वनिष्ठा ही लयाला जात आहे, अहंभाव विरघळून जातो आहे आणि जो काही 'विश्वाचा उगम' आहे त्याच्याशी आपण एकरूप होऊ पाहतो आहोत, असा अनुभव सर्वांना आला आहे. या विलक्षण अनुभवाचे वर्णन कविवर्य रवीन्द्रनाथ टागोर यांनी एका बंगाली भाषेतील कवितेत व्यक्त केला. त्याचा भावार्थ खालीलप्रमाणे :

मधाच्या समुद्रात बुडी मारल्यानंतर मी निर्मितीच्या आविष्कारापलीकडे गेलो त्या वेळी सूर्य व चंद्र हे वितळल्यासारखे दिसले, मला अवकाश व काल याचे भान उरले नाही, कसलीही सीमा, मर्यादा उरली नाही. फक्त माझ्या हृदयातून प्रेम ओसंडून वाहू लागले, मनात हर्षाचा कल्लोळ उमटला आणि त्या वेळी झालेले उत्कट समाधान अवर्णनीय होते.

मूळ बंगाली काव्यातील सौंदर्य शंभर टक्के या अनुवादातून प्रकट होणार नाही याची मला कल्पना आहे; परंतु सखोल व गाढ ध्यान लागले, जी भावना मनात निर्माण होते ती साधारणपणे अशीच असते. आपल्या मनाचा विस्तार हा आपल्या मेंदूपुरता न राहता तो सर्व चराचरात पसरत गेल्यावर अशी भावना अनुभवास येते आणि हे चराचर क्वांटम पदार्थविज्ञानाने शोधून आपल्यापुढे उभे केलेले आहे.

अल्बर्ट आइन्स्टाइन, एडविन हबल, नील्स बोह्म, एर्विन श्रोडिंजर, रिचर्ड फेनमान आणि ॲलन गुथ यांनी गेल्या विसाव्या शतकात जे विश्व आपल्यासमोर उभे केले ते आपल्याला सुरुवातीला अत्यंत विस्कळीत, अंदाधुंदी असलेले, उग्र

असे वाटले होते. शास्त्रीय जग सुरुवातीला त्यामुळे अस्वस्थ झाले होते. त्या जगातील कृष्णविवरे आणि अणू व उपअणूंचा ऱ्हास व जन्म पाहता विश्वाच्या स्थैर्याचा प्रश्न शास्त्रज्ञांसमोर उभा राहिला होता. आपल्या पायाखालची जमीन हादरली होती. अर्थातच, आपली जितकी बौद्धिक पातळी उंचावत जाईल तितके आपल्याला सत्याचे प्रखर दर्शन होत जाईल. आपल्या अस्तित्वाला स्थैर्य नाही, ते डळमळीत आहेत हे समजल्यावर कोणीही अस्वस्थ होईल; परंतु बौद्धिक प्रगती केल्याची ती एक प्रकारे फी आहे, असे समजावे. जितकी बौद्धिक प्रगती तितकी चिंता वाढते, हे सूत्र समजावे.

आधुनिक मानसशास्त्रातही असेच झाले. यातील प्रगतीमुळे मानवी मनाचे नवीन कप्पे उघडकीस आले. आपल्या मनात एक बुद्धिप्रामाण्याची व विचार करण्याची जी सुसंगत पद्धत आहे, त्याखाली अव्यक्त मनात (subconscious) एक प्राचीन काळापासून चालत आलेला एक कप्पा आहे. त्यात स्वार्थ भरलेला आहे आणि अनेक विखारी भावनांचे उद्रेक सामावलेले आहेत. अनुकूलता असल्यावर ते कधीही उफाळून वर येतात. आपण आपल्या सहकाऱ्याच्या सदिच्छेबद्दल शंका घेतो, प्रश्न उभे करतो. प्रत्येक व्यक्तीमध्ये एखादा सैतान दडला आहे की नाही हे पाहण्याचा प्रयत्न करीत असतो. जिथे जिथे सौंदर्य आहे तिथेच कुठेतरी हा सैतान घुटमळत असतो. स्वर्ग हा वाटतो तेवढा जवळ नाही!

परंतु याहीविरुद्ध एक ठोस पुरावा हा जड गोष्टींचे विज्ञान व मानसशास्त्र यामध्ये आढळलेला आहे. आपल्याला मनामध्ये जो गोंधळ जाणवतो, वैचारिक वादळे अनुभवास येतात, काळजीने आपण बेजार होतो, त्या वादळामागेही एक नीरव शांतता अस्तित्वात आहे असे शास्त्रज्ञांना आढळले आहे. डेव्हिड बोह्म याने जी एक वैश्विक सुव्यवस्था कल्पिलेली आहे, त्यात ही मानसिक शांतता विसावलेली आहे. मनाच्या एवढ्या खोल गाभ्यातील पातळीवर एक लेसर किरणांसारखे घटक एकवटून ते एकच एक काम करणारे आहेत, असे आपण धरून चालू. लेसर किरणांसारखेच ते प्रभावी आहेत. ते जागृत करण्यासाठी, त्या अवस्थेकडे जाण्यासाठी आपण 'क्वांटम ध्यान' लावायला हवे. आपल्या दैनंदिन तणावपूर्ण जीवनामागे लपलेल्या या एकाग्रतेकडे (Coherence) आपण जाऊ शकलो, तर आपल्यातल्याच या प्रकाशामुळे आपण सुखी होऊ.

पण हे 'क्वांटम ध्यान' का करायचे? हा उपाय म्हणजे जुनेच काहीतरी नवीन वेष्टनात गुंडाळून 'एकविसाव्या शतकातले' या नावाखाली लोकांपुढे ठेवण्याचा प्रकार तर नाही ना? होय, काही प्रमाणात तसे आहे खरे. ध्यानधारणेची मूळची कृती या उपायात आहे तशीच आहे. अलीकडे ध्यानधारणेला अनेक वेगवेगळी लेबले चिकटवली जातात. उदाहरणार्थ, ट्रान्सेन्डेन्टल मेडिटेशन, गिगॉन्ग,

माइन्डफुलनेस किंवा ताय ची. १९७५मध्ये डॉ. हर्बर्ट बेन्सन यांनी Relaxation Response या नावाचे ध्यानधारणेवर एक छोटे पुस्तक लिहिले. हे छोटे पुस्तक अमेरिकेत अनेक वर्षे मोठ्या प्रमाणात खपत होते. ते वाचून अनेक अमेरिकन व्यक्तींनी आपल्या दिनचर्येत ध्यानधारणा समाविष्ट केली. त्यानंतर दहा वर्षांनी 'बीटल्स' नावाच्या गायकांनी महर्षि महेश योगी यांना गुरू मानून त्यांच्याकडून ध्यानधारणेची दीक्षा घेतली. अमेरिकी जनतेला हे समजल्यावर रोज ध्यानधारणा करण्याचे वेड पसरत गेले.

डॉ. बेन्सन हे हार्वर्ड विद्यापीठातील वैद्यकीय संस्थेत एक हृदयविकारतज्ज्ञ आणि संशोधक म्हणून काम करीत होते. मानसिक तणाव आणि उच्च रक्तदाब यांचा संबंध असतो, हे त्यांनी शोधून काढले. रोजच्या व्यवहारात जर ताणतणाव निर्माण झाले, तर त्या संकटांना तोंड देण्याची किंवा त्यापासून पळ काढण्याची सिद्धता आपल्या मेंदूत आपोआप होते. ती एक प्रतिक्षिप्त क्रिया असते. मग मेंदूमधून मोठ्या प्रमाणात अॅड्रेनिलिन व तत्सम हार्मोन्स निर्माण होऊ लागतात. ही हार्मोन्स रक्तात मिसळली जातात. त्यामुळे स्नायूंकडे रक्त जादा प्रमाणात जाऊ लागते. मज्जासंस्थेकडून हे सर्व आपोआप घडवले जाते. त्यासाठी मेंदूतील सर्वांत जुने भाग उपयोगात आणले जातात.

अचानक तुमच्या अंगावर एखादा सिंह धावून येऊ लागल्यावर तुम्ही कसलाही विचार करायच्या आत हे झटपट घडून येते. तुम्ही कामावर असताना तुमचा साहेब तुमच्यावर रागावला, तरीही असे होते, पण कमी प्रमाणात तसे घडते. दैनंदिन जीवनात आपल्याला अनेक ताणतणाव निर्माण करणाऱ्या प्रसंगांना सामोरे जावे लागते. प्रत्येक वेळी त्यापासून पळ काढता येत नाही की झुंज देता येत नाही. अशा वेळी रक्तात भिनलेले हार्मोन्स तसेच राहतात. त्यामुळे आपले शारीरिक व मानसिक आरोग्य बिघडते. मानसिक ताणतणाव हा एक शेवटी जीवघेणा विकार ठरतो. डॉ. बेन्सन यांच्याप्रमाणेच अन्य संशोधकांनीही या समस्येकडे आपले लक्ष वळवले होते. रॉबर्ट कीथ वॅलेस हा त्यापैकी एक होता. लॉस एंजलिस शहरातील सेंटर फॉर हेल्थ सायन्सेस येथे त्याने संशोधन केले होते. त्याच्या संशोधनाचा धागा पकडून अन्य संशोधक पुढे गेले व त्यांनी आपले लक्ष नियमितपणे ध्यानधारणा करणाऱ्यांकडे वळवले. त्यांच्या संशोधनात असे आढळून आले की, अशा व्यक्तींमधील मेंदूतील मज्जासंस्थेत उच्च पातळीवरील कार्ये ही मज्जासंस्थेच्या प्रतिक्षिप्त क्रिया करण्याच्या पद्धतीवर आपला ताबा ठेवते. विशेषत: डाव्या भागातील Prefrontal lobe वर नियंत्रण ठेवते. मेंदूचा हा भाग 'लक्ष, निर्मितिक्षमता आणि नवीन संकल्पना निर्माण करणे' यांच्याशी संबंधित असतो. ताणतणावामुळे माणसाच्या आरोग्याची हानी होते; परंतु उत्क्रांत झालेल्या माणसांमध्ये

त्यावरही नियंत्रण ठेवण्याचा मार्ग किंवा हत्यार निसर्गाने बहाल केला आहे.

परंतु हा झाला निम्मा भाग!

ध्यानधारणेमुळे शरीरावर होणारे परिणाम असे आहेत : हृदयाचे काम कमी होते किंवा नाडी कमी होते, रक्तदाब कमी होतो आणि प्राणवायू कमी घेतला जातो. याचबरोबर ताणतणावामुळे निर्माण होणाऱ्या हार्मोन्सची निर्मितीही कमी होते आणि रक्तातील लॅक्टेट कमी होतात. तसेच रोगप्रतिकारशक्तीला मदत केली जाते. ध्यानधारणा रोज करण्यामुळे हे वरवरचे शारीरिक फायदे आहेत; परंतु खरा मोठा फायदा आहे, तो मनाच्या जागरूकतेवर चांगला परिणाम करणारा आहे. ध्यान लावले असताना तुम्ही एकदम वेगळ्या मानसिक अवस्थेकडे मोठी झेप घेता. त्या अवस्थेत गेल्यावर अपरंपार सुख होते. हे एक शाश्वत सुख असते. ध्यान लावून झाल्यावर मनुष्य जे काही काम करतो ते अत्यंत स्वच्छ मनाने करतो. त्याला अत्यंत समाधान लाभलेले असते.

माणसाच्या मनावर आणि मेंदूवर ध्यानामुळे काय परिणाम होतात त्याबद्दल दोन तज्ज्ञ काय म्हणतात ते पाहा. पहिला तज्ज्ञ हा ॲलरिक अरेनान्डर हा आहे. त्याने या विषयावर एक संशोधन निबंध लिहिला. त्यात तो असे म्हणतो की, : "ध्यानधारणेत मेंदूतील कॉर्टिकल थॅलॅमिक प्रोसेसिंग लूप्स हे सबंध मज्जासंस्था एका परिणामाखाली आणू पाहतात. याचा अर्थ असा होतो : आपल्या मेंदूमध्ये गुंतागुंतीची व शारीरिकदृष्ट्या उच्च पातळीवरची कामे करण्यासाठी मेंदूचे वेगळे भाग आहेत. तसेच, काही भाग असे आहेत की, तिथे अज्ञात कारणामुळे काही विचार, अंदाज, भावना किंवा अंत:प्रेरणा प्रकट होतात.

अंत:प्रेरणा निर्माण करण्याचे काम येथे होते. हा मेंदूचा भाग गुंतागुंतीची कामे करणाऱ्या भागाशी ध्यानात जोडला जातो, त्यामुळे नेहमीपेक्षा अतिस्पष्टपणे व अधिकाधिक स्वच्छपणे मेंदू काम करू लागतो आणि मग बरीच दालने खुली झाल्यासारखी होतात. एरवी अचानक असे काही झाले, तर माणूस हादरतो, आपल्या पायाखालची जमीन सरकते आहे असे त्याला वाटते; परंतु येथे उलट जमीन सरकून सत्याचे दर्शन होऊ लागल्याने माणसाचे मन शांत होते.

रॉजर थॉम्पसन हा असाच दुसरा एक तज्ज्ञ. तो मनोवैज्ञानिक असून शिकागोमध्ये आपला व्यवसाय करतो. त्याचे मत पाहा. तो म्हणतो, "ध्यानधारणेमध्ये त्या व्यक्तीला जे जाणवते ते त्याचे स्वत:चे नसतेच. ते सर्वस्वी व्यक्तिनिरपेक्ष असते."

रॉजर थॉम्पसन याने ध्यानात जे जाणवते ते अगदी मोजक्या शब्दांत अचूक सांगितले आहे. प्राचीन काळी गूढवादी किंवा मांत्रिक मंडळींना जी आंतरिक दृष्टी होती तीही याच शब्दातून व्यक्त होते. तसेच, क्वांटम पदार्थविज्ञानात संशोधन करताना अचानक त्यातले एखादे गूढ साक्षात्कार झाल्यासारखे उकलावे तेही या

शब्दात व्यक्त होऊ शकते.

> जड सृष्टीतील वास्तवतेचे पदर उलगडताना आपण यापूर्वी जे काही पाहिले ते आठवा. त्या वेळी असे सांगितले होते : जसजसे आपण अणूच्या अंतरंगात जाण्यासाठी उपअणूंच्या समुद्रात बुडी मारतो, त्या वेळी तेथे सर्वत्र पसरलेल्या ऊर्जेच्या प्रभावातून जात जात पार शेवटपर्यंत पोहोचतो, तेव्हा आपणास कळून चुकले की, सर्व काही एक झालेले आहे आणि तिथल्या सर्व घटनांनाही हे कळून चुकलेले असते की, सर्वांचाच एकमेकांवरही प्रभाव पडला आहे, सर्वांचीच शक्ती ही एका अखंड सुप्तावस्थेत विलीन पावलेली आहे.

आता क्वांटम पदार्थविज्ञानाकडे पाहा. या शास्त्रात सर्वत्र व्यापून राहिलेले घटक, एकमेकांत गुंतलेले घटक याबद्दल प्रयोगातून पुरावे मिळालेले आहेत. मिचिओ काकू हा त्याबद्दल लिहितो, "या विसाव्या शतकात जेवढे सिद्धांत मांडले गेले त्यात सर्वांत चमत्कारिक वेडगळ भासणारे सिद्धांत हे क्वांटम पदार्थविज्ञानातील आहेत. याबद्दलचे फक्त एकच एक सत्य असे आहे की, असे सर्व सिद्धांत खरे आहेत, यात कसलाही संदेह नाही." मिचिओ काकू याची क्वांटम विज्ञानासंबंधी हीच भावना आइन्स्टाइनने पूर्वीच बोलून दाखविली होती. आइन्स्टाइन म्हणाला होता, "क्वांटम सिद्धांत जितके सिद्ध होत जातात तितके ते अधिकाधिक चमत्कारिक, विचित्र व वेडगळ वाटतात."

दोन फटींमधून फोटॉन्स पाठविण्याचा प्रयोग प्रसिद्ध आहे. रिचर्ड फेनमान हा शास्त्रज्ञ त्याला 'क्वांटम मेकॅनिक्सचा गाभा' असे म्हणतो "आणि त्या प्रयोगातून निघणारे निष्कर्ष तर आणखी गोंधळात पाडतात," असेही तो पुढे म्हणतो.

तो प्रयोग थोडक्यात असा सांगता येईल : शेजारी शेजारी असलेल्या दोन उभ्या फटी आहेत. एकाच उगमापासून निघालेले दोन फोटॉन्स (प्रकाशाचे मूलकण अथवा तुकडे) हे एकेका फटीमधून एकाच वेळी सोडले, तर पलीकडे असलेल्या पडद्यावर त्या दोन्ही फोटॉन्सचे वेगवेगळे अस्तित्व दिसण्याऐवजी त्यांनी मिळून केलेल्या वर्तुळाकृती रेषा (interference pattern) दिसतात. संथ पाण्याच्या पृष्ठभागावर दोन दगड एकाच वेळी सोडले, तर प्रत्येक दगड वेगवेगळ्या लाटा निर्माण करतो. त्या दोन्ही लाटांची वर्तुळे एकमेकांना भेदून पसरत जातात, तसे चित्र येथे फोटॉन्समुळे पडद्यावर दिसते. प्रकाशाचे सर्वांत छोटे दोन भाग किंवा फोटॉन्स हे एकाच वेळी वेगवेगळ्या फटीतून गेल्यावर अनपेक्षितपणे पलीकडच्या पडद्यावर असे चित्र दिसल्यामुळे प्रकाश हा एकाच वेळी कणांसारखा आणि लाटांसारखा वागत असतो हे समजून येते; परंतु हाच प्रयोग एक फट बंद करून केला, तर प्रकाशाचे खरे कणस्वरूप प्रकट होते.

मानवी मेंदूबद्दल विधाने करताना 'कोणते तरी एक किंवा' अशा पद्धतीचे शब्दप्रयोग करावे लागतात. मेंदूबद्दलच्या अशाच प्रयोगात जर एक फट किंवा मार्ग हाताने बंद करण्याची वेळ येते, तेव्हा तो हात म्हणजेच मनाची जागरूकता! यावर तुम्ही विचार करा. जागरूक मन, मनाची जागरूकता या गोष्टी आपल्या जड (Material) मेंदूला पूरक आहेत. हेन्री स्टॅप म्हणतो की, आपली स्वतंत्र इच्छाशक्ती (Free will) हा आपल्या जागरूक मनाचा एक गुणधर्म आहे. याचा खुलासा ज्ञात विज्ञानाकडून कधीच करता येणार नाही; परंतु मनाची जागरूकता ही एक अत्यंत मूलभूत अशी गोष्ट आहे हेही तितकेच खरे.

आपला वैयक्तिक वेगळेपणा, स्वतंत्र व्यक्तिमत्त्व हे अस्तित्वाच्या विशाल उगमात विलीन होऊ देण्यास जागरूक मनच कारणीभूत असते का? जर आपल्याला देहविषयक व्यापातून तात्पुरते का होईना मुक्त व्हायचे असेल, तर ते शक्य आहे का, होय, आहे. त्याचे अनेक पुरावे उपलब्ध आहेत. तसे करण्यासाठी प्रथम आपण काय करतो, तर एक निवांत जागा किंवा खोली शोधतो. मगच तिथे बसल्यावर आपल्या जागरूक मनाला आपण काही काम करू देतो. तेव्हा अशी जागा प्रथम शोधा. रोजच्या गडबड गोंधळापासून दूर असलेल्या या जागेत बसा व मानसिक तणावापासून दूर जाण्यासाठी तुमच्या मनाला मुक्त करा.

सलग अर्धा तास, एक तास किंवा याहीपेक्षा अधिक काळ ध्यानधारणा करणारे लोक आहेत; परंतु आपल्याला किंवा कोणाही नवीन माणसाला एवढा वेळ ध्यान लावणे शक्य नाही. ध्यानासाठी एवढा वेळ प्रयत्न करता येईल, पण मुळात ध्यान लागणार नसेल किंवा एवढा वेळ लागणार नसेल तर काय करायचे? बरेच दिवस प्रयत्न करूनही ध्यान लागले नाही, तर माणूस शेवटी निराश होऊन प्रयत्न सोडून देतो. यावर एक उपाय आत्ताच्या आधुनिक जगात सापडला आहे. त्याला 'क्वांटम ध्यान' असे नाव पडले आहे. म्हणजे, रोज आपण कमीत कमी वेळ ध्यान लावण्याचा प्रयत्न करायचा. प्रथम काही दिवस एक मिनीट ध्यान लावण्याचा प्रयत्न करा. जरी तुम्हाला रोज 'आपली काहीच प्रगती होत नाही,' असे वाटले तरी ती प्रगती प्रत्यक्षात कणाकणाने होतच असते. फक्त आपल्याला ती जाणवत नाही एवढेच. किती वेळ आपण प्रयत्न करतो आहोत नि किती वेळ आपले ध्यान लागते आहे याकडे बिलकूल लक्ष देऊ नका. तुम्ही रोज किंचित प्रगती करीत असता हे लक्षात ठेवा.

आपले मन अनेक वाटांनी धावत असते. हळूहळू एकेक वाटा बंद होत जातील व शेवटी इच्छित मार्ग समोर येईल. त्या वाटेने शेवटी आपल्यापुढे या विश्वापलीकडची ती गूढ व्यवस्था उलगडू लागेल.

आपण वैज्ञानिक पद्धतीने प्रयत्न करीत अशा रितीने अध्यात्म्याच्या वाटेवर

पाऊल टाकणार आहोत. दलाई लामा नेहमी म्हणायचे, ''आपण नेहमी अशी आध्यात्मिक दृष्टी धारण केली पाहिजे की, त्या दृष्टीला विज्ञानातील सत्ये मान्य असतील.'' थोडक्यात, **विज्ञान व अध्यात्म या दोन्ही गोष्टी एकमेकांना संमती देणाऱ्या आहेत** हे लक्षात घ्या.

मी आता तुम्हाला काही सोपी तंत्रे सांगतो. त्यातील बरीचशी तंत्रे ही 'विपश्यना' नावाच्या झेन पद्धतीत मोडणारी आहेत. आता त्यांना हल्लीच्या काळात इंग्रजीत Mindfullness Meditation असे म्हणण्याची प्रथा पडली आहे. अलीकडेच 'न्यूजवीक' या सुप्रसिद्ध अमेरिकी साप्ताहिकात Mind & Body Connection (मन व शरीर यांचे परस्पर संबंध) या नावाखाली मोठा लेख प्रसिद्ध झाला होता. जाणीवपूर्वक लक्ष देऊन ध्यान लावणे या प्रकारावर बौद्ध विद्वान न्यानपोनिका थेरा याने खूप काम केले व त्याने तो आधुनिक जगापुढे ठेवला. ''ध्यान करताना आपल्याला काय होते आहे, आपल्यात काय बदल होत आहेत याकडे नीट लक्षपूर्वक पाहणे.'' असे तो म्हणतो. थोडक्यात, ध्यानात जे काही घडते त्यावर अगदी बारकाईने लक्ष ठेवणे, कोणकोणत्या जाणिवा होत आहेत ते दर क्षणाला पाहावे व अनुभवत राहावे, असे त्याचे म्हणणे आहे. त्या वेळी आपण आपल्या जाणिवा अत्यंत तीव्र करून जे बदल, अगदी सूक्ष्म बदल असले, तरी ते टिपत राहावे. आपल्या मनाशी आणि जे काही सर्वांचे 'एकमेव उगमस्थान' आहे त्याच्याशी आपण तादात्म्य पावले पाहिजे. ध्यान करणाऱ्याने **निरीक्षकाची भूमिका** ध्यानात बजावणे ही गोष्ट आधुनिक विज्ञानाशी सुसंगत आहे. आपण नेहमीच आपल्या आजूबाजूच्या घडामोडी बघत असतो व त्या घटना अथवा घडामोडींना सामोरे जात असतो. थोडक्यात, अशा ध्यानात आपण स्वत:च एक विषय असतो व निरीक्षकही असतो.

कोणत्याही प्रकारचे ध्यान करताना आपल्याला एखाद्या आश्रमात जाण्याची किंवा डोंगराळ भागात बांधलेल्या झेन मठामध्ये जाण्याची गरज नाही. रस्त्याच्या कडेला तुम्ही आपली मोटरकार थांबवून दारे-खिडक्या बंद करून एक निवांत जागा बनवू शकता आणि आतमध्ये बसून आपली ध्यानधारणा करू शकता किंवा एखाद्या घरातील निवांत खोली किंवा एखादे रिकामे अपार्टमेंटही ध्यानधारणेसाठी चालू शकेल. ऑफिसातील सरळ ताठ पाठ असलेल्या खुर्चीत बसूनही तुम्ही ध्यानधारणेची क्रिया करू शकाल किंवा ऑफिसातीलच एखादे क्युबिकल किंवा छोटी बंदिस्त जागा यासाठी चालेल. तुम्हाला गरज आहे ती फक्त कोणताही बाह्य अडथळा न आणणारी पंधरा ते वीस मिनिटे! परंतु आजूबाजूची परिस्थिती ध्यानधारणेस योग्य आहे की नाही हे फारसे महत्त्वाचे नाही. तुमच्या मनाची अनुकूलता ही महत्त्वाची आहे.

आपल्या मनाची सत्ता शरीरावर चालते, बऱ्याचशा व्याधी शरीराला होणे न होणे, निरोगी असणे वगैरे बरेचसे मनावर अवलंबून असते. मनाचा पगडा शरीरावर किती जबरदस्त असतो यासाठी भरपूर शास्त्रीय पुरावे उपलब्ध आहेत; परंतु तरीही अनेक जण या सत्याकडे दुर्लक्ष करीत असतात. ते शास्त्रीय पुरावे नीट पाहिले तर असे दिसेल की, जागरूक मन हे शरीराच्या व्याधी, दुखणी बरे करू शकते. तुम्ही जर नीट प्रयत्न केले, तर तुमचे मन व्यवस्थित एकाग्र होऊ शकेल. एकदा हे पटले व त्याप्रमाणे प्रयत्न केले, तर तुम्हास अनुकूल अनुभव येतील. आपल्या जीवनाची गुणवत्ता मोठ्या प्रमाणात ध्यानधारणेमुळे सुधारेल याची मग तुम्हाला खात्री पटेल.

ध्यानधारणेसाठी आवश्यक ती मनाची स्थिती कशी असावी याबद्दल मी आपणास थोडेसे सांगतो. ध्यानधारणा ही झोप घेण्यासारखी नाही. झोप लागणे नि ध्यानात जाणे या दोन्हींत खूप फरक आहे. ध्यान लावल्यावर जे काही आपोआप घडत जाईल, घडेल, ते तसे होऊ द्यावे अशी मानसिक धारणा असणे आवश्यक आहे. काही घडण्याआधीच मनामध्ये विरोध नसावा. जे काही होईल ते घडू द्या, हाच ध्यानाचा उद्देश आहे हे लक्षात घ्या. झोप लागणे हे एक प्रकारे शारीरिक अवस्था ओलांडून मानसिक अवस्थेकडे जाण्यासारखेच आहे. काही लोकांना उशीवर डोके ठेवल्या ठेवल्या झोप लागते. एक प्रकारे ते मानसिक अवस्थेकडे एकदम झेप घेऊन जातात असेच म्हटले पाहिजे; परंतु अशी झटपट झोप लागणे म्हणजे ध्यानात जाणे असे नसते. तिबेटी मठामध्ये ध्यान लावताना तुम्हाला जर झोप आली तर तिथला लक्ष ठेवणारा माणूस आपल्या हाताच्या एका छोट्या दंडुक्याने (कैसाकू) तुमच्या खांद्यावर एक हलकासा फटका मारतो. आपले मन मोकळे सोडणे, सैल सोडणे आणि मग मानसिक पातळीवर जे काही होईल त्याकडे लक्ष देणे म्हणजे ध्यानधारणा. 'लक्ष देणे' किंवा 'लक्ष ठेवणे' हा शब्दप्रयोग महत्त्वाचा. जेव्हा आपले शरीर स्वस्थ व शांत असते, तेव्हा 'लक्ष ठेवणे' हे अधिक सोपे असते.

ध्यानधारणेसाठी काही विशिष्ट आहार घ्यावा काय? याबद्दल मी फार सांगणार नाही किंवा अनुकूल व्यायाम कोणता करावा, मानसिक आरोग्य कसे असावे वगैरेंवर मी येथे चर्चा करणार नाही. त्याऐवजी मी एवढेच सांगेन की, आपले मन व शरीर असे दोन्हीही ठीक असले पाहिजे. दोन्ही गोष्टी ध्यानधारणेला अनुकूल हव्यात. पाश्चात्त्य जगात सध्या योगसाधना करणे ही गोष्ट अत्यंत लोकप्रिय झाली आहे. अशी योगसाधना नेहमी करत राहणे ही ध्यानधारणेची एक प्रकारे पूर्वतयारी ठरते. तुम्हाला जर पद्मासन घालता येत नसेल, तर शरीर ताणण्याची काही प्राथमिक योगासने आधी करा. एखादे मांजर कसे अधूनमधून आपले हात-पाय

ताणते, आपले पोट आत घेते व पाठीला बाक आणते ते पाहा. त्या कृतीसारखी योगासने करा. काही प्रमाणात चालणे व पोहणे हे व्यायाम करणेही ध्यानधारणेसाठी उपयुक्त ठरतात. मात्र ते माफक असावेत, दमछाक करणारे नसावेत. कोणताही माफक व्यायाम हा उपयुक्त आहे. कारण व्यायाम करण्यामुळे एन्डॉर्फिन्स जातीतली रसायने मेंदूमध्ये निर्माण होतात. आपल्या शरीराला शांत ठेवणारी ही रसायने आहेत. व्यायाम केल्याने ही नैसर्गिक रसायने शरीरात निर्माण होऊ देणे हे ॲस्पिरीन, कोडीन अशा रसायनांच्या गोळ्या खाणे यापेक्षा केव्हाही श्रेयस्कर आहे, नाही का?

आहारामध्ये कोंड्यासकट धान्ये वापरावीत आणि फळांचा समावेश असावा. उगाच केमिस्टकडून ॲन्टॅसिड किंवा पित्तशामक औषधे आणून खाऊन खोटे समाधान मिळविण्यात अर्थ नाही. बाहेरचे जे वैश्विक स्पंदन ऐकू येणे हे सोडाच, पण जर आपल्या पोटात गडबड असेल, तर खुद्द आपले मन काय सांगते आहे हेही ऐकू येणे कठीणच होणार.

पोटातल्या तक्रारींवर म. गांधी यांनी विजय मिळविला होता. ते हजारो मैल चालत जायचे. उपासतापास करायचे, पण त्यांचे पोट कधीही बिघडले नाही. ते बदाम, बेदाणे व शेळीचे दूध यावर अनेक दिवस राहायचे; परंतु आपल्याला एवढे टोकाला जायचे नाही. हलका आहार घेणे ध्यानधारणेला पूरक आहे, हे लक्षात ठेवले म्हणजे झाले.

ध्यानासाठी कोणती वेळ निवडावी? अनुभवाने असे सिद्ध झाले आहे की, सूर्योदय व सूर्यास्त या वेळा ध्यानधारणेला उपयुक्त ठरतात; परंतु योग्य वेळ, योग्य जागा, योग्य वेळापत्रक हे तुम्हाला अनुकूल वाटत असेल, तर खुशाल तेच पाळा.

ध्यान लावण्यासाठी अनेकांनी विविध पद्धती शोधून काढल्या आहेत. ट्रान्सेन्डेन्टल मेडिटेशन पद्धतीमध्ये सतत एखाद्या मंत्राचा वापर थांबून थांबून केला जातो, तर अन्य पद्धतीत थोडेफार वेगळे काहीतरी असते. या सर्व पद्धती ध्यान लागण्यासाठी योजलेल्या युक्त्या आहेत; परंतु आपल्या मनाकडे लक्ष देण्याच्या पद्धतीत (Mindfulness technique) असे काही मंत्र किंवा एखाद्या गोष्टीवर लक्ष नजरकेंद्रित करणे वगैरे उपाय मी सांगत नाही. आपले ध्येय हे मनावर लक्ष ठेवण्याचे आहे आणि मनावर लक्ष ठेवणे जमण्यासाठी काही वेळ लागतो, सराव लागतो; पण ते करत राहिल्याने कधीतरी ध्यानावस्थेत आपण एकदम उडी मारून गेल्यासारखे होते आणि एक गोष्ट नीट लक्षात ठेवा : आपले प्रमुख कार्य हे एखाद्या देवतेला प्रसन्न करून घेण्याचे किंवा काही धार्मिक हेतू साध्य करण्याचे नाही.

भरकटत जाणे आणि सतत वाटेल ते विचार मनात येणे हे आपल्या मनाचे वैशिष्ट्य आहे. लक्ष एकाग्र करण्यासाठी काही ढोबळ उपाय करण्याची गरज आहे.

एकोणिसाव्या शतकातील प्रख्यात मानसशास्त्रज्ञ याबद्दल म्हणतो, 'आपल्याला जे काही घडवायचे आहे त्यासाठी आपली तीव्र इच्छाशक्ती असणे हे अत्यंत आवश्यक असते.' हे अगदी बरोबर आहे. आपण एखादी गोष्ट जेव्हा करतो तेव्हा तेवढीच गोष्ट करतो. बाकीच्या गोष्टींना त्या वेळी आपण अग्रक्रम न देता त्या मागे टाकतो. क्वांटम पदार्थविज्ञानाच्या साहाय्याने आपण मज्जाशास्त्राला बळ देतो व आपला हेतू साध्य करू पाहतो.

या पुस्तकात मागे मी सांगितले होते की, सुरुवातीला ध्यान लागण्यासाठी मी मनामध्ये साधे अंक मोजत राही. यामुळेच माझे प्रथम ध्यान लागू शकले. नंतर मी त्या युक्तीऐवजी श्वासावर लक्ष केंद्रित करण्याचे शिकलो. अंक मोजण्याऐवजी श्वासाकडे लक्ष देऊ लागलो. श्वासावर लक्ष देण्याचा फक्त आधार घ्यायचा. मन स्थिर करण्यासाठी, एकाग्र करण्यासाठी असा आधार आवश्यक असतो. यातही अनेक प्रकार लोकांनी शोधून वापरलेले आहेत. अशा युक्त्यांना अंत नाही आणि या युक्त्या प्राणायामामधून उचललेल्या आहेत. आपला श्वास घेणे व तो सोडणे हे एका संथ गतीने करीत राहणे आणि त्यानुसार एक- दोन- तीन- चार असे अंक मोजीत राहणे, अशी युक्ती ध्यान लागण्यासाठी आधार म्हणून करता येते. त्या वेळी आरामात बसायचे, पाठ ताठ ठेवायची, डोळे बंद करायचे आणि आपल्या मज्जासंस्थेवर नियंत्रण ठेवून तिला बाह्य अडथळ्यांपासून दूर ठेवायचा प्रयत्न करीत राहावे. याच पद्धतीने ठराविक वेळाने संथ लयीत सुटणाऱ्या उच्छ्वासावर लक्ष ठेवून त्या वेळी मनात 'ओम' हा शब्द उच्चारावा. मी ही युक्ती नेहमी करीत आलेलो आहे. 'ओम' शब्दच म्हटला पाहिजे असे नाही. अन्य कोणत्याही पवित्र शब्दाचा वापर केला तरी चालते. काही जण संस्कृतमधील 'शांती: शांती: शांती' असेही उच्चारतात. पूर्वेकडची काही कर्मठ ख्रिश्चन मंडळी 'लॉर्ड जीझस, हॅव मर्सी आन मी' असे शब्द वापरतात. कोणत्याही शब्दप्रयोगाचा युक्तीत वापर करा. 'ला-इलाह- इल्लील-लाह' हा मुस्लीम धर्मीयांचा शब्दप्रयोगही चालेल. ज्यू धर्मीयांचे पवित्र शब्दप्रयोगही चालतील किंवा तुम्ही स्वत: काही सोयीस्कर शब्दप्रयोग तयार करून वापरले तरीही चालतील; परंतु जो काही शब्द अथवा शब्दप्रयोग वापराल तो भावनिकदृष्ट्या शून्य असला पाहिजे, तटस्थ असला पाहिजे. (नाहीतर कोणीही आपल्या मैत्रिणीचे, प्रियतमेचे किंवा प्रियकराचे नाव वापरतील.) शब्द असा शोधा की, स्वाभाविकपणे तुमच्या मनात उगवेल. एकदा तुम्ही शब्द निवडलात की, मग नेहमी त्याचाच वापर करीत राहा. हळूहळू तुम्हाला त्या शब्दाची एवढी सवय होईल की, तो आपोआपच श्वासोच्छ्वासासारखा तुमच्या मनात ध्यानधारणेस सुरुवात केली की, योग्य वेळी उगवत राहील. ध्यान लागेपर्यंत त्या शब्दाची साथ सोडू नका, पण ध्यान लागले आहे हे कसे कळणार? याबाबतीत माझ्यावर विश्वास

ठेवा, तुम्हाला ते आपोआपच कळेल.

ध्यानधारणा चालू असताना मनात अनेक विचार घुसतात. त्यात नको ते विचार अधिक असतात. द्यायची राहिलेली देणी, पत्रांना उत्तरे, ठरवलेल्या भेटीच्या वेळा, कोणीतरी केलेले अपमान, पोटातील भूक आणि असंख्य किरकोळ विचार आपल्या मनात घुसून त्याकडे आपले लक्ष वेधत असतात. त्यामुळे चित्त एकाग्र होण्यास अडथळे येतात. अशा विचारांना तुम्ही जो जो प्रतिबंध करू पाहाल तितके ते मनात अधिक रुतून बसू पाहतात. अशा वेळी ते विचार खुशाल येऊ द्यावेत. त्या विचारांकडे तुम्ही तटस्थपणे पाहा. जणूकाही तुम्ही नदीत वाहत आलेले पदार्थ पाहत आहात असे समजा. मग ते विचार आपोआप मनातून निघून जातात. त्या विचारांशी भांडत बसू नका. तसे केलेत, तर ते विचार मनात ठाण मांडून बसतील व मन व्यापून टाकू बघतील. त्यांच्याशी भांडणे म्हणजे मनात वाहणाऱ्या विचारांच्या नदीला बांध घालण्यासारखे होईल. त्या विचारांबद्दल एवढेच स्वत:शी म्हणा की, 'काही हरकत नाही. नेव्हर माईन्ड!' आणि पुन्हा आपल्या ध्यानधारणेच्या प्रयत्नाकडे वळा. त्यासाठी जो शब्द आपण मनात सतत उच्चारत आहोत त्याच्याकडे या, त्याचा आधार घ्या. तो शब्द तुमची ध्यानधारणा ताळ्यावर ठेवण्यासाठी आहे. मनात उगवणाऱ्या विचारांच्या गर्दीत तो एक दीपस्तंभ आहे, भोज्जा आहे. त्या भोज्जाकडे सतत आपले मन आणत चला. मग हळूहळू विचारांच्या समवेत वाहत जाण्याचे थांबत जाईल. आता फक्त ध्यानधारणा ताळ्यावर ठेवणारा शब्द आणि तुमचे मन एवढेच उरेल.

मानसशास्त्रज्ञ डॉ. जेफ्री श्वार्ट्झ आणि पदार्थवैज्ञानिक हेन्री स्टॅप या दोघांनी ध्यानधारणेचा प्रयत्न करताना मेंदूत काय काय घडते, यावर खूप संशोधन केले आहे. तसेच, एमआयटी आणि नॅशनल इन्स्टिट्यूट ऑफ मेंटल हेल्थ या दोन मातब्बर संस्थांमध्ये यावर खूप संशोधन केले जाऊन अनेक निरीक्षणे व निष्कर्ष यांची कागदोपत्री नोंद केली आहे. त्यात असे आढळून आले आहे की, मेंदूतील विद्युतप्रवाहांचे मार्ग हे बदलले जाऊन ते नव्याने जुळवले जातात. दोन मज्जापेशींमध्ये (Neurons) जे विद्युतवहन होते त्यास शरीराबाहेरून येणाऱ्या जाणिवा अथवा संदेश कारणीभूत असतात; पण ध्यानधारणेत तसे होणे थांबते व ते विद्युतवहन केवळ तुमच्या बुद्धीनुसार घडत राहतात. याबद्दल तुम्हाला जर काही शंका वाटत असेल, तर त्यासाठी FINRI (Functional Magnetic Resonance Imaging) आणि PET scan (Positron Emission Tomography) यातून निघालेले भरपूर पुरावे उपलब्ध आहेत. मेंदूच्या कार्याचा ताबा त्या वेळी खालच्या पातळीवरील भागाकडून तो प्रिफ्रन्टल कॉर्टेक्स व पॅरिएटल लोब्स यांच्याकडे जातो. जेव्हा तुम्ही ही अवस्था सातत्याने गाठू शकाल, तेव्हा तुमची क्वांटम

ध्यानधारणेसाठी तयारी झाली असे समजा.

समुद्रकिनाऱ्यावर सीगल पक्ष्यांचा थवा बसलेला असतो. एखादे बालक जेव्हा त्या थव्याकडे पळत जाऊ लागते, तेव्हा तो थवा उडून जातो. मग तेथून तो काही फूट अंतरावरील जागेत हटकून जाऊन बसतो. क्वांटम पातळीवरील ध्यानाचे असेच आहे. जेव्हा अशा क्वांटम स्थितीला अडथळा येतो किंवा ते उद्युक्त केले जात नाही, तेव्हा ते मेंदूत जिथे कुठे असे घडत नाही तिथे जाते. मेंदूतील रचनेत क्वांटम स्थिती ही अत्यंत सूक्ष्म पातळीवर आहे असे ब्रिटिश गणितज्ञ रॉजर पेनरोज मानतो. जेव्हा या स्थितीला मज्जारसायनांकडून बाधा येत नाही, तेव्हा क्वांटम स्थिती ही अगदी क्षीण स्वरूपात राखून ठेवली जाते. अशा स्थितीमधून आपल्याला विश्वाच्या उगमाशी संपर्क साधायचा आहे. अशा या स्थितीला अनुकूल अशी आंदोलने आपल्या मनाकडून घडली म्हणजे या पुस्तकात अगदी सुरुवातीला सांगितल्याप्रमाणे परमेश्वराच्या रेडिओ सिग्नलशी आपल्या मनाच्या तारा जुळल्या, तर आपला हेतू साध्य होईल.

आपले मन हे नेहमी आत्ममग्न असते. वेदात यालाच आत्मन् म्हणतात, तर पाश्चिमात्य तत्त्वज्ञानात याला अस्तित्वाची भूमी म्हणतात. ध्यानधारणा करणे म्हणजे कशाशी तरी झगडणे किंवा कशासाठी तरी प्रयत्नांची पराकाष्ठा करणे असे नाही, तर आपल्या मनाला नैसर्गिकरित्या एकाग्र होण्यासाठी एक अनुकूल भूमी किंवा मंच निर्माण करणे होय. याबद्दल मेस्टर एखार्ट असे म्हणतो की, तुम्ही तुमचा स्वत:चाच अडथळा दूर करा नि तुमच्यातील परमेश्वराला परमेश्वर म्हणून प्रकट होऊ द्या. ध्यानधारणा करण्यामध्ये मनाची एक अत्यंत आनंदमयी, सुखमयी स्थिती निर्माण होते. ज्या लोकांचे खोल ध्यान लागते त्यांच्या मेंदूतील सेरोटिनिन हे रसायन वाढते. सेरोटिनिन हे एक न्यूरोट्रान्समीटर आहे. निराश, हताश मनाची अवस्था या रसायनावर अवलंबून असते. त्यासाठी प्रोझॅक हे औषध वापरतात. त्यामुळे सेरोटिनिनच्या निर्मितीवर योग्य ते नियंत्रण राहते. माझे दिवंगत स्नेही नॉर्मन कझिन्स हे हयात असते, तर त्यांनी म्हटले असते की, मन व शरीर या दोघांचा कल हा आजारपणाकडून निरोगीपणाकडे आणि ताणतणावापासून मुक्त आनंदाकडे जाण्याचा असतो. मन नेहमी शांती मिळविण्यासाठी धडपडत असते. आपण त्या मनाला फक्त नीट रस्ता दाखवायचा असतो.

ध्यानधारणेस सुरुवात केली असता प्रथम काहीच घडत नाही असे तुम्हाला वाटेल; पण तरीही आपले प्रयत्न सोडायचे नाहीत. मातंगिणी नेहमी मला असेच सांगत आली होती. ध्यानधारणा ही सुरळीत, सोयीस्कर, विनाअडथळा होण्यासाठी काही दिवस जावे लागतील. एक आठवडा ते कदाचित एक महिनाही त्यासाठी लागेल. तुम्ही जेव्हा मोटार ड्रायव्हिंग शिकत होतात, तेव्हा तुम्हाला किती दिवस

लागले ते आठवा. तसेच येथेही होईल. ध्यानधारणेचा सराव नियमितपणे करा. सलग दिवसांचे वेळापत्रक आखा. तसे केलेत, तर रोजची ध्यानधारणा हळूहळू सोयीस्कर बनत जाईल. ध्यान लागण्यासाठी आटापिटा करावा लागणार नाही. प्रत्येक दिवसाचा प्रयत्न हा तुम्हाला प्रगतीच्या दिशेने नेणारा आहे. तुम्हाला ते जाणवणार नाही; परंतु निराश होऊ नका. जरी तुम्हाला खूप उशिरा यश प्राप्त झाले, तरीही आधीच्या प्रयत्नांचे अन्य काही फायदे तुम्हाला नक्की झालेले असतील.

आपण आता अशा एका बिंदूपाशी येऊन पोहोचलो आहोत की, साधारणपणे तिथे शब्दांचा उपयोग होत नाही, तिथे शब्द कमी पडतात. मग यापुढचे मी तुम्हाला कसे सांगणार? तुम्ही माझ्याबरोबर लांब येथवर आला आहात. तेव्हा मी तुमच्यासाठी शेवटपर्यंत आटोकाट प्रयत्न करीत राहीन. आपल्याला आता शेवटच्या पायऱ्या चढायच्या आहेत. यापुढच्या प्रयत्नात विज्ञानाचा भाग कमी असेल. आपल्याला मनाची जी अवस्था आता हवी आहे त्या संबंधात मला एक चांगले रूपक सुचलेले आहे. मला योगायोगाने ते सुचले आहे आणि त्यासाठी मी लेसर किरणांचे उदाहरण वापरले आहे.

लेसर किरणांमधील सर्व सूक्ष्म प्रकाशबिंदू हे जसे सारखे असतात, त्या सर्वांमधील आंदोलनेही एकसारखीच होत असतात. प्रत्येक प्रकाशबिंदू (फोटॉन) हा आपले स्वत:चे वैशिष्ट्य टाकून देऊन इतर फोटॉन्ससारखे वागतो.

जेव्हा मेंदूतील प्रत्येक भाग, मनाचा कानाकोपरा, सारे काही ध्यानात एकाग्र होताना एकाच पद्धतीने लेसर किरणांसारखे वागू लागतात, तेव्हा खरी एकाग्रता साधली जाते व ध्यान पूर्णत्वास पोहोचू लागते. लेसर किरण निर्माण होताना सर्व प्रकाशबिंदू जेव्हा एकाच पद्धतीने आंदोलित पावू लागतात. (एकाच फेजमध्ये जातात) तेव्हा एक झगमगाट दिसतो. ज्यातून लेसर किरण निघावा असे वाटते त्यामध्ये तसे होण्यासाठी बाहेरून काही प्रकाश आत घुसवला जात असतो. आता झगमगाट निर्माण झाला, याचा अर्थ आतल्या माध्यमामध्ये आपोआप लेसर किरणाचे फोटॉन्स किंवा प्रकाशबिंदू निर्माण होऊ लागले आहेत. त्यानंतर आतून एक लेसर किरण बाहेर येण्याचे सुरू होते. आपल्या मनात अशासारखेच होते. गाढ ध्यानात गेल्यावर एक वेळ अशी येते की, एकदम मनाचे सर्व भाग उजळून निघतात, आता मेंदूत कुठेतरी बदल सुरू झालेला असतो आणि मग आपले मन एक मोठी झेप घेऊन अति एकाग्र बनते. त्यासाठी मेंदूत व मनात सारे काही अनुकूल घडलेले असते.

आपले मन एकाग्रतेच्या वरच्या पातळीवर पोहोचू पाहत असते. त्यासाठी त्या वेळी आपल्याकडून फक्त थोडेसे आणखी अनुकूल प्रयत्न व्हायला हवेत. यानंतर जे काही घडेल, ते सारे उत्स्फूर्तपणे घडेल. मेंदूच्या पुढच्या भागात (Frontal lobe) ते घडू लागते व पसरत जाते. याला 'क्वांटम झेनो इफेक्ट' असे शास्त्रज्ञांनी नाव दिले आहे. (काही साधक याचा उल्लेख 'साक्षात्कार' या नावाने करतात; परंतु नक्की काय घडते, ते शंभर टक्के कोणालाच नीट सांगता येत नाही.)

हा क्वांटम झेनो इफेक्ट प्रथम जॉर्ज सुदर्शन याच्या लक्षात आला. बरीच उदाहरणे पदार्थवैज्ञानिक हेन्री स्टॅप याने तपासली. या परिणामाला अथवा प्रकाराला काही जण 'पॉट इफेक्ट' असेही म्हणतात. त्या वेळी लागलेले ध्यान वरच्या एकाग्रतेच्या पातळीवर जाण्याच्या तयारीत असताना याच स्थितीत काही काळ राहिले, तर त्या स्थितीला 'पॉट इफेक्ट' हे नाव अमेरिकेत दिले गेलेले आहे. लेसर किरणाच्या उपमेच्या भाषेत बोलायचे झाल्यास काही प्रकाशबिंदू किंवा फोटॉन्स एकाग्र झाले असून, बाकीचे तसे होण्यासाठी उद्युक्त आहेत. अनेकदा ही अवस्था ओलांडून साधक पुढे जात नाही, असे होते. अशा वेळी त्याने या अवस्थेकडे सतत लक्ष देत राहिले पाहिजे. नीट समजण्यासाठी मी आपल्याला आणखी एक उपमा देतो. जर आपल्या नुसत्या पाहण्याने पाणी तापू शकत असेल व ते उकळण्याच्या अवस्थेपर्यंत पोहोचू पाहत असेल, तर आपण ते जसे पाहत राहतो तसाच हा प्रकार आहे. स्टॅप याचा असा विश्वास आहे की, एकाग्र होऊ लागलेले मन कोणत्याही क्षणी वरच्या पातळीवर जाण्याच्या अवस्थेत आले की, ती अवस्था माणसाला केवळ आपल्या इच्छाशक्तीच्या जोरावर टिकवता येते.

मोटारीच्या डॅशबोर्डावर अनेक मीटर्स असतात. त्यामुळे आपल्याला इंजिनाच्या अंतरंगात काय चालले आहे हे समजते. माणसाच्या कपाळावर जर असे काही मीटर्स असले, तर त्याच्या मेंदूत ध्यानधारणा करताना काय चालले आहे ते आपल्याला समजू शकेल. मग आपल्याला काय काय समजेल? मेंदूच्या डाव्या भागात काय चालले आहे ते समजेल. या ठिकाणचे नेहमीचे कार्य बऱ्यापैकी कमी कमी होत चालले आहे ते कळेल. कातडी आणि कातडीबाहेरचे बाह्य जग यातील मानसिक जाणीव ही विरून गेलेली कळेल. मेंदूच्या उजव्या भागातील कार्य कमी कमी होत चाललेले कळेल. या भागात आपले शरीर बाह्य अवकाश व काळ यामध्ये कुठे आहे, कोणत्या दिशेला जात आहे, ती दिशा कशी बदलत आहे, हे समजत असते. तिथेही आता अत्यंत कमी कार्य चाललेले आहे, हे दिसून येईल. मग त्या साधकाला आपण या जगात नक्की कुठे आहोत, स्थिर आहोत, का कुठे तरी जात आहोत हे समजेनासे होईल. त्याचे स्वत:च्या स्थानाचे भान पार नाहीसे होईल. भौगोलिक अर्थाने आपण स्थानरहित (Nonlocal) झालो आहोत असे त्याला वाटेल. मेंदूच्या उजव्या प्रिफ्रन्टल लोबमध्ये दुःख, चिंता या भावना उत्पन्न होतात, तर आनंद, सावधानता आणि उत्साह या गोष्टी डावीकडच्या प्रिफ्रन्टल लोबमध्ये उफाळून येतात. क्वांटम झेनो परिणामाच्या वेळी मेंदूचा उजवा प्रिफ्रन्टल

लोब हा स्वस्थ राहतो, तर डावा प्रिफ्रन्टल लोब चैतन्याने सळसळलेला असतो.

तुम्ही जसजसे ध्यानधारणा करण्यात प्रवीण होत जाल, तेव्हा तुम्हाला वर वर्णिलेले अनुभव येत जातील. असा क्वांटम झेनो परिणाम अनुभवास आला की, मग तुम्ही जे संथ गतीने अंक मोजणे किंवा तो विशिष्ट शब्द अथवा ध्वनी मनात उच्चारणे थांबवा. आता त्या भोज्जाला शिवण्याची गरज नाही. मनाची एकूण एक एकाग्रता आता उत्स्फूर्तपणे फुलू द्या, वाढत जाऊ द्या. मग तुम्हाला जाणवेल की, आपण हळूहळू विशाल होत जातो आहोत, कशात तरी विलय पावत आहोत, कशाशी तरी आपला संबंध जोडला जात आहे. ही एक अत्यंत आनंदाची, सुखाची स्थिती आहे. तुमच्या मनाचा हर्षोल्हास एवढा कळसास पोहोचेल की, तुमच्या डोळ्यांतून अश्रू वाहू लागतील; पण हा अश्रुपात दु:खाचा किंवा तणावाचा नाही. तुम्ही स्वगृही परतलात याबद्दल होणाऱ्या आनंदामुळे तुमच्या डोळ्यांतून वाहणारे ते आनंदाश्रू असतील. रोजच्या ध्यानधारणेच्या सरावामुळे तुमच्या मनाच्या भूमीची मशागत होत होती. त्यामुळे शेवटी त्यातून परिपूर्ण ध्यानाचे रोपटे वर आले.

ध्यानधारणेचा जितका सराव तुम्ही कराल, तितके तुम्ही अधिकाधिक काळ क्वांटम झेनो परिणाम अनुभवत राहाल. त्या वेळी जर तुमच्या मेंदूचे EEG (Electro Encephalo Graph) पाहिले तर असे दिसेल की, मेंदूचे सर्व भाग हे कमीत कमी कार्य करीत आहेत. तसेच हे सर्व भाग एकाग्र झाले असून आपल्या अस्तित्वाचा जो मूळ उगम आहे त्याच्याशी ते त्या वेळी एकरूप झालेले असतात. सर्व जाणिवा बंद होऊन फक्त एकच एक सुखाची जाणीव त्या वेळी अनुभवास येते. आपण एका सुखाच्या सागरात डुंबत आहोत असे वाटू लागते. खरे तर ही उपमाही कमीच पडेल. त्या सुखसागराच्या खोलीचा तुम्हाला कधीच ठाव घेता येणार नाही. आपण या पार्थिव जगात एक प्रकारचे आध्यात्मिक निर्वासित आहोत. त्यामुळे आपल्या पाठीशी रोज एक नवीन दु:ख चिकटते; परंतु त्या ध्यानावस्थेत आपल्या मनात एक अशी खोली किंवा दालन सापडते की, तिथे भीतीचा लवलेशही नाही. तिथे आपण जाऊन बसलो की, सुखसागरात पहुडल्याचा अनुभव येतो. भीती, दु:ख, चिंता, काळजी, वेदना, यातना या त्रासदायक भावनांची तिथे पूर्णपणे हकालपट्टी झालेली असते. या ध्यानातून तुम्हाला ताकद मिळालेली असते. जशी लेसर किरणात ताकद असते, तशीच एकवटलेल्या ध्यानातही ताकद असते. ध्यान लागणे ही एक 'पौर्वात्य गोष्ट' असेही काही जणांना वाटेल.

या गोष्टीला नावे काहीही द्या, पण अंतिम परिणाम तोच आहे. मग भले ध्यान करणारी व्यक्ती भारतीय असो, आशियाई असो किंवा पाश्चिमात्य असो. इ.स. २००१ मध्ये काही फ्रेंच धर्मसेविकांवर प्रयोग झाले. त्यांनी ध्यान लावले. सर्वांच्या

मेंदूची तपासणी पेट स्कॅनने केली. त्या तपासणीतून सर्वांचे निष्कर्ष सारखेच आले. सर्वांना तोच तो परिणाम जाणवला.

ध्यानधारणेमुळे जे मानसिक व शारीरिक परिणाम होतात ते अर्थातच अत्यंत चांगले व लाभदायी असतात. यावर निरीक्षणे व नोंदी केल्या गेल्या आहेत.

त्या परिणामांची यादी लांबलचक आहे. ती यादी येथे देण्यात अर्थ नाही; परंतु त्यातून एक नवीन विज्ञानशाखा जन्माला आली. तिला नाव दिले गेले Psychoneuroimmunology. नॉर्मन कझिन्स यानेच अभ्यास केला व हे नाव दिले. ध्यानधारणेमुळे रक्तदाबाचा विकार नाहीसा होतो, ताणतणावामुळे शरीरात जी हार्मोन्स निर्माण होतात ती कमी होत जातात आणि रोगांविरुद्ध शरीरात प्रतिजैविके (Antibodies) जास्त निर्माण होतात. फ्ल्यूच्या विषाणूंविरुद्ध एक लस तयार केली होती. तिच्या चाचण्या दोन गटांवर केल्या. पहिल्या गटातील रुग्णांनी उपचार चालू असताना रोज ध्यानधारणा केली आणि दुसऱ्या गटातील रुग्णांनी तसे काही केले नाही. त्या दुसऱ्या गटावर फक्त लसीचे उपचार केले गेले. परिणामी, पहिल्या गटातील रुग्णांच्या डाव्या मेंदूतील घडामोडी या थोड्याशा अधिक वाढल्या आणि त्यामुळे ते दुसऱ्या गटातील रुग्णांपेक्षा लवकर बरे झाले. मेंदूतील घडामोडींनी लसीला चांगला प्रतिसाद दिला.

माणसाच्या मज्जासंस्थेची व्यवस्था, तिचे कामकाज यामध्ये लवचिकता (Neuroplasticity) असते. मिळालेले अनुभव आणि नवीन काहीतरी शिकल्याने आपला मेंदू त्यानुसार आपल्या कार्यात अनुकूल बदल करतो. कारण आपला मेंदू इतर अवयवांप्रमाणेच एकच एक काम यांत्रिकपणे जन्मभर करीत बसत नाही. म्हणून मनुष्याला ध्यानधारणेचे फायदे होतात. मेंदूमध्ये अनेक रसायने निर्माण करण्याचे कारखाने आहेत. कोणत्या रसायनांचे केव्हा व किती उत्पादन करायचे हे मेंदू ठरवतो. ध्यानधारणेमुळे या उत्पादनांच्या कार्यक्रमात थोडा बदल होऊन उत्तम, शांत व अधिक निरोगी जगण्यासाठी आवश्यक ते फरक घडवले जातात. (उदाहरणार्थ, रसायने निर्माण करताना जुने Actin filaments दूर करून त्या जागी नवीन Actin filaments आणावेत, ते आपला मेंदू दर चाळीस सेकंदांनी ठरवतो.) थोडक्यात, मेंदूची कार्यक्षमता, रसायनांचे उत्पादन यात किती बदल करावेत, हे सारे मेंदू ठरवित असल्याने ध्यानधारणेमुळे मेंदूचे कार्य हे माणसाला अधिक अनुकूल होऊ लागते. ड्यूक विद्यापीठाचा न्युरोबायॉलॉजिस्ट मायकेल एहलर याने यावर बरेच संशोधन केले आहे. तो म्हणतो, "मेंदूतील सिनॅप्सेस हे आपले घटक सबंध दिवसभरात शेकडो वेळा बदलत असतात आणि ही गोष्ट मला अत्यंत आश्चर्यजनक वाटते." मेंदूबद्दल संशोधनातून जी काही नवीन माहिती हाती येते आहे, त्यावरून असे समजते की, दर दोन महिन्यांनी माणसाच्या

संपूर्ण मेंदूची बरीच व्यवस्था बदलली जात असते आणि तरीही मेंदूच्या मूळ रचनेत बदल होत नाही, बदल होतो तो मेंदूच्या कार्यात, कार्यपद्धतीत. मात्र ध्यानधारणेमुळे त्यावर जणूकाही एक कायमचा ठसा उमटवणारी कार्यपद्धती ठरवून दिली जाते. ही गोष्ट कदाचित जीन किंवा जनुक यांचे कार्य किती व कसे व्हावे यावर होत असावी. म्हणून जर आपल्या जीवनशैलीत ध्यानधारणा आपण कायमची सामावून घेतली, तर आपले महत्त्व व्यक्तिगत पातळीवर न राहता ते बरेचसे वैश्विक पातळीवर जाईल.

परंतु असे जर घडले, तर त्याचे मूल्यमापन कसे ठरवायचे? थोर मेस्टर एखार्ट म्हणतो की, असा आध्यात्मिक ब्रह्मानंद मिळाल्याने आपण नक्कीच त्या विश्वनिर्मात्याच्या डोळ्यांत स्वत:ला पाहू शकतो. एखार्टचे हे वाक्य आपल्याला फार काही सांगून जाते. वेदकाळातील ऋषी-मुनी सखोल विचार केल्यावर, ध्यानधारणा केल्यावर म्हणायचे की, अहं ब्रह्मास्मि. मीच ते ब्रह्म आहे! जो काही विश्वनिर्मितीचा उगम आहे त्याच्याशी आपण एकरूप असणे, हा प्राचीन काळापासून माणसाला आलेला गूढ अनुभव काय सांगतो? साऱ्या जगातील विविध श्रद्धा, संस्कृती यापलीकडे नेणारा हा अनुभव आहे. हा गूढ अनुभव खरोखर कालातीत आहे. विश्वाचा वेध मनाच्या साहाय्याने घेताना आपल्याला एकदम किती वरच्या पातळीवर नेऊन विश्वनिर्मितीच्या स्रोताजवळ नेऊन ठेवले जाते. तो स्रोत आणि आपण यात फरक नाही, एकरूपता आहे आणि हे सारे खरे असेल काय? याचाही शोध आपल्याला घेता येतो.

विश्वामध्ये एक विशाल किंवा प्रविशाल असे जागरूक मन पसरलेले आहे. जेव्हा आपण आपल्या मनाची क्षमता ध्यानातून अजमावून पाहत असतो, तेव्हा या विशाल मनाशी अनुकूल असे स्पंदन आपले मन करू लागते, असे माझे म्हणणे आहे किंवा माझा तसा दावा आहे. सर्व अस्तित्वामागे असलेली जी ताकद आहे, जे सामर्थ्य आहे ते गूढ रितीने सर्व विश्वात अंतराळाच्या पायात भरून राहिलेले आहे. आपण ध्यानातून त्या सामर्थ्याशी संपर्क साधत असतो. हे सामर्थ्य त्या एकमेव स्रोतामध्ये आहे. तो जो काही गूढ असा मूलस्रोत आहे, त्याचेच ते सामर्थ्य आहे. त्याच्याकडून काहीतरी सुसंगत व्यवस्था राबविली जाते. त्या व्यवस्थेत अन्य साऱ्या व्यवस्था समाविष्ट आहेत. त्यातच सारी प्रेरणाबले एकत्र येतात, सर्व जागरूक मने एकवटतात आणि मी असे मानतो की, तो जो मूलस्रोत आहे, त्याचेच सांकेतिक नाव 'परमेश्वर' असे आहे.

उपसंहार

मणीलाल भौमिक या भारतीय शास्त्रज्ञाची ही कहाणी. यातून आपल्याला बरेच काही समजू शकते. भारतातील दारिद्र्य, धार्मिक श्रद्धा, सबंध जीवनभर आपले अस्तित्व टिकवून धरण्याची माणसांची धडपड, यातून परमेश्वर आहे की नाही, या प्रश्नाचा मागोवा घेण्यास कोणालाच वेळ मिळत नाही; परंतु भौमिक यांच्या मनात हा प्रश्न सतत लहानपणापासून घोळत होता. जेव्हा त्यांना जीवनात सुख, स्वास्थ्य व निवांतपणा लाभला, तेव्हा त्यांनी परमेश्वराच्या शोधासाठी वैज्ञानिक सिद्धांतांची मदत घेतली.

भौमिक यांच्या भारतातील आयुष्याचा विचार करता असे दिसते की, प्रगतीसाठी नेहमी काही ना काही प्रयत्न करीत राहिले, तर कुठेतरी वाट सापडत राहते. सर्व चिंता एकदम दूर होत नाहीत. त्या मार्गाने तुमचे दैव हळूहळू जाऊ लागते. भौमिक यांना बालपणी चांगली शाळा मिळवण्यात अडचणी होत्या. त्यासाठी मोठ्या गावातील शाळेत प्रवेश हवा होता. राहण्याची व जेवणाची सोय व्हायला हवी होती; पण ते सारे घडत गेले. योगायोगाने घडत गेले, असे कदाचित कोणी म्हणेल; परंतु यामागे कुठेतरी एक अज्ञात घटक मदत करीत असावा, असे वाचकाला वाटते. त्यानंतर महाविद्यालयीन शिक्षण, शहरातील राहणे व जेवण हेही प्रश्न मिटणे, पुढे आयआयटीमध्ये संशोधन व पीएच.डी. हेही सुरळीत होऊन गेले. त्यानंतर अधिक संशोधनासाठी अमेरिकेत प्रवेश मिळणे. येथवरच्या प्रयत्नांना यश येत गेले; परंतु वैयक्तिक गरजा भागेल एवढे उत्पन्न मात्र नव्हते. जणू काही नियतीच्या मनात किंवा दैवाच्या मनात जे उत्तरआयुष्यात चिरकाल व घवघवीत व्यावहारिक यश देणारे आहे, त्याचा मार्ग मात्र सुकर होत गेला. अमेरिकेला जाण्यासाठी विमान प्रवासाचे पैसे जवळ नव्हते. परिणामी अमेरिकेत जाऊन पुढचे यश संपादणे हे अशक्य होऊन बसले. अशा वेळी दैवाकडूनच भौमिक यांच्या वस्तीतल्या माणसांच्या मनात प्रेरणा निर्माण केली जाऊन सर्वांनी

मिळून वर्गणी गोळा करून विमान प्रवासाची रक्कम त्यांना दिली. हा खरोखरीच एक दैवाने घडवलेला चमत्कार वाटतो. जणूकाही पुढे काय घडू शकेल, हे दैवाने जाणले असावे. नशीब, दैव, नियती असे काही असू शकते का, या प्रश्नाला येथे काही अंशी उत्तर सापडल्यासारखे आपल्याला वाटते.

तसेच अमेरिकेत सुरुवातीला स्थायिक होण्याआधी लॉस एंजलिसच्या 'बेल एअर' भागातून निर्हेतुकपणे हिंडताना "एके दिवशी आपले घर येथेच होईल," असे उद्‌गार त्यांच्या तोंडून कसे काय बाहेर पडले, याचे आपल्याला जसे आश्चर्य वाटते, तसेच खुद्द त्यांनाही वाटले. कारण पुढे खरोखरीच लेखकाने त्या भागात आपला भव्य बंगला बांधला. असे पाच बंगले त्याने बांधले; पण पुढे असे काही होईल हे ठाऊक नसताना हे उद्‌गार त्यांच्या तोंडून आपोआप कसे बाहेर पडले? यावर विचार करू लागलात, तर कुठेतरी माणसाच्या जीवनात एखादा अज्ञात घटक शांतपणे कार्य करीत असतो, असेच म्हणावेसे वाटते. अफाट बुद्धिमत्ता, आघाडीवरचे विज्ञान पचवलेला, कमालीचे दारिद्र्य व अफाट श्रीमंती उपभोगलेला भौमिक जेव्हा विज्ञानाच्या साहाय्याने परमेश्वराच्या अस्तित्वाचा शोध घेऊ पाहतो, तेव्हा आपल्या सर्वांच्या मनातील परमेश्वराबद्दलच्या कुतूहलाच्या प्रश्नांची उत्तरे त्यांच्यामार्फत मिळतात. परमेश्वर हे एक सत्य असेल, व विज्ञानाचा हेतू सत्यशोधनाचा असेल तर परमेश्वराच्या अस्तित्वाला आधार सापडायलाच हवा. श्रोडिंजर या शास्त्रज्ञाने आपला एक वेगळा सिद्धांत १९३०च्या आसपास मांडून खळबळ उडवून दिली होती. तो सिद्धांत 'श्रोडिंजर्स कॅट थिअरी' या नावाने प्रसिद्ध आहे. वरवर बघता तो सिद्धांत कोणालाही तर्कदृष्ट्या पटणारा नाही; परंतु त्यामागे एवढे भरभक्कम गणित उभे असल्याने तो नाकारता येत नाही. आइन्स्टाइनसारख्या शास्त्रज्ञालाही तो सिद्धांत त्यामुळेच मान्य करावा लागला होता. निरीक्षक जर एखादी घटना घडत असताना पाहत असेल, तर निरीक्षकाच्या केवळ पाहण्यामुळे त्या घटनेवर परिणाम घडतो. कारण निरीक्षक व ती घटना या मुळातच एकमेकांशी जोडलेल्या असतात. त्यांचे एकमेकांशी असलेले नाते, हे एकमेकांवर परिणाम करणारे असते. हा सिद्धांत प्रयोगानेही सिद्ध झालेला होता. (पान १७१ पाहा.) सुमारे १४ अब्ज वर्षांपूर्वी विश्वनिर्मितीचा महास्फोट झाल्याची घटना घडली. नंतर ती घटना अनेक शक्य असलेल्या मार्गांनी मोठी होत जाऊ शकते; परंतु केवळ अशा एका मार्गाने ही घटना सुरुवातीपासून घडत गेली की, त्यामुळे जीवांचा उदय होण्यास, नंतर उत्क्रांती होऊन मानव निर्माण होणे घडले. याचा अर्थ असा की, महास्फोटाची घटना कोणीतरी निरीक्षक प्रथमपासून पाहत असल्यानेच असे घडले. म्हणजेच जर ही महास्फोटाची घटना घडण्याआधी कोणी निरीक्षक अस्तित्वात असेल, तरच त्या घटनेची प्रगती एका ठरावीक दिशेने होत मानवाचा उदय झाला.

श्रोडिंजरचा सिद्धांत नीट मानला, तर त्या अज्ञात निरीक्षकालाही मानावेच लागते अन् महास्फोटाआधीपासून अस्तित्वात असलेल्या त्या निरीक्षकाला माणूस परमेश्वर ऊर्फ GOD अशा सांकेतिक नावाने संबोधू लागला. विज्ञानाच्या चौकटीत परमेश्वराचे अस्तित्व पक्के केले गेले. (वाचकांनी प्रकरण १८ हे अधिक विचारपूर्वक वाचावे.)

भौमिक यांनी सर्व प्रकारच्या तत्त्वज्ञानाचा ऊहापोह करून परमेश्वराचे अस्तित्व सिद्ध केल्याने ते महान ठरले आहेत. सर्व पूर्वीच्या तत्त्वज्ञानाचा, विज्ञानाचा, मानववंशशास्त्राचा आधार घेऊन असे म्हणता येते की, हा परमेश्वर म्हणजेच एक सर्वव्यापी असलेले वैश्विक जागरूक मन! ते विश्वात सर्वत्र भरून राहिलेले आहे. या चराचरात, सृष्टीतही ते भरलेले आहे. आपण ज्या पार्थिव जगात राहतो त्या जगात पदार्थ (matter), ऊर्जा (Energy), काळ (Time), अवकाश (Space) आणि चार प्रेरणाबल (Forces) आहे. आपला देहच पदार्थांचा बनला आहे. अशा देहातील आपला आत्मा ऊर्फ मन हे वरील पदार्थ, ऊर्जा, काळ, अवकाश व ती चार प्रेरणाबले यांपासून मुक्त आहे. म्हणून आपले मन हेही वैश्विक मनाचा एक भाग समजला गेला आहे.

अशा सर्व कल्पनांना मणी भौमिक यांनी विज्ञानाचा आधार दिला व त्यांच्या संशोधनाचे सार Code Name God या पुस्तकात दिले आहे.

ज्यांनी कोणी हिंदू तत्त्वज्ञानाचा अभ्यास केला असेल, तर त्यालाही या कल्पनेला आधार सापडेल. महास्फोट, शून्यातून विश्वनिर्मिती, माणसाचा जन्म म्हणजे मनुष्यदेहाची निर्मिती व त्यात आत्म्याने जाऊन त्या देहाचा ताबा घेणे, पार्थिव जगाशी फार जिव्हाळ्याचे संबंध असतील, तर मृत्यूनंतरही म्हणजे एका देहाच्या मृत्यूनंतरही आत्मा परत ते संबंध प्रस्थापित करण्यासाठी नवीन देह धारण करतो, इत्यादी इत्यादी कल्पना मग तर्कशास्त्रात विज्ञानाचा आधार घेऊन चपखल बसतात असे जाणवते. पुनर्जन्म, जन्मोजन्मी होत जाणारी किंवा केली जाणारी प्रगती, इत्यादी आध्यात्मिक कल्पना विज्ञानाच्या आधारे तपासून पाहण्याची एक नवीन विज्ञानशाखा Noetic Science म्हणून आता निर्माण झाली आहे.

खरोखर, मणी भौमिक यांनी वेद, उपनिषदे यांतील सिद्धांतांनाही विज्ञानाचा आधार पुरवला, असेच म्हटले पाहिजे. कोड नेम गॉड या पुस्तकामुळे अनेक विज्ञाननिष्ठावंतांच्या मनातील गोंधळाला छेद दिला गेला व ते परमेश्वराचे अस्तित्व मानू लागले. म्हणून अमेरिकेत हे पुस्तक अफाट गाजते आहे. अखेर मणीलाल भौमिक यांनी विज्ञान व अध्यात्म यांना एकत्र आणले आणि आपली आध्यात्मिक शोधयात्रा पुरी केली.

डॉ. भौमिक आणि प्रेसिडेंट रोनाल्ड रेगन एका बैठकीला हजर असताना.

प्रेसिडेंट बिल क्लिंटन डॉ. भौमिक यांच्याशी चर्चा करताना.

इव्हा गॅबर आणि डॉ. भौमिक मॅन्शनमधील एका समारंभात.

डॉ. भौमिक, मित्र एडी अल्बर्ट यांच्या समवेत.